पुणे विद्यापीठाच्या द्वितीय वर्ष वाणिज्य शाखेच्या (S. Y. B. Com.) २०१४-१५च्या
सुधारित अभ्यासक्रमानुसार लिहिलेले क्रमिक पुस्तक
तसेच महाराष्ट्रातील इतर सर्व विद्यापीठांना उपयुक्त.

I0649033

कंपनी कायदा

प्राचार्य डॉ. किशोर जगताप

डायमंड पब्लिकेशन्स

कंपनी कायदा
प्राचार्य डॉ. किशोर जगताप

Company Kayada
Prin. Dr. Kishor Jagtap

प्रथम आवृत्ती : जून २०१४

ISBN 978-81-8483-574-8

© डायमंड पब्लिकेशन्स

मुखपृष्ठ
शाम भालेकर

प्रकाशक
डायमंड पब्लिकेशन्स
२६४/३ शनिवार पेठ, ३०२ अनुग्रह अपार्टमेंट
ओंकारेश्वर मंदिराजवळ, पुणे–४११ ०३०
☎ ०२०–२४४५२३८७, २४४६६६४२

info@diamondbookspune.com
www.diamondbookspune.com

प्रमुख वितरक
डायमंड बुक डेपो
६६१ नारायण पेठ, अप्पा बळवंत चौक
पुणे –४११ ०३० ☎ ०२०–२४४८०६७७

मनोगत

पुणे विद्यापीठाच्या जून २०१४ पासून सुरू होत असलेल्या नवीन अभ्यासक्रमानुसार वाणिज्य विद्याशाखेच्या द्वितीय वर्ष वाणिज्य वर्गासाठी 'कंपनी कायद्याचे घटक' हा विषय अनिवार्य म्हणून अभ्यासक्रमात समाविष्ट करण्यात आलेला आहे. हे पुस्तक वाचकांच्या हाती देताना मला विशेष आनंद होत आहे.

वाणिज्य विद्याशाखेतील विद्यार्थ्यांना कंपनी कायद्याचे व्यवस्थित आकलन व्हावे तसेच कंपनी व्यवस्थापनाचे व्यावहारिक ज्ञान प्राप्त व्हावे या दृष्टिकोनातून पुस्तकाची मांडणी करण्याचा प्रयत्न केलेला आहे. पुस्तकाची मांडणी करताना विषयाची माहिती विद्यार्थ्यांना सहज समजेल अशा सुबोध, सरळ व अत्यंत सोप्या परंतु तितक्याच प्रभावी भाषेत मांडण्याचा मी जास्तीत जास्त प्रयत्न केलेला आहे. विषयाची माहिती संपूर्णपणे संशोधित आणि संस्कारित केल्याने ती सर्वांच्या पसंतीस उतरेल याबद्दल मला विश्वास वाटतो. भारतीय कंपनी कायद्यात २०१३ पर्यंत करण्यात आलेल्या सर्व दुरुस्त्यांचा समावेश या पुस्तकात करण्यात आलेला आहे.

डॉ. पैठणकर यांचे सहकार्याबद्दल तसेच श्री. दत्तात्रेय पाष्टे, डायमंड पब्लिकेशन्स, पुणे यांनी या पुस्तकाच्या प्रकाशनाची जबाबदारी स्वीकारल्याबद्दल त्यांचे मनःपूर्वक आभार.

माझ्या इतर अनेक पुस्तकांप्रमाणे या पुस्तकाचे सहकारी, प्राध्यापक वर्ग व विद्यार्थी स्वागत करतील अशी खात्री आहे.

प्राचार्य डॉ. किशोर नि. जगताप

अनुक्रम

मनोगत

सत्र-१

प्रकरण १ : नवीन कंपनी कायद्याची ओळख आणि कंपनी संकल्पना १
(Introduction to the New Act and Concept of Companies)

प्रकरण २ : कंपनीची स्थापना व निर्मिती ३४
(Formation and Incorporation of a Company)

प्रकरण ३ : कंपनीच्या नोंदणीसंबंधीचे दस्तऐवज व भांडवल उभारणी ४५
(Documents Relating to Registration and Raising of Capital)

प्रकरण ४ : कंपनीचे भागभांडवल ७७
(Capital of the Company)

प्रकरण ५ : भागजप्ती, भाग समर्पण व भाग हस्तांतर ११२
(Forfeiture, Surrender and Transfer of shares)

सत्र-२

प्रकरण ६ : ई-गव्हर्नन्स आणि ई-फायलिंग १३७
(E-Goverance & E-Filing)

प्रकरण ७ : कंपनी व्यवस्थापन १४४
(Management of Company)

प्रकरण ८ : महत्त्वाच्या व्यवस्थापकीय व्यक्ती १६७
(Key Managerial Persons)

प्रकरण ९ : कंपनीच्या सभा १८६
(Company Meetings)

प्रकरण १० : कंपनी तडजोड, व्यवस्था, पुनर्रचना, एकत्रीकरण आणि समापन २४४
(Compromises Arrangements, Reconstruction,
Amalgamation and Winding up of a Company)

संदर्भसूची २८२

प्रकरण १	नवीन कंपनी कायद्याची ओळख आणि कंपनी संकल्पना (Introduction to the New Act and Concept of Companies)

१.१ भारतीय कंपनी कायदा २०१३ – पार्श्वभूमी, वैशिष्ट्ये व विहंगावलोक

१.२ संयुक्त भांडवली कंपनी

    १.२.१ प्रस्तावना

    १.२.२ कंपनी : अर्थ व व्याख्या

    १.२.३ कंपनीची वैशिष्ट्ये

    १.२.४ कंपनीवरील पडदा बाजूला सारणे

    १.२.५ कंपनी आणि कंपनी भागीदारी संस्था यातील फरक

१.३ कंपन्यांचे प्रकार

१.४ खाजगी आणि सार्वजनिक यातील कंपनी फरक

१.५ खासगी कंपनीला मिळणाऱ्या विशेष सवलती

१.६ खाजगी कंपनीचे सार्वजनिक कंपनीत रूपांतर आणि सार्वजनिक कंपनीचे खाजगी कंपनीत रूपांतर

१.७ बेकायदेशीर / अवैध संघटन

१.१ भारतीय कंपनी कायदा २०१३– पार्श्वभूमी, वैशिष्ट्ये व विहंगावलोकन

अ) पार्श्वभूमी

लोकसभेने हिवाळी सत्रात कंपनी कायदा २०१२ च्या मसुद्यावर चर्चा करून त्यात आवश्यक ते बदल सुचवून मंजूर केला आहे. २०१३ या वर्षामध्ये बजेट अधिवेशनात सदरहू कायदा मंजूर करण्यात आला. स्वातंत्र्यप्राप्तीनंतर कंपनी कायद्यात मोठे बदल घडले व १९५६ चा कायदा आजपर्यंत अस्तित्वात होता.

गेल्या ५०-५५ वर्षांमध्ये उद्योग, गुंतवणूक, संपर्क, परस्पर – यांमध्ये आमूलाग्र बदल घडले. त्यामुळे १९५६ चा कायदा काही प्रमाणात अडचणीचा व गैरसोयीचा ठरू लागला होता. गुंतवणूकदारांचे संरक्षण, पारदर्शकता इ. महत्त्वाच्या बाबींकडे पुरेसे लक्ष पुरवणे शक्य होत नव्हते. विविध उद्योजकांच्या संस्था, विदेशी गुंतवणूकदार, छोटे गुंतवणूकदार, मध्यम स्वरूपाचे व्यावसायिक इत्यादींच्या मागण्यांनुसार सोपा, सरळ, पारदर्शी कायदा असणे आवश्यक बनले होते.

जागतिक बँकेच्या अहवालानुसार, भारतामध्ये व्यापार चालू करणे व कायदा पूर्तता करणे हे अतिशय वेळखाऊ व कष्टप्रद आहे. भांडवल बाजारातील घोटाळे, नवीन कायद्याची गरज पुनर्रेखीत करीत होते. या सर्व समस्यांवर मात करण्यासाठी व कंपनी व्यवस्थापनात सुसूत्रता आणण्यासाठी भारत सरकारने वेळोवेळी नवा कायदा आणण्याचा विचार केला. आतापर्यंत चार-पाच वेळा नवीन कायद्याचा प्रस्ताव लोकसभेपुढे अथवा राज्यसभेपुढे ठेवण्यात आला; पण या वेळचा प्रस्ताव मंजूर करण्यासाठी सरकारने सर्व प्रयत्न केले. प्रस्तावावर फेरविचार करण्यासाठी तो परत एकदा लोकसभेच्या विशेष समितीसमोर ठेवण्यात आला. उद्योजक, व्यावसायिक, राज्य सरकार या सर्वांच्या सूचनांचा विचार करून नवीन कायद्याचा मसुदा तयार करण्यात आला.

ब) वैशिष्ट्ये व विहंगावलोकन

१) एक सदस्य कंपनी

नवीन कायद्यात फक्त एक माणूस कंपनीची स्थापना करू शकेल, असे नमूद करण्यात आले आहे. स्वकौशल्यावर आधारित व्यावसायिक जसे संशोधक यांना याचा फायदा होऊ शकतो. एक सदस्य कंपनीसाठी कायदेशीर तरतुदींचे पालन हे कमीत कमी असेल. या कंपनीसाठी वारसदारांचे नाव नमूद करणे बंधनकारक आहे. अशा प्रकारच्या कंपनीचा हा पहिलाच प्रयोग भारतात होत आहे. स्वमालकीचे सर्व फायदे व कमी उत्तरदायित्व ही या कंपनी स्वरूपाची वैशिष्ट्ये आहेत.

२) सुप्तावस्थीत (Dormant**) कंपनी**

भारतात अशा प्रकारच्या कंपनीचे प्रथमच प्रयोजन करण्यात आले आहे. भविष्यकाळात करावयाच्या व्यवहारासाठी अथवा बौद्धिक संपदा राखून ठेवण्यासाठी अशी कंपनी स्थापन करुन ती सुप्ताव्यस्थेत ठेवता येईल. सध्या अस्तित्वात असलेल्या पण कामकाज व कायदा पूर्तता न करणाऱ्या कंपन्यांनासुद्धा असा दर्जा रजिस्ट्रार स्वतःहून देऊ शकेल. सुप्तावस्थीत कंपन्यांना वार्षिक वर्गणी भरणे व कायद्यातील किमान बाबींची पूर्तता करणे आवश्यक राहील. या कंपन्यांची पुस्तके व नोंदणीकृत कार्यालय ठेवण्याची सेवा कंपनी सचिव देऊ शकेल.

३) संगणकावर आधारित पुस्तके

सर्व कंपन्यांनी आपले जमाखर्च, सभासद नोंदवह्या व इतर सर्व पुस्तके संगणकाच्या साह्याने ठेवावीत. अशी पुस्तके व त्यातील माहिती भागधारक, अधिकारी व सर्वजण अत्यंत कमी वेळात व खर्चात वाचू शकतील व त्याचे उतारे मिळवू शकतील.

४) कंपन्यांचा सार्वजनिक कामातील सहभाग

कंपन्यांचा सार्वजनिक कामातील सहभाग वाढवण्यासाठी या प्रस्तावित कायद्यात मोठे बदल करण्यात आले आहेत. ज्या कंपन्यांचे मूल्य ५०० कोटींपेक्षा जास्त अथवा उलाढाल १००० कोटींपेक्षा जास्त अथवा निव्वळ नफा ५ कोटींपेक्षा जास्त आहे, अशा सर्वांना सार्वजनिक कामात सहभाग घेण्याचे उत्तरदायित्व पार पाडावे लागेल. त्यासाठी पैसे बाजूला ठेवून त्याचा योग्य वापर करावा लागेल. कंपन्यांच्या परिसरातील लोकांना मदत करणे, त्यांना व्यवसायाची साधने, पिण्याचे पाणी उपलब्ध करून देणे, निसर्ग संवर्धन इत्यादी कामे यामध्ये करता येतील.

५) जनतेकडून भांडवल उभारणी

जनतेच्या पैशाचा गैरवापर टाळण्यासाठी काही प्रस्तावीत बदल या कायद्यात आहेत. जनतेच्या

भांडवलावर धंदा करणाऱ्या कंपन्यांना त्याच्या मुख्य उद्देशात बदल करण्यापूर्वी सभासदांची परवानगी आवश्यक ठरेल, तसेच ज्या सभासदांना हे बदल नको आहेत त्यांना त्यांची गुंतवणूक परत मिळण्याची सोय करावी लागेल. खोट्या नावाने समभाग खरेदी करणाऱ्याचे समभाग जप्त करून ते सरकारच्या गुंतवणूक निधीत जमा करण्याचे प्रयोजन या कायद्यात केले आहे. गुंतवणुकदारांची संघटना अथवा गट खोट्या माहितीबद्दल कंपनीविरुद्ध तक्रार दाखल करू शकेल. अग्रमानांकित (Preference) भागधारकांना त्यांचा देय लाभांश २ वर्षे न मिळाल्यास त्यांना मतदानाचा अधिकार प्राप्त होईल. यामुळे कंपनी व्यवस्थापनाच्या कारभारावर योग्य वचक ठेवणे शक्य होणार आहे व ही पळवाट बंद होणार आहे. विनाभागधारक तत्त्वावरील चालणाऱ्या कंपन्यांचे हस्तांतवर सुलभ होऊ शकेल.

६) कंपन्यांमधील मुदत ठेवी

कंपन्यामधील सभासदांचा हक्क हस्तांतर करण्याचे प्रस्तावीत करण्यात आले आहे. यामुळे ना नफा तत्त्वावर मुदत ठेवी या विनासंरक्षित (Unsecured) असल्यामुळे त्या स्वीकारण्याबाबत कडक नियम करण्याचे प्रयोजन आहे. कंपन्यांनी विशिष्ट अटींची पूर्तता केल्यावर व पात्रता निकष पाळल्यावर त्या ठेवी स्वीकारू शकतात. सुरक्षित (Secured) ठेवी ही नवी संकल्पना मांडण्यात आली आहे.

७) तारण कर्ज व गहाणवट

बँका व वित्तीय संस्थांच्या संरक्षणासाठी सर्व प्रकारच्या तारण व गहाणवट कर्जाची बोजा नोंदणी आवश्यक ठरणार आहे. यामुळे सर्व प्रकारच्या तारण बोजांची माहिती सर्वांना उपलब्ध होईल व फसवणूक टळेल.

८) सर्वसाधारण सभा

कंपनीच्या सर्वसाधारण सभा या सभासदांबरोबर विचाराचे आदानप्रदान करण्याचे महत्त्वाचे साधन आहे. या सभांमध्ये पारीत झालेल्या ठरावानुसार संचालक मंडळ कंपनीचे कामकाज पार पाडतात.

इलेक्ट्रॉनिक माध्यमातून मत देता येण्याचा प्रस्ताव सरकाराने मांडला आहे व मोठ्या आणि भांडवल बाजारातील कंपन्यांना त्याची सोय करावी लागणार आहे.

९) लाभांश

नवीन प्रस्तावानुसार वर्षामध्य (Interim) लाभांश जाहीर करण्यापूर्वी कंपन्यांनी त्यांच्या वित्तीय स्थितीची खात्री करणे जरुरीचे ठरणार आहे व हा लाभांश पूर्वीच्या लाभांशाच्या सरासरीवर ठरणार आहे. मुदतठेवी परतावा, त्यावरील व्याज न देणे यासारख्या घटना असणाऱ्या कंपन्यांना लाभांशवाटप करण्यापासून प्रतिबंध या कायद्यात आहे. सध्या कायद्यानुसार न स्वीकारलेला अथवा वाटलेला लाभांश व इतर देणी ही ७ वर्षांनंतर शासनाच्या गुंतवणूकदार सल्ला व सुरक्षा फंडाकडे (IEPF) कडे जमा होत असत व भागधारकांना ती परत मिळण्याचा मार्ग बंद होत असे. नवीन प्रस्तावात सदर लाभांश सरकारकडून परत मागण्याची तरतूद आहे. जे भागधारक लाभांश स्वीकारत नाहीत अशांचे भाग IEPF फंडाकडे वर्ग करण्याची तरतूद आहे.

१०) कंपन्याचे हिशेब व त्याचे लेखापरीक्षण (Audit) व पारदर्शकता

कंपन्यांनी स्वतःची हिशेबपुस्तके किमान ८ वर्षे सुस्थितीत ठेवण्याचे बंधन घातले आहे. त्यामुळे सरकार ही पुस्तके कधीही तपासू शकेल. संचालक मंडळाच्या वार्षिक अहवालात अधिक माहिती देण्याची तरतूद आहे. ज्यामुळे कंपनी कामकाज व संचालक मंडळ यांचे परस्पर संबंध यावर अधिक प्रकाश पडू शकेल.

भांडवल बाजारावर नोंदलेल्या व इतर मोठ्या कंपन्यांनी त्यांच्या लेखापरीक्षकांमध्ये दर ५ वर्षांनी बदल करावा.

नवीन कायद्यामध्ये लेखापरीक्षकांची नेमणूक, बदल, दर्जा व अटी यामध्ये सुस्पष्टता आणण्यात आली आहे.

सर्व कंपनी लेखापरीक्षकांनी पारदर्शकता राखण्यासाठी कंपनीचे फक्त लेखापरीक्षण करेवे व इतर सल्ला व सेवा देऊ नयेत. कंपनी लेखापरीक्षकांवर (CA/CS/ICWA) जास्त जबाबदारी देण्यात आली आहे व त्यांनी कंपनीमध्ये घोटाळा होतो आहे, असे निदर्शनास आल्यास ते ताबडतोब सरकारला कळवले पाहिजे. लेखापरीक्षकांनी असे न केल्यास त्यांना दंडाची तरतूद करण्यात आली आहे.

११) कंपनी संचालक

काही विशिष्ट कंपन्यांमध्ये महिलांचा सहभाग वाढविण्यासाठी महिला संचालक असणे जरुरीचे करण्यात आले आहे.

'स्वतंत्र संचालकांना' प्रथमच कंपनी कायद्यामध्ये स्थान देण्यात आले आहे. स्वतंत्र संचालकांची नेमणूक ही काही विशिष्ट कंपन्यांमध्ये आवश्यक करण्यात आली आहे, तसेच प्रत्येक कंपनीमध्ये कमीत कमी एका संचालकाचे वास्तव्य भारतात असणे जरुरीचे आहे. स्वतंत्र संचालकांच्या जबाबदऱ्या मर्यादित होतील व त्यामुळे त्यांचा कामकाजात सहभाग वाढेल.

१२) संचालक मंडळाच्या सभा

१२० दिवसांमध्ये एकदा सभा घेण्याचे बंधन कंपन्यांवर घालण्यात आले आहे. या सभांसाठी ७ दिवसांची सूचना देण्याची जरुरी आहे. संगणकाच्या माध्यमातून संचालक सभेमध्ये भाग घेऊ शकतील व मतदान करू शकतील.

संचालक व कंपनी यांच्या परस्परांमधील व्यवहारांवर काही मर्यादा घालण्यात आल्या आहेत. राजकीय देणग्यांची मर्यादा नफ्याच्या ५ टक्के ते ७ टक्के एवढी प्रस्तात करण्यात आली आहे.

संचालक व प्रमुख अधिकारी यांच्यावर त्या कंपनीच्या भागांची खरेदी व विक्री करण्यास मर्यादा घालण्यात आल्या आहेत. यामुळे गुप्त माहितीचा उपयोग करून नफेखोरी करण्याला आळा बसेल. वरील कायद्याचे उल्लंघन केल्यास मोठ्या दंडाची व कारावासाची तरतूद करण्यात आली आहे.

१३) प्रमुख अधिकारी (Key Managerial Personnel) (KMP)

कंपनी चालवण्यासाठी लागणाऱ्या प्रमुख अधिकाऱ्यांची नेमणूक, सेवा, शर्ती, हुद्दे, पात्रता इत्यादींबद्दल सर्व प्रकारचे निकष या कायद्यामध्ये समाविष्ट करण्यात आले आहेत. काही विशिष्ट कंपन्यांना असे अधिकारी नेमणे जरुरीचे असेल. कंपनी सचिवाचा समावेश यामध्ये करण्यात आला आहे. कंपनी सचिवाने करावयाच्या कामांचा समावेश या कायद्यात करण्यात आला आहे.

१४) सेक्रेट्रियल लेखापरीक्षण

१९५६ नंतर पहिल्यांदा सेक्रेट्रियल लेखापरीक्षणाचा प्रस्ताव ठेवण्यात आला. भांडवल बाजारातील सर्व कंपन्या व इतर मोठ्या कंपन्यानी असे लेखापरीक्षण व्यावसायिक कंपनी सचिवाकडून करून घेणे व त्याचा अहवाल जाहीर करणे बंधनकारक करण्या आले आहे. भागधारकांना कंपनीची कार्यपद्धती व पूर्तता यांचा मेळ घालणे यामुळे शक्य होईल व पारदर्शकता वाढण्यास मदत होईल.

आर्थिक गैरव्यवहार उत्खनन संस्था (SFIO) या संस्थेचा समावेश कायद्यामध्ये करून त्याला संविधानिक दर्जा देण्यात आला आहे.

गैरव्यवहार रोखण्यासाठीच्या विविध उपाययोजना त्यात समाविष्ट असणारे संचालक व अधिकारी यांच्यासाठी जबर दंड व कारावासाची तरतूद करण्यात आली आहे.

गुन्हेगारांना माफी दिली जाणार नाही व सुरक्षित मार्ग (Safe Passage)दिला जाणार नाही, असा स्पष्ट इशारा याद्वारे देण्यात आला आहे.

कंपन्यांच्या कामकाजाची वेळोवेळी पाहणी करण्यासाठी खासगी निरीक्षकांची (Inspector) करण्यात येईल व त्यासाठी व्यावसायिक कंपनी सचिवांची मदत घेतली जाईल.

१५) नोंदणीकृत मूल्यमापक (Registered Valuer)

कंपन्यांची मालमत्ता, भागभांडवल इत्यादी गोष्टींचे मूल्यमापन करून मूल्यनिश्चिती करण्यासाठी नोंदणीकृत मूल्यमापकांची नेमणूक करण्याचे प्रयोजन करण्यात आले आहे. त्यामुळे मूल्यनिश्चितीमध्ये सुसूत्रज्ञता व एकवाक्यात येईल.

१६) नॅशनल कंपनी लॉ ट्रायब्युनल (NCLT)

खूप वर्षांपासून प्रलंबित असलेल्या या ट्रायब्युनलची स्थापना करण्यात आली आहे. कंपनी कायद्यातील खालील सर्व खटले, विलीनीकरण, विघटन, स्थगिती इत्यादी सर्व गोष्टी ट्रायब्युनलसमोर चालवल्या जातील व त्यावर लवकरात लवकर निर्णय घेण्यात येईल. कंपनी कायद्यामधील काही विशिष्ट खटले चालवण्यासाठी स्वतंत्र कोर्ट नेमण्याचे अधिकार सरकारला देण्यात आले आहेत.

१७) कंपन्याचे विलनीकरण (Merger & Amalgamation)

कंपन्यांचे विलीनीकरण, विभाजन करण्यासाठी या कायद्यामध्ये सोपे प्रस्ताव ठेवण्यात आले आहेत. ज्यामुळे विलीनीकरण व विभाजन सोपे व लवकर होईल.

विदेशी कंपन्यांबरोबर भारतीय कंपनीचे विलीनीकरण करण्याचा मार्ग या कायद्यात खुला करण्यात आला आहे. छोट्या व संपूर्ण मालकीचा (Wholly Owned Subsidiary)

कंपन्यांच्या विलीनीकरणाचे प्रस्ताव भागधारकांच्या मंजुरीने पार पाडता येतील. सध्या यासाठी हायकोर्टाची मंजुरी आवश्यक असते. कंपन्या बंद करण्यासाठी खाजगी लिक्विडेटरची नेमणूक करण्याचे प्रयोजन हवे. यांची निवड कंपनी सचिव व इतर व्यावसायिकांमधून होईल. यामुळे कंपनी बंद करण्याची प्रक्रिया सुलभ, सोपी व जलद होईल.

१८) दंड व शिक्षा

कंपनी कायद्यामध्ये कलमांचे उल्लंघन झाल्यास कंपनी त्याचे संचालक व अधिकारी यांना जबर दंड व शिक्षा यांची तरतूद करण्यात आली आहे.

नवीन कंपनी कायदा हा नवी दिशा देणारा व नव्या वाटा दाखवणारा आहे. हा कायदा सर्वसमावेशक आहे.

१.२ संयुक्त भांडवली कंपनी

१.२.१ प्रस्तावना

संयुक्त भांडवली कंपनी हा व्यवसाय संघटनेचा प्रकार उद्योग व्यापाराला मिळालेली एक महत्त्वाची देणगी आहे. औद्योगिक क्रांतीनंतर उत्पादनप्रक्रियेत यंत्राचा वापर होऊ लागल्यामुळे मोठ्या प्रमाणावर उत्पादन होऊ लागले. वाहतुकीतील क्रांतीमुळे बाजारपेठेचे स्थानिक स्वरूप बदलून ते जागतिक झाले. त्यामुळे औद्योगिकीकरणाच्या प्रक्रियेला जोरदार चालना मिळाली व उद्योग व्यवसायाचा विकास अत्यंत जलद गतीने होऊ लागला. उत्पादनवाढीमुळे अधिक भांडवलाची गरज भासू लागली. या काळात दोन प्रकारच्या व्यापारी संघटना अस्तित्वात होत्या. एक म्हणजे 'व्यक्तिगत व्यापारी संघटना' आणि दुसरा प्रकार म्हणजे 'भागीदारी संस्था' होय. वाढत्या व्यापाराच्या स्वरूपामुळे व आव्हानामुळे त्याला तोंड देण्यास या संघटना निरुपयोगी ठरू लागल्या. अधिक भांडवलाची आणि उत्तम व्यवस्थापनाची गरज भासू लागली व या गरजेतूनच 'कंपनी' हा व्यवसाय संघटन प्रकार अस्तित्वात आला व त्याच्या खास वैशिष्ट्यांमुळे तो त्वरित लोकप्रियही झाला. अधिक भांडवलाची सोय, मर्यादित जबाबदारी, स्वतंत्र कायदेशीर अस्तित्व, लोकशाही कारभार, उत्तम व्यवस्थापन इत्यादी वैशिष्ट्यांमुळे या संघटनप्रकाराचे सर्वत्र स्वागत झाले. वाढत्या व्यापाराची गरज आणि कार्यक्षम व्यवस्थापन यामुळे कंपनी आधुनिक व्यापार-उद्योग व्यवसायाच्या गरजा पूर्ण करण्यात यशस्वी झाली.

'कंपनी' या संघटनप्रकारात सर्वसामान्य जनता भागभांडवलात आपले योगदान देत असते. त्यांचे आर्थिक हितसंबंध अबाधित राहावे आणि कंपनीच्या कारभारावर नियंत्रण राहावे या दृष्टिकोनातून भारत सरकारने ब्रिटिश कंपनी कायद्याच्या धर्तीवर प्रथमच १८५० साली भारतीय कंपनी कायदा संमत केला. व्यवसाय व उद्योगजगताच्या बदलत्या गरजा लक्षात घेऊन या कायद्यामध्ये वेळोवेळी सुधारणा करण्यात आल्या. स्वातंत्र्यानंतर १९५६ मध्ये भारत सरकारने निर्दिष्ट सामाजिक, आर्थिक उद्दिष्टे पूर्ण करण्यासाठी एक व्यापक कायदा 'भारतीय कंपनी-कायदा १९५६' या नावाने संमत केला. सुरुवातीला कंपनी कायद्याची अंमलबजावणी करण्यासाठी त्रिस्तरीय यंत्रणा निर्माण करण्यात आली होती. यामध्ये - अ) कंपनी कायदा अंमलबजावणी प्रशासन विभाग ब) प्रत्येक राज्यासाठी नेमलेले नोंदणी अधिकारी आणि क) चार विभागांचे विभागीय संचालक होते. याशिवाय, प्रत्येक राज्यासाठी एक अधिकृत विसर्जक व विशिष्ट बाबींवर सल्ला देण्यासाठी एका स्वतंत्र सल्लागार मंडळाची स्थापना करण्यात आली होती. १९६३ मध्ये कंपनी कायद्यात सुधारणा करण्यात येऊन त्यानुसार, कंपनी कायदा अंमलबजावणी विभागाची स्वतंत्र स्थापना करण्यात आली. त्याशिवाय कंपनी लवाद मंडळाचीदेखील निर्मिती करण्यात आली. या लवाद मंडळासमोर कंपनीच्या विरुद्ध केलेल्या तक्रारींची दखल घेतली जात होती. पुढे ही लवाद मंडळे व सल्लागार मंडळे बरखास्त करण्यात आली. २०१३ मध्ये नवीन कंपनी कायदा अस्तित्वात आला त्यास 'कंपनी कायदा २०१३' असे संबोधले जाते.

विद्यमान स्थितीत कंपनी कायद्याची अंमलबजावणी विविध स्तरालवर नेमलेल्या अधिकाऱ्यांमार्फत करण्यात येते. ही यंत्रणा खालीलप्रमाणे -

१) केंद्र सरकार

२) कंपनी कायदे मंडळ

३) क्षेत्रीय संचालक

४) कंपनीचा नोंदणी अधिकारी
५) केंद्र सरकारने नियुक्त केलेला सार्वजनिक विश्वस्त
६) अधिकृत विसर्जक
७) सल्लागार समिती

१.२.२ कंपनी : अर्थ व व्याख्या

कंपनी म्हणजे समान उद्दिष्टांच्या पूर्ततेसाठी काही व्यक्तींनी एकत्र येऊन स्थापन केलेली 'संघटना' होय. जेव्हा अशी संघटना कंपनी कायद्यांतर्गत स्थापन करण्यात येते तेव्हा ती संघटना एखाद्या कृत्रिम व्यक्तीसारखी निर्माण होते की, जिला कायदेशीर चिरंतन काळ टिकणारे अस्तित्व निर्माण होते व स्वतंत्र बोधचिन्ह प्राप्त होते. कंपनीचे स्वरूप स्पष्ट करणाऱ्या काही व्याख्या पुढीलप्रमाणे देत आहोत.

१) भारतीय कंपनी कायदा १९५६ : कंपनी म्हणजे भारतीय कंपनी कायदा कलम ३ (a) (i) अनुसार अथवा यापूर्वी अस्तित्वात असलेल्या कंपनी कायद्यांतर्गत नोंदविलेली संस्था होय.

(" A company formed and registered under this Act or an existing company registered under any of the former companies Acts.")

२) प्रा. हॅने : कंपनी म्हणजे अनेक व्यक्तींनी आर्थिक लाभासाठी एकत्र येऊन निर्माण केलेली ऐच्छिक संघटना होय. या संघटनेचे भांडवल हस्तांतरक्षम भागात विभागलेले असते व भागाची मालकी ही सभासदत्वाची अट असते.

A company is a voluntary incorporated association of individuals for profits having capital divided into transferable shares of a fixed face value. The ownership of such shares is a condition for membership.

३) न्या. लिंडले : कंपनी म्हणजे अनेक व्यक्तींनी एकत्र येऊन कंपनीच्या भांडवलात आपले योगदान देणारी ऐच्छिक संघटना होय. या भांडवलाच्या आधारे कंपनी कोणताही उद्योग-व्यवसाय करते व त्यातून निर्माण झालेला नफा सभासदांना दिला जातो. भांडवलात योगदान देणाऱ्या व्यक्तींना 'सभासद' म्हणतात व प्रत्येक सभासदाला त्याने दिलेल्या रकमेच्या मोबदल्यात भाग दिले जातात. या भागाचे हस्तांतरण सभासदांना केव्हाही करता येते.

"A company is an association of many persons who contribute money or money's worth to a common stock and employ it in some trade or business and who share the profit and loss arising therefrom. The common stock so contributed is denoted in money and is the capital of the company. The person who contribute is or to whom it belongs who members. The proportion of capital to which each member is entitled to is his share. Shares are always transferable although the right to transfer them is often more or less restricted."

४) भारतीय कंपनी कायदा २०१३-कलम २(२०) : कंपनी म्हणजे कंपनी कायद्याखाली नोंदविलेली किंवा अस्तित्वात असलेल्या पूर्वीच्या कायद्यांतर्गत नोंदविलेली संस्था.

वरील विविध व्याख्यांचा मथितार्थ लक्षात घेता, आपणास कंपनीची सोपी व सुटसुटीत परिभाषा पुढीलप्रमाणे करता येईल.

कंपनी ही कायद्याने निर्माण केलेली कृत्रिम व्यक्ती असून जिला स्वतंत्र कायदेशीर अस्तित्व आणि कायमची परंपरा आहे, स्वत:चे बोधचिन्ह आहे आणि जिच्या सभासदांची जबाबदारी मर्यादित असून तिचे भांडवल हस्तांतरणीय भागात गोळा झालेले आहे व जिची सरकारदरबारी नोंद झाली आहे अशी संस्था म्हणजे कंपनी होय.

"A company may be defined as an incorporated association which is an artificial person, having an independent legal entity, with a perfect succession, a common real, a common capital in the form of transferable shares and carrying limited liability in relation to its members."

जर संघटनेची नोंद कंपनी कायदा १९५६ अंतर्गत करण्यात आली नाही तर तिला स्वतंत्र कायदेशीर व्यक्तित्वाचे फायदे मिळत नाहीत व ती कंपनी म्हणून स्थापन झाली असे समजण्यात येत नाही. अशा संघटनेला 'बेकायदेशीर संघटना' illegal association समजले जाईल.

१.२.३ कंपनीची वैशिष्ट्ये (Characteristics of a Company)

जेव्हा कंपनीची नोंद सरकारदरबारी केली जाते तेव्हा तिला इतर संघटनेच्या तुलनेत काही फायदे मिळतात. या फायद्यांना कंपनीची वैशिष्ट्ये म्हणता येतील. ती पुढीलप्रमाणे सांगता येतील.

१) ऐच्छिक संघटना (Voluntary Association of Persons) : मुळात कंपनी ही ऐच्छिक संघटना आहे की, ज्यामध्ये काही व्यक्ती सनदशीर मार्गांनी समान उद्दिष्टे (नफा मिळविणे) प्राप्त करण्यासाठी एकत्र येतात व संस्था स्थापन करतात.

२) स्वतंत्र कायदेशीर व्यक्तिमत्त्व (Independent Legal Personality) : कंपनी कायद्यांतर्गत स्थापन झालेल्या व नोंदणी झालेल्या संस्थेला स्वतंत्र कायदेशीर व्यक्तिमत्त्व प्राप्त होते व त्यामुळे ती आपल्या सभासदांपासून वेगळी होते (Separate). कंपनी कायद्याने निर्माण केलेली ही कृत्रिम व्यक्तीच होय, परंतु ती अस्तित्वापर्यंत अमूर्त (Intangible) स्वरूपातच असते. जरी ती नैसर्गिक व्यक्तीप्रमाणे नसली तरी एखाद्या नैसर्गिक व्यक्तीला असणाऱ्या अधिकाराप्रमाणे तिला अधिकार प्राप्त होतात. उदा. कंपनीला स्वत:च्या नावावर मालमत्ता खरेदी करता येते किंवा मालमत्ता विकता येते. तसेच कंपनी व्यक्तीप्रमाणे दुसऱ्या एखाद्या व्यक्तीशी/संस्थेशी करार करू शकते. कंपनीला कोणत्याही संस्थेविरुद्ध किंवा कायद्यांविरुद्ध कोर्टात दावा दाखल करता येतो किंवा इतर व्यक्ती कंपनीविरुद्ध दावा दाखल करू शकतात. या संदर्भात सालोमन वि. सालोमन आणि कं.लि. या न्यायालयीन निवाड्याचा उल्लेख करता येईल.

सालोमन याचा बूट व्यवसाय होता. त्याने आपला व्यवसाय 'सालोमन आणि कंपनी मर्यादित' या कंपनीला विकला. ही कंपनी त्यानेच स्थापन केली होती. या कंपनीमध्ये ७ व्यक्ती होत्या. यामध्ये त्याची पत्नी, मुलगी व चार मुले होती व प्रत्येकाने १ पौंडाचा एक भाग खरेदी केला. स्वत: सालोमनने २०,००० भाग घेतले. कंपनीने सालोमनला खरेदी किंमत ३०,००० पौंड दिली. कंपनीने त्याला २०,००० पूर्ण रक्कम भरलेले भाग (प्रत्येकी एक पौंड किंमत असलेले) व राहिलेली रक्कम १०,००० पौंड रोख रकमेऐवजी कर्जरोख्याच्या स्वरूपात दिली. संपामुळे कंपनीचा व्यवसाय विसर्जित करण्यात आला. कंपनीच्या मालमत्तेची किंमत ६००० पौंड लावण्यात आली आणि कंपनी सालोमनला १०,००० पौंड कर्ज देणे होती. हे कर्ज कर्जरोख्यांवर सुरक्षित होते. याशिवाय कंपनीला ७००० पौंडाचे कर्ज देणे होते व त्यांना कसलीही सुरक्षितता नव्हती. म्हणजेच ते असुरक्षित सावकार (Unsecured Creditors) होते. असुरक्षित सावकारांनी कोर्टात दावा दाखल केला की,

सालोमन आणि कं. लि. ही प्रत्यक्षात सालोमनचीच असल्याने कंपनीने त्याचे कर्ज आधी परत न देता आधी आम्हाला आमचे ७००० पौंड कर्ज परत करण्यात यावे.

या निवाड्यात मा. न्यायाधीशांनी असा निर्णय दिला की, सालोमनचे कर्ज सुरक्षित असल्याने आणि कंपनीला स्वतंत्र कायदेशीर व्यक्तित्व असल्याने सालोमनचा आणि कंपनीचा तसा अर्थाअर्थी काहीही संबंध नाही, म्हणून प्रथम सालोमनला ६००० पौंड त्याच्या कर्जापोटी मिळाले पाहिजेत. अशा रीतीने असुरक्षित सावकारांना काहीच मिळू शकले नाही.

या न्यायालयीन निर्णयामुळे हे सिद्ध झाले की, एकदा कंपनीची रीतसर नोंदणी झाली की, कंपनीला स्वतंत्र कायदेशीर अस्तित्व निर्माण होते व ती आपल्या सभासदांपासून वेगळी होते. समजा, एकाच व्यक्तीने कंपनीचे सर्व भाग विकत घेतले तरीही कंपनीच्या स्वतंत्र कायदेशीर व्यक्तिमत्त्वावर त्याचा काहीही परिणाम होत नाही.

अर्थात कंपनी नैसर्गिक व्यक्ती नसल्याने तिला सर्व अधिकार एखाद्या अधिकृत प्रतिनिधीमार्फत संचालकाला (व्यवस्थापकीय संचालक) वापरावे लागतात.

३) चिरंतन काळ टिकणारे अस्तित्व (Perpetual Succession) : कंपनी ही कायद्याने निर्माण केलेली कृत्रिम व्यक्ती असल्याने तिला नैसर्गिक मृत्यू नसतो. तिला चिरंतन काळ टिकणारे अस्तित्व प्राप्त होते. सभासदांच्या मृत्यूमुळे, दिवाळखोरीमुळे किंवा वेडेपणामुळे तिच्या अस्तित्वावर कसलाही परिणाम होत नाही. सभासद येतात-जातात; परंतु कंपनीचे कार्य अखंडपणे सुरूच असते. अगदी कंपनीचे सर्वच सभासद एखाद्या दुर्घटनेत सापडून मृत्यू पावले तरी कंपनी सुरूच आहे, असे मानले जाते.

४) मर्यादित जबाबदारी (Limited Liability) : कंपनी या संघटनप्रकारामध्ये सभासदांची जबाबदारी ही त्यांनी विकत घेतलेल्या भागांच्या दर्शनी किमतीइतकी मर्यादित असते. जर कंपनीच्या खरेदी केलेल्या भागावर त्याने संपूर्ण रक्कम भरली असेल तर त्याची जबाबदारी शून्य होते. मग कंपनीवर कितीही कर्ज असो – कंपनीचे सावकार सभासदांच्या खासगी मालमत्तेवर आपला हक्क सांगू शकत नाहीत. व्यक्तिगत व्यापारी संघटन आणि भागीदारी संस्थेत त्यांची जबाबदारी अमर्यादित असते, म्हणजेच व्यवसायसमाप्तीच्या वेळी सावकार त्यांच्या खासगी मालमत्तेवरदेखील आपला हक्क सांगू शकतात. या मर्यादित जबाबदारीच्या तत्त्वामुळेच संयुक्त भांडवली कंपनी हा संघटनप्रकार अतिशय लोकप्रिय झाला.

परंतु या ठिकाणी एक लक्षात घेतले पाहिजे की, कंपनी स्वत: ही कृत्रिम व्यक्ती समजली जात असल्याने एखाद्या नैसर्गिक व्यक्तीप्रमाणेच तीदेखील कर्जाला/देयतेला संपूर्ण जबाबदार धरली जाते, म्हणजे त्या अर्थाने कंपनीची जबाबदारी अमर्यादितच म्हटली पाहिजे.

५) बोधचिन्ह (Common Seal) : कंपनी ही कायद्याने निर्माण केलेली कृत्रिम व्यक्तीच असल्यामुळे ती स्वत: सही करू शकत नाही. आपल्या कायदेशीर अस्तित्वाची खूण म्हणून ती बोधचिन्हाचा वापर करते. कंपनीच्या कायदेशीर अस्तित्वाचे प्रतीक म्हणून बोधचिन्हाकडे पाहिले जाते. हे बोधचिन्ह म्हणजे कंपनीची सहीच होय. कंपनीचे नाव विशिष्ट पद्धतीने कोरलेले बोधचिन्ह कंपनीच्या सर्व महत्त्वाच्या दस्तऐवजांवर/ करारावर उमटविण्यात येते. बोधचिन्हाचा वापर नियमानुसारच करावा अन्यथा त्याचा दुरुपयोग होऊ शकतो.

६) भागांचे हस्तांतरण (Transferability of Shares) : कंपनीचे भाग-भांडवल हे विविध भागांत विभागलेले असते. भाग हे हस्तांतरणीय असून हे केव्हाही भाग बाजारात विकले जाऊ शकतात अथवा खरेदी

केले जाऊ शकतात. कंपनी कायद्याच्यानुसार, भागांच्या हस्तांतरणाचा अधिकार मान्य करण्यात आला, तसेच भाग ही चल मालमत्ता (Movable Property) आहे, हे कायद्याने मान्य केले आहे.

७) मालकी आणि व्यवस्थापन यांची फारकत (Separation of Ownership and Management) : कंपनीचे भागधारक हे खऱ्या अर्थाने कंपनीचे मालक असतात. परंतु, त्यांची संख्या मोठी असल्याने व ते दूरवर विखुरलेले असल्याने कंपनीच्या दैनंदिन कामात ते लक्ष घालू शकत नाहीत. म्हणून कंपनीचा कारभार सांभाळण्यासाठी ते आपले प्रतिनिधी (संचालक) निवडतात व त्यांच्यामार्फत कंपनीचा कारभार चालतो. म्हणजेच मालकी भागधारकाची परंतु व्यवस्थापन संचालक मंडळ पाहतात. म्हणून मालकी व व्यवस्थापन याची फारकत या संघटनप्रकारात झालेली दिसते.

८) लोकशाही कारभार (Democraic Ownership) : कंपनीचे सभासद हेच खऱ्या अर्थाने कंपनीचे मालक असतात. हे संपूर्ण देशभर विखुरलेले असतात. तसेच कोणीही असू शकतात म्हणजेच कंपनीची मालकी ही लोकशाही तत्त्वावर अधिष्ठित असते, असे म्हटल्यास वावगे ठरणार नाही.

९) दावा दाखल करणे/लावून घेणे (Capacity to Sue and be Sued) : कंपनीच्या नोंदणीनंतर कंपनीला स्वतंत्र कायदेशीर व्यक्तिमत्त्व प्राप्त होते. कायदेशीर व्यक्ती म्हणून कंपनी आपल्या नावाने एखाद्या व्यक्तीविरुद्ध/संस्थेविरुद्ध दावा दाखल करू शकते तसेच इतर व्यक्ती/संस्था देखील कंपनीविरुद्ध दावा लावू शकतात.

१०) कंपनी नागरिक नाही (Not a Citizen) : कंपनी ही कायदेशीर व्यक्ती समजली जात असून तिला राष्ट्रीयत्व आहे, परंतु तिला 'नागरिक' (Citizen) म्हणून समजले जात नाही; म्हणून कंपनीला व्यक्तीप्रमाणे मूलभूत अधिकार मिळत नाहीत. उदा. मतदानाचा अधिकार.

११) मर्यादित कृत्ये (Limited Actions) : कंपनीला आपली कामे घटनापत्रकाच्या अधीन राहून करावी लागतात. त्या बाहेरील कार्ये करावयाची झाल्यास घटनापत्रकात बदल करूनच करावी लागतात.

१२) स्वतंत्र मालमत्ता (Separate Property) : कंपनी कायदेशीर व्यक्ती म्हणून आपली मालमत्ता केव्हाही विकू शकते. कोणीही एखादा सभासद/भागधारक कंपनीच्या मालमत्तेवर आपला हक्क सांगू शकत नाही, कारण ती मालमत्ता फक्त कंपनीची असते.

१.२.४ कंपनीवरील पडदा बाजूला सारणे (Lifting the corporate Veil)

कंपनीच्या नोंदणीचा प्रमुख फायदा म्हणजे कंपनीला मिळालेले स्वतंत्र कायदेशीर अस्तित्व (Separate legal entity) होय. कंपनी ही कायद्याने निर्माण केलेली कृत्रिम व्यक्ती असल्याने प्रत्यक्षात तिचा कारभार काही ठराविक व्यक्तींच्या हाती असतो व त्यांना कंपनीचा अधिक फायदा मिळत असतो. कायद्याप्रमाणे अजूनही कंपनी स्वतंत्र असली तरी प्रत्यक्षात कंपनी म्हणजे ठराविक व्यक्तींचे संघटन आहे (body corporate) असे कायदा समजतो व कंपनीच्या नावाचा/मालमत्तेचा त्यांना फायदा होत असतो. (Gallaghar Vs. Germinia Brewing Co.) बऱ्याचदा असेही आढळून येते की, काही नामांकित व्यक्तींच्या/तज्ज्ञांच्या नावाचा उपयोग गैरकृत्यासाठी केला जातो. कंपनी ही कायद्याने निर्माण केलेली कृत्रिम व्यक्ती असल्याने ती स्वत: गैरकृत्य/फसवेगिरी करू शकत नाही. म्हणून खरोखर कोण दोषी आहे, हे पाहण्यासाठी अशा नामांकित व्यक्तींचा पडदा बाजूला करावा लागतो. याला (Lifting the corporate Veil) असे म्हणतात.

जरी सर्वसामान्यपणे न्यायालय कंपनीच्या स्वतंत्र कायदेशीर अस्तित्वाच्या बाबतीत हस्तक्षेप करीत नसले, तरी सर्वसामान्य जनतेचे व भागधारकांचे हितसंबंध सुरक्षित राहावेत म्हणून अशा गैरकृत्य करणाऱ्या कंपनीतील अधिकाऱ्यांना शोधून काढणे व त्यांना शिक्षा देणे हे उचित ठरते. 'Cotton corporation of India Ltd. Vs. G. C. Odusumathd (1999)' या न्यायालयीन निवाड्यात निर्णय देताना कर्नाटक उच्च न्यायालयाने असे म्हटले आहे की, कंपनीतील पडद्यामागील सूत्रधार शोधून काढणे कायद्याने मंजूर (Permissible) नाही तरी असे कृत्य करता येईल, असा स्पष्ट उल्लेख कायद्यात असेल किंवा अशी काही परिस्थिती उद्भवली असेल की, जेथे फसवेगिरीचे कृत्य टाळणे आवश्यक आहे किंवा शत्रू असलेल्या कंपनीशी व्यवहार करण्याचे टाळण्यासाठी अशा सूत्रधार व्यक्ती शोधून काढता येतील.

उत्तर प्रदेश सरकार वि. रेणूसागर पॉवर कं. (१९९१) या प्रकरणात निर्णय देताना सर्वोच्च न्यायालयाने असे म्हटले की, पडद्यामागील सूत्रधार व्यक्ती शोधून काढणे ही बदलती संकल्पना आहे. भलेही अद्याप पडद्यामागील सूत्रधार शोधून काढले (Lifting the Corporate Veil) जात नाहीत, परंतु आधुनिक न्यायतत्त्वशास्त्रात अशा प्रमुख असलेल्या व्यक्तींच्या कारभारात (Corporate personality) पारदर्शकता (Transperancy) आलेली आहे. आधुनिक न्यायतत्त्वशास्त्राच्या कक्षा रुंदावताना पडद्यामागील सूत्रधार शोधून काढणे हे मंजूर करण्याची वेळ आलेली आहे; परंतु हे सर्व परिस्थितीवर अवलंबून आहे. कोणकोणत्या परिस्थितीत न्यायालय कंपनीवरील पडदा बाजूला सारण्याची / कंपनीच्या पडद्यामागील सूत्रधाराला शोधून काढण्याला परवानगी देऊ शकेल, अशी परिस्थिती आपणास दोन भागांत विभागता येईल.

अ) न्यायालयीन निवाड्यानुसार उत्पन्न होणारी परिस्थिती.

ब) कायद्यातील तरतुदीनुसार असलेली परिस्थिती.

अ) न्यायालयीन निवाड्यानुसार उत्पन्न होणारी परिस्थिती (Under Judicial Interpretations)

कायद्यातील विभिन्न तरतुदींमध्ये नमूद करण्यात आलेल्या परिस्थितीशिवाय न्यायालयांनी वेळोवेळी दिलेल्या निर्णयांनुसार उद्भवणारी अशीही परिस्थिती असू शकते की, जेव्हा कंपनीवरील पडदा बाजूला सारणे/कंपनीच्या पडद्यामागील सूत्रधार व्यक्ती शोधून काढणे आवश्यक ठरते, अशा काही परिस्थिती थोडक्यात पुढीलप्रमाणे सांगता येतील :

(१) सरकारचे उत्पन्न सुरक्षित ठेवण्यासाठी (Protection of Revenue) : काही वेळेस धनाढ्य लोक सरकारी करांपासून स्वत:चा बचाव करण्याच्या हेतूनेच कंपनी स्थापन करतात. अशा परिस्थितीत न्यायालय कंपनीचे स्वतंत्र अस्तित्व नाकारून कंपनीच्या स्थापनेला जबाबदार असलेल्या व्यक्तींवर कर-चुकवेगिरीचा आरोप ठेवून त्यांना शिक्षा देऊ शकते. या संदर्भात 'मानेकजी पेटीट' व 'आयकर आयुक्त विरुद्ध' श्री. मीनाक्षी मिल्स लि. या प्रकरणांचा उल्लेख केला जातो.

(२) धोक्याचे / फसवेगिरीचे व्यवहार बंद करण्याकरिता : कंपनीची स्थापनाच मुळात धोक्याचे/फसवेगिरीचे/बेकायदेशीर व्यवहार करण्याच्या हेतूने झाली आहे, अशी न्यायालयाला शंका आल्यास अशा परिस्थितीत न्यायालय त्या कंपनीवरील पडदा बाजूला सारू शकते. कायद्याला न जुमानणे, बेकायदेशीर, फसवेगिरीचे व्यवहार करून सावकारांना/सर्वसामान्य जनतेला फसविण्यासाठीच काही कावेबाज व्यक्तींनी एकत्र येऊन कंपनी स्थापन केली असेल, तर अशा कंपनीचे स्वतंत्र कायदेशीर अस्तित्व न्यायालय मानत नाही.

या संदर्भात 'गिल्फोर्ड मोटार कंपनी विरुद्ध हार्न (१९३३) आणि 'जोन्स विरुद्ध लिपमन, १९६२' या प्रकरणांचा विशेष उल्लेख करता येईल.

(३) कंपनीचे शत्रुत्व निश्चित करणे (Determination of the Enemy Character of a Company) : कंपनी ही कायद्याने निर्माण केलेली कृत्रिम व्यक्ती असल्याने तिला मित्र अथवा शत्रू नसतात; परंतु युद्धासारख्या परिस्थितीत कंपनीच्या पडद्यामागे कोण कोण व्यक्ती आहेत, हे पाहणे आवश्यक ठरते व अशा व्यक्ती जर शत्रू राष्ट्रांशी संबंधित असतील तर ते पाहणे आवश्यक ठरते. डॅमलर कंपनी विरुद्ध कॉन्टिनेण्टल टायर व रबर कं. (ग्रेट ब्रिटन). १९१६ या प्रकरणातील कॉन्टिनेण्टल टायर व रबर कं. ग्रेट ब्रिटनमधील नोंदणीकृत झाली होती व तिचा उद्देश डॅमलर या जर्मनी कंपनीने उत्पादित केलेल्या टायर व रबरची विक्री करणे हा होता. १९१४ मध्ये जेव्हा इंग्लंड व जर्मनीमध्ये युद्ध पुकारले गेले, तेव्हा डॅमलर कंपनीतील संचालक-भागधारक हे जर्मनीतील असल्याने कंपनीवर जर्मनीचे नियंत्रण होते. पहिले महायुद्ध पुकारल्यानंतर मात्र इंग्लंडने जर्मनीतील या कंपनीला 'शत्रू कंपनी' घोषित केले व त्याचे स्वतंत्र अस्तित्व नाकारले व त्या कंपनीचे व्यापारी व्यवहार अमान्य करण्यात आले.

(४) कायदेशीर जबाबदारीतून वाचण्यासाठी कंपनीची स्थापना केलेली असल्यास : एखाद्या व्यक्तीने किंवा काही व्यक्तींनी कायदेशीर जबाबदारीतून स्वत:चा बचाव करता यावा, या उद्देशाने कंपनीची स्थापना केली असल्यास अशा परिस्थितीत न्यायालय कंपनीचे स्वतंत्र कायदेशीर अस्तित्व नाकारून कंपनीची स्थापना करणाऱ्या व्यक्तीलाच कंपनी मानून शिक्षा करते. या संदर्भात A. G. Films Ltd. ची केस उल्लेखनीय आहे.

(५) बहुतांश सभासदांनी अधिकारांचा दुरुपयोग केल्यास : कंपनीचे बहुतांश सभासद एकत्रित येऊन त्यांनी आपल्या अधिकारांचा दुरुपयोग केल्यास, अशा परिस्थितीत न्यायालय कंपनीचे स्वतंत्र अस्तित्व नाकारून कंपनीच्या नावाने केलेल्या सर्व कृत्यांसाठी सभासदांना जबाबदार धरू शकते.

(६) सूत्रधारक कंपनीने साहाय्यक कंपनीची स्थापना फक्त एजंट म्हणून केली असल्यास : Mercandise Transport Ltd. Vs. British Transport Commission 1981, State of V. P. Vs. Renusagar Power Co. (1991), Smith Stone and Knight Vs. Birmingham Corporates (1939) या सर्व न्यायालयीन प्रकरणांवरून असे दिसून येते की, केवळ एखादी कंपनी सूत्रधारक कंपनीची साहाय्यक कंपनी म्हणून काम करते, या कारणास्तव तिला व्यवहारांसाठी जबाबदार धरता येणार नाही. अशा कंपनीवरील पडदा तेव्हाच बाजूला सारता येईल की, जेव्हा साहाय्यक कंपनीने काढलेल्या कर्जाला सूत्रधारक कंपनी जबाबदार असते. सर्वसाधारण नियम असाच आहे की, कंपनीचे स्वतंत्र कायदेशीर अस्तित्व हे मानले जावे व या तत्त्वाचा आदर केला पाहिजे; परंतु साहाय्यक कंपनीने काढलेल्या कर्ज परतफेडीला जर सूत्रधारक कंपनी हमीदार असेल तर तिला जबाबदार धरता येईल. मात्र या परिस्थितीत जबाबदारी 'हमीदार' म्हणून आहे. सूत्रधारक साहाय्यक संबंध आहेत म्हणून नाही. [S. A. E. (India) Ltd. Vs. E. L. D. Parry (India) Ltd. (1998)].

(७) आर्थिक गैरप्रकाराबाबत (In Case of Economic Offenses) : 'Santann Ray Vs. Union of India (1989)' या प्रकरणात न्यायालयाने असे म्हटले आहे की, आर्थिक मुद्द्यांबद्दल कंपनीला जबाबदार धरता येऊन कंपनीवरील पडदा बाजूला सारता येईल व संबंधितांना शिक्षा करता येईल.

(८) जर कंपनीचा उपयोग कल्याण कार्यविषयक कायद्यातील तरतुदी टाळण्यासाठी केला जात असेल तर (Where Company is used to avoid Welfare Legislation) : कंपनी स्थापन करण्याचा एकमेव उद्देश (Sole Purpose) जर कर्मचाऱ्यांना द्यावयाच्या कल्याणकारी सोई-सवलती टाळण्याचा असेल, तर अशा परिस्थितीत कंपनीवरील पडदा बाजूला सारता येईल, असा निर्णय सर्वोच्च न्यायालयाने Workmen of Associated Rubber Industry Ltd. Vs. Associated Rubber Industry Ltd. (1986) या प्रकरणात दिला.

(९) जर कंपनीची स्थापना बनावटी/ढोंगीपणाची असल्यास (Where the Company is a mere sham or cloak) : 'Delhi Development Authority Vs. Skipper Construction Company Pvt. Ltd. (1996)' या प्रकरणात सर्वोच्च न्यायालयाने असा निर्णय दिला की, संचालक व त्याचे कुटुंबीय यांनी अनेक स्वतंत्र अस्तित्व असलेल्या संस्था (Corporate Holds) काढल्या तरी ते न्यायालयाला फसवू शकत नाहीत. या सर्व संस्थांचे नियमन व नियंत्रण या संचालक किंवा कुटुंबीयांकडून केले जात असल्यास व तिचा उपयोग गैरकृत्य करण्यासाठी/फसवेगिरीचा व्यवहार करण्यासाठी होणार असेल, तर न्यायालय कंपनीवरील पडदा बाजूला सारू शकते.

(१०) फसवेगिरीची पुनर्रचना तडजोडीच्या योजना असल्यास (Fraudulent Scheme of Arrangement of Compromise) : जर न्यायालयाला असे आढळून आले की, कंपनीने कायद्याअंतर्गत तयार केलेली तडजोड व पुनर्रचनेची योजना कष्टपूर्वक तयार केली आहे व त्यामध्ये वेगळे उद्देश आहेत तर न्यायालय कंपनीवरील पडदा बाजूला सारू शकते. [Bedrock Ltd. (1998) SCL 385 Bombay]

ब) कायद्यातील तरतुदीनुसार असलेली परिस्थिती (Under Statutory Provisions)

कंपनी कायदा, २०१३ मधील तरतुदींनुसार किंवा विशिष्ट परिस्थितीत कंपनीच्या कारभारातील वर्चस्व असलेल्या व लाभार्थी व्यक्तींना शोधून काढता येते. दुसऱ्या शब्दांत 'स्वतंत्र कायदेशीर अस्तित्व' व 'मर्यादित जबाबदारी' या तत्त्वांचा फायदा पुढील परिस्थितीत मंजूर केला जाणार नाही.

(१) सभासद संख्या किमान आवश्यक संख्येपेक्षा कमी होते : जर केव्हाही कंपनीतील सभासदसंख्या किमान आवश्यक संख्येपेक्षा कमी झाली, तर (सार्वजनिक कंपनीच्या बाबतीत ७ व खासगी कंपनीच्या बाबतीत २) आणि कंपनीने तशा अवस्थेत ६ महिन्यांपेक्षा अधिक काळ व्यवसाय सुरूच ठेवला, तर कंपनीचा त्या वेळी असलेला प्रत्येक सभासद, की, ज्याला ही सभासदसंख्या कमी झाली हे माहीत होते, ते कंपनीच्या देण्यासाठी वैयक्तिक जबाबदार धरले जातील. अशा प्रकारे अशा परिस्थितीत कंपनी मर्यादित जबाबदारीचा फायदा घेऊ शकत नाही. 'कायदा' या कलमांतर्गत अशा व्यक्तींना जबाबदार धरते.

(२) माहितीपत्रकात चुकीचे निवेदन करणे : माहितीपत्रकात चुकीचे निवेदन केल्याबद्दल कंपनीचा प्रत्येक संचालक, प्रवर्तक व इतर व्यक्ती की, जे माहितीपत्रक प्रसिद्ध करण्यास जबाबदार आहेत व ज्यांच्या निवेदनावर विश्वास ठेवून भागधारकाने भाग खरेदी केले, त्यांच्याबद्दल जबाबदार धरले जातात. शिवाय त्यांच्यावर फौजदारी स्वरूपाचा गुन्हा दाखल करता येऊन त्यांना दोन वर्षांपर्यंत कैद किंवा रु. ५०००/- दंड किंवा दोन्ही शिक्षा होऊ शकतात.

(३) भाग–अर्जाची रक्कम परत न केल्यास : जर कंपनीने जनतेला अथवा दावेदार भाग (Right shares) म्हणून भागांची विक्री केली असेल व अर्ज–विक्री बंद होऊन ६० दिवसांत जर माहितीपत्रकात नमूद केलेली किमान अभिदानाची रक्कम कंपनी मिळवू शकली नसेल व विक्री बंद केल्यानंतर ७० दिवसांच्या आत अर्जदारांना त्यांची अर्जाची रक्कम कंपनीने परत केली नसेल, तर कंपनीचे संचालक अशी रक्कम १५% व्याजासहित परत करण्यास वैयक्तिकरीत्या जबाबदार धरले जातात. (कलम ६९ वे सेबीच्या मार्गदर्शक सूचनेनुसार).

(४) भाग प्रमाणपत्रे मुदतीत न दिल्यास : जर कंपनी भागवाटप केल्यापासून ३ महिन्यांच्या आत व हस्तांतरासाठी अर्ज केल्यानंतर २ महिन्यांच्या आत भागप्रमाणपत्रे तयार करून भागधारकांना देऊ शकली नाही तर कंपनी व तिचा प्रत्येक अधिकारी, जो यामध्ये दोषी आहे तो तर दिवसाला रु. ५००/– प्रमाणे दंडास पात्र ठरतो.

(५) चुकीचे नाव लिहिल्याबद्दल : जी अधिकारी व्यक्ती कंपनीच्या वतीने करारनाम्यावर, व्यापारी हुंड्यांवर, प्रतिज्ञापत्रावर किंवा चेक इत्यादींवर सही करते, परंतु अशा दस्तऐवजांवर कंपनीचे नाव नमूद करण्यास विसरते किंवा कंपनीचे नाव चुकीच्या पद्धतीने लिहिते अशी अधिकारी व्यक्ती या कृत्याबद्दल वैयक्तिकरीत्या जबाबदार धरली जाते. (Hendon Vs. Adelman 1973, New Delhi. CR 631)

(६) सूत्रधारक/साहाय्यक कंपनी : सूत्रधारक कंपनीला (Holding Company) आपल्या साहाय्यक कंपनीचे हिशेब भागधारकांना सादर करावे लागतात. प्रत्येक सूत्रधारक कंपनीने आपल्या ताळेबंदाबरोबर साहाय्यक कंपनीचा ताळेबंद, नफा–तोटापत्रक, संचालक अहवाल, अंकेक्षकाचा अहवाल इत्यादी जोडला पाहिजे. परंतु यामुळे कंपनीच्या सूत्रधार व्यक्ती कोण, हे समजते (Lifting the Corporate Veil) ; कारण कायद्याच्या दृष्टिकोनातून साहाय्यक कंपनीलादेखील स्वतंत्र कायदेशीर अस्तित्व आहे व या यंत्रणेमुळे कंपनीचे सूत्रधार कोण ते समजू शकते.

(७) चौकशी व अनुसंधानाबाबत : जर कंपनीच्या गैरकारभाराबद्दल व जुलमाबद्दल चौकशी व अनुसंधानासाठी निरीक्षकाची नियुक्ती करण्यात आली असेल, तर अशा निरीक्षक व्यक्तीला कंपनीशी संबंधित इतर कंपनींची चौकशी करता येते. तसेच कलम २४७ नुसार केंद्र सरकार कंपनीचे खरे सूत्रधार कोण व कोणाला कंपनीचा जास्त फायदा होतो, हे शोधून काढण्याचे काम करण्यासाठी निरीक्षकाची नियुक्ती करू शकते.

(८) फसवेगिरीचे व्यवहार (Fraudulent Conduct) : कंपनीच्या समापनाबाबत जर कंपनीचा कारभार सभासदांच्या हितसंबंधाविरुद्ध होत आहे किंवा फसवेगिरीचे व्यवहार होत आहेत व असे व्यवहार कोण करीत आहे हे लक्षात आले असेल तर न्यायालय कंपनीच्या देण्यासाठी अशा व्यक्तींना वैयक्तिकरीत्या जबाबदार धरू शकते.

(९) अधिकारबाह्य कृत्याबद्दलची जबाबदारी : कंपनीच्या घटनापत्रकातील उद्देश कलमावरून संचालकांची जबाबदारी निश्चित होत असते. या कलमांतर्गत असणाऱ्या बाबी सोडून जर इतर काही कृत्ये संचालकांनी केली असतील (Ultra-vires Acts) तर ते यासाठी वैयक्तिकरीत्या जबाबदार धरले जातात.

(१०) इतर कायद्यांतर्गत येणारी जबाबदारी : कंपनी कायद्याव्यतिरिक्त कंपनीचे संचालक व अधिकारी इतर संबंधित कायद्यातील तरतुदींनुसार जबाबदार धरले जाऊ शकतात. उदा. आयकर कायदा, विदेशी चलन व्यवस्थापन कायदा–१९९९, औद्योगिक कायदा इत्यादी.

वरील विविध परिस्थितीवरून असे दिसून येते की, कंपनीचे स्वतंत्र अस्तित्व व सभासदांची जबाबदारी

मर्यादित ठरत नाही. जोपर्यंत कंपनीचे संचालक व सभासद सामाजिक जाणीव ठेवून व्यवहार करतात तोपर्यंत त्यांचे अस्तित्व वेगळे व कंपनीचे अस्तित्व वेगळे तसेच सभासदांची जबाबदारी मर्यादित आहे, असे मानता येते. कंपनीच्या संचालकांनी / सभासदांनी सर्वसामान्य लोक, सावकार, सरकार व इतर संस्था यांच्याशी गैरव्यवहार / कपटपूर्वक व्यवहार केल्यास कंपनीवरील पडदा बाजूला सारून किंवा कंपनीचे स्वतंत्र अस्तित्व नाकारून कंपनीच्या संचालकांना / सभासदांना योग्य ती शिक्षा करण्याचा अधिकार न्यायालयाला आहे.

१.२.५ कंपनी आणि भागीदारी संस्था यातील फरक

फरकाचा मुद्दा	कंपनी	भागीदारी संस्था
१) अर्थ	कंपनी म्हणजे स्वेच्छेने एकत्र आलेल्या व्यक्तींची संस्था होय. मालकी हक्क सभासदांकडे (भागधारकाकडे) असतो.	भागीदारी म्हणजे व्यवसाय करून नफा मिळविण्यासाठी एकत्र आलेल्या व्यक्ती. व्यवसायांची मालकी भागीदाराकडे.
२) मालकी हक्क	भागधारकाकडे मालकी हक्क.	भागीदाराकडे मालकी हक्क.
३) संबंध	प्रत्येक सभासदाचा कंपनीशी करार, सर्व सभासदांचे कंपनीशी असणारे संबंध समान असतात.	भागीदारी हा कराराचा परिणाम होय. भागीदारांचे संबंध कराराने निर्माण झालेले असतात.
४) संख्या	खासगी कंपनीत सभासद संख्या किमान २, कमाल ५०. सार्वजनिक कंपनीत सभासद संख्या किमान ७, कमाल अमर्यादित.	भागीदारीमध्ये सभासद संख्या किमान २, कमाल संख्या २० (बँकिंग व्यवसाय असणारा किमान संख्या २, कमाल संख्या १०)
५) प्रकार	सभासद संख्येनुसार – खासगी व सार्वजनिक जबाबदारीनुसार – भागांनी मर्यादित. हमीने मर्यादित, अमर्यादित.	अनिश्चित भागीदारी, निश्चित काळासाठी भागीदारी, विशिष्ट भागीदारी इत्यादी.
६) नोंदणी	सक्तीची – नोंदणी अधिकाऱ्याकडे आवश्यक दस्तऐवज सादर करून तसेच आवश्यक फी भरून नोंदणी.	ऐच्छिक – परंतु नोंदणी करणे भागीदारी संस्थेच्या हिताचे. राज्य सरकारने नेमलेल्या भागीदारी संस्थेच्या नोंदणी अधिकाऱ्याकडे नोंदणी.
७) कायदेशीर व्यक्तिमत्त्व	स्वतंत्र कायदेशीर व्यक्तिमत्त्व.	स्वतंत्र कायदेशीर व्यक्तिमत्त्व नाही.
८) नफ्याचे वाटप	नफा लाभांशांच्या रूपात – भाग भांडवलाच्या प्रमाणात.	भागीदारी करारात ठरल्याप्रमाणे नफ्याचे वाटप. अन्यथा समान वाटप.

फरकाचा मुद्दा	कंपनी	भागीदारी संस्था
९) जबाबदारी	सभासदांची जबाबदारी विकत घेतलेल्या भागांच्या दर्शनी किंमतीइतकी असते. हमीने मर्यादित कंपनीत दिलेल्या हमीच्या रकमेइतकी जबाबदारी मर्यादित. सभासदांच्या खासगी मालमत्तेवर गदा येत नाही.	भागीदारी संस्थेत भागीदारांची जबाबदारी अमर्यादित असते. सर्व भागीदार संयुक्तपणे तसेच व्यक्तिश: जबाबदार असतात. आवश्यकता भासल्यास भागीदारांची खासगी मालमत्ता जबाबदार धरण्यात येते.
१०) व्यवस्थापन	सभासदांनी नेमलेल्या संचालक मंडळाकडे व्यवस्थापन. अंतिम नियंत्रण मात्र सभासदाकडे.	सर्व भागीदार सर्वांच्या वतीने किंवा काही भागीदार सर्वांच्या वतीने व्यवसाय चालवितात. प्रत्येक भागीदारास भागीदारी संस्थेच्या व्यवस्थापनात भाग घेण्याचा अधिकार.
११) हिशेब	हिशेब अंकेक्षकांकडून तपासून नोंदणी अधिकाऱ्याकडे सादर करावे लागतात.	भागीदारांची इच्छा असल्यास हिशेब दरवर्षी तपासून घेतले जातात.
१२) नियमन	२०१३ च्या कंपनी कायद्यानुसार	१९३२ च्या भागीदारी कायद्यानुसार
१३) हस्तांतरता	कंपनीमध्ये सभासद भाग हस्तांतरण करू शकतात. अशा रीतीने मालकी हक्क बदलता येतो.	भागीदारीमध्ये मालकी हक्क बदलता येत नाही.
१४) विसर्जन	सभासदांच्या मृत्यूमुळे अथवा नादारीमुळे कंपनीच्या अस्तित्वाला धोका नाही. कंपनीचे विसर्जन सभासदांच्या इच्छेनुसार अथवा न्यायालयात अर्ज करूनच विसर्जन.	भागीदाराचा मृत्यू, नादारी, भागीदाराने दिलेली लेखी सूचना यामुळे भागीदारी संपुष्टात येऊ शकते.

१.३ कंपन्यांचे प्रकार (Kinds of Companies)

कंपन्यांचे प्रमुख प्रकार पुढीलप्रमाणे सांगता येतील.

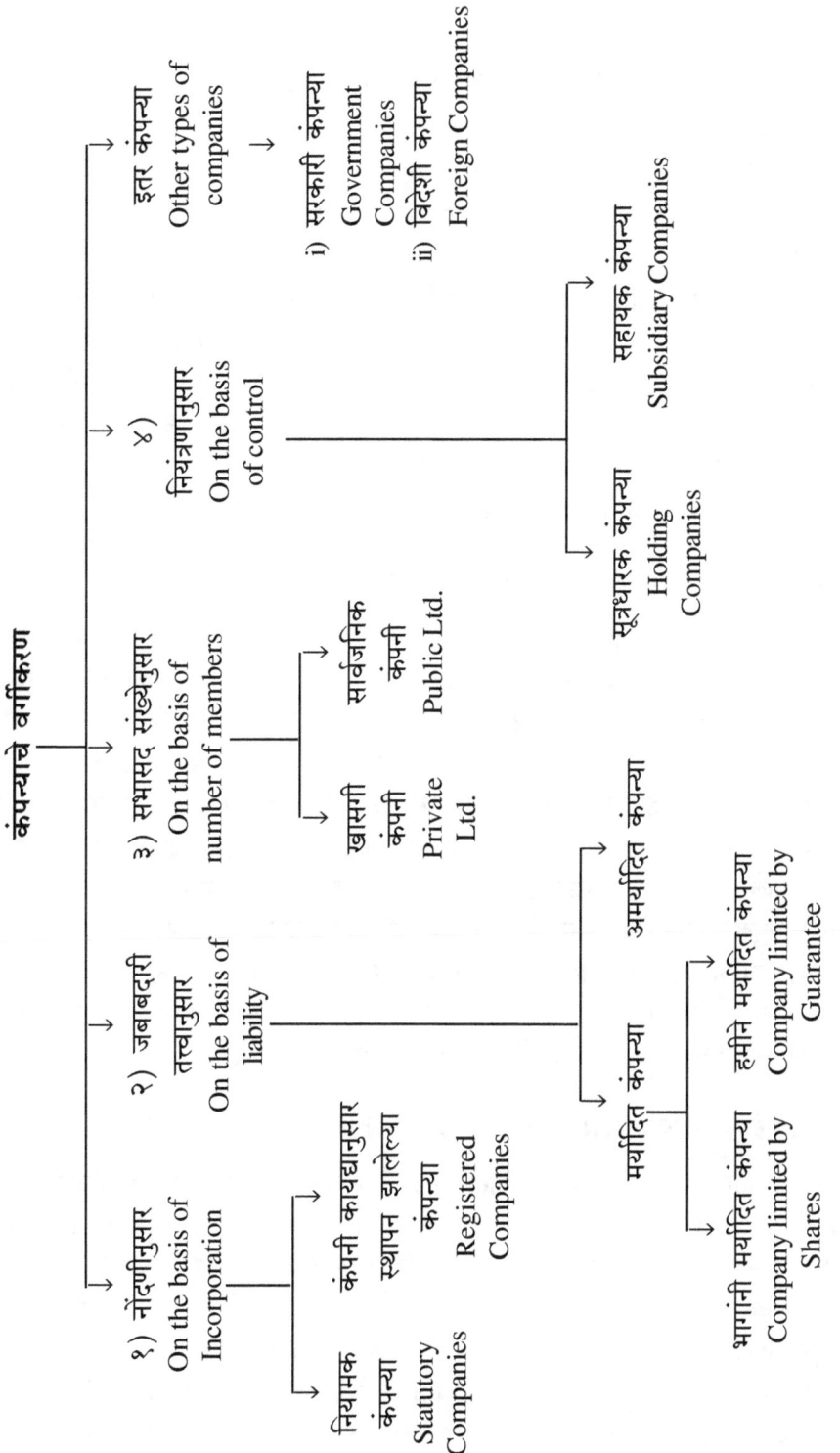

कंपन्यांचे वर्गीकरण

१) नोंदणीनुसार
On the basis of Incorporation

- नियामक कंपन्या
  Statutory Companies
- कंपनी कायद्यानुसार स्थापन झालेल्या कंपन्या
  Registered Companies

२) जबाबदारी तत्त्वानुसार
On the basis of liability

- मर्यादित कंपन्या
  - भागांनी मर्यादित कंपन्या
    Company limited by Shares
  - हमीने मर्यादित कंपन्या
    Company limited by Guarantee
- अमर्यादित कंपन्या

३) सभासद संख्येनुसार
On the basis of number of members

- खासगी कंपनी
  Private Ltd.
- सार्वजनिक कंपनी
  Public Ltd.

४) नियंत्रणानुसार
On the basis of control

- सूत्रधारक कंपन्या
  Holding Companies
- सहायक कंपन्या
  Subsidiary Companies

इतर कंपन्या
Other types of companies

i) सरकारी कंपन्या
  Government Companies
ii) विदेशी कंपन्या
  Foreign Companies

कंपनी प्रकारांची माहिती आता सविस्तर पाहू.

१.३.१ सनद मिळालेल्या कंपन्या (Chartered Companies)

कंपनी कायदा होण्यापूर्वी कंपनी स्थापन करताना सरकारकडून किंवा राजाकडून सनद मिळवावी लागत होती. अशा प्रकारे सरकारकडून अथवा राजाकडून सनद मिळालेल्या कंपनीस 'सनदी कंपनी' असे म्हटले जाई. कंपनीचे हक्क, कर्तव्ये, जबाबदाऱ्या इत्यादी बाबी सनदेमध्ये निश्चित केल्या जात होत्या. अशा प्रकारच्या कंपन्या १६/१७ व्या शतकात सुरू झालेल्या आढळतात. उदा. ईस्ट इंडिया कंपनी १६००, बँक ऑफ इंग्लंड १६९४, पेनिन्शुलर ॲण्ड ओरिएंटल स्टीम नेव्हिगेशन कंपनी १८४०, इत्यादी या कंपन्यांना इंग्लंडच्या राजाकडून व्यवसाय करण्यासाठी सनद मिळाली होती. सनदेतील नियमाप्रमाणे कंपनीला कारभार करावा लागत असे. अन्यथा सरकार / राजा सनद रद्द करू शकत होती. सनदीची मुदत संपल्यानंतर तिचे नूतनीकरण करावे लागत होते. नूतनीकरण करताना पूर्वीपेक्षा वेगळे नियम राजाला करता येत किंवा काही नियम रद्द करता येत होते. या प्रकारच्या कंपनीच्या सभासदांची जबाबदारी मर्यादित असे. कंपनी कायदा अस्तित्वात आल्यावर या कंपन्या कालबाह्य ठरल्या. भारतात अशा प्रकारच्या कंपन्या अस्तित्वात नाहीत.

१.३.२ विशेष कायद्यान्वये स्थापन झालेल्या कंपन्या (Statutory Companies)

ज्या कंपनीची स्थापना संसदेने अथवा विधानसभेने संमत केलेल्या विशेष कायद्याने केली जाते त्या कंपनीस 'वैधानिक कंपनी' (Statutory Company) असे म्हणतात. अशा प्रकारच्या कंपन्या प्रामुख्याने सार्वजनिक हितासाठीच्या सुविधा देण्यासाठी स्थापन केल्या जातात. रेल्वे, पाणीपुरवठा, गॅस, वीज कंपन्या, रिझर्व्ह बँक ऑफ इंडिया, आयुर्विमा महामंडळ, औद्योगिक वीजपुरवठा महामंडळ, चित्तरंजन लोकोमोटिव्ह वर्क्स, युनिट ट्रस्ट ऑफ इंडिया इत्यादी कंपन्या विशेष कायदा संमत करून स्थापन झालेल्या आहेत. अशा कंपन्यांना घटनापत्रक अथवा नियमावलीची आवश्यकता नसते. कंपनीच्या स्वरूपामध्ये बदल केवळ लोकांसाठी खास निर्माण केलेल्या कायद्यात सुधारणा करूनच करता येतो. अशा कंपन्यांचा वार्षिक अहवाल संसदेपुढे किंवा विधानसभेपुढे ठेवावा लागतो. वैधानिक कंपन्या जरी सरकारद्वारे नियंत्रित होत असल्या तरी त्यांना स्वतंत्र कायदेशीर व्यक्तित्व असते. त्यांना सरकारी विभाग म्हणून मानले जात नाही. कंपनी कायदा २०१३ च्या तरतुदी वैधानिक कंपनीला लागू होतात. अपवाद फक्त अशा तरतुदींचा की, ज्या विशेष कायद्यात आहेत. वैधानिक कंपन्यांना आपल्या नावाच्या शेवटी 'मर्यादित' शब्द लावणे गरजेचे नसते.

१.३.३ नोंदविलेल्या कंपन्या (Registered Companies)

कंपनी कायदा २०१३ कलम २(५२) नुसार कंपनी कायद्याप्रमाणे अथवा त्या आधीच्या कंपनी कायद्याद्वारे नोंदविल्या गेल्या आहेत अशा कंपन्यांना 'नोंदविलेल्या कंपन्या' असे म्हणतात. अशा कंपन्यांना सरकारच्या संमतीची गरज नसते. आर्थिक उलाढाल करून नफा मिळविण्याच्या हेतूने काही व्यक्ती स्वेच्छेने एकत्र येऊन कंपनीसाठी भांडवल गोळा करतात व कंपनी कायद्यानुसार तिची रीतसर नोंदणी करून घेतात. त्यानंतरच त्यांना व्यवसाय सुरू करण्याचे प्रारंभण पत्र मिळते. नोंदणी करणे म्हणजेच अधिकृत परवानगी घेणे होय. अशा प्रकारच्या कंपन्यांची सभासद संख्येनुसार खासगी मर्यादित अथवा सार्वजनिक मर्यादित या प्रकारात विभागणी होते. त्यांना आपल्या नावाच्या शेवटी 'मर्यादित' हा शब्द लिहिणे आवश्यक असते. भारतात सध्या उद्योग-व्यवसाय करणाऱ्या

बहुतेक कंपन्या या प्रकारात मोडतात. नोंदलेल्या कंपन्या (अ) भागांनी मर्यादित (ब) हमीने मर्यादित अथवा अमर्यादित अशा प्रकारच्या स्थापन केल्या जाऊ शकतात. नोंदणीसाठी कंपनीला नोंदणी अधिकाऱ्याकडे घटनात्मक नियमावली व इतर महत्त्वाचे दस्तऐवज सादर करावे लागतात व त्यानंतरच नोंदणी अधिकारी 'नोंदणी प्रमाणपत्र' देतो. नोंदणी प्रमाणपत्र मिळाल्यावर कंपनी कायदेशीरदृष्ट्या अस्तित्वात येते.

अ) भागांनी मर्यादित कंपन्या (Companies Limited by Shares) : कंपनी कायदा २०१३ कलम २(२२) नुसार ज्या कंपनीच्या सभासदांची जबाबदारी त्यांनी खरेदी केलेल्या भागांच्या दर्शनी किमतीइतकी मर्यादित असते, अशा कंपनीला 'भागांनी मर्यादित कंपनी' असे म्हणतात. कंपनीच्या अस्तित्वकाळात किंवा विसर्जनाच्या वेळी देखील सभासदांची जबाबदारी भागाच्या दर्शनी किमतीइतकीच मर्यादित असते. एकदा त्यांनी आपल्या भागावर संपूर्ण रक्कम भरली की, त्यांची जबाबदारी संपते. मग भलेही कंपनीवर कितीही कर्ज असो. उदा. 'अ' ने एकूण १००० भाग खरेदी केले आहेत व भागाची दर्शनी किंमत रु. १०/- इतकी आहे तर अशा परिस्थितीत 'अ' ची जबाबदारी फक्त रु. १,००,०००/- इतकी असते. यापेक्षा जास्त नाही. त्यांनी आपल्या भागावर पूर्ण रक्कम म्हणजे रु. १,००,००० दिले असतील, तर कंपनी केव्हाही त्यांना अधिक रक्कम मागू शकणार नाही किंवा त्यांच्या खासगी मालमत्तेवर कंपनीला हक्क सांगता येणार नाही.

ब) हमीने मर्यादित कंपन्या (Companies limited by Guarantee) : कंपनी कायदा २०१३ कलम २(२१) नुसार ज्या कंपनीच्या घटनापत्रकात कंपनीच्या समापनाच्या वेळी कंपनीच्या मालमत्तेत तूट आल्यास प्रत्येक सभासद किती रकमेपर्यंत भरपाई करील, याबद्दल स्पष्ट उल्लेख असतो त्या कंपनीला 'हमीने मर्यादित कंपनी' असे म्हणतात. अशा प्रकारच्या कंपन्या प्रामुख्याने कला, क्रीडा, विज्ञान, संस्कृती इत्यादींच्या विकासासाठी स्थापन केल्या जातात. व्यापार/व्यवसाय करून नफा मिळविणे हे त्यांचे ध्येय नसते. अशा कंपन्यांना भाग-भांडवल उभारण्याची गरज नसते. कंपनीच्या सभासदांची जबाबदारी कंपनीच्या स्थापनेच्या वेळीच निर्माण होते; अन्यथा नाही. अशा प्रकारच्या बऱ्याच कंपन्या केंद्र सरकारकडे अर्ज करून 'मर्यादित' हा शब्द वगळण्यास परवानगी घेतात.

क) अमर्यादित कंपनी (Unlimited Companies) : कंपनी कायदा २०१३ कलम २(९२) नुसार ज्या कंपनीत सभासदांची जबाबदारी 'अमर्यादित' असते अशा कंपनीला 'अमर्यादित कंपनी' असे म्हणतात. अशा कंपनीतील प्रत्येक सभासदांची जबाबदारी त्यांच्या कंपनीतील हिताच्या प्रकारात विकत घेतलेल्या भागांच्या रकमेइतकी निश्चित करण्यात येते. अशी कंपनी जर विसर्जित झाली व कंपनीची मालमत्ता कंपनीचे पूर्ण देणे देण्यास असमर्थ ठरली तरी सभासदांना आपल्या हितसंबंधाच्या प्रमाणात रक्कम खासगी मालमत्तेमधून द्यावी लागते. अशा कंपन्यांत व भागीदारी संस्थेत फारसा फरक नाही.

१.३.४ सार्वजनिक कंपनी (Public Company)

'जी कंपनी खासगी नाही ती सार्वजनिक' अशी सार्वजनिक कंपनीची व्याख्या केली जाते. कंपनी कायदा २०१३ कलम २(७१) नुसार कोणत्याही सात किंवा अधिक व्यक्ती एकत्र येऊन स्थापन केलेली कंपनी. कमाल सभासदसंख्येवर सार्वजनिक कंपनीत बंधन नाही. कंपनी कायदा (दुरुस्त) २०१३ नुसार सार्वजनिक कंपनी म्हणजे अशी कंपनी की जी :

अ) खासगी नाही.

ब) जिचे किमान भांडवल रु. ५,००,०००/- किंवा तत्सम पूर्ण रक्कम भरलेले भाग-भांडवल जसे नमूद केले असेल त्याप्रमाणे.

क) सार्वजनिक कंपनीची साहाय्यक कंपनी आहे अशी खासगी कंपनी.

शिवाय, असेही नमूद करण्यात आले आहे की, प्रत्येक सार्वजनिक कंपनी जी १३/१२/२००० ला अस्तित्वात आहे व तिचे किमान भाग-भांडवल रु. ५,००,०००/- पेक्षा कमी आहे त्यांनी १३/१२/२००० पासून २ वर्षांच्या आत आपले किमान भाग-भांडवल रु.५,००,०००/- पर्यंत वाढवून घ्यावे. अन्यथा, कंपनी मृतवत (defunct) समजली जाईल व तिचे नाव नोंदणी अधिकाऱ्याच्या रजिस्टरमधून कमी केले जाईल. जी कंपनी कायद्याअंतर्गत नोंदली गेली आहे तिला वरीलप्रमाणे किमान भाग-भांडवल असण्याची गरज नाही. सार्वजनिक कंपनी भागांनी मर्यादित हमीने मर्यादित अथवा अमर्यादित असू शकते. सार्वजनिक कंपनीला आपल्या भागांची अथवा कर्जरोख्यांची विक्री करताना आम जनतेस माहितीपत्रकाद्वारे आवाहन करावे लागते.

१.३.५ खासगी मर्यादित कंपनी (Private Limited Co.)

कंपनी कायदा २०१३ कलम २ (६८) नुसार खासगी कंपनी म्हणजे अशी कंपनी की, जिचे किमान पूर्ण रक्कम भरलेले भाग-भांडवल रु. १,००,०००/- किंवा अधिक जसे नमूद केले असेल तितके आहे आणि जी आपल्या नियमावलीद्वारे -

अ) भागांच्या हस्तांतरणावर बंधने घालते.

ब) सभासदांची संख्या ५० पर्यंत मर्यादित ठेवते.

क) भागांच्या अथवा कर्जरोख्यांच्या खरेदीस सर्वसामान्य जनतेस आवाहन करीत नाही.

ड) सभासद, संचालक अथवा नातेवाईक सोडून इतर व्यक्तींकडून ठेवी स्वीकारण्यास बंधन घालते.

खासगी कंपनी ५० सभासद संख्या मोजताना कंपनी सेवेत असणारे किंवा पूर्वी कंपनीच्या सेवेत होते, परंतु कंपनीची सेवा सोडून दिल्यानंतरही ते सभासद म्हणून आहेत अशा व्यक्ती धरणार नाही.

कंपनी कायदा (दुरुस्त) २००० नुसार ज्या खासगी कंपनीचे किमान भाग-भांडवल रु.१,००,०००/- पेक्षा कमी आहे अशा कंपन्यांनी १३/१२/२००० पासून दोन वर्षांत किमान भाग-भांडवल रु.१,००,०००/- पर्यंत वाढवावे. अन्यथा, अशी कंपनी मृतवत समजली जाईल व तिचे नाव नोंदणी अधिकाऱ्याच्या रजिस्टरमधून कमी केले जाईल. कलम २५ अंतर्गत नोंदणी झालेल्या खासगी कंपनीला अशा किमान भाग-भांडवलाची अट नाही.

खासगी कंपनी स्थापन करण्यासाठी किमान दोन व्यक्ती एकत्र येऊन कंपनी स्थापन करू शकतात. सभासदांची संख्या ५० पेक्षा अधिक नसावी. खासगी कंपनीला आपल्या नावाच्या शेवटी 'खाजगी मर्यादित' (Private Limited) असे शब्द लिहावे लागतात. खासगी कंपनीला स्वत:ची नियमावली असलीच पाहिजे. खासगी कंपनीदेखील भागांनी मर्यादित, हमीने मर्यादित अथवा अमर्यादित अशा प्रकाराची असू शकते.

१.३.६ विदेशी कंपनी (Foreign Companies)

कंपनी कायदा २०१३ कलम २(४२) नुसार ज्या कंपनीची नोंदणी विदेशात झाली आहे मात्र तिच्या व्यवसायाचे ठिकाण भारतात आहे, अशा कंपनीला 'विदेशी कंपनी' असे म्हणतात. १९५६ नंतर किंवा त्या अगोदर ज्या कंपन्या भारतात व्यवसाय करीत आहेत त्यांचा समावेश विदेशी कंपन्यांत होतो. १९७४ च्या कंपनी दुरुस्ती कायद्यानुसार, ज्या कंपनीची नोंदणी भारताबाहेर झाली आहे परंतु व्यवसायाचे ठिकाण भारतात

आहे, अशा कंपनीचे भागभांडवल एका किंवा अधिक भारतीयांनी अथवा एका किंवा अधिक संस्थेने धारण केलेले असेल अशा विदेशी कंपन्यांना जणूकाही त्या भारतात स्थापन झाल्या आहेत, असे समजून त्यांना भारतीय कंपनी कायद्याच्या तरतुदी लागू होतील .

कलम ३७९ ते ३९३ मध्ये, विदेशी कंपन्यांच्या संबंधी महत्त्वाचे नियम नमूद केले आहेत ते पुढीलप्रमाणे -

१) दस्तऐवज (Documents) : प्रत्येक कंपनीला भारतात व्यवसाय सुरू केल्यानंतर ३० दिवसांच्या आत नोंदणी अधिकाऱ्याच्या कार्यालयात (संबंधित राज्याच्या) आणि दिल्लीच्या नोंदणी अधिकाऱ्याकडे खालील दस्तऐवज सादर करावे लागतात.

अ) कंपनीच्या घटनापत्रकाची व नियमावलीची एक प्रत किंवा ज्या विशेष कायद्यान्वये कंपनी स्थापन झाली असेल त्या विशेष कायद्याची प्रत.

ब) कंपनीच्या नोंदविलेल्या कार्यालयाचा पूर्ण पत्ता.

क) संचालकांची व कंपनी चिटणीसाची नावे, पत्ते, व्यवसाय व राष्ट्रीयत्व.

ड) कंपनीच्या वतीने दस्तऐवज स्वीकारण्याचे अधिकार असलेल्या व भारतात वास्तव्य करणाऱ्या व्यक्तींची नावे व पत्ते.

इ) कंपनीच्या भारतातील मुख्य व्यवसाय केंद्राचा पत्ता.

जर वरील दस्तऐवजात काही बदल करण्यात आले असतील (Alteration) तर संबंधित बदल वेळेत नोंदणी अधिकाऱ्याला कळविण्यात आले पाहिजेत.

२) हिशेब (Accounts) : विदेशी कंपनीने आपले हिशेब व संबंधित हिशेबपत्रके कंपनीच्या भारतातील मुख्य कार्यालयात ठेवली पाहिजेत, तसेच प्रत्येक वर्षी हिशेबपत्रकाच्या ३ प्रती नोंदणी अधिकाऱ्याच्या कार्यालयात सादर केल्या पाहिजेत.

३) नाव आणि नोंदणी केलेला देश (Name and Country of Incorpo-ration) : कंपनीने आपल्या नावाचा फलक व्यवसायाच्या ठिकाणी ठळकपणे लावण्याची आवश्यकता आहे. यामध्ये कंपनीचे नाव व व्यवसायाच्या ठिकाणाचे गाव पूर्णतया इंग्रजीत आणि स्थानिक भाषेत लिहून फलक लावणे आवश्यक आहे. तसेच नोंदणी केलेल्या देशाचे नाव कंपनीने इंग्रजीत आपल्या नावासहित माहितीपत्रक, व्यावसायिक पत्रव्यवहार, व्यापारी हुंड्या आणि लेटरहेड्स आणि सर्व सूचनांसोबत आणि इतर कार्यालयीन दस्तऐवजांवर नमूद केले पाहिजे.

४) इतर तरतुदी (Other Provisions) : भारतीय कंपनी कायद्यात असणाऱ्या नोंदणी शुल्काबाबतच्या तरतुदी तसेच हिशेब पुस्तके, वार्षिक तपशील पत्रक, हिशेब पुस्तकांची तपासणी, विशेष अंकेक्षण, परिव्येय लेखांचे अंकेक्षण, अनुसंधान आणि माहितीसाठी बोलाविणे इत्यादींबाबतच्या तरतुदी भारतात व्यवसाय करणाऱ्या विदेशी कंपन्यांनादेखील लागू होतात.

५) विदेशी कंपनीचे माहितीपत्रक (Prospectu of a Foreign Company) : विदेशी कंपनीच्या माहितीपत्रकामध्ये खालील माहिती असली पाहिजे -

अ) कंपनीची घटना स्पष्ट करणारे दस्तऐवज.

ब) कंपनीचे नाव.

क) नोंदणी केलेली तारीख व नोंदणी केलेल्या देशाचे नाव.

ड) भारतातील प्रमुख कार्यालयाचा पत्ता.

इ) ज्या कायद्यातील तरतुदीनुसार कंपनीची नोंदणी झाली आहे त्या कायद्यातील तरतुदी

फ) भारतात नोंदणी झालेल्या कंपनीला जी माहिती आपल्या माहितीपत्रकात नमूद करणे आवश्यक आहे, तशा सर्वसाधारण बाबी विदेशी कंपनीने आपल्या माहितीपत्रकात नमूद कराव्यात. प्रसिद्धीपूर्वी माहितीपत्रकाची नोंदणी झालीच पाहिजे. (कलम ६०५)

६) समापन (Winding up) : जर विदेशी कंपनी भारतातील आपला व्यवसाय करणे बंद करीत असेल तर त्या कंपनीचे समापन नोंदणी न झालेल्या कंपनीप्रमाणे झाले पाहिजे.

१.३.७ सरकारी कंपन्या (Government Companies)

भारतीय कंपनी कायदा २०१३ कलम २(४५)कलमनुसार, ज्या कंपनीच्या वसूल भागभांडवलापैकी किमान ५१% भागभांडवल केंद्र सरकार, राज्य सरकार किंवा दोन्ही संयुक्तरीत्या धारण करतात त्या वेळी अशा कंपनीस 'सरकारी कंपनी' असे म्हणतात. सरकारी कंपनीच्या दुय्यम कंपनीला देखील सरकारी कंपनी समजण्यात येते. सरकारी कंपनी खासगी अथवा सार्वजनिक कंपनी म्हणून नोंदविता येते. कंपनी कायद्यात दोन प्रकारच्या सरकारी कंपन्या स्थापन करता येतात. एक म्हणजे संपूर्ण रक्कम सरकारने पुरविलेली आहे आणि दुसरे म्हणजे ५१% किंवा अधिक भागभांडवल सरकारने व बाकी भांडवल इतर खासगी सभासदांनी पुरविलेले आहे.

सार्वजनिक क्षेत्रातील एखादा महत्त्वपूर्ण व्यवसाय चालविण्यासाठी सरकार अशा सरकारी कंपनीची स्थापना करीत असते. सरकारी उद्योगधंद्यांची रचना कंपनी संघटनप्रकाराद्वारे केल्यास ते अधिक कार्यक्षमपणे कार्य करतील असे सरकारला वाटल्याने 'सरकारी कंपनी' हा नवीन प्रकार अस्तित्वात आला. हिंदुस्थान मशिन टूल्स, भारत इलेक्ट्रॉनिक्स लि., हिंदुस्थान केबल्स लि., बोकारो स्टील कंपनी लि., स्टील अ‍ॅथॉरिटी ऑफ इंडिया, हिंदुस्थान अ‍ॅन्टीबायोटिक्स लि. इ. कंपन्या सरकारी कंपन्यांची उदाहरणे होत.

सरकारी कंपनीची वैशिष्ट्ये

१) ५१% किंवा त्यापेक्षा अधिक भागभांडवल सरकारी मालकीचे असते.

२) जवळजवळ सर्वच संचालकांची नियुक्ती सरकारकडून होते.

३) सरकारी कंपनीची नोंदणी कंपनी कायद्यानुसारच होते, परंतु तिला सरकारपेक्षा स्वतंत्र अस्तित्व असते.

४) कंपनी कायद्यातील तरतुदी सरकारी कंपनीवरही बंधनकारक असतात; परंतु त्यातील काही तरतुदींपासून सरकार सरकारी कंपनीला मुक्त करू शकते. त्यानुसार कंपनीच्या घटनापत्रकात आणि नियमावलीत बदल केला जातो.

५) बहुतांश सेवक कंपनीचेच नोकर असतात.

६) हिशेबांची तपासणी भारत सरकारच्या हिशेब तपासनिसाकडून (Comptroller and Auditor General of India) अथवा त्यांच्या सल्ल्याने सरकारने नेमलेल्या हिशेब तपासनिसाकडून होत असते. त्यांचा अहवाल लोकसभेत अथवा विधानसभेत सादर करावा लागतो. हा अहवाल वार्षिक सर्वसाधारण सभेनंतर ३ महिन्यांच्या आत तयार केला पाहिजे.

जर सरकारी कंपनीची नोंदणी विदेशात झाली असेल, तर अशी कंपनी कायद्यानुसार नोंदणी न झालेल्या कंपनीच्या प्रकारात मोडली जाईल आणि न्यायालयीन कार्यक्षेत्रासाठी ती कंपनी प्रमुख व्यवसाय ज्या ठिकाणी

आहे, त्या राज्यात स्थापन झाली असे समजले जाईल. केंद्र सरकारला कायद्यानुसार, कोणतेही प्रकटीकरण करण्याचा अधिकार आहे व कायद्यातील काही तरतुदींपासून कंपनीला वगळण्याचा अथवा नवीन तरतुदी लागू करण्याचा अधिकार देण्यात आला आहे.

१.३.८ सूत्रधारक कंपन्या आणि साहाय्यक कंपन्या (Holding Co. and Subsidiary Co.)

२०१३ कंपनी कायद्याच्या कलम २(४६) नुसार जी कंपनी दुसऱ्या कंपनीचे ५१% किंवा अधिक भागभांडवल धारण करते किंवा दुसऱ्या कंपनीतील बहुसंख्य संचालकांवर नियंत्रण ठेवते त्या नियंत्रण ठेवणाऱ्या कंपनीला 'सूत्रधारक कंपनी' असे म्हणतात आणि दुसऱ्या कंपनीला (ज्यावर नियंत्रण ठेवले जाते) 'दुय्यम अथवा साहाय्यक कंपनी' असे म्हणतात.(कलम २(८७)

कंपनी कायद्यानुसार सूत्रधारक कंपनी म्हणजे अशी कंपनी की, जी –

अ) दुसऱ्या कंपनीच्या संचालक मंडळावर / तिच्या रचनेवर नियंत्रण ठेवते किंवा

ब) दुसऱ्या कंपनीचे निम्म्यापेक्षा अधिक भागभांडवल खरेदी करते किंवा

क) दुसऱ्या कंपनीत असणाऱ्या एकूण मतदानापैकी निम्म्यापेक्षा अधिक मतदानभाग खरेदी करून मिळविते किंवा

ड) एखाद्या कंपनीची साहाय्यक कंपनी आहे की, जी दुसऱ्या एखाद्या कंपनीची साहाय्यक कंपनी आहे. उदाहरणार्थ – 'ब' कंपनी 'अ' कंपनीची साहाय्यक कंपनी आहे आणि 'क' कंपनी 'ब' कंपनीची साहाय्यक कंपनी आहे. म्हणून 'क' कंपनी 'अ' कंपनीचीदेखील साहाय्यक कंपनी होईल. या ठिकाणी एक लक्षात ठेवले पाहिजे की, सूत्रधारक कंपनी आणि साहाय्यक कंपनी या दोन्ही कंपन्या मुळात स्वतंत्र कंपन्या आहेत व दोघांनाही स्वतंत्र कायदेशीर व्यक्तिमत्त्व आहे.

१.३.९ उत्पादक कंपन्या (Producer Companies)

कंपनी सुधारित कायदा २०१३ नुसार, उत्पादक कंपन्या या प्रकाराला मान्यता देण्यात आली. जे सभासद विशिष्ट उद्दिष्ट पूर्ण करण्यासाठी एकत्र येतात त्यांना कंपनीच्या कारभाराचे नियम या कलमाद्वारे लागू होतात. उत्पादक कंपन्यांच्या नोंदणीमुळे सहकारी संस्थेला कंपनी म्हणून काम करण्यास मदत होते, तसेच स्वेच्छेने ते आपल्या सहकारी संस्थेचे कंपनीत रूपांतर करू शकतात.

उत्पादक कंपनी म्हणजे कंपनी कायदा २०१३ अंतर्गत उत्पादक कंपनी म्हणून नोंदणी झालेली व्यक्तींची संघटना होय. अशी कंपनी खालील उद्दिष्टांच्या पूर्ततेसाठी नोंदली जाऊ शकते.

१) सभासदांच्या शेतमालाचे उत्पादन करणे, पिके घेणे, मालाची प्रतवारी, एकत्रीकरण, विपणन, विक्री तसेच निर्यातीची व्यवस्था करणे इतकेच नव्हे तर त्यांच्या लाभासाठी माल अथवा सेवा आयात करणे.

२) सभासदांच्या शेतमालावर प्रक्रिया करणे, त्यांचे जतन करून ठेवणे. मालापासून अर्क काढणे, त्यांचे पॅकिंग करणे इ.

३) सभासदांना शेतमालाच्या उत्पादनासाठी आवश्यक मशिनरी इत्यादींची विक्री अथवा पुरवठा करणे.

४) सभासदांना आणि उत्पादकांना 'एकमेकां साहाय्य करू,' या तत्त्वाच्या आधारे शिक्षणाची सुविधा उपलब्ध करून देणे.

५) सभासदांच्या उन्नतीसाठी त्यांना तांत्रिक साहाय्य, मार्गदर्शन, प्रशिक्षण, संशोधन आणि विकास सुविधा इत्यादी उपलब्ध करून देणे.

६) ऊर्जाशक्तीची निर्मिती, वहन, वितरण, जमिनीचे पुनरुज्जीवन आणि पाणीपुरवठ्याच्या सोई, शेतमालाच्या नुकसानीपासून बचाव करणे इत्यादी.
७) शेतमालांचा विमा काढणे.
८) एकमेकांना मदत करण्याचे तंत्र विकसित करणे.
९) सभासदांना कल्याणकारी सुविधा/साधने उपलब्ध करून देणे.
१०) मुख्य उद्दिष्टाला पूरक किंवा अनुषंगिक कार्ये करणे.
११) सभासदांना आर्थिक सुविधा, पतपुरवठा इत्यादी उपलब्ध करून देणे.

प्रत्येक उत्पादक कंपनीला आपल्या सक्रिय सभासदांच्या शेतमालाच्या संदर्भात उपर्निर्दिष्ट उद्दिष्टे पूर्ण करण्यासाठी क्रिया कराव्या लागतात. कंपनीच्या नियमावलीनुसार जो सभासद कंपनीची मात्रा व कालावधी पूर्ण करतो त्याला 'सक्रिय सभासद' समजले जाते. कोणतीही व्यक्ती जी प्राथमिक शेतमालाच्या संदर्भातील कोणत्याही क्रियेमध्ये गुंतलेली असते तिला 'उत्पादक' असे म्हणतात. ज्या व्यक्तीला अथवा उत्पादन संस्थेला उत्पादक कंपनीमध्ये सभासद म्हणून प्रवेश दिला जातो त्या व्यक्तीला 'सभासद' असे म्हणतात. उत्पादन संस्था म्हणजे अशी उत्पादक कंपनी किंवा इतर कोणतीही खुली संस्था की, जी फक्त उत्पादक आहे किंवा उत्पादक कंपन्या तिचे सभासद आहेत, भलेही त्यांची नोंदणी झालेली असेल अथवा नसेल आणि जी उत्पादक कंपनीने देऊ केलेल्या सेवांचा उपयोग करून घेण्याचे मान्य करते अशी संस्था होय. सभासदांच्या व्यावसायिक क्रियेमध्ये सहभागी होऊन उत्पादक कंपन्यांनी देऊ केलेल्या सेवांचा उपयोग करून घेणे म्हणजे आधार/आश्रय घेणे (Patronage) होय. उत्पादक कंपनीने आपल्या अधिक्यातून (Surplus) सभासदांना देऊ केलेली रक्कम (Payment) म्हणजे आधार बोनस (Patronage Bonus) होय.

प्राथमिक उत्पादने : प्राथमिक उत्पादने म्हणजे :

अ) शेतकऱ्यांच्या शेतीपासून तयार झालेला माल अथवा शेतीशी निगडित कार्यांपासून निघालेली उत्पादने उदा. पशू उत्पादने, फुलबागाईत, फळबागाईत, रेशीम उद्योग, वन्य उत्पादने, बी-बियाणे काढणे, भाजीपाला इत्यादी.
ब) जी व्यक्ती हस्तोद्योग, ग्रामोद्योग आणि इतर घरगुती व्यवसायात गुंतलेली आहे अशा व्यवसायापासून तयार झालेल्या वस्तू.
क) उपर्निर्दिष्ट क्रियेतून मिळालेली प्रमुख उत्पादने व उप-उत्पादने.
ड) उपर्निर्दिष्ट क्रियेला पूरक किंवा अनुषंगिक क्रियेपासून तयार झालेल्या वस्तू.
इ) उपर्निर्दिष्ट वस्तूच्या उत्पादनात वाढ होईल किंवा त्यांच्या दर्जामध्ये वाढ होईल अशा कोणत्याही क्रिया किंवा त्यापासून तयार झालेल्या वस्तू.

उत्पादक कंपनीची स्थापना आणि नोंदणी : कोणत्याही दहा किंवा अधिक व्यक्ती की, ज्या प्रत्येकी उत्पादक आहेत किंवा दोन किंवा अधिक उत्पादन संस्था किंवा दहा किंवा अधिक व्यक्ती आणि उत्पादन संस्था उपर्निर्दिष्ट उद्दिष्टे पूर्ण करण्यासाठी एकत्र येऊन उत्पादक कंपनी स्थापन करू शकतात व तिची नोंदणी करू शकतात. जर नोंदणीबाबतच्या सर्व कायदेशीर बाबींची पूर्तता करण्यात आली असेल व त्याबाबत नोंदणी अधिकाऱ्याचे समाधान झाले असेल तर तो संबंधित दस्तऐवजे मिळाल्यानंतर ३० दिवसांच्या आत उत्पादक कंपनीची नोंदणी करून घेतो. घटनापत्रक व नियमावलीची प्रत यांचीही नोंदणी करून घेतो व तसे नोंदणी प्रमाणपत्र देतो.

उत्पादक कंपनी भागांनी मर्यादित असते. (Company limited by shares) नोंदणीनंतर कंपनीला स्वतंत्र अस्तित्व (body corporate) प्राप्त होते. उत्पादक कंपनी फक्त खासगी कंपनी म्हणूनच स्थापन करता येते. परंतु, तिच्या सभासद संख्येवर कोणतीही मर्यादा नसते. कोणत्याही परिस्थितीत उत्पादक कंपनी सार्वजनिक कंपनी म्हणून किंवा समजली जाणारी सार्वजनिक कंपनी म्हणून स्थापन होऊ शकत नाही.

आंतर–राज्य सहकारी संस्थेला उत्पादक कंपनी म्हणून बनण्याचा असलेला पर्याय (Option to Inter-State Co-operative Societies to become Producer Companies)

आंतरराज्य सहकारी संस्था म्हणजे बहुराज्यीय सहकारी संस्था होय. कायद्यानुसार स्थापन झालेली कोणतीही सहकारी संस्था की, जी स्थापनेनंतर आपली उद्दिष्टे एकापेक्षा अधिक राज्यात पूर्ण करू शकते आणि राज्याबाहेरील व्यक्तीला सभासद म्हणून घेऊ शकते व आपल्या क्रिया राज्याबाहेर सुरू करू शकते.

कोणतीही आंतरराज्यीय सहकारी संस्था जिची उद्दिष्टे फक्त एका राज्यासंदर्भात निर्दिष्ट केलेली नाहीत, ती उत्पादक कंपनी म्हणून नोंदणी करून घेण्यासाठी नोंदणी अधिकाऱ्याकडे अर्ज करू शकते. नोंदणीबाबतच्या सर्व अटींची पूर्तता झाल्यावर, नोंदणी अधिकारी ३० दिवसांच्या आत सहकारी संस्थेची उत्पादक कंपनी म्हणून नोंदणी करतो. एकदा नोंदणी झाली की, संस्था आपल्या नावापुढे 'उत्पादक कंपनी मर्यादित' असे शब्द लिहू शकते. नोंदणी झाल्यानंतर आंतरराज्य सहकारी संस्थेचे उत्पादक कंपनीत रूपांतर होते. नोंदणीच्या दिवशी असलेली आंतरराज्यीय सहकारी संस्थेची सर्व मालमत्ता, सोई-सवलती, बंधने, झालेले करार इत्यादी उत्पादक कंपनीकडे वर्ग होतात व ते उत्पादक कंपनीनेच केलेले करार आहेत किंवा ती मालमत्ता उत्पादक कंपनीचीच आहे असे समजले जाते. आंतरराज्यीय सहकारी संस्थेला मिळालेल्या राजकोषीय सवलती, परवाने, लाभ आणि सूट (exemptions) उत्पादक कंपनीलाच मिळालेल्या आहेत असे समजले जाते. सहकारी संस्थेचे सर्व संचालक एक वर्षासाठी उत्पादक कंपनीचे संचालक म्हणून काम पाहू शकतात. प्रत्येक पदाधिकारी आपली मुदत संपेपर्यंत उत्पादक कंपनीमध्ये आपल्या पदावर राहू शकतात. उत्पादक कंपनी उच्च न्यायालयाकडे अर्ज करून परत आंतरराज्यीय सहकारी संस्थेत रूपांतर करण्यात यावे म्हणून अर्ज करू शकते.

१.३.१० एक–व्यक्ती कंपनी (One Man Company)

कंपनी कायदा २०१३ कलम २(६२) नुसार एक व्यक्ती कंपनी म्हणजे एकच व्यक्ती कंपनीचे सभासद असते. एक व्यक्ती कंपनी हे नाव बरेच अजब वाटते; कारण कंपनी स्थापन करण्यासाठी किमान २, जास्तीत जास्त ७ सभासद लागतात. परंतु, कंपनी या संघटनप्रकाराचे फायदे मिळावेत व मिळण्याच्या सवलतीचा फायदा घ्यावा, (विशेषत: खासगी कंपनीच्या बाबतीत) या उद्देशाने जेव्हा एखादी व्यक्ती बहुतांश भाग स्वत:च्या नावाने खरेदी करते व नाममात्र एखादा/दुसरा भाग आपल्या कुटुंबातील एखाद्या व्यक्तीच्या किंवा जवळच्या नातेवाइकाच्या नावावर ठेवते व अशा प्रकारे कंपनी स्थापन करून कंपनीवर सर्वस्वी नियंत्रण ठेवते, तेव्हा अशा कंपनीला 'एक व्यक्ती कंपनी' म्हणून संबोधले जाते. याचे उत्कृष्ट उदाहरण म्हणजे सालोमन कंपनी लि. होय. अशा संघटनप्रकारात त्या व्यक्तीचा कंपनीवर एकछत्री अंमल चालू शकतो. त्या व्यक्तीला कंपनीच्या कार्यावर आपला पूर्ण प्रभाव पाडता येतो/नियंत्रण ठेवता येते. कंपनी कायद्याप्रमाणे हा संघटनप्रकार कायदेशीर आहे. अशी कंपनी खासगी अथवा सार्वजनिक असू शकते. मात्र, बहुधा खासगी कंपनीच स्थापन करणे फायदेशीर असते.

१.४ खासगी कंपनी आणि सार्वजनिक कंपनी यातील फरक
(Distinction between Private Companies and Public Companies)

फरकाचा मुद्दा	खासगी कंपनी	सार्वजनिक कंपनी
१) सभासद संख्या	किमान २, कमाल ५०	किमान ७, कमाल संख्येवर बंधन नाही
२) भागांची हस्तांतरणीयता	नियमावलीतील तरतुदींप्रमाणे	मुक्त हस्तांतरणीय
३) जनतेस आवाहन	भाग/कर्जरोखे खरेदीस सर्वसामान्य जनतेस आवाहन करता येत नाही.	भाग कर्जरोखे खरेदीसाठी सर्वसामान्य जनतेस आवाहन करू शकते.
४) नाव	आपल्या नावाच्या शेवटी 'खासगी मर्यादित' हे शब्द लिहावे लागतात.	आपल्या नावांच्या शेवटी 'मर्यादित' शब्द लिहावा लागतो.
५) संचालक संख्या	किमान २	किमान ३
६) संचालकाच्या नेमणुकीवर बंधने	बंधने नाहीत	संचालकांना संचालकपद स्वीकारण्याची लेखी संमती नोंदणी-अधिकाऱ्याला कळवावी लागते.
७) वैध नियंत्रणे	कमीत कमी वैध नियंत्रणे	अधिक वैध नियंत्रणे
८) संचालकांना कर्जे	खासगी कंपनीकडून संचालकांना कर्ज काढता येते.	सार्वजनिक कंपनीच्या संचालकांना कंपनीकडून कर्ज काढता येत नाही.
९) किमान भाग-भांडवल (पूर्ण रक्कम भरलेले)	रु. १,००,०००/-	रु. ५,००,०००/-
१०) व्यवसाय प्रारंभण	नोंदणी प्रमाणपत्र मिळाल्यानंतर व्यवसायास प्रारंभ करता येतो.	व्यवसाय सुरू करण्याचा दाखला मिळाल्यानंतरच व्यवसायास सुरुवात करता येते.
११) नियामक सभा	बंधन नाही	६ महिन्यांच्या आत नियामक सभा घेणे बंधनकारक व नियामक अहवाल नोंदणी अधिकाऱ्याकडे सादर करणे बंधनकारक
१२) व्यवस्थापकीय मोबदला	बंधने नाहीत.	एकूण व्यवस्थापकीय मोबदला निव्वळ नफ्याच्या ११% पेक्षा जास्त नसावा. नफा अपुरा असल्यास किंवा तोटा असल्यास कंपनीने मानधन दिले नाही तरी चालते.

१३) भाग–अधिपत्रे	वाहक भाग अधिपत्रे वाटप करता येत नाही.	वाहक भाग अधिपत्राचे वाटप करता येते.
१४) संस्थापकांचे भाग	विषम मतदान अधिकार असलेले संस्थापकांचे भाग विकता येतात.	विषम मतदानाचा अधिकार असलेले संस्थापक भाग विकता येत नाहीत. फक्त सामान्य भाग व अग्रहक्क भागच विकता येतात.
१५) घटनापत्रक/नियमावली	घटनापत्रक व नियमावलीवर २ संचालकांच्या सह्या लागतात, तसेच स्वत:ची नियमावली असावीच लागते.	घटनापत्रक व नियमावलीवर ७ व्यक्तींच्या सह्या आवश्यक. स्वत:ची नियमावली पाहिजेच असे नाही. स्वतंत्र नियमावली नसल्यास टेबल 'ए' चे नियम लागू होतात.

१.५ खाजगी कंपनीला मिळणाऱ्या विशेष सवलती (Special Privileges of a Private company) :

खाजगी कंपनीला मिळणाऱ्या विशेष सवलती :

भारतीय कंपनी कायद्यामध्ये खाजगी कंपनीला विशेष सवलती व सोई दिल्या आहेत. खाजगी कंपनीचे स्वरूप व व्यवस्थापन लक्षात घेता या सवलती मिळणे आवश्यक आहे. या विशेष सवलती पुढीलप्रमाणे :

(१) केवळ दोन व्यक्ती एकत्र येऊन खाजगी कंपनी स्थापन करू शकतात. सार्वजनिक कंपनीप्रमाणे सात जणांची आवश्यकता असते.

(२) खाजगी कंपनीला नोंदणी झाल्यानंतर ताबडतोब व्यवसाय सुरू करता येतो. व्यवसाय प्रमाणपत्र मिळण्याची वाट पाहावी लागत नाही.

(३) खाजगी कंपनीचे भागभांडवल नातेवाईक व मित्रमंडळींकडून मिळत असल्यामुळे भागभांडवल मिळविण्यासाठी माहितीपत्रक तयार करण्याची आवश्यकता नसते. कायदेशीर औपचारिकता नसल्यामुळे भांडवल उभारणी करणे सोईचे असते.

(४) खाजगी कंपनीला नियामक सभा आयोजित करण्यातून कंपनी कायद्याने सवलत दिली आहे; त्यामुळे नियामक सभा आयोजित करावी लागत नाही.

(५) खाजगी कंपनीच्या संचालकांनी कंपनीचे भाग विकत घेण्यासंबंधी लेखी निवेदन नोंदणी अधिकाऱ्याकडे नोंदविण्याची आवश्यकता नसते.

(६) खाजगी कंपनीला स्थापनेपूर्वी पुढील प्रकारचे दस्तऐवज नोंदणी अधिकाऱ्याच्या कार्यालयात दाखल करण्याची आवश्यकता नसते.

(अ) संचालकांच्या नावाची यादी, त्यांचे पत्ते इत्यादी.

(ब) संचालक म्हणून काम करण्यास तयार असल्याबद्दलची लेखी संमती.

(क) नियमावलीत नमूद केलेले पात्रता भाग खरेदी करण्याबद्दल त्यांनी केलेला करार इत्यादी.

(७) खाजगी कंपनीने भागवाटपाची प्रक्रिया सुरू करण्यापूर्वी किमान वर्गणीची रक्कम गोळा केलीच पाहिजे अशी कायद्याची सक्ती नाही.

(८) खाजगी कंपनीला कायद्यातील भागवाटपासंबंधीच्या तरतुदी लागू होत नाहीत.

(९) निवृत्त होण्यास पात्र असलेल्या संचालकांपैकी १/३ संचालक दरवर्षी आळीपाळीने निवृत्त झाले पाहिजेत हा नियम खाजगी कंपन्यांना लागू नाही.

(१०) हितसंबंध असलेल्या संचालकाला संचालक सभेत हजर राहण्याचा, चर्चेत भाग घेण्याचा व मतदानाचाही हक्क असतो.

(११) खाजगी कंपनीत संचालकाला कितीही कंपन्यांचे संचालक पद भूषविता येते, म्हणजेच संचालकपद स्वीकारण्याच्या कमाल संख्येचे बंधन खाजगी कंपनीला नाही.

(१२) नियमावलीत नमूद केलेल्या संचालकांच्या संख्येपेक्षा जादा संचालक नेमावयाचे असतील किंवा त्यांचा मोबदला वाढवावयाचा असेल तर त्यासाठी विशेष ठराव मंजूर करण्याची किंवा त्यासाठी केंद्र सरकारची परवानगी काढण्याची गरज खाजगी कंपनीला नसते.

(१३) संचालकांना कर्जे देण्याबद्दलचे निर्बंध खाजगी कंपनीला लागू होत नाहीत.

(१४) एकाच ठरावाद्वारे एकापेक्षा जास्त उमेदवार संचालक म्हणून खाजगी कंपनीत निवडले जाऊ शकतात.

(१५) संचालक मंडळात होणाऱ्या फेरबदलासंबंधी ढवळाढवळ किंवा निर्बंध घालण्याचा आपला हक्क केंद्र सरकार खाजगी कंपनीच्या बाबतीत बजावू शकत नाही.

(१६) खाजगी कंपनीला 'संस्थापकाचे भाग' (Deferred Shares) विकण्याचा अधिकार कंपनी कायद्याने दिला आहे.

(१७) खाजगी कंपनीला 'सभासदांची अनुक्रमणिका' (Index of Members) ठेवण्याची गरज नाही. (कलम १५१)

१.६ खाजगी कंपनीचे सार्वजनिक कंपनीत रूपांतर आणि सार्वजनिक कंपनीचे खाजगी कंपनीत रूपांतर (Conversion of Private Company into Public Company and Public Company into Private Company)

१.६.१.खाजगी कंपनीचे सार्वजनिक कंपनीत रूपांतर (Conversion of Private Company into Public Company)

खाजगी कंपनी आणि सार्वजनिक कंपनी यातील फरक वर आलेलाच आहे. खाजगी कंपनी आणि सार्वजनिक कंपनी यांचे वेगवेगळे फायदे आहेत. खाजगी कंपनीची स्थापना त्यांना मिळू शकणाऱ्या फायद्यांचा पूर्णपणे लाभ मिळविण्यासाठीच केली जाते. परिस्थिती बदलल्यानंतर हे फायदे मिळेनासे होतात किंवा मोठ्या प्रमाणावर व्यवसाय करण्यासाठी मुबलक भांडवलाची गरज भासते. या परिस्थितीत खाजगी कंपनीचे सार्वजनिक कंपनीत रूपांतर करण्याची आवश्यकता निर्माण होते. असे रूपांतर पुढील पद्धतीने केले जाते.

(१) सदोषामुळे होणारे रूपांतर (Conversion by Default) जी खाजगी कंपनी आपली सभासद संख्या ५० पेक्षा जास्त असण्याला परवानगी देते तसेच आपल्या भागांच्या मुक्त हस्तांतरणाला परवानगी देते किंवा आपल्या भागांचा कर्जरोख्यांच्या खरेदीसाठी सर्वसामान्य जनतेला निमंत्रित करते, अशा खाजगी कंपनीचे

रूपांतर आपोआप सार्वजनिक कंपनीत होते. परिणामत: कंपनीला खाजगी कंपनीला मिळणाऱ्या विशेष सवलतीपासून वंचित व्हावे लागते आणि तिला सार्वजनिक कंपनीला असणारे नियम लागू होतात. कंपनी कायदेमंडळाला मात्र जर योग्य व न्याय्य वाटत असेल म्हणजेच अशी चूक जाणूनबुजून झालेली नाही, प्रासंगिक आहे, अशी कायदेमंडळाची खात्री झाली असेल तर ते या कंपनीला खाजगी कंपनीला मिळणाऱ्या सवलतीपासून वंचित होण्यापासून सवलत (Relief) देऊ शकते.

(२) कायद्यातील तरतुदींमुळे होणारे रूपांतर (Conversion by operation of Law) : कंपनी कायद्यानुसार पुढील अटी पूर्ण झाल्यास खाजगी कंपनी सार्वजनिक कंपनी (Deemed) समजण्यात येते.

(अ) जर त्या खाजगी कंपनीचे २५% किंवा अधिक भागभांडवल दुसऱ्या सार्वजनिक अथवा खाजगी कंपनीने धारण केलेले असतील.

(ब) जर गेली सलग तीन वर्षे कंपनीची सरासरी वार्षिक उलाढाल (Average Annual Turnover) रुपये २५ कोटींपेक्षा अधिक झाली असेल.

(क) भागभांडवल असलेल्या एका सार्वजनिक कंपनीचे २५% किंवा त्यापेक्षा अधिक भागभांडवल खाजगी कंपनीने धारण केले असेल, तर ती खाजगी कंपनी सार्वजनिक कंपनी समजली जाईल.

(ड) जर खाजगी कंपनीने भाग/ठेवी स्वीकारण्यासाठी सर्वसामान्य जनतेला निमंत्रित केले असेल तर खाजगी कंपनी सार्वजनिक कंपनी समजली जाईल.

कायद्यातील तरतुदीप्रमाणे, खाजगी कंपनीचे सार्वजनिक कंपनीत रूपांतर झाल्यानंतर त्या कंपनीने रूपांतर झाल्यापासून तीन महिन्यांच्या आत नोंदणी अधिकाऱ्याला रूपांतर झाल्याची माहिती कळविली पाहिजे. त्यानंतर नोंदणी अधिकारी आपल्या नोंदणी-पुस्तकात त्या कंपनीची सार्वजनिक कंपनी म्हणून नोंद करतो व कंपनीच्या नावातील 'खाजगी' हा शब्द काढून टाकतो. त्यानंतर तो कंपनीच्या नोंदणी प्रमाणपत्रामध्ये आवश्यक ते बदल करतो व घटनापत्रकातही बदल नोंदवितो. खाजगी कंपनीचे सार्वजनिक कंपनीत रूपांतर झाल्याचे ठराविक मुदतीत (३ महिन्यांत) कळविण्यात कसूर करणाऱ्या कंपनीच्या प्रत्येक पात्र अधिकाऱ्याला रु. ५००/- दंड प्रतिदिन होऊ शकतो.

(३) विचारपूर्वक होणारे रूपांतर (Conversion by Choice) : काही वेळा खाजगी कंपनी स्वत:हून विचारपूर्वक, स्वेच्छेने सार्वजनिक कंपनीत रूपांतर करण्याचा निर्णय घेते. त्यासाठी कंपनी कायद्यात नमूद केल्याप्रमाणे कायदेशीर औपचारिकता पूर्ण करावी लागते. बहुसंख्य सभासदांचा पाठिंबा असेल तरच अशा प्रकारचे रूपांतर होऊ शकते. त्यासाठी पुढीलप्रमाणे कार्यवाही करावी लागते :

(अ) संचालक मंडळाची सभा : खाजगी कंपनीचे सार्वजनिक कंपनीमध्ये रूपांतर करण्याच्या योजनेवर विचार करून या योजनेला अंतिम स्वरूप देण्यासाठी संचालक मंडळाची एक सभा बोलावली जाते व त्या संबंधीचा ठराव संमत करावा लागतो. त्यानंतर चिटणीस नवीन नियमावली तयार करतो. त्यात सार्वजनिक कंपनीला साजेसे योग्य ते बदल करावे लागतात.

(ब) विशेष सर्वसाधारण सभा बोलावणे : वरील तयारी झाल्यानंतर कंपनी चिटणीस विशेष सर्वसाधारण सभेचे आयोजन करतो व सर्व सभासदांना सभेची सूचना व नियोजित बदलाच्या ठरावाची प्रत पाठवून देतो. वर्तमानपत्रातदेखील सभेची सूचना प्रसारित केली जाते.

(क) विशेष ठराव संमत करणे : नियोजित तारखेला विशेष सर्वसाधारण सभा होऊन त्यामध्ये

रूपांतराचा विशेष ठराव संमत केला जातो. विशेष ठरावाची प्रत सभा झाल्यानंतर ३० दिवसांच्या आत कंपनीच्या नोंदणी अधिकाऱ्याला पाठविली जाते.

(ड) सभासद संख्या / संचालक संख्या आवश्यक तितकी वाढविणे : जर सभासद संख्या ७ पेक्षा कमी असेल व संचालक संख्या ३ पेक्षा कमी असेल तर संख्या आवश्यक तितकी वाढविली जाते.

(इ) नोंदणी अधिकाऱ्याला कळविणे : विशेष ठराव संमत झाल्यानंतर त्या ठरावाची प्रत, नवीन बदललेल्या नियमावलीची प्रत, प्रसिद्ध करावयाच्या माहितीपत्रकाची प्रत अथवा त्याऐवजी द्यावयाच्या निवेदनाची प्रत कंपनी चिटणीस तयार करून नोंदणी अधिकाऱ्याला सादर करतो.

वरीलप्रमाणे कायदेशीर औपचारिकता पूर्ण झाल्यानंतर खाजगी कंपनीचे सार्वजनिक कंपनीत रूपांतर होते.

१.६.२ सार्वजनिक कंपनीचे खाजगी कंपनीत रूपांतर (Conversion of Public Company into Private Company)

भारतीय कंपनी कायद्याने खाजगी कंपनीकरिता विशेष सवलती प्रदान केलेल्या आहेत. ज्या वेळी सार्वजनिक कंपनीच्या संचालकांना मोठ्या प्रमाणावर व्यवसाय करावयाचा नसतो, तसेच त्यांच्या मनात कंपनीच्या कारभारावर नियंत्रण ठेवण्याची इच्छा बळावते व खासगी कंपनीसाठी कंपनीने दिलेल्या सवलतीचा उपयोग करून घ्यावासा वाटतो, तेव्हा ते सार्वजनिक कंपनीचे खाजगी कंपनीत रूपांतर करण्याचा विचार करू लागतात. अशा रूपांतराची तरतूद कंपनी कायद्यात आहे.

रूपांतराची प्रक्रिया पुढीलप्रमाणे सांगता येईल :

(१) भागधारकांना रीतसर सूचना पाठवून कंपनीची विशेष सर्वसाधारण सभा बोलावली जाते.

(२) कंपनीच्या विशेष सर्वसाधारण सभेमध्ये पुढील ठराव मंजूर केले जातात.

(अ) विशिष्ट सार्वजनिक कंपनीचे खाजगी कंपनीत रूपांतर करण्यात यावे, याबद्दलचा विशेष ठराव.

(ब) कंपनीच्या जुन्या नियमावलीत बदल करून नवीन सुधारित नियमावली स्वीकारण्यात यावी या आशयाचा विशेष ठराव.

(३) कंपनीच्या सभेमध्ये मंजूर करण्यात आलेल्या विशेष ठरावांची एक प्रत सभा झाल्यापासून ३० दिवसांच्या आत नोंदणी अधिकाऱ्याकडे पाठविणे आवश्यक आहे.

(४) सार्वजनिक कंपनीचे खाजगी कंपनीत रूपांतर करणाऱ्या या प्रक्रियेला केंद्र सरकारची परवानगी घ्यावी लागते. कंपनीच्या सभेत विशेष ठराव संमत झाल्याच्या तारखेपासून ३ महिन्यांच्या आत केंद्र सरकारची परवानगी मिळविण्यासाठी आवश्यक तो अर्ज केंद्र सरकारकडे पाठवावा लागतो व त्यासोबत विशेष सभेच्या इतिवृत्ताची एक प्रत पाठवावी लागते.

(५) कंपनीच्या रूपांतराला केंद्र सरकारची परवानगी मिळाल्यानंतर एक महिन्याच्या आत सुधारित नियमावलीची एक प्रत नोंदणी अधिकाऱ्यांकडे पाठवावी लागते.

सार्वजनिक कंपनीचे खाजगी कंपनीत रूपांतर झाल्यानंतर ही कंपनी

(अ) आपल्या भागांच्या हस्तांतरणावर प्रतिबंध घालेल.

(ब) सभासद संख्या ५० पर्यंत मर्यादित करील.

(क) कंपनीचे भाग व कर्जरोखे सर्वसामान्य जनतेने खरेदी करावेत, असे आवाहन करण्याच्या अधिकारावर प्रतिबंध करील.

या कंपनीला आपल्या नावामध्ये बदल करून 'खाजगी मर्यादित' हा शब्द लावावा लागेल.

१.७ बेकायदेशीर/अवैध संघटन (illegal association)

कोणतीही व्यक्ती-संघटना (Body Corporate) भागीदारी संस्था, (बँकिंगच्या बाबतीत १० व्यक्तींपेक्षा अधिक, इतर व्यवस्थापनासाठी २० व्यक्तींपेक्षा अधिक) कंपनी, विशिष्ट उद्दिष्टांसाठी म्हणजे आर्थिक लाभ मिळविण्यासाठी एकत्र येतात व संस्था स्थापन करतात. परंतु, कंपनी कायद्यांतर्गत त्याची नोंदणी करीत नाहीत अशा संघटनेला 'अवैध/बेकायदेशीर संघटन' समजले जाते. याला पुढील अपवाद आहेत -

१) संयुक्त कुटुंब जे व्यवसाय करते त्याला बेकायदेशीर मानत नाहीत.

२) भाग-बाजार बेकायदेशीर संघटन नाही; कारण त्याची स्थापना आर्थिक लाभ मिळविण्यासाठी केली जात नाही.

दोष : बेकायदेशीर संघटनेचे दोष पुढीलप्रमाणे सांगता येतील.

१) अशी संघटना करार करू शकत नाही किंवा दुसऱ्या व्यक्तीवर/संस्थेवर दावा दाखल करू शकत नाही किंवा दुसऱ्या एखाद्या व्यक्तीला/संस्थेला त्यांच्या विरुद्ध दावा दाखल करता येत नाही.

२) कोणत्याही कर्जासाठी ती संघटना करार करू शकत नाही.

३) अशा संघटनेला कायदेशीर व्यक्तित्व नसते. परंतु, कोणत्याही क्षणी ती संघटना नोंदणी करून कायदेशीर व्यक्तिमत्त्व मिळवू शकते.

४) प्रत्येक सभासदाची जबाबदारी अमर्यादित समजली जाते.

५) कायद्यातील तरतुदींनुसार तिचे समापन होऊ शकत नाही.

६) प्रत्येक सभासदाला रु. १००००/- पर्यंत दंड होऊ शकतो.

७) सभासदांना आपल्या योगदानाबद्दल किंवा नफा विभागणीबाबत/व्यवहाराबाबत एकमेकाविरुद्ध काहीच दावे-प्रतिदावे करता येत नाहीत.

प्रश्नसंग्रह

अ) थोडक्यात उत्तरे लिहा. (२० शब्दांत)

१) 'कंपनी' म्हणजे काय?

२) 'मर्यादित जबाबदारी' ही संकल्पना स्पष्ट करा.

३) स्वतंत्र कायदेशीर व्यक्तित्व (Separate Legal Entity) ही संकल्पना स्पष्ट करा.

४) 'चिरंतन काळ टिकणारे अस्तित्व' (Perpetual Succession) म्हणजे काय?

५) बोधचिन्हाचा अर्थ सांगा.

६) खाजगी कंपनीची व्याख्या द्या.

७) सरकारी कंपनी म्हणजे काय?

८) सार्वजनिक कंपनीची व्याख्या द्या.

९) नोंदलेली कंपनी म्हणजे काय?

१०) सूत्रधारक कंपनी म्हणजे काय?

११) एक-व्यक्ती कंपनी ही संकल्पना स्पष्ट करा.

१२) मर्यादित जबाबदारीच्या तत्त्वाचा कंपनीला कसा फायदा होतो?

१३) विदेशी कंपनीची व्याख्या द्या.

१४) उत्पादक कंपनी म्हणजे काय?

१५) स्वतंत्र कायदेशीर व्यक्तित्व (Separate Legal Entity) ही संकल्पना स्पष्ट करा.

१६) 'चिरंतन काळ टिकणारे अस्तित्व' (Perpetual Succession) म्हणजे काय?

१७) बोधचिन्हाचा अर्थ सांगा.

ब) संक्षिप्त उत्तरे लिहा. (५० शब्दांत)

१) 'कंपनी' या शब्दाचा अर्थ स्पष्ट करणाऱ्या काही व्याख्या द्या.

२) 'स्वतंत्र कायदेशीर व्यक्तित्व' थोडक्यात स्पष्ट करा.

३) 'मर्यादित जबाबदारी' ही संकल्पना उदाहरण देऊन स्पष्ट करा.

४) 'कंपनी' या संघटनप्रकाराचा उगम का झाला?

५) कंपनीला कायदेशीर व्यक्तित्व केव्हा मिळते?

६) कंपनीचे प्रकार नमूद करा.

७) कंपनीच्या नोंदणीचे परिणाम काय होतात?

८) सरकारी कंपनीची वैशिष्ट्ये सांगा.

९) 'खाजगी कंपनी' ही संकल्पना स्पष्ट करा.

१०) विदेशीची कंपनीबाबत असणाऱ्या तरतुदी सांगा.

११) उत्पादक कंपनीची वैशिष्ट्ये सांगा.

१२) सूत्रधारक कंपनी होण्यासाठी काय मार्ग आहेत?

१३) सार्वजनिक कंपनीबाबत कंपनी कायद्यात कोणत्या तदतुदी आहेत?

१४) 'बेकायदेशीर संघटन' म्हणजे काय?

१५) विशेष कायद्यान्वये स्थापन झालेल्या कंपनीची माहिती सांगा.

क) थोडक्यात उत्तरे लिहा. (१५० शब्दांत)

१) कंपनी म्हणजे काय? कंपनीची महत्त्वाची चार वैशिष्ट्ये सांगा.

२) कंपनीचा अर्थ स्पष्ट करणाऱ्या विविध व्याख्या सांगून कंपनीची कोणतीही दोन वैशिष्ट्ये सांगा.

३) कंपनीवरील पडदा बाजूला सारणे (Lifting the Corporate Veil) म्हणजे काय? या संदर्भात न्यायालयीन निवाड्यानुसारची परिस्थिती सांगा.

४) कंपनीवरील पडदा बाजूला सारणे हे 'सालोमन विरुद्ध सालोमन आणि कं. मर्यादित' या कोर्ट केसमधील तत्त्वाला अपवाद आहे काय? स्पष्ट करा.

५) 'सालोमन विरुद्ध सालोमन आणि कं.मर्यादित' ह्या कोर्ट प्रकरणाची माहिती सांगा.

६) कंपनीचे नोंदणीनुसार प्रकार सांगा.

७) खाजगी कंपनी आणि सार्वजनिक कंपनी यातील फरक स्पष्ट करा.

८) खाजगी कंपनीला मिळणाऱ्या विशेष सवलती सांगा.

९) खाजगी कंपनीचे सार्वजनिक कंपनीत रूपांतर कसे केले जाते ते सांगा.

१०) सार्वजनिक कंपनीचे खाजगी कंपनीत रूपांतर कसे केले जाते ते सांगा.

११) 'खाजगी कंपनी'ची व्याख्या द्या. खाजगी कंपनीबाबत कंपनी कायद्यात असणाऱ्या तरतुदी सांगा.

१२) कंपनीचे इतर प्रकार सांगा.

१३) कंपनीचे जबाबदारीनुसार प्रकार सांगा.

१४) उत्पादक कंपनी म्हणजे काय? उत्पादक कंपनीची वैशिष्ट्ये सांगा.

१५) विदेशी कंपनी म्हणजे काय? विदेशी कंपनीबाबत कंपनी कायद्यात असणाऱ्या तरतुदी सांगा.

ड) सविस्तर उत्तरे लिहा. (३००/५०० शब्दांत)

१) कंपनी म्हणजे काय? कंपनीची वैशिष्ट्ये स्पष्ट करा.

२) कंपनीचा अर्थ करणाऱ्या व्याख्या स्पष्ट करा.

३) कंपनी संघटनप्रकाराचा उगम का झाला, ते सांगून कंपनी हा संघटनप्रकार लोकप्रिय होण्याची कारणे सांगा.

४) 'कंपनीवरील पडदा बाजूला सारणे' (Lifting the Corporate Vei) ही संकल्पना सविस्तर स्पष्ट करा.

५) कंपनीवरील पडदा बाजूला सारणे म्हणजे काय? या संदर्भात कायद्यातील परिस्थिती व न्यायालयीन परिस्थिती विशद करा.

६) 'कंपनी' या संज्ञेची व्याख्या द्या. कंपनी आणि भागीदारी संस्था यातील फरक स्पष्ट करा.

७) कंपनीचे विविध प्रकार स्पष्ट करा.

८) कंपनीचे नोंदणीनुसार असणारे प्रकार सांगा.

९) खाजगी कंपनी म्हणजे काय? खाजगी कंपनीबाबत कायद्यात असणाऱ्या तरतुदी सांगून खाजगी कंपनीला मिळणाऱ्या सवलती स्पष्ट करा.

१०) खाजगी कंपनीची व्याख्या देऊन खाजगी कंपनी व सार्वजनिक कंपनी यातील फरक स्पष्ट करा.

११) सार्वजनिक कंपनी म्हणजे काय? सार्वजनिक कंपनीबाबत कंपनी कायद्यात असणाऱ्या तरतुदी सांगून सार्वजनिक कंपनीचे खाजगी कंपनीत रूपांतर कसे केले जाते ते सांगा.

१२) खाजगी कंपनी म्हणजे काय? खाजगी कंपनीचे सार्वजनिक कंपनीत रूपांतर कसे करता येईल, याबाबतची कार्यपद्धती स्पष्ट करा.

१३) विदेशी कंपनी म्हणजे काय? विदेशी कंपनीबाबत असणाऱ्या तरतुदी सविस्तर सांगा.

१४) सरकारी कंपनी म्हणजे काय? सरकारी कंपनीबाबत कंपनी कायद्यात असणाऱ्या विशेष तरतुदी सांगा.

१५) 'उत्पादक कंपनी' म्हणजे काय? उत्पादक कंपनीची उद्दिष्टे सांगून ती कशी स्थापन करता येते व तिची नोंदणी करता येते ते स्पष्ट करा.

१६) खाजगी कंपनीची व्याख्या देऊन खाजगी कंपनीवर कंपनी कायद्याने कोणते निर्बंध घातले आहेत ते सांगा.

<table>
<tr><td>प्रकरण
२</td><td>कंपनीची स्थापना व निर्मिती
(Formation and Incorporation of a Company)</td></tr>
</table>

२.१ प्रस्तावना

२.२ प्रवर्तक

२.३ प्रवर्तकाची कर्तव्ये, जबाबदाऱ्या आणि मोबदला

२.४ कंपनीची नोंदणी

२.५ किमान भांडवल उभारणी अवस्था

२.६ व्यवसाय प्रारंभण अवस्था

२.७ कंपनी स्थापनेबाबत चिटणीसाची कार्ये/कर्तव्ये

२.१ प्रस्तावना

अनेक व्यक्ती एकत्र येऊन कंपनीची स्थापना करतात. कंपनीची स्थापना ही कायदेशीर आणि महत्त्वाची प्रक्रिया आहे. स्थापनेतील विविध अवस्था पार पाडल्यानंतर कंपनीची रीतसर स्थापना करता येते. यालाच 'कंपनीचे प्रवर्तन' असे म्हणतात. कंपनीची स्थापना करण्यासाठी ज्या व्यक्ती पुढाकार घेतात, त्यांना 'प्रवर्तक' (Promoters) असे म्हणतात. कलम २(६९)- कंपनीचे प्रवर्तक हे कंपनी स्थापन करण्यासाठी व्यवसायाची विशिष्ट योजना तयार करतात, आपल्या मित्रमंडळींना व हितचिंतकांना कंपनीचे भागभांडवल खरेदी करण्याचे आवाहन करतात आणि घटनापत्रक-नियमावली तयार करून शेवटी नोंदणी अधिकाऱ्याच्या कार्यालयात महत्त्वाची कागदपत्रे दाखल करतात. नोंदणी अधिकाऱ्याकडून नोंदणी दाखला किंवा प्रमाणपत्र मिळाल्यानंतर व्यवसाय सुरू करतात. खासगी कंपनीला नोंदणी दाखला मिळाल्यानंतर लगेच व्यवसाय सुरू करता येतो, तर सार्वजनिक कंपनीला मात्र आणखी एक दाखला प्राप्त करावा लागतो. त्याला 'व्यवसाय प्रारंभ दाखला' (Certificate of Commencement of Business) असे म्हणतात. हा दाखला मिळाल्यानंतर सार्वजनिक कंपनीला व्यवसाय सुरू करता येतो.

कंपनीच्या स्थापनेमधील विविध अवस्था पुढीलप्रमाणे सांगता येतील :

(१) प्रवर्तन अवस्था   (Promotion Stage)
(२) नोंदणी अवस्था   (Incorporation Stage)
(३) भांडवल उभारणी अवस्था   (Capital Subscription Stage)
(४) व्यवसाय प्रारंभ दाखला   (Certificate of Commencement Stage)

२.२ प्रवर्तन अवस्था (Promotion Stage)

प्रवर्तन ही अत्यंत महत्त्वाची संज्ञा आहे. कंपनीच्या स्थापनेतील ही पहिली अवस्था आहे. यामध्ये कंपनी स्थापन करण्यासाठी कराव्या लागणाऱ्या सर्व प्राथमिक बाबींचा समावेश होतो. ज्या व्यक्ती प्रवर्तनाचे काम हाती घेतात त्यांना प्रवर्तक असे म्हणतात. प्रवर्तक व्यक्ती, भागीदारी संस्था किंवा कंपनी असू शकते. 'प्रवर्तक' म्हणजे अशी व्यक्ती/संस्था होय की विशिष्ट उद्दिष्ट पूर्ण करण्यासाठी, ती कंपनी स्थापन करण्यासाठी आणि ती पूर्ण स्थापन होईपर्यंत ज्या ज्या गोष्टी पूर्ण कराव्या लागतात अशा गोष्टी पूर्ण करण्यासाठी प्रयत्न करतात. कंपनीचे प्रवर्तक व्यवसायाची व्याप्ती ठरवितात. आवश्यकता भासल्यास व्यावसायिकांशी चर्चा करतात. कायदेशीर तज्ज्ञांना ते आवश्यक ती दस्तऐवजे तयार करण्यास सांगतात आणि संचालकांच्या सेवा घेण्यास सांगतात. कंपनीची स्थापना करण्यासाठी आवश्यक बाबींची पूर्तता करणे व नोंदणी शुल्क भरण्याची ते तयारी करतात. कंपनीच्या स्थापनेची ते जाहिरात करतात, माहितीपत्रक प्रसिद्ध करतात आणि भांडवलाची तरतूद करतात. प्रवर्तकाच्या वतीने व्यावसायिक व्यक्ती म्हणून काम करणाऱ्या व्यक्ती उदा. कायदेशीर सल्लागार, अभियंता इत्यादी कायद्याच्या दृष्टीने प्रवर्तक समजल्या जात नाहीत. एखादी व्यक्ती प्रवर्तक आहे की नाही, हे प्रत्येक बाबतीत परिस्थितीप्रमाणे ती व्यक्ती व्यवसायाच्या प्रवर्तनामध्ये कशी कामगिरी करते यावर अवलंबून असते.

प्रवर्तक हा स्थापन होऊ घातलेल्या कंपनीचा एजंट समजला जाऊ शकत नाही; कारण स्थापनेपूर्वी कंपनीला एजंट नेमता येत नाही. तसेच याच कारणास्तव तो कंपनीचा विश्वस्तदेखील होऊ शकत नाही. ज्या वेळी कंपनी स्थापन करण्याची कल्पना त्याच्या मनात येते व तो ती कल्पना प्रत्यक्षात आणतो म्हणजे जेव्हा प्रत्यक्षात कंपनी स्थापन करतो, तेव्हा तो खऱ्या अर्थाने प्रवर्तक बनतो व त्याची भूमिका (स्थान) एखाद्या विश्वस्तासारखी होते; म्हणून त्याचे व्यवहार स्पष्ट, योग्य व पारदर्शी असले पाहिजेत.

प्रवर्तक हा कंपनीच्या खर्चाने प्रत्यक्ष अथवा अप्रत्यक्षरीत्या नफा मिळवू शकत नाही; जर त्याने तसा नफा मिळविला असेल तर कंपनी त्याला त्याचा हिशेब (जाब) विचारू शकते. तसेच प्रवर्तक स्वत:ची मालमत्ता नफा मिळविण्याच्या उद्देशाने कंपनीला विकू शकत नाही.

२.३ प्रवर्तकाची कर्तव्ये, जबाबदाऱ्या आणि मोबदला (Duties, Liabilities and Remuneration of Promoter)

२.३.१ प्रवर्तकाची कर्तव्ये (Duties)

प्रवर्तकाची कंपनी स्थापनेबाबत कर्तव्ये पुढीलप्रमाणे नमूद करता येतील :

१) विविध संधींचा शोध घेणे (Discovery of the Idea and Opportunities) : कंपनी स्थापन

करून त्यामार्फत व्यवसाय सुरू करण्याची कल्पना मनात येणे. ही प्रवर्तन अवस्थेची पहिली पायरी होय. कंपनीमार्फत व्यवसाय करून नफा मिळविण्याची कल्पना पुढीलपैकी कोणत्याही प्रकारची असू शकेल –

अ) नवीन शोधांचा, तज्ज्ञांचा उपयोग करून उत्पादन करणे.

ब) उत्पादनपद्धतीत बदल करणे.

क) नवीन पद्धतीने व्यापार करणे.

ड) संघटनरचनेत बदल करून नवीन व्यवसाय सुरू करणे.

थोडक्यात, नवीन तंत्राचा वापर करून नवीन वस्तू विकसित करणे, नवीन संधी हुडकून काढणे किंवा एखादा चालू व्यवसाय खरेदी करून तोच अधिक चांगल्या पद्धतीने कसा करता येईल ते पाहणे, अशा विविध कल्पना त्यांना सुचतात.

२) तपशीलवार माहिती गोळा करणे (Detailed Investigation) : नुसती कल्पना सुचून उपयोग नाही तर ती कल्पना प्रत्यक्षात अमलात आणता आली पाहिजे. अन्यथा, ती परीकल्पनाच ठरेल. म्हणून प्रत्येक सुचलेल्या कल्पनेचे परीक्षण, त्याची व्यवहार्यता व लाभदायकता या दोन कसोट्यांवर केले पाहिजे. त्यासाठी प्रवर्तकाने उत्पादनप्रक्रिया, विपणनप्रक्रिया, वित्तपुरवठा, कायदेशीर बाबींची पूर्तता इत्यादी क्षेत्रातील तज्ज्ञांकडून आवश्यक माहिती गोळा केली पाहिजे व त्यांच्या मार्गदर्शनानुसार कार्ये केली पाहिजेत.

३) साधनसामग्रीची जुळवाजुळव (Assembly of Resources) : तपशीलवार परीक्षणाच्या आधारे सुचलेली कल्पना व्यवहार्य व लाभदायक आहे, हे पटल्यानंतर प्रवर्तक कंपनी स्थापनेच्या दृष्टीने विविध घटकांची जुळवाजुळव करतो. यामध्ये संस्थापक सभासद मिळविणे, त्यांच्यापैकी काहींना संचालक म्हणून काम करण्यास तयार करणे, कंपनीसाठी जागा पाहणे व नाव शोधणे, आवश्यक मालमत्ता खरेदी करणेसाठी प्रारंभिक करार करणे, कंपनीसाठी बँकर्स व कायदेशीर सल्लागाराची नियुक्ती करणे इत्यादी कामे या अवस्थेत करावी लागतात.

४) अर्थपुरवठा (Finance) : कंपनीच्या नियोजित उभारणीसाठी किती भांडवल लागेल, हे तज्ज्ञांच्या मदतीने ठरविणे महत्त्वाचे असते. खेळते भांडवल तसेच स्थिर भांडवल किती लागेल ते पाहावे लागते. ते भांडवल कसे उभारावयाचे या संदर्भात योजना आखावी लागते. भागविक्रीपासून किती भांडवल उभारावे, कर्जरोखे विक्रीस काढावे की बँकेकडून कर्ज घेऊन काम भागवावे इत्यादी बाबी प्रत्येकाला ठरवाव्या लागतात.

५) दस्तऐवज तयार करणे (Preparation of Documents) : प्रवर्तन अवस्थेतील हा शेवटचा टप्पा आहे. कंपनीच्या नोंदणीसाठी आवश्यक असलेले महत्त्वाचे दस्तऐवज प्रवर्तकांना तयार करून घ्यावे लागतात. त्यासाठी त्यांना तज्ज्ञांचा सल्ला/मार्गदर्शन घ्यावे लागते. या दस्तऐवजात प्रामुख्याने घटनापत्रक, नियमावली माहितीपत्रक, प्रारंभिक करारांचे मसुदे, भाग विम्याचे करार इत्यादींचा समावेश होतो.

२.३.२ प्रवर्तकाच्या जबाबदाऱ्या (Responsibilities) : (कलम ३४ व ३५)

स्थापन होऊ घातलेल्या कंपनीशी प्रवर्तकांचा कायदेशीर संबंध कसा असेल, त्यांचे तृतीय पक्षासंबंधीचे उत्तरदायित्व (जबाबदारी) कसे राहील, हे प्रश्न महत्त्वाचे वाटतात. या संदर्भात पुढील नियम/जबाबदाऱ्या सांगता येतील.

१) कायद्यानुसार, आवश्यक ती माहिती व अहवाल माहितीपत्रकात नमूद केले पाहिजेत. या कलमातील कायदेशीर तरतुदींची पूर्तता न केल्यास/झाल्यास प्रवर्तक जबाबदार धरले जातील.

२) प्रसिद्ध केलेल्या माहितीपत्रकातील खोट्या माहितीबद्दल/विधानाबद्दल ते भागधारकांना तसेच कर्जरोखेधारकांना जबाबदार धरले जातील. तसेच अन्य व्यक्तींनी जर त्यातील माहितीवर विश्वास ठेवून भाग/कर्जरोखे खरेदी केले असतील तर ते त्यांनाही जबाबदार असतात. अशा व्यक्ती जर त्यांना काही नुकसान झाले तर ते प्रवर्तकाविरुद्ध नुकसानभरपाईचा दावा दाखल करू शकतात.

३) भांडवल उभे करण्यासाठी जर माहितीपत्रकात त्यांनी चुकीची अथवा फसवेगिरीची विधाने केली असतील, तर कायद्यामध्ये त्याबद्दल प्रवर्तकांना जबर दंड व शिक्षेची तरतूद करण्यात आली आहे.

४) कंपनीच्या संचालक अथवा अधिकाऱ्याप्रमाणे प्रवर्तकदेखील सार्वजनिकरीत्या तपासनीस (Public Examination) जबाबदार धरले जाऊ शकतात. विसर्जकांनी आपल्या अहवालात जर कंपनीच्या स्थापनेत पैशाचा दुरुपयोग झाला/गैरकृत्य घडले अशी शंका व्यक्त केली असल्यास त्याला त्याची उत्तरे घ्यावी लागतात. (कलम ४७८)

५) जर प्रवर्तकाने कंपनीच्या मालमत्तेचा गैरवापर केला असेल किंवा कंपनीची मालमत्ता ठेवून घेतली असेल किंवा कंपनीच्या संदर्भात विश्वासघातासारखे कृत्य केले असेल तर कंपनी कायद्याअंतर्गत प्रवर्तकाविरुद्ध कर्तव्यभंगाबद्दल व निष्काळजीपणाबद्दल कारवाई करू शकते.

६) प्रवर्तकाचे दिवाळे निघाल्यास कंपनी त्याच्या खासगी मालमत्तेवर हक्क सांगू शकते. तसेच त्याच्या मृत्यूनंतरही त्याची खासगी मालमत्ता उत्तरदायित्वातून मुक्त मानली जाणार नाही.

७) कंपनीच्या स्थापनेपूर्वी प्रवर्तकांनी काही वैयक्तिक स्वरूपाचा नफा मिळविला असल्यास तो कंपनीला परत करण्याची त्याची जबाबदारी आहे.

८) कंपनीसाठी त्यांनी जर काही खर्च केला असेल तर त्याचे योग्य हिशेब कंपनीला सादर करण्याची त्याची जबाबदारी असते.

९) कंपनीच्या वतीने प्रवर्तकांनी जे काही प्रारंभिक करार केलेले असतात त्याबद्दल ते वैयक्तिक जबाबदार धरले जातात. अशा करारांना कंपनीने मान्यता दिल्यानंतरच त्यांची जबाबदारी संपते, त्यापूर्वी नाही.

१०) प्रवर्तकांनी कंपनीची पूर्वसंमती न घेता कंपनीला नुकसान होईल असे कृत्य केल्यास ते कंपनीला नुकसानभरपाई देण्यास जबाबदार धरले जाऊ शकतात.

२.३.३ प्रवर्तकाचा मोबदला (Remuneration)

कंपनीची स्थापना करणे हे एक कामच (Job) आहे व त्याला प्रचंड प्रमाणात श्रम व कौशल्य पणास लावावे लागते. त्यामुळे प्रवर्तकांना त्यांच्या कामाचा मोबदला देणे हे उचितच आहे. परंतु, त्यासाठी त्याला कंपनीबरोबर करार करावा लागतो. कराराशिवाय मोबदला मिळविण्याचा त्याला हक्क उरत नाही. असा करार प्रवर्तकांना कंपनीची नोंदणी झाल्यावर करता येतो. त्यापूर्वी जरी नियमावलीत प्रवर्तकांना मोबदला देण्यासंबंधी तरतूद असली तरी केवळ त्या आधारे प्रवर्तक कायदेशीररीत्या कंपनीकडे मोबदला मागू शकत नाही. प्रवर्तकांना मोबदला खालीलपैकी कोणत्याही मार्गाने देता येतो –

१) **मालमत्ता विकून :** प्रवर्तक व्यवसाय अथवा मालमत्ता खरेदी करून ती कंपनीला जादा किमतीने विकून अथवा स्वतःचा व्यवसाय नफा घेऊन कंपनीला विकू शकतात. मात्र, अशा परिस्थितीत प्रवर्तकाने खरी माहिती कंपनीला कळविली पाहिजे.

२) **कमिशन घेऊन :** कंपनीसाठी खरेदी केलेल्या व्यवसायाची जी खरेदी किंमत Purchace Price असेल किंवा कंपनीने त्याच्याकडून जी मालमत्ता घेतली असेल त्यावर ठराविक दराने कमिशन प्रवर्तकाला दिले जाते.

३) **एकूण रक्कम देऊन :** काही वेळा मोबदला म्हणून प्रवर्तकाला ठराविक रक्कम (Lump-Sum) दिली जाते.

४) **भाग देऊन :** काही वेळा प्रवर्तकांना आपल्या सेवेचा/कामाचा मोबदला म्हणून कंपनीचे भाग दिले जातात. काही वेळेस त्यांना कंपनीचे न विकले गेलेले भाग सममूल्यावर (at par) ठराविक काळापर्यंत घेण्याचा पर्याय दिला जातो.

मोबदला कसा दिला जाईल, यासंबंधीचा खुलासा माहितीपत्रकात दिला जाऊ शकतो.

२.४ कंपनीची नोंदणी (Incorporation / Registration Stage) : (कलम ७)

ज्या वेळी काही व्यक्ती व्यवसायाची संधी साधून कंपनी स्थापन करण्याचे ठरवितात व त्याप्रमाणे कार्यवाही करतात तेव्हा कंपनी अस्तित्वात येते. अशा व्यक्तींना प्रवर्तक म्हणतात. कंपनी कायद्यानुसार, कोणत्याही ७ किंवा अधिक व्यक्ती एकत्र येऊन सार्वजनिक कंपनी आणि कोणत्याही २ किंवा अधिक व्यक्ती एकत्र येऊन खासगी कंपनी स्थापन करू शकतात. नोंदणीसाठी आवश्यक असलेल्या बाबींची पूर्तता करून आणि घटनापत्रकावर सह्या करून कायदेशीर व्यवसाय करण्यासाठी अशा व्यक्ती एकत्र येतात. यासाठी ज्या राज्यात कंपनी स्थापन करावयाची असेल त्या राज्याच्या नोंदणी अधिकाऱ्याकडे अर्ज सादर करावा लागतो. अर्जासोबत पुढील दस्तऐवज जोडावे लागतात –

१) घटनापत्रक.

२) नियमावली.

३) कंपनी ज्यांना व्यवस्थापकीय संचालक, पूर्ण वेळ संचालक किंवा व्यवस्थापक नेमू इच्छिते अशा व्यक्तींशी झालेला करार.

४) अधिकृत भाग भांडवलाचा तपशील.

५) संचालकांची यादी आणि त्यांची लेखी संमती.

६) संचालकांचे पात्रता भाग (Qualification Shares) खरेदी करण्याचे प्रतिज्ञापत्र.

७) कंपनीच्या नोंदणीकृत कार्यालयाचा पत्ता, नोंदणीच्या वेळी जर पत्ता देता आला नाही तर नोंदणी झाल्यापासून ३० दिवसांच्या आत तो दिला तरी चालतो.

८) नोंदणीसाठी आवश्यक असलेल्या सर्व कायदेशीर बाबी पूर्ण केल्याचे लेखी निवेदन. या निवेदनावर सर्वोच्च न्यायालयाच्या किंवा उच्च न्यायालयाच्या न्यायाधीशाची, मुखत्यारधारकाची अथवा उच्च न्यायालयासमोर बसलेल्या परंतु पात्र वकिलाची किंवा भारतात प्रॅक्टिस करीत असलेल्या चार्टर्ड अकाउंटंटची किंवा ज्यांची नावे नियमावलीत संचालक, व्यवस्थापक अथवा चिटणीस म्हणून दिलेली आहेत अशा व्यक्तींची सही असली तरी चालू शकेल.

खासगी कंपनीला वरील मुद्द्यांपैकी क्रमांक ५ व ६ प्रमाणे, संचालकांची यादी व त्यांची लेखी संमती तसेच संचालकांचे पात्रता भाग खरेदी करणार असल्याबद्दलचे लेखी निवेदन अर्जासोबत जोडण्याची गरज

नाही. जर नोंदणी अधिकारी वरील सर्व दस्तऐवजाबद्दल समाधानी असेल तर ते घटनापत्रक व नियमावलीची नोंदणी करून घेतात व कंपनीला नोंदणी प्रमाणपत्र आपल्या सही-शिक्क्यानिशी देतात.

नोंदणी प्रमाणपत्र (Certificate of Incorporation) : कंपनीच्या नियोजित नावाला मान्यता मिळाल्यानंतर प्रवर्तकांना कंपनी कायद्यानुसार, कंपनीची नोंदणी करून घेण्यासाठी संबंधित राज्याच्या नोंदणी अधिकाऱ्याकडे विविध दस्तऐवज व कागदपत्रे सादर करावी लागतात. त्याचा तपशील वरील परिच्छेदात आलेला आहेच. वरील सर्व दस्तऐवज व कागदपत्रे कायदेशीरदृष्ट्या बरोबर असल्याची नोंदणी अधिकाऱ्याची खात्री झाल्यावर व नोंदणी शुल्क मिळाल्यावर तो आपल्या सही-शिक्क्यानिशी तारीख टाकून नोंदणी प्रमाणपत्र तयार करतो व कंपनीला देतो. नोंदणी प्रमाणपत्र मिळाल्यावर कंपनीला कायदेशीर अस्तित्व प्राप्त होते व ती आपल्या सभासदांपासून वेगळी होते. कंपनीला नैसर्गिक व्यक्तींप्रमाणे सर्व व्यवहार/कार्ये करण्याचा अधिकार प्राप्त होतो. नोंदणी प्रमाणपत्र हे कंपनीने नोंदणीबाबतच्या सर्व अटींची पूर्तता केली आहे व कंपनी रीतसर अस्तित्वात आली आहे, याचा अंतिम पुरावा समजला जातो. एकदा का नोंदणी प्रमाणपत्र मिळाले व नंतर काही त्रुटी घटनापत्रक व नियमावलीत आढळून आल्या तरीसुद्धा कंपनीच्या कायदेशीर अस्तित्वावर त्याचा काही परिणाम होत नाही; परंतु जर कंपनी बेकायदेशीर उद्दिष्टांनी स्थापन झाली असेल, तर मात्र अशी बेकायदेशीर उद्दिष्टे/कृत्ये नोंदणी प्रमाणपत्र दिल्यामुळे कायदेशीर होऊ शकणार नाहीत.

कायद्यानुसार, नोंदणीनंतर घटनापत्रक व नियमावली दोन्ही कंपनी व सभासदांवर बंधनकारक बनतात व त्यातील सर्व अटी/तरतुदी त्यांना लागू होतात.

२.५ किमान भांडवल उभारणी अवस्था (Minimum Capital Subscription Stage)

खाजगी कंपनीला प्रवर्तन अवस्था व नोंदणी अवस्था पूर्ण केल्यावर लगेच व्यवसाय सुरू करता येतो. सार्वजनिक कंपनीला मात्र व्यवसाय सुरू करण्यासाठी आणखी दोन अवस्था पूर्ण कराव्या लागतात. त्या म्हणजे –

१) किमान भांडवल उभारणी अवस्था Minimum Capital Subscription Stage
२) व्यवसाय प्रारंभ दाखला मिळविण्याची अवस्था Certificate to Commence Business Stage

१. किमान भांडवल उभारणी अवस्था (Minimum Capital Subscription Stage) : ज्या वेळी सार्वजनिक कंपनी प्रथमच स्थापन होऊन जनतेला भाग खरेदीचे आवाहन करते, त्या वेळी त्या कंपनीला माहितीपत्रकात नमूद केलेली किमान भांडवलाची रक्कम गोळा केल्याशिवाय भागांचे वाटप करता येत नाही. माहितीपत्रकात नमूद केलेल्या या रकमेला 'किमान भांडवल उभारणीची रक्कम' (Minimum Subscription) म्हटले जाते. माहितीपत्रकाच्या मजकुरात (Contents) ही किमान भांडवलाची रक्कम नमूद करावी लागते. भागवाटपापूर्वी अमुक एक रक्कम उभारणे आवश्यक आहे, असे जर संचालक मंडळाला वाटत असेल तर ती रक्कम माहितीपत्रकात नमूद केली जाते. अशी किमान भांडवलाची रक्कम संचालक मंडळाच्या मते पुढील कारणांसाठी आवश्यक असते.

अ) मालमत्ता खरेदी करण्यासाठी किंवा खरेदी केलेल्या मालमत्तेची खरेदी किंमत देण्यासाठी.
ब) कंपनीने केलेला प्रारंभिक खर्च व भाग विमा दलालीची रक्कम देण्यासाठी.
क) कंपनीने पुढील कारणासाठी काढलेल्या कर्जाची परतफेड करण्यासाठी –
१) खेळते भांडवल.
२) इतर खर्च – त्याचे स्वरूप व खर्चाचे कारणासहित.

ग्रोव्हर या तज्ज्ञाच्या मते किमान भांडवल उभारणीचा उद्देश

जोपर्यंत कंपनी आवश्यक तितके भांडवल जनतेकडून उभे करू शकत नाही, तोपर्यंत कंपनीला न्यून भांडवली करापासून (Under-Capitalisation) वाचविणे हा असतो. तसेच सावकारांनादेखील सुरक्षितता वाटते. किमान भांडवलाची अट पूर्ण न करता केलेले भागांचे वाटप हे निरर्थक नसते. परंतु, निरर्थक (Voidable) असल्याप्रमाणे अर्जदार वाटप झालेले भाग दिलेल्या मुदतीत घेण्याचे नाकारू शकतो. किमान भांडवलाची रक्कम माहितीपत्रक प्रसिद्ध झाल्यापासून १२० दिवसांच्या आत गोळा झाली पाहिजे. अन्यथा, पुढील १० दिवसांत म्हणजेच माहितीपत्रक प्रसिद्ध झाल्यापासून १३० दिवसांच्या आत संबंधितांना रक्कम परत केली पाहिजे. कोणत्याही परिस्थितीत किमान भांडवल जमल्याशिवाय भागांचे वाटप करू नये. १३० दिवसांच्या आत रक्कम परत न केल्यास ती ६% व्याजासह परत करण्याची जबाबदारी संचालक मंडळावर येऊन पडते.

किमान भांडवलाची रक्कम ठरविताना संचालक मंडळाने कंपनी कायद्यातील भाग १ मधील परिशिष्ट दोनच्या पाचव्या परिच्छेदात दिलेले निकष व नियम लक्षात घेतले पाहिजेत. किमान भांडवलाची रक्कम कंपनीने विक्रीस काढलेल्या भागांच्या दर्शनी किंमतीच्या ५% पेक्षा कमी असू नये.

भांडवल उभारणीसाठी संचालक मंडळाला अनेक बाबींची पूर्तता करावी लागते. त्यासाठी संचालक मंडळाच्या वारंवार सभा होतात. भांडवल उभारणीसाठी कंपनीला पुढील गोष्टींची पूर्तता करावी लागते–

१) संचालक मंडळाची सभा बोलाविणे : नोंदणी प्रमाणपत्र मिळाल्यावर सार्वजनिक कंपनीला संचालक मंडळाची सभा बोलवावी लागते. या सभेत संचालक मंडळाच्या अध्यक्षाची नियुक्ती करणे, चिटणिसाची नेमणूक करणे, कंपनीसाठी बँकर्स, कायदेशीर सल्लागार नेमणे, हिशेबतपासनीस नियुक्त करणे, प्रारंभिक करारांना मान्यता देणे, भाग विमेकऱ्यांशी झालेल्या करारांना मान्यता देणे इत्यादी कामे केली जातात. याच सभेत माहितीपत्रकाच्या कच्च्या मसुद्यावर चर्चा केली जाऊन त्यास मान्यता दिली जाते.

२) माहितीपत्रक प्रसिद्ध करणे : माहितीपत्रकाचा मसुदा मान्य झाल्यावर संचालकांना त्यावर सह्या कराव्या लागतात. त्यानंतर ते प्रसिद्ध केले जाते. एक प्रत नोंदणी अधिकाऱ्याच्या कार्यालयात दाखल करावी लागते.

३) भागबाजारात भागांची नोंद करणे : आपल्या भागांना खुली बाजारपेठ उपलब्ध व्हावी म्हणून कंपनीला आपल्या भागांची नोंद भागबाजारात करावी लागते. त्यासाठी कंपनीला भागबाजार अधिकाऱ्याकडे भागाच्या नोंदणीसाठी अर्ज करावा लागतो. नोंदणी झाल्यानंतर त्याची माहिती माहितीपत्रकात द्यावी लागते.

४) जनतेकडून अर्ज स्वीकारणे : माहितीपत्रकाच्या शेवटी भाग–अर्ज जोडलेला असतो. माहितीपत्रकाद्वारे गुंतवणुकदारांना भाग खरेदीचे आवाहन केले जाते. ज्यांना ज्यांना कंपनीच्या भाग–भांडवलात गुंतवणूक करावीशी वाटते ते गुंतवणुकदार भाग–अर्ज मुदतीत भरून देतात. सोबत भाग–अर्ज रक्कम भरतात.

५) भागवाटप : भाग–अर्ज स्वीकारण्याची शेवटची तारीख संपल्यावर संचालक मंडळ भागवाटपाचे काम हाती घेते. माहितीपत्रकात नमूद केलेल्या किमान भांडवलाच्या रकमेइतके अर्ज कंपनीकडे आल्यास कंपनी चिटणिसाला पुढील कार्यवाही करण्याचे आदेश देते. किमान भांडवलाइतके अर्ज आले नसतील व भाग विमेकऱ्याशी करार केलेला असेल तर भाग विमेकरी उरलेले भाग विकत घेऊन किमान भांडवलाची रक्कम जमा करून देतात. भागवाटपासाठी आलेल्या सर्व अर्जांची तपासणी पूर्ण झाल्यावर संचालक मंडळाची सभा बोलाविली जाते व त्या सभेत भागवाटपाला संमती देण्यात येते. चिटणीसाला भाग वाटपपत्रे पाठविण्याचा

अधिकार दिला जातो. भागवाटपानंतर भागधारकांना भाग-वाटपपत्रे पाठविली जातात. अशा रीतीने किमान भांडवल/भांडवल उभारणीचे काम पूर्ण होते.

२.६ व्यवसाय प्रारंभण अवस्था (Commencement of Business Stage) : (कलम-११)

भागवाटपाचे काम पूर्ण झाल्यावर सार्वजनिक कंपनीला व्यवसाय प्रारंभण प्रमाणपत्र मिळविण्यासाठी प्रयत्न करावे लागतात. हे प्रमाणपत्र मिळविण्यासाठी कंपनी कायद्यामधील अटींचे पालन करावे लागते. या अटी खालीलप्रमाणे :

अ) माहितीपत्रकात जाहीर केल्याप्रमाणे 'किमान भांडवल' जमा झाले असले पाहिजे.

ब) सर्व संचालकांनी पात्रता भाग खरेदी केलेले असले पाहिजेत व त्यावरील रक्कम भरलेली असली पाहिजे.

क) भागबाजारात भागांच्या नोंदणीसाठी अर्ज न आल्याने किंवा भाग बाजाराकडून परवानगी न मिळाल्याने अर्जदारांना पैसे परत करण्याची वेळ आलेली नसावी.

ड) अटींचे पालन करण्यात आले आहे, असे प्रतिज्ञापत्र नमुना २० 'अ' प्रमाणे भरून दिले पाहिजे. तसे कायदेशीर निवेदन नोंदणी अधिकाऱ्याकडे दाखल केले पाहिजे.

वरीलप्रमाणे, निवेदन मिळाल्यानंतर नोंदणी अधिकारी सर्व बाबी तपासून बरोबर असल्याची खात्री करून घेतो व आपल्या सही-शिक्क्यानिशी व्यवसाय सुरू करण्याचा दाखला (प्रमाणपत्र) तयार करून कंपनीकडे पाठवून देतो. व्यवसाय प्रारंभण पत्र मिळाल्याच्या तारखेपासून संबंधित सार्वजनिक कंपनीला आपला व्यवसाय सुरू करता येतो. असे प्रमाणपत्र मिळालेले नसताना जर कंपनीने व्यवसाय सुरू केला असेल तर जबाबदार प्रत्येक अधिकारी प्रतिदिनी रु.५००/- दंडास पात्र ठरतात.

२.७ कंपनी स्थापनेबाबत चिटणिसाची कार्ये/कर्तव्ये

कंपनीची स्थापना करताना कंपनीच्या प्रवर्तनाच्या विविध अवस्था पार पाडताना कंपनी चिटणीस मोलाची कामगिरी पार पाडतो. कंपनी प्रवर्तकांना वेळोवेळी कायदेशीर सल्ला तर तो देतोच, याशिवाय कंपनीची स्थापना करताना ज्या कायदेशीर औपचारिकता पूर्ण कराव्या लागतात, कागदपत्रे/दस्तऐवज करावे लागतात, त्यातही कंपनी चिटणिसाला प्रवर्तकांना सर्व प्रकारची मदत करावी लागते. तेव्हाच कंपनीची स्थापना होते.

कंपनीची नोंदणी करताना कंपनी चिटणिसाला खालील कामे जबाबदारीने पार पाडावी लागतात.

१. कंपनी प्रवर्तकांच्या सभा वेळोवेळी आयोजित करणे.

२. या सभांचा गोषवारा तयार करून नंतर इतिवृत्त तयार करणे.

३. कंपनीच्या नावास नोंदणी अधिकाऱ्याकडून मान्यता घेणे.

४. कंपनी प्रवर्तकांना कंपनी स्थापनेसाठी कंपनीचे विमेदारांबरोबर, हिशेब तपासणिसा-बरोबर, बँकांशी, कायदेशीर सल्लागारांबरोबर करार करावा लागतो. यासाठी कंपनी चिटणिसाने त्यांना मदत करणे आवश्यक आहे.

५. कंपनीचे घटनापत्रक आणि नियमावली यांचा कच्चा मसुदा तयार करणे व शेवटी कायदेशीर सल्लागारांची मान्यता घेऊन वरील कागदपत्रे तयार करून घेणे व प्रवर्तकांच्या सभेत मंजूर करून घेणे.

६. कंपनी नोंदणी अधिकाऱ्याच्या कार्यालयात अर्जासोबत घटनापत्रक व नियमावली यांच्या प्रती सादर करणे.

७. नोंदणी कार्यालयाकडून नोंदणी दाखला (प्रमाणपत्र) मिळविणे.

खासगी कंपनीला व्यवसाय दोन्ही अवस्था पूर्ण केल्यानंतर लगेच सुरू करता येतो. परंतु, सार्वजनिक कंपनीला मात्र किमान भांडवल उभारणी व व्यवसाय-प्रमाणपत्र मिळवावे लागते. त्यासाठी कंपनी चिटणिसाला खालील कार्ये पार पाडावी लागतात :

१. कंपनीच्या नियामक सभेचे आयोजन करणे व काही महत्त्वाचे निर्णय घेण्यासाठी ठराव संमत करून घेणे. उदा. नोंदणीपूर्व करारांना मान्यता मिळविणे, कंपनी चिटणिसाची नेमणूक कायम करणे, भाग-भांडवल जमा करण्यासाठी अधिकृत बँकेची नेमणूक करणे, हिशेब तपासनिसाची नेमणूक करणे इत्यादी.

२. कंपनीच्या नावाचा बोर्ड तयार करून घेणे व मुख्य कार्यालयाबाहेर लावणे.

३. शेअर-बाजाराच्या व्यवस्थापनाशी करार करून कंपनीच्या भागाचा समावेश होण्यासाठी अर्ज पाठविणे.

४. माहितीपत्रक तयार करून घेणे, त्यातील आवश्यक ती माहिती काळजीपूर्वक पाहणे, सर्व कायदेशीर तरतुदींचे पालन होत असल्याची खात्री करून घेणे, माहितीपत्रक छापून घेऊन त्यावर सह्या व दिनांक असलेली प्रत नोंदणी अधिकाऱ्याकडे सादर करणे.

५. भाग-भांडवल उभारणीसंबंधी वर्तमानपत्रांत जाहिरात देऊन इच्छुक गुंतवणुकदारांना आवाहन करणे. कोणत्या प्रकारचे भाग, किती भाग, दर्शनी किंमत व शेवटची तारीख इत्यादीसंबंधी स्पष्ट माहिती वर्तमानपत्रातून देणे.

६. किमान अभिदानाच्या रकमेचे भागभांडवल जमा झाल्यावर संचालक मंडळाची सभा आयोजित करून त्यासंबंधी ठराव मंजूर करून घेणे.

७. भागवाटपाचा ठराव संमत करून भागवाटप पत्रे संबंधित अर्जदारांना पाठवून देणे.

८. ज्यांना भागवाटप करता आले नाही त्या अर्जदारांना खेदपत्र व त्यासोबत त्यांनी भरलेली रक्कम परत करणे.

९. संचालकांकरिता जेवढे पात्रता भाग माहितीपत्रकात नमूद केले आहेत, तेवढे भाग संचालकाने खरेदी केले पाहिजेत. ही रक्कम कंपनीत भरल्याची खात्री करून घेणे.

१०. भागधारकांना भाग-प्रमाणपत्रे देण्याची व्यवस्था करणे व सभासद नोंदवही तयार करणे.

११. भांडवल उभारणीसंबंधी वरील औपचारिकता पूर्ण झाल्यानंतर व्यवसाय प्रारंभ करण्यासाठी नोंदणी अधिकाऱ्याच्या कार्यालयात अर्ज सादर करणे. या अर्जासोबत ठराविक आशयाचे 'प्रतिज्ञापत्र' (Declaration) जोडणे. या प्रतिज्ञापत्रात कंपनीने व्यवसाय-प्रारंभ प्रमाणपत्र मिळण्यासाठी सर्व कायदेशीर प्रक्रिया पूर्ण केल्या आहेत, असे नमूद करावे लागते. कंपनी चिटणिसाला ही महत्त्वाची कागदपत्रे नोंदणी अधिकाऱ्याला सादर करावी लागतात.

१२. लवकरात लवकर व्यवसाय-प्रारंभ प्रमाणपत्र नोंदणी अधिकाऱ्यांकडून मिळवणे.

प्रश्नसंग्रह

अ) थोडक्यात उत्तरे लिहा. (२० शब्दांत)

१) 'प्रवर्तक' ही संकल्पना स्पष्ट करा.
२) 'किमान भांडवल' म्हणजे काय?
३) कंपनीच्या नोंदणीच्या अवस्थेची नावे सांगा.
४) खाजगी कंपनीला स्थापनेच्या किती अवस्था पूर्ण कराव्या लागतात ते सांगा.
५) सार्वजनिक कंपनीला व्यवसाय केव्हा सुरू करता येतो?

ब) संक्षिप्त उत्तरे लिहा. (५० शब्दांत)

१) प्रवर्तकाची कार्ये सांगा.
२) प्रवर्तकाच्या जबाबदाऱ्या स्पष्ट करा.
३) प्रवर्तक विविध संधीचा शोध कोणकोणत्या स्वरूपात घेऊ शकतो?
४) प्रवर्तकांना नोंदणीसाठी कशाकशांची जुळणी करावी लागते?
५) प्रवर्तकाचा मोबदला कसा दिला जाऊ शकतो?
६) नोंदणी प्रमाणपत्राविषयी माहिती द्या.
७) किमान भांडवलाची रक्कम ठरविताना कोणकोणत्या बाबींचा विचार करतात?
८) नोंदणीसाठी अर्जासोबत कोणकोणते दस्तऐवज जोडावे लागतात?
९) व्यवसाय प्रारंभण पत्र मिळविण्यासाठी कोणत्या अटींची पूर्तता करावी लागते?
१०) कंपनी स्थापनेबाबत चिटणिसाला कोणकोणती कार्ये करावी लागतात?

क) थोडक्यात उत्तरे लिहा. (१५० शब्दांत)

१) प्रवर्तक कोणास म्हणावे? प्रवर्तकाची कार्ये सांगा.
२) प्रवर्तन म्हणजे काय? प्रवर्तकाच्या जबाबदाऱ्या सांगा.
३) प्रवर्तक म्हणजे काय? प्रवर्तकाची कार्ये स्पष्ट करून त्यांना मोबदला कसा दिला ते सांगा?
४) प्रवर्तकाला नोंदणीसाठी आवश्यक कोणकोणती दस्तऐवजे तयार करावी लागतात ते सांगा.
५) नोंदणी प्रमाणपत्र देण्यापूर्वी नोंदणी अधिकारी कशाकशांची पूर्तता झाली ते पाहतो?
६) भांडवल उभारणी कशी केली जाते?
७) व्यवसाय प्रारंभ पत्राचे महत्त्व सांगा. व्यवसाय प्रारंभपत्र मिळणे हे कशाचे द्योतक आहे?
८) कंपनी नोंदणीबाबत चिटणिसाची कामे सांगा.
९) किमान भांडवल कसे ठरविले जाते? त्याची आवश्यकता काय?
१०) कंपनी स्थापनेच्या प्रवर्तन व नोंदणी अवस्था स्पष्ट करा.

ड) सविस्तर उत्तरे लिहा (३००/५०० शब्दांत)

१) कंपनीची स्थापना कशी केली जाते ते सविस्तर लिहा.
२) कंपनीची प्रवर्तन अवस्था व नोंदणी अवस्था सविस्तर स्पष्ट करा.

३) सार्वजनिक कंपनीला जादा पूर्ण कराव्या लागणाऱ्या अवस्था कोणत्या त्या स्पष्ट करा.

४) 'प्रवर्तक' ही संकल्पना स्पष्ट करा. प्रवर्तकाची कार्ये, जबाबदाऱ्या स्पष्ट करा.

५) प्रवर्तन अवस्थेतील विविध अवस्था (टप्पे) सांगत या संदर्भात चिटणिसाची कार्ये सांगा.

६) नोंदणीची कार्यपद्धत स्पष्ट करा. या संदर्भात चिटणिसाची कामे सांगा.

७) खासगी कंपनीला व्यवसाय सुरू करण्यासाठी किती अवस्था पार पाडाव्या लागतात ते सविस्तर सांगा.

८) सार्वजनिक कंपनीला व्यवसाय सुरू करण्यासाठी कोणकोणत्या अवस्था पूर्ण कराव्या लागतात ते स्पष्ट करा.

९) कंपनीची नोंदणी म्हणजे काय? नोंदणीचे महत्त्व सांगून त्या संदर्भात चिटणिसाची कार्ये सांगा.

१०) कंपनीचा प्रवर्तक म्हणून तुम्हाला प्रवर्तन अवस्थेपासून व्यवसाय प्रारंभण अवस्थेपर्यंत कोणकोणत्या गोष्टी कराव्या लागतील?

प्रकरण ३ — कंपनीच्या नोंदणीसंबंधीचे दस्तऐवज व भांडवल उभारणी
(Documents Relating to Registration and Raising of Capital)

३.१ घटनापत्रक

- ३.१.१ प्रस्तावना
- ३.१.२ घटनापत्रकाचा अर्थ व महत्त्व
- ३.१.३ घटनापत्रकातील विविध कलमे (मजकूर)
- ३.१.४ घटनापत्रकात करावयाचा बदल

३.२ नियमावली

- ३.२.१ नियमावलीची व्याख्या व महत्त्व
- ३.२.२ नियमावलीतील मजकूर
- ३.२.३ नियमावलीत बदल/दुरुस्ती
- ३.२.४ टेबल 'ए'
- ३.२.५ घटनापत्रक व नियमावलीतील फरक
- ३.२.६ विविध सिद्धान्त

३.३ माहितीपत्रक

- ३.३.१ प्रस्तावना
- ३.३.२ माहितीपत्रकाची व्याख्या व महत्त्व
- ३.३.३ माहितीपत्रकातील मजकूर
- ३.३.४ माहितीपत्रकाच्या संदर्भात कायदेशीर बाबी
- ३.३.५ माहितीपत्रकाचे स्वरूप-कच्चा मसुदा, गृहीत मानले जाणारे माहितीपत्रक, माहितीपत्रकाऐवजीचे निवेदन
- ३.३.६ माहितीपत्रकातील असत्य विधान/कथन
- ३.३.७ माहितीपत्रकातील चुकीच्या विधानाची जबाबदारी
- ३.३.८ माहितीपत्रक प्रसिद्धीच्या संदर्भात सेबीची मार्गदर्शक तत्त्वे

३.१ घटनापत्रक (Memorandum of Association)

३.१.१ प्रस्तावना (Introduction)

कंपनीच्या स्थापनेच्या संदर्भात घटनापत्रक हा एक महत्त्वाचा दस्तऐवज आहे. घटनापत्रक म्हणजे कंपनीची घटनाच (Constitution) होय. घटनापत्रकात कंपनीच्या स्थापनेतील विविध मूलभूत बाबी दिलेल्या असतात. घटनापत्रकात नमूद केलेलीच उद्दिष्टे पूर्ण करण्यासाठी कंपनी व्यवसाय/कार्ये करू शकते. यालाच 'घटनापत्रकाची चौकट' (Framework) म्हणतात. या चौकटीच्या बाहेर जाऊन कंपनीला कोणतेही कार्य करता येत नाही. केल्यास ते अधिकार बाह्य कार्य समजले जाते आणि व्यवसायाच्या दृष्टीने ते निरर्थक (Void) समजले जाते. घटनापत्रकामुळे कंपनीच्या कार्याची व्याप्ती समजते. शिवाय कंपनीचे बाह्य जगाशी संबंध कसे असतील, हेदेखील घटनापत्रकावरून कळू शकते. न्या. कार्नस यांनी घटनापत्रकाचे वर्णन पुढीलप्रमाणे केले आहे.

"The Memorandum of Association of a Company is its charter and defines the powers and limitations of the Company".

वरील विधानावरून त्यांनी कंपनीस सनदेचा दर्जा दिला आहे असे दिसून येते. थोडक्यात, ज्या मूलभूत अटींच्या आधारे कंपनीची निर्मिती (स्थापना) करण्यास परवानगी दिलेली असते त्या सर्व अटींचा समावेश कंपनीच्या घटनापत्रकात असतो.

कंपनी कायदा २०१३ कलम २(५६) नुसार ''कंपनी कायद्यानुसार कंपनीने मूळ स्वरूपात तयार केलेले किंवा कायद्याच्या पूर्ततेसाठी आवश्यकतेनुसार वेळोवेळी बदललेले किंवा दुरुस्त केलेले दस्तऐवज म्हणजे घटनापत्रक होय.''

३.१.२ घटनापत्रकाचा अर्थ व महत्त्व (Meaning and Importance of Memorandum of Association)

अ) घटनापत्रक अर्थ

घटनापत्रक हा अतिशय महत्त्वाचा व मूलभूत असा दस्तऐवज होय. प्रवर्तक घटनापत्रक तयार करतात व त्यात कंपनी स्थापन करण्याची उद्दिष्टे व इतर आवश्यक माहिती देतात. त्यावरून जनतेला कंपनीची आवश्यक माहिती मिळू शकते. कंपनी कायद्याच्या कलम २ (५६) मध्ये घटनापत्रकाची व्याख्या पुढीलप्रमाणे दिली आहे. 'कंपनीने मूलत: तयार केलेली किंवा वेळोवेळी या कायद्यानुसार किंवा पूर्वीच्या कायद्यानुसार बदल केलेला दस्तऐवज होय.'

("Memorandum means the memorandum of association of a company as originally framed or as altered from time to time in pursuance of any previous company law or the existing Act.")

वरील व्याख्येवरून घटनापत्रकाचा अर्थ स्पष्ट होत नाही. घटनापत्रकाचे स्वरूप लक्षात येण्याच्या दृष्टीने घटनापत्रकाची पुढील व्याख्या अधिक सोईची वाटते-

'घटनापत्रक म्हणजे सध्याच्या कंपनी कायदा अथवा त्यापूर्वीच्या कंपनी कायद्याखाली मूलत: तयार केलेला अथवा त्यानंतर वेळोवेळी दुरुस्त केलेला कंपनीचा अशा प्रकारचा दस्तऐवज आहे की, ज्यात कंपनी स्थापनेच्या मूलभूत अटी, कंपनीचे अधिकार व मर्यादा, कंपनीचे कार्यक्षेत्र आणि त्यांच्या कक्षा, कंपनीच्या स्थापनेचे उद्देश, कंपनी आणि बाहेरील जग यांचे संबंध इत्यादी बाबीसंबंधी स्पष्ट खुलासा केलेला असतो.'

ब) घटनापत्रकाचे महत्त्व

१) सनद : घटनापत्रक कंपनीची सनद आहे. या सनदेमुळेच कंपनीला अस्तित्व प्राप्त होते. कोणत्याही कंपनीला स्थापनेपूर्वी घटनापत्रक तयार करून ते नोंदवावे लागते. त्याशिवाय कंपनीची नोंदणीच होऊ शकत नाही. म्हणून घटनापत्रकास कंपनी अस्तित्वात आणून देणारी सनद असे म्हणतात.

घटनापत्रक हा कंपनीचा मूलभूत दस्तऐवज असल्याने पाहिजे त्या वेळी आणि वाटेल तसा बदल त्यात करता येत नाही. म्हणून घटनापत्रकाला 'न बदलविता येणारी सनद' (Unalterable Charter) असेही म्हणतात. या सनदेमध्ये करावयाच्या बदलाच्या संदर्भात कंपनी कायद्याने कठोर नियम केले आहेत.

२) मूलभूत पाया : संपूर्ण कंपनीची इमारत (उभारणी) घटनापत्रकावर अवलंबून असते म्हणून घटनापत्रकाला कंपनीचा 'मूलभूत पाया' मानण्यात येते. घटनापत्रकात विविध कलमे असतात. त्यावरून कंपनीने कोणता व्यवसाय करावा, भांडवल किती उभारावे, व्यवसाय कोठे करावा इत्यादी मूलभूत स्वरूपाची माहिती आपणास कळू शकते.

३) ध्येय : घटनापत्रक कंपनीचे ध्येय व जीवन ठरवित असते. घटनापत्रकात कंपनीच्या स्थापनेचे उद्देश दिलेले असतात. त्यावरून कंपनी काम करते का करत नाही हे समजून येते. घटनापत्रकात कंपनीच्या दिलेल्या उद्देशाव्यतिरिक्त इतर कोणताही व्यवसाय कंपनीला करता येत नाही. केल्यास तो अधिकार बाह्य ठरतो म्हणून निरर्थक ठरतो. कंपनीला आपली उद्दिष्टे पूर्ण करता आली नाहीत तर व्यवसाय बंद करण्याशिवाय कंपनीजवळ काही पर्यायच उरत नाही.

४) बाह्य जगाशी संबंध : कंपनीशी व्यवहार करणाऱ्या पक्षांना आपले व्यवहार कंपनीच्या अधिकारातील आहे की नाही, हे कळणे आवश्यक असते. घटनापत्रकाच्या उद्देश कलमावरून त्यांना ती माहिती समजू शकते. म्हणजेच, घटनापत्रकाला कंपनी आणि बाह्य जग यांच्यातील संबंधावर प्रकाश टाकणारे आणि या संबंधाचे नियमन व नियंत्रण करणारे पत्रक समजले जाते. घटनापत्रकात मूलभूत अटी सावकार, भागधारक आणि प्रत्यक्ष व्यक्ती या सर्वांच्या हितरक्षणासाठी टाकलेल्या असतात.

५) कंपनीचा अधिकार आणि कार्यक्षेत्र : कंपनीच्या घटनापत्रकात कंपनीचे अधिकार आणि कार्यक्षेत्र यांचा स्पष्ट उल्लेख असतो. घटनापत्रकावरून कंपनीच्या कार्यक्षेत्राची व्याप्ती व मर्यादा लक्षात येतात. घटनापत्रकाच्या मर्यादेबाहेर कंपनीने अथवा कंपनीशी केलेला कोणताही व्यवहार/करार कंपनीवर बंधनकारक असू शकत नाही. त्यामुळे त्रयस्थ व्यक्ती व संस्थांना कंपनीबरोबर व्यवहार करताना घटनापत्रकाच्या उद्देशकलमाचे बारकाईने निरीक्षण करावे लागते व आपण करत असलेला व्यवहार कंपनीच्या अधिकारक्षेत्रात आहे, नाही याची खात्री करून घ्यावी लागते. त्या दृष्टीने घटनापत्रकाचे महत्त्व खूपच आहे.

६) गुंतवणुकदाराच्या दृष्टीने महत्त्व : ज्या गुंतवणुकदारांना कंपनीत पैसा गुंतवावयाचा आहे त्यांच्या दृष्टीने घटनापत्रकाचे अतिशय महत्त्व आहे, कारण कंपनी पैशाचा उपयोग कोणत्या कारणासाठी करणार आहे, ते त्यांना घटनापत्रकावरून कळते. गुंतवणुकीत जोखीम किती आहे हे कळते. म्हणून घटनापत्रकाचे महत्त्व आहे.

७) सार्वजनिक दस्तऐवज : घटनापत्रक सार्वजनिक दस्तऐवज आहे. कंपनीच्या नोंदणी-अधिकाऱ्याच्या कार्यालयात योग्य ती फी देऊन कोणालाही पाहता येतो/तपासता येतो. त्यामुळे व्यवहार करणाऱ्याला घटनापत्रकातील मजकुराची माहिती आहे असे कायदा गृहीत धरतो.

क) घटनापत्रकाचे स्वरूप (Form of Memorandum)

घटनापत्रकाच्या स्वरूपासंबंधी कंपनी कायद्याच्या तरतुदी खालीलप्रमाणे आहेत –

१) घटनापत्रक छापलेले असावे.

२) घटनापत्रक विविध परिच्छेदांत विभागलेले असावे आणि प्रत्येक परिच्छेदाला अनुक्रमांक दिलेला असावा.

३) घटनापत्रकावर खासगी कंपनीच्या बाबतीत किमान दोन व्यक्तींनी तर सार्वजनिक कंपनीच्या बाबतीत किमान सात व्यक्तींनी सह्या केलेल्या असाव्यात.

४) घटनापत्रक कंपनीच्या प्रकारानुसार पुढील नमुन्याप्रमाणे तयार केले पाहिजे. कायद्याच्या कलम १४ तील कोष्टक १ मध्ये कंपनीच्या प्रकारानुसार नमुने दिले आहेत. ते पुढीलप्रमाणे-

   अ) भागांनी मर्यादित कंपनीसाठी – कोष्टक 'ब' (Table 'B')

   ब) हमीने मर्यादित परंतु भांडवल नसणाऱ्या कंपनीसाठी-कोष्टक 'क' (Table 'C')

५) हमीने मर्यादित परंतु भांडवल असलेल्या कंपनीसाठी – कोष्टक 'ड' (Table 'D')

६) अमर्यादित कंपनीसाठी – कोष्टक 'इ' (Table 'E')

ड) घटनापत्रकाचे उद्देश

लॉर्ड मॅक्मिलन यांनी भागधारक, सावकार आणि त्रयस्थ व्यक्ती यांना कंपनीच्या कार्यक्षेत्राची माहिती करून देणे हा घटनापत्रकाचा प्रमुख हेतू आहे, असे म्हटले आहे. घटनापत्रकाचे उद्देश खालीलप्रमाणे सांगता येतील –

१) कंपनीच्या कायदेशीर व्यक्तिमत्त्वाची माहिती करून देणे. उदा. कंपनीचे नाव, राष्ट्रीयत्व, उद्दिष्टे, अधिकारी इत्यादी.

२) कंपनी आणि बाह्य जग यांचे संबंध स्पष्ट करणे.

३) कंपनीचे अधिकार क्षेत्र (कक्ष) निश्चित करणे.

४) कंपनीचे भाग भांडवल नमूद करणे.

५) कंपनीच्या सभासदांची जबाबदारी स्पष्ट करणे.

३.१.३ घटनापत्रकातील मजकूर (विविध कलमे) (Contents / Clauses in Memorandum of Association)

कंपनी कायद्यातील कलम ४ नुसार कंपनीच्या घटनापत्रकात कोणती माहिती दिली पाहिजे ते स्पष्ट केले आहे. जर ही माहिती नसेल तर घटनापत्रक कायदेशीर ठरत नाही आणि त्याची नोंदणीही होऊ शकत नाही. प्रत्येक कंपनीने आपले घटनापत्रक तयार करताना पुढील माहिती तपशीलवार दिली पाहिजे –

१) कंपनीचे नावविधान (Name Clause)

२) नोंदविलेले कार्यालय/स्थळ विधान (Domicile Clause)

३) उद्देश विधान (Objects Clause)

४) जबाबदारी/देयता विधान (Liability Clause)

५) भांडवल विधान (Capital Clause)

६) संघटन विभाग (Subscription / Association Clause)

या मुद्द्यांची माहिती खालीलप्रमाणे स्पष्ट करता येईल :

१. नाम विधान किंवा कंपनीचे नाव (Name Clause) : या विधानात/कलमात कंपनीचे नाव नमूद केले जाते. याच नावाने पुढे नोंदणी केली जाते. कंपनीचे प्रवर्तक त्यांच्या इच्छेप्रमाणे कंपनीच्या नावाची निवड करू शकतात. तथापि, खालील अटी विचारात घ्याव्या लागतात.

(अ) कंपनीच्या नावाच्या शेवटी 'मर्यादित' शब्द लिहिणे आवश्यक आहे. जर कंपनी खाजगी असेल तर 'खाजगी मर्यादित' किंवा सार्वजनिक असेल तर फक्त 'मर्यादित' शब्द लिहिणे बंधनकारक आहे.

(ब) मात्र, ज्या कंपन्या कंपनी कायदा प्रमाणे नोंदविल्या जातात त्यांच्या नावाच्या शेवटी 'मर्यादित' शब्द लिहिण्याची आवश्यकता नाही. वाणिज्य-व्यापार-क्रीडा-विज्ञानाच्या विकासासाठी काही कंपन्या स्थापन होतात. त्यांचा नफा मिळविणे असा हेतू नसतो. त्यांच्या नावाच्या शेवटी 'मर्यादित' शब्दाची आवश्यकता नसते.

(क) कंपनी कायद्याप्रमाणे, कंपनी कोणतेही नाव धारण करण्यास स्वतंत्र असली तरी सरकारच्या दृष्टीने ते अनुचित अथवा अयोग्य असू नये. कंपनी कायदा विभागाने ३० जुलै १९५७ रोजी यासंबंधी परिपत्रक काढून पुढील माहिती दिली आहे.

(१) अस्तित्वात असणाऱ्या कंपनीचे नाव किंवा त्या नावाशी साम्य असणारे नाव कंपनीला धारण करता येणार नाही.

(२) ज्या शब्दांनी कंपनी केंद्र सरकार किंवा राज्य सरकार किंवा जिल्हा परिषदेसारख्या संस्थांशी जवळीक दाखवील असे नाव कंपनीला स्वीकारता येणार नाही.

(३) भारतीय राष्ट्रध्वज, युनो, जागतिक संघटना इत्यादींशी साम्य असलेली नावे किंवा चिन्हे यांचा वापर करता येणार नाही.

(४) कंपनीच्या नावात राष्ट्रपुरुषांच्या नावांचा उल्लेख असता कामा नये.

(५) कंपनीच्या नावात सहकारी (Co-operation) हा शब्द नसावा.

(६) नोंदणी अधिकाऱ्याकडून कंपनीच्या नावाची नोंदणी झाल्यानंतर त्या कंपनीचे नाव, नोंदणी कार्यालयाचा पत्ता, इंग्रजी व प्रादेशिक भाषेत (कलम ४७) कंपनीच्या बाहेर ठळक अक्षरांत बोर्ड तयार करून लावावा व त्याचप्रमाणे कंपनीच्या सर्व दस्तऐवजांवरही वरील माहिती नमूद करावी.

२. नोंदविलेले कार्यालय किंवा स्थल विधान (Domicile or Registered Clause) : या विधानात/कलमात कंपनीच्या नोंदविलेल्या मुख्य कार्यालयाचा पत्ता स्पष्टपणे नमूद करावा लागतो. ज्या ठिकाणी कंपनीचे प्रवर्तक मुख्य कार्यालय करू इच्छितात त्या गावाचे नाव, संपूर्ण पत्ता, राज्याचे नाव इत्यादींचा समावेश या विधानात होतो. त्यामुळे कंपनीच्या नोंदणीचे ठिकाण निश्चित होते. कंपनीचे सर्व महत्त्वाचे राष्ट्रीयत्व निश्चित होते व महत्त्वाचे म्हणजे कंपनीचा सर्व पत्रव्यवहार नोंदणी कार्यालयामार्फतच सुरू होतो. कंपनीचे सर्व महत्त्वाचे दस्तऐवज, कागदपत्रे, कराराच्या प्रती व कंपनी कायद्याप्रमाणे जी कागदपत्रे किंवा रजिस्टर्स आवश्यक असतात, ही सर्व कागदपत्रे मुख्य कार्यालयात ठेवली जातात. कंपनीचे मुख्य कार्यालय किंवा नोंदणीचे कार्यालय व जेथे प्रत्यक्ष व्यवसाय चालतो ते ठिकाण हे काही वेळा वेगवेगळे असतात. तथापि, पत्रव्यवहाराच्या दृष्टीने कंपनी कायद्यानुसार नोंदणी कार्यालय महत्त्वाचे मानले जाते.

३. उद्देश किंवा उद्दिष्टे विधान (Objects Clause) : घटनापत्रकातील हे महत्त्वाचे विधान / कलम मानले जाते. यामध्ये कंपनीचे प्रवर्तक कंपनीची स्थापना करण्यामागे आपला उद्देश स्पष्ट शब्दांत नमूद करतात. भागधारकांनी कंपनीची उद्दिष्टे पाहून भाग-भांडवलात गुंतवणूक केलेली असते. त्यामुळे एकदा उद्दिष्टे स्पष्ट केल्यानंतर ती उद्दिष्टे डोळ्यांसमोर ठेवूनच कंपनीला व्यवसाय करता येतो, अन्य व्यवसाय करता येत नाही आणि जर असे केले तर तो व्यवसाय बेकायदेशीर समजला जातो. संचालक मंडळावर बंधनकारक आहे; म्हणून हे विधान खूप महत्त्वाचे आहे. यामुळे कंपनीची 'व्यवसाय कक्षा' निश्चित केली जाते. साधारणपणे उद्दिष्टांची विभागणी दोन विभागांत होते - (अ) मुख्य उद्दिष्टे व (ब) दुय्यम उद्दिष्टे.

कंपनीच्या प्रवर्तकांना कोणतीही व्यावसायिक उद्दिष्टे ठरविण्याचे स्वातंत्र्य आहे. परंतु, खालील मर्यादांचाही विचार हे विधान ठरविताना केला पाहिजे -

(अ) कंपनीची उद्दिष्टे बेकायदेशीर असता कामा नयेत. उदा. जुगाराचा व्यवसाय, चोरीचा व्यवसाय इत्यादी.
(ब) कंपनीची उद्दिष्टे कंपनी कायद्याच्या कलमांविरुद्ध असू नयेत.
(क) सरकारी धोरणाविरुद्ध कंपनीची उद्दिष्टे असू नयेत.
(ड) कंपनीची उद्दिष्टे जनहितविरोधी असू नये. उदा. शत्रुराष्ट्राशी व्यापार करणे.
(इ) कंपनीची उद्दिष्टे नि:संदिग्ध शब्दांत नमूद करावीत. संदिग्ध किंवा अनिश्चित अशी उद्दिष्टे असू नयेत.
(ई) कंपनीची उद्दिष्टे तपशीलवारपणे नमूद करणे आवश्यक आहे. केवळ मुख्य उद्दिष्टे नमूद न करता दुय्यम उद्दिष्टेदेखील तपशीलवार लिहावीत. त्यामुळे कंपनीचे भाग-भांडवल खरेदी करताना, व्यवसाय करताना गैरसमज होणार नाहीत व त्यातून कायदेशीर अडचणी उत्पन्न होणार नाहीत.

या उद्दिष्टांशिवाय कंपनीला कंपनी कायद्याप्रमाणे व्यवसाय करण्यासाठी काही अध्यहृत अधिकार प्राप्त होतात त्याचाही विचार केला पाहिजे.

४. जबाबदारी किंवा देयता विधान (Liability Clause) : घटनापत्रकातील या विधानात सभासदांची जबाबदारी निश्चित केली जाते. यामध्ये सर्व सभासदांची जबाबदारी मर्यादित राहील, असे स्पष्टपणे नमूद केले जाते. म्हणजेच भागांनी मर्यादित असलेल्या सभासदांची जबाबदारी त्यांनी खरेदी केलेल्या भागांच्या दर्शनी किमतीएवढीच मर्यादित राहील. जर सभासदांनी त्यांनी खरेदी केलेल्या भागांवर निम्मी रक्कम भरली असेल तर त्यांची जबाबदारी केवळ उरलेल्या ५०% रकमेएवढीच मर्यादित राहील, याची ग्वाही या विधानात असते. तसेच, ज्या कंपन्या हमीने मर्यादित म्हणून नोंदविल्या जातात त्या कंपन्यांत भागधारकांना विसर्जनाच्या वेळी विशिष्ट ठराविक रक्कम देण्याची जबाबदारी निश्चित होते. त्यापेक्षा जास्त रक्कम देण्याची जबाबदारी नसते, असा स्पष्ट उल्लेख या विधानात असतो. ज्या कंपन्या अमर्यादित जबादारीच्या तत्त्वावर नोंदविल्या जातात त्यांच्या घटनापत्रकात जबाबदारीचे स्वतंत्र विधान नमूद करण्याची आवश्यकता नसते.

५. भांडवल विधान (Capital Clause) : भाग-भांडवल असणाऱ्या भागांनी मर्यादित किंवा हमीने मर्यादित असणाऱ्या कंपन्यांनी या विधानात भाग-भांडवल नमूद केले पाहिजे. कंपन्यांची नोंदणी करताना भाग-भांडवलाच्या रकमेचा स्पष्ट उल्लेख करणे आवश्यक आहे. भाग-भांडवलाची एकूण रक्कम समहक्क भागांत विभागलेली असते व प्रत्येक भागाची/ दर्शनी किंमत भागावर स्पष्टपणे नमूद केलेली असते. उदा. भागभांडवल ५ लाख रुपये, प्रत्येकी १० रुपयांच्या ५० हजार समहक्क भागांत विभागलेले राहील. नोंदणी करताना या

भांडवलाचा उल्लेख असल्यामुळे अशा भांडवलास 'अधिकृत भांडवल' (Authorised Capital) असेही म्हणतात. किती भाग-भांडवल नमूद करणे यावर कायदेशीर बंधन नसते, परंतु समहक्क भागाची दर्शनी किंमत १० रु. किंवा १०० रु. असावी, तर अग्रहक्क भागांची किंमत १०० रु. असावी. अधिकृत भाग-भांडवलाची रक्कम लिहिताना शक्यतो भरपूर रक्कम असावी म्हणजे वेळोवेळी कंपनीला भाग-भांडवलाची उभारणी करता येते. अधिकृत भांडवलाची विभागणी विविध भागांमध्ये व त्यांच्यासह हक्कांसहित देण्याचे कंपनीवर बंधन नसते.

कंपनी कायाद्यानुसार, भांडवलविरहित कंपन्यांनी आपल्या घटनापत्रकात अधिकृत भाग-भांडवलाचा उल्लेख करण्याची आवश्यकता नसते. तसेच हमीने मर्यादित असणाऱ्या कंपन्यांनीदेखील घटनापत्रकात या विधानाचा उल्लेख करण्याची आवश्यकता नसते. मात्र, या प्रकारच्या कंपन्यांनी आपल्या नियमावलीत भांडवलाची रक्कम नमूद केली पाहिजे.

६. संघटन विधान (Subscription Clause) : कंपनीची स्थापना करताना खासगी कंपनीसाठी कमीत कमी दोन, तर सार्वजनिक कंपनीचे बाबतीत किमान सात व्यक्तींनी एकत्रित येण्याची आवश्यकता असते. त्या व्यक्तींनी आपली स्वाक्षरी साक्षीदाराच्या उपस्थितीत करून आपल्या नावापुढे किती भाग घेणार आहोत, ते दर्शविले पाहिजे. भागांनी मर्यादित कंपनीतील प्रत्येक व्यक्तीने किमान एक भाग तरी खरेदी करण्याचे मान्य केले पाहिजे. घटनापत्रकातील हे शेवटचे विधान असते.

३.१.४ घटनापत्रकात बदल/दुरुस्ती (कलम १३) (Alteration in Memorandum of Association)

कंपनी कायद्यानुसार, घटनापत्रकात वारंवार बदल करता येणार नाही. मात्र, अपवादात्मक स्थितीत घटनापत्रकाच्या कोणत्याही कलमात योग्य त्या कायदेशीर पद्धतीचा अवलंब करून बदल किंवा दुरुस्ती करता येते; म्हणून सुरुवातीलाच घटनापत्रक तयार करताना सर्व बाबींचा बारकाईने विचार करून काळजी घेतली पाहिजे. घटनापत्रकात बदल करताना कायदेशीर प्रक्रिया पूर्ण करण्याचे बंधन कंपनीवर असते. कंपनी कायद्यात घटनापत्रकातील विविध कलमांमध्ये बदल करण्यासंबंधी नियम किंवा अटी नमूद केल्या आहेत. त्या खालीलप्रमाणे आहेत.

१) नाव कलमात (विधानात) बदल (Alteration in Name Clause) : कंपनीला नावात बदल करण्याची आवश्यकता पुढील दोन कारणांनी निर्माण होते -

अ)स्वेच्छेने नावात बदल, ब) कंपनीच्या नावात दुरुस्ती आवश्यक असल्यास.

कंपनी विशेष ठराव संमत करून आणि बदल करावयाच्या नावास केंद्र सरकारची लेखी संमती घेऊन आपल्या नावात बदल करू शकते. परंतु, जर कंपनीच्या नावाची नोंद चुकीच्या पद्धतीने झाली असेल किंवा योगायोगाने कंपनीचे नाव अस्तित्वात असलेल्या अन्य कंपनीच्या नावाशी मिळतेजुळते असेल, तर कंपनी आपल्या सभेत सर्वसाधारण ठराव संमत करून व त्याला केंद्र सरकारची लेखी संमती घेऊन आपल्या नावात बदल करू शकते; जर केंद्र सरकारने कंपनीची नोंदणी झाल्यावर १२ महिन्यांच्या आत आदेश काढून, आदेशाच्या तारखेपासून ३महिन्यांत नावात बदल करावा असे सुचविले असेल, तर कंपनीला आपल्या सभेत सर्वसाधारण ठराव संमत करावा लागतो व बदललेल्या नावास केंद्र सरकारची लेखी संमती घ्यावी लागते, जर कंपनीने आदेशाचे पालन केले नाही तर कंपनीच्या प्रत्येक जबाबदार अधिकाऱ्यास रु.१००/- दंड दररोज होऊ शकतो.

केंद्र सरकारची लेखी संमती मिळविण्यासाठी कंपनीला नोंदणी अधिकाऱ्याकडे फॉर्म नं.१(अ) मध्ये अर्ज करावा लागतो व सोबत रु. ५००/- शुल्क भरावे लागते. जे नाव उपलब्ध असेल ते ६ महिन्यांपर्यंत वैध असते. बदललेले नाव कंपनीने नोंदणी अधिकाऱ्याला फॉर्म नं.२३ मध्ये ३० दिवसालच्या आत संमत केलेल्या विशेष ठरावासह कळविले पाहिजे. ज्या वेळी कंपनी आपल्या नावात कलम २१ अथवा कलम २२ प्रमाणे बदल करते, त्या वेळी नोंदणी अधिकारी सूचना मिळाल्यानंतर बदललेल्या नावाची रजिस्ट्रमध्ये नोंद करतो आणि बदललेल्या नावाचे नवीन नोंदणी प्रमाणपत्र तयार करून कंपनीला पाठवितो. तसेच आपल्याजवळील कंपनीच्या घटनापत्रकातील नाव कलमात आवश्यक तो बदल करून घेतो. नावाच्या बदलामुळे कंपनीच्या हक्क व बंधनांवर काहीच परिणाम होत नाही.

कंपनीला नवीन नोंदणी प्रमाणपत्र मिळाल्यावर तिने घटनापत्रक व नियमावलीमध्ये आवश्यक ते बदल करून घेऊन बदललेल्या घटनापत्रक व नियमावलीची प्रत ३ महिन्यांच्या आत नोंदणी अधिकाऱ्याकडे पाठविली पाहिजे. कंपनीने कार्यालयासमोर लावलेल्या फलकामध्ये तसेच सर्व महत्त्वाच्या कागदपत्रांवरदेखील आवश्यक तो बदल करून घेतला पाहिजे.

कंपनीच्या नावात बदल करण्याची कार्यपद्धती (Procedure/Steps to be followed by the Secretary for Change of Name)

चिटणिसाने कंपनीच्या नावात बदल करण्यापूर्वी नियोजित नाव केंद्र सरकारकडे मंजुरीसाठी पाठविले पाहिजे. त्यासाठी त्याने पुढील कार्यवाही पार पाडली पाहिजे –

१) चिटणिसाने संबंधित राज्याच्या नोंदणी अधिकाऱ्याकडे नियोजित नाव पाठवून ते योग्य आहे की नाही ते पाहिले पाहिजे. नंतर फॉर्म नं. १अ मध्ये नावातील बदलाचा अर्ज नोंदणी अधिकाऱ्याकडे रु. ५००/- शुल्कासहित पाठविला पाहिजे; जर नोंदणी अधिकाऱ्याने नियोजित नाव योग्य आहे असे कळविले, तर त्याला केंद्र सरकारची परवानगी मिळेल असे गृहीत धरून चिटणिसाने पुढील कार्यवाही करण्यास हरकत नाही.

२) एकदा नोंदणी अधिकाऱ्याने नावातील नियोजित बदल योग्य आहे असे कळविले असल्यास, केंद्र सरकारची परवानगी मिळणे हा एक उपचार (Formality) फक्त उरतो. जर कंपनीच्या नावात 'खासगी' हा शब्द लावायचा असेल किंवा नावातून काढायचा असेल तर त्याला केंद्र सरकारच्या परवानगीची गरज नाही.

३) नोंदणी अधिकाऱ्याने सुचविलेले नाव ६ महिन्यांच्या आत स्वीकारले पाहिजे. त्यासाठी त्वरित प्रथम संचालक मंडळाची सभा बोलावून त्यामध्ये बदललेल्या नावाची शिफारस करणारा ठराव संमत करून घेतला पाहिजे; नंतर विशेष सर्वसाधारण सभा बोलावून त्यामध्ये बदललेल्या नावासाठी विशेष ठराव संमत करून घेतला पाहिजे. आवश्यकता भासल्यास परिपत्रक काढून संचालक नाव बदलण्याची कारणे सभासदांना पाठवू शकतात.

४) विशेष सर्वसाधारण सभेमध्ये विशेष ठराव संमत झाल्यानंतर चिटणिसाने अध्यक्षांची सही घेऊन तो ३० दिवसांच्या आत नोंदणी अधिकाऱ्याकडे पाठविला पाहिजे. विशेष ठराव मिळाल्यानंतर नोंदणी अधिकारी रजिस्टरमध्ये आवश्यक ते बदल करतो व कंपनीला त्या बदललेल्या नावाचे नवीन नोंदणी प्रमाणपत्र पाठवून देतो.

५) नवीन नोंदणी प्रमाणपत्र मिळाल्यानंतर चिटणिसाने घटनापत्रक व नियमावलीत आवश्यक तो बदल करून घेतला पाहिजे व बदललेल्या घटनापत्रक व नियमावलीची प्रत ३ महिन्यांच्या आत नोंदणी अधिकाऱ्याकडे पाठविली पाहिजे.

६) चिटणिसाने बदललेले नाव कार्यालयासमोर असलेल्या फलकावर लिहिले पाहिजे व सर्व दस्तऐवज व कागदपत्रावर, सही-शिक्क्यावर नाव बदलून घेतले पाहिजे. तसेच सर्व संबंधितांना (पक्षांना) बदल कळविला पाहिजे.

२) नोंदविलेल्या कार्यालयात/स्थल विधानात बदल (Alteration in Domicile Clause) :
कंपनीला आवश्यकता वाटल्यास कंपनी आपले मुख्य कार्यालय एका ठिकाणाहून दुसऱ्या ठिकाणी किंवा एक शहरातून दुसऱ्या शहरात तसेच एका राज्यातून दुसऱ्या राज्यात हलवू शकते. ज्या कंपनीला आपले मुख्य कार्यालय त्याच शहरात परंतु एका ठिकाणाहून दुसऱ्या ठिकाणी हलवायचे असेल किंवा एका शहरातून दुसऱ्या शहरात हलवायचे असेल, तर संचालक मंडळाला आपल्या सभेत तसा ठराव मंजूर करून द्यावा लागतो व ३० दिवसांच्या आत बदललेला पत्ता नोंदणी अधिकाऱ्याला कळवावा लागतो. लोकांच्या माहितीसाठी बदलेला पत्ता स्थानिक/प्रमुख वर्तमानपत्रात घ्यावा लागतो. मात्र, कार्यालय एका शहरातून दुसऱ्या शहरात न्यावयाचे असेल तर कंपनीला आपल्या सर्वसाधारण सभेत विशेष ठराव संमत करून घ्यावा लागतो व त्या ठरावाची प्रत ३० दिवसांच्या आत नोंदणी अधिकाऱ्याकडे पाठवावी लागते. त्यानुसार, व्यवसायाचे ठिकाण जर दुसऱ्या शहरात म्हणजे दुसऱ्या कंपनी नोंदणी अधिकाऱ्याच्या कार्यक्षेत्रात हलवण्याचे असेल तर विभागीय संचालकाकडे पुरस्कृत नमुन्यात अर्ज करावा लागतो व सोबत त्याचे शुल्क भरावे लागते. विभागीय संचालक १ महिन्यात आपला निर्णय कंपनीला कळवितात. नंतर विभागीय संचालकाच्या संमतीचे पत्र व बदललेल्या घटनापत्रकाची प्रत चिटणिसाने २ महिन्यांच्या आत नोंदणी अधिकाऱ्याला सादर केली पाहिजे.

मात्र, कंपनीला आपले कार्यालय एका राज्यातून दुसऱ्या राज्यात हलवावयाचे असेल तर विशिष्ट कार्यपद्धतीचा अवलंब करावा लागतो. कार्यालय का हलविणे आवश्यक आहे, त्याची कारणे द्यावी लागतात. यासाठी चिटणिसाला पुढील कार्यपद्धतीचा (Procedure) अवलंब करावा लागतो.

१) चिटणिसाने प्रथम संचालक मंडळाची सभा बोलावून त्यामध्ये सर्वसाधारण सभेची तारीख, वेळ व ठिकाण निश्चित करून घेतले पाहिजे. सभासदांना कार्यक्रमपत्रिका पाठविली पाहिजे व त्यामध्ये कार्यालय एका राज्यातून दुसऱ्या राज्यांत हलविण्यासाठी विशेष ठराव संमत करावयाचा आहे, हे नमूद केले पाहिजे. तसेच बदलाची कारणे (उद्देश) सांगितली पाहिजेत.

२) ठरल्याप्रमाणे चिटणिसाने सर्वसाधारण सभेची तयारी करून सभेत विशेष ठराव संमत करून घेतला पाहिजे.

३) विशेष ठरावाची प्रत ३० दिवसांच्या आत नोंदणी अधिकाऱ्याकडे सादर केली पाहिजे.

४) कार्यालयाच्या बदलास केंद्र सरकारची परवानगी मिळविली पाहिजे (पूर्वी कंपनीमध्ये मंडळाची परवानगी लागत होती.)

५) केंद्र सरकारची परवानगी आल्यानंतर ३ महिन्यांच्या आत केंद्र सरकारच्या आदेशाची प्रत दोन्ही संबंधित राज्यांच्या नोंदणी अधिकाऱ्याकडे पाठविली पाहिजे.

६) कर्जरोखेधारक, सावकार व इतर संबंधित पक्षांना बदल कळवून त्यांची संमती घेतली पाहिजे. अन्यथा, त्यांच्या कर्जाची परतफेड केली पाहिजे किंवा त्यांना सुरक्षितता उपलब्ध करून दिली पाहिजे.

७) संबंधित राज्याच्या नोंदणी अधिकाऱ्यांकडून बदलाचे प्रमाणपत्र मिळविले पाहिजे.

८) प्रत्यक्ष कार्यालय नियोजित ठिकाणी हलविण्याच्या दृष्टीने कार्यवाही केली पाहिजे.

९) प्रत्यक्ष कार्यालय हलविल्यानंतर नवीन पत्ता ३० दिवसांच्या आत नोंदणी अधिकाऱ्याला कळविला पाहिजे.

१०) बदललेल्या पत्त्याची नोंद घटनापत्रक व नियमावलीत करून बदललेल्या घटनापत्रक व नियमावलीची प्रत नोंदणी अधिकाऱ्याला सादर केली पाहिजे. कंपनीच्या फलकावर तसेच सर्व दस्तऐवजावर पत्त्यावरील बदल नोंदवून घेतला पाहिजे.

३) उद्देश कलमातील बदल (Alteration in Objects Clause) उद्देश कलमात सहसा बदल करू नये. परंतु, खालील कारणांसाठी उद्देश कलमात बदल करण्याची परवानगी मिळू शकते.

अ) अधिक कार्यक्षमतेने आणि काटकसरीने व्यवसाय करणे.

ब) मुख्य उद्दिष्ट साध्य करण्यासाठी नवीन अथवा सुधारित साधनांचा वापर करणे.

क) कंपनीच्या कार्यक्षेत्राचा विस्तार करणे किंवा कार्यक्षेत्रात बदल करणे.

ड) कंपनीच्या सध्याच्या व्यवसायाशी सुसंगत होईल असा नवीन व्यवसाय सुरू करणे.

इ) उद्देश कलमातील काही उद्देशांचा त्याग करणे किंवा काढून टाकणे.

फ) कंपनीच्या व्यवसायापैकी काही भाग अथवा सर्व व्यवसाय विकण्यासाठी.

ग) दुसऱ्या कंपनीशी एकत्रीकरण करण्यासाठी.

उद्देश कलमात बदल करून घेण्यासाठी सर्वसाधारण / विशेष सर्वसाधारण सभेत विशेष ठराव संमत करून घ्यावा लागतो व त्याची प्रत ३० दिवसांच्या आत नोंदणी अधिकाऱ्याकडे सादर करावी लागते. सोबत स्पष्टीकरणार्थ निवेदनही जोडले पाहिजे. (फॉर्म नं. २३ मध्ये) विशेष ठरावाची प्रत मिळाल्यावर आणि बदललेल्या घटनापत्रकाची छापील प्रत मिळाल्यावर नोंदणी अधिकारी उद्देश कलमात आवश्यक ते बदल करतो आणि एका महिन्यांच्या आत तसे प्रमाणपत्र कंपनीकडे पाठवून देतो.

चिटणिसाची कार्ये (कार्यपद्धती)

१) चिटणिसाने प्रथम संचालक मंडळाची सभा बोलविण्याची व्यवस्था केली पाहिजे व त्यामध्ये बदलांची शिफारस केली पाहिजे. संचालकांनी विशेष सर्वसाधारण सभा विषय संमत करण्यासाठी बोलविण्याचा ठराव संमत करून त्याची तारीख निश्चित केली पाहिजे.

२) विशेष सर्वसाधारण सभेची सूचना सर्व सभासदांना पाठविली पाहिजे.

३) जर भागांची नोंद भागबाजारात केलेली असेल तर विशेष सर्वसाधारण सभेच्या सूचनेची प्रत (स्पष्टीकरण व निवेदनासहित) संबंधित भागबाजाराकडे पाठविली पाहिजे.

४) विशेष सर्वसाधारण सभेची व्यवस्था करून त्यामध्ये नियोजित बदलास मान्यता देणारा विशेष ठराव संमत करून घेतला पाहिजे.

५) विशेष ठराव संमत झाल्यावर त्या ठरावाची प्रत स्पष्टीकरणार्थ निवेदनासहित बदललेल्या घटनापत्रकाची प्रत फॉर्म नं. ३० मध्ये एका महिन्याच्या आत नोंदणी अधिकाऱ्याकडे पाठविली पाहिजे.

६) भागांची नोंद भागबाजारात करण्यात आली असेल, तर विशेष ठरावाच्या आवश्यक प्रती आणि विशेष सर्वसाधारण सभेचे इतिवृत्त संबंधित भागबाजाराकडे पाठवून दिले पाहिजे.

७) घटनापत्रक व नियमावलीच्या प्रत्येक प्रतीत आवश्यक तो बदल केला पाहिजे.

८) नोंदणी अधिकाऱ्याकडून मुदतीत बदल झालेले प्रमाणपत्र मिळविले पाहिजे.

४) जबाबदारी कलमात बदल (**The Alteration in liability Clause**) : कंपनीच्या सभासदांच्या जबाबदारीत बदल सहसा केला जात नाही. परंतु, त्यात बदल करून सभासदांची जबाबदारी मर्यादित करावयाची झाल्यास त्यास प्रत्येक सभासदाची स्पष्ट मान्यता घेणे आवश्यक असते. परंतु, संचालक, व्यवस्थापकीय संचालक / व्यवस्थापक यांची जबाबदारी अमर्यादित स्वरूपाची करता येते. त्यासाठी विशेष करून ठराव मंजूर करून घ्यावा लागतो. संबंधितांची मान्यता घेणे आवश्यक आहे. त्यानंतर चिटणिसाने ३० दिवसांच्या आत ठरावाची प्रत, संमतीपत्रे नोंदणी अधिकाऱ्याकडे सादर करावी लागतात. त्यानंतरच या कलमात बदल करता येतो. जर सभासदांची जबाबदारी मुळात अमर्यादित स्वरूपाची असेल व त्यांना आता ती मर्यादित जबाबदारी करावयाची असेल, तर त्यासाठी विशेष ठराव संमत करावा लागतो आणि कोर्टाची परवानगी घ्यावी लागते. चिटणिसाला कोर्टाची लेखी संमती मिळाल्यावर ३ महिन्यांच्या आत ठरावाची प्रत व कोर्टाच्या आदेशाची प्रत नोंदणी अधिकाऱ्याकडे सादर करावी लागते. नोंदणी अधिकारी आपल्या रजिस्टरमध्ये योग्य ते बदल करतो व त्यानंतर त्याची अंमलबजावणी होते.

५) भांडवल कलमातील बदल (**The Alteration in Capital Clause**) : नियमावलीत तरतूद असेल तर कायदेशीर औपचारिकता पूर्ण करून भांडवल कलमात खालील प्रकारे बदल करता येतो.

अ) भागभांडवलात वाढ करणे.

ब) भागभांडवलाचे एकत्रीकरण करून भागांची दर्शनी किंमत वाढविणे.

क) भागांचे विभाजन करून भागांची दर्शनी किंमत कमी करणे.

ड) न विकलेले भाग रद्द करणे.

इ) भाग भांडवल कमी करणे.

फ) भागांचे भागसाठ्यात रूपांतर करणे आणि भागसाठ्यांचे भागात रूपांतर करणे.

नियमावलीत तरतूद नसेल तर विशेष ठराव संमत करून प्रथम नियमावलीत तशी तरतूद करून घेतली पाहिजे. भागभांडवलात बदल करताना विशेष ठराव संमत करून त्याची प्रत आणि बदल केलेल्या घटनापत्रकाची प्रत ३० दिवसांच्या आत नोंदणी अधिकाऱ्याकडे पाठविली पाहिजे. नोंदणी अधिकारी आपल्या रजिस्टरमध्ये आवश्यक तो बदल करून घेतो.

भांडवल कलमात बदल करताना चिटणिसाने खालील कार्यपद्धतीचा अवलंब केला पाहिजे.

१) प्रथम भांडवलात बदल करण्याची तरतूद नियमावलीत आहे की नाही ते पाहिले पाहिजे. कारण नियमावलीत तरतूद असल्याशिवाय भाग-भांडवलात बदल करता येत नाही. नियमावलीत तरतूद नसेल तर विशेष ठराव संमत करून तशी तरतूद नियमावलीत करून घेतली पाहिजे.

२) भांडवलात बदल करण्यासाठी संचालक मंडळाची सभा बोलाविली पाहिजे आणि सभेची तारीख, वेळ, ठिकाण, सर्वसाधारण सभेची कार्यक्रमपत्रिका इत्यादी ठरवून घेतली पाहिजे.

३) भागभांडवलाच्या एकत्रीकरणासाठी अथवा विभाजनासाठी आणि भागांचे भागसाठ्यात अथवा भागसाठ्यांचे भागात रूपांतर करण्यासाठी भागबाजाराची त्याला काही हरकत नाही, याची खात्री करून घेतली पाहिजे.

४) स्पष्टीकरणार्थ निवेदनासहित सर्वसाधारण सभेची सूचना पाठविली पाहिजे.

५) वार्षिक सर्वसाधारण सभेची तयारी करून त्या सभेत सर्वसाधारण / विशेष ठराव संमत करून घेतला पाहिजे; जर विशेष ठराव संमत करण्यात आला असेल, तर त्याची प्रत ३० दिवसांच्या आत नोंदणी अधिकाऱ्याकडे पाठविली पाहिजे.

६) बदल केल्यानंतर ३० दिवसांच्या आत नोंदणी अधिकाऱ्याला बदल कळविला पाहिजे. भागभांडवल वाढविण्यात आले असेल तर त्यासाठीची आवश्यक नोंदणी फी सूचनेसोबत पाठविली पाहिजे. बदलाची सूचना मिळाल्यावर नोंदणी अधिकारी घटनापत्रक व नियमावलीत आवश्यक ते बदल करून घेतो.

७) शेवटी चिटणिसाने घटनापत्रकात व नियमावलीत तसा बदल नोंदवून भागप्रमाणपत्र व इतर रेकॉर्ड त्याप्रमाणे बदलवून घेतले पाहिजे.

३.२ नियमावली (Articles of Association) :(कलम ४)

कंपनीचे घटनापत्रक व कंपनीची नियमावली हे दोन अत्यंत महत्त्वाचे दस्तऐवज आहेत. त्याशिवाय कंपनीची स्थापनाच होऊ शकत नाही. कंपनीचे घटनापत्रक हा मुख्य दस्तऐवज असला तरी त्यातील माहिती संक्षिप्त स्वरूपाची असते. कंपनी स्थापनेच्या मूलभूत अटी त्यात असतात. परंतु, कंपनीच्या अंतर्गत कामकाजाची माहिती त्यात फारशी नसते; म्हणून घटनापत्रकाला पूरक ठरणारा दुसरा महत्त्वाचा दस्तऐवज म्हणजे कंपनीची नियमावली होय. नियमावलीत कंपनीच्या अंतर्गत कारभारासंबंधीचे नियम व दैनंदिन कामकाजासंबंधीचे नियम दिलेले असतात.

कंपनी कायद्याच्या तरतुदींना अनुसरून नियमावली तयार केली जाते व आवश्यकतेप्रमाणे त्यात वेळोवेळी दुरुस्ती किंवा बदल करता येतात. घटनापत्रक हे कंपनीचे मूलभूत दस्तऐवज असते तर नियमावली हे कंपनीच्या दृष्टीने दुय्यम स्वरूपाचे दस्तऐवज मानले जाते. घटनापत्रकाने कंपनीची बाह्य चौकट किंवा सीमारेषा ठरविली जाते, तर चौकटीच्या आत कशा पद्धतीने कंपनीचे कामकाज चालेल, याची माहिती नियमावलीत असते; म्हणून दोन्हीही दस्तऐवज महत्त्वाचेच आहेत. दोन्हीही एकमेकांना परस्परपूरक आहेत.

कंपनी कायाद्यानुसार, सार्वजनिक कंपनीपेक्षा खासगी मर्यादित कंपनीला किंवा हमीने मर्यादित कंपनीला नोंदणी करताना घटनापत्रकाबरोबरच नियमावलीतील प्रत नोंदणी अधिकाऱ्याला सादर करावी लागते. जी सार्वजनिक कंपनी नोंदणी करताना नियमावलीची प्रत जोडली तरी चालते. कंपनी चिटणिसाने याबाबत काळजीपूर्वक पडताळणी करून खात्री करून घ्यावी.

३.२.१ नियमावलीची व्याख्या व महत्त्व (Meaning and Importance of Articles of Association)

कंपनीच्या अंतर्गत व्यवस्थित व कार्यक्षम कारभार असल्याशिवाय कंपनीला यश मिळू शकत नाही. कंपनीचा कारभार पूर्णपणे संचालक मंडळाच्या लहरीप्रमाणे चालू देणे, हे कधीच योग्य ठरणार नाही. त्यासाठी अंतर्गत कारभारासाठी काही नियम असलेच पाहिजेत; कारण नियमाशिवाय नियमाची अंमलबजावणी कशी करणार? नियम तयार करून त्याच्या अंमलबजावणीमुळे संपूर्ण कारभारात नियमितता येते, शिस्त निर्माण होते व प्रत्येक घटकाला आपली जबाबदारी समजते. कंपनी कायद्याच्या कलम २ (५) मध्ये नियमावलीची व्याख्या पुढीलप्रमाणे करण्यात आली आहे :

पूर्वीच्या कंपनी कायद्यानुसार किंवा सध्याच्या कंपनी कायद्यानुसार, मूलत: तयार केलेले आणि वेळोवेळी सुधारित केलेले कंपनीचे अंतर्गत व्यवस्थेचे नियम, म्हणजेच कंपनीची नियमावली होय.

(Articles means the articles of association of a company as originally framed or as altered from time to time in pursuance of any previous company laws or of this Act.)

कंपनी कायद्यात दिलेली वरील व्याख्या फारच मोघम स्वरूपाची असून त्यावरून नियमावलीबद्दल स्पष्टपणे कल्पना येत नाही. त्यासाठी आपणास नियमावलीचे कार्य व महत्त्व जाणून घेण्यासाठी अधिक स्पष्टीकरणाची गरज आहे. ते पुढील प्रकारे दर्शविता येईल :

(१) नियमावली म्हणजे कंपनी व तिचे सभासद यांच्यातील एक करार होय. या करारात त्यांचे एकमेकांच्या दृष्टीने (म्हणजेच कंपनी व सभासद) असलेले अधिकार, जबाबदाऱ्या व परस्परसंबंध यांचे वर्णन केलेले असते. हे अधिकार व जबाबदाऱ्या दोघांवरही बंधनकारक असतात.

(२) नियमावली म्हणजे सभासदांनी कंपनीच्या अंतर्गत व्यवस्थापनासाठी केलेले नियम अथवा नियमांची यादी होय.

(३) नियमावलीत कंपनीच्या घटनापत्रकातील प्रत्येक कलमाची अधिक सविस्तर माहिती दिलेली असते, म्हणजेच नियमावली घटनापत्रकाला पूरक आहे.

(४) नियमावली म्हणजे संचालक मंडळाच्या कारभारावर अंकुश ठेवणारी पत्रिका होय.

(५) नियमावलीचा बाह्य जगाशी संबंध नसतो; म्हणजेच नियमावलीमुळे कंपनी व तिचे सभासद यांच्यातील अधिकार, जबाबदाऱ्या व परस्परसंबंध स्पष्ट होतात.

वरील विवेचनावरून आपणास नियमावलीची पुढीलप्रमाणे व्याख्या देता येईल :

कंपनीच्या घटनापत्रकातील उद्देश साध्य करून घेण्यासाठी आणि कंपनीचा अंतर्गत कारभार सुरळीत व कार्यक्षमपणे चालावा म्हणून कंपनीने स्वत: तयार केलेल्या नियमांना अथवा टेबल 'ए' मधून घेतलेल्या नियमांना व नियमांच्या समूहाला कंपनीची नियमावली असे म्हणतात.

पुढील प्रकारच्या कंपन्यांना स्वत:ची नियमावली असलीच पाहिजे :

(अ) भागांनी मर्यादित असलेली खासगी कंपनी,

(ब) हमीने मर्यादित असलेली कंपनी,

(क) अमर्यादित कंपनी,

भागांनी मर्यादित असलेल्या सार्वजनिक कंपनीला स्वत:ची वेगळी अशी नियमावली असलीच पाहिजे असे नाही. अशी कंपनी कोष्टक 'अ' (टेबल 'ए') मधील काही अथवा सर्व नियम स्वीकारून आपली नियमावली तयार करू शकते; तसेच अशा सार्वजनिक कंपनीने घटनापत्रकासोबत नियमावलीची नोंदणी केलीच पाहिजे असे बंधन नसते. अशा कंपनीच्या बाबतीत टेबल 'ए'मधील सर्व नियम म्हणजेच कंपनीची नियमावली आहे, असे समजण्यात येते.

नियमावलीचे महत्त्व

कंपनीचा अंतर्गत कारभार सुरळीत चालावा म्हणून प्रत्येक कंपनीने आपली नियमावली तयार करावी, असे बंधन त्यांच्यावर घालण्यात आले आहे. नियमावलीचे महत्त्व विविध दृष्टिकोनांतून पुढीलप्रमाणे सांगता येईल –

(१) कंपनीच्या दृष्टिकोनातून : नियमावली म्हणजे अंतर्गत कारभारासाठी केलेले नियम असल्याने कंपनीच्या दृष्टीने त्याचे विशेष महत्त्व आहे. घटनापत्रकात जी विविध कामे दिलेली असतात त्यातील उद्देशपूर्तीसाठी जी संघटना उभारण्यात आलेली असते त्याच्या व्यवस्थापनाची व्यवस्था नियमावलीत केलेली असते; त्यामुळे कंपनीच्या विविध कामकाजावर, संचालक मंडळाच्या अधिकारांवर नियंत्रण ठेवता येते. नियमावलीत विविध अधिकाऱ्यांची कर्तव्ये, जबाबदाऱ्या व परस्परसंबंध स्पष्ट केलेले असतात, त्यामुळे प्रत्येकाला आपले कार्य सुरळीतपणे पार पाडण्यास मदत होते.

(२) संचालकाच्या दृष्टिकोनातून : कंपनी आणि संचालक यांच्यात होणाऱ्या कराराचा एक भाग म्हणून नियमावलीला फार महत्त्वाचे स्थान आहे. कंपनीचा कारभार पाहताना संचालकांना विविध प्रकारचे निर्णय घ्यावे लागतात; परंतु असे निर्णय घेण्यापूर्वी घटनापत्रक व नियमावलीतील तरतुदींचे कटाक्षाने पालन होत आहे, याची खात्री त्यांना करून घ्यावी लागते. संचालकांना कंपनीची नियमावली सतत जवळ ठेवावी लागते म्हणून नियमावलीला संचालकांचे 'तत्पर संदर्भ पुस्तक' असेही म्हणतात. संचालकांना आपल्या अधिकारांची व जबाबदारीची कल्पना नियमावलीवरून येते व त्यांना आपले काम करताना त्याचा मोठा उपयोग होतो.

(३) सभासदांच्या दृष्टिकोनातून : कंपनी कायदाच्या कलम ३६ नुसार, कंपनी आणि सभासद यांच्यातील संबंध स्पष्ट होतात. नियमावलीतील सर्व नियम आपणास मान्य आहेत असा करारच जणूकाही ते करीत असतात; त्यामुळे नियमावलीतील सर्व तरतुदींचे पालन करण्यास सभासद बांधलेले असतात. कंपनीनेदेखील आपला कारभार नियमावलीतील तरतुदींच्या आधारेच करावा असा आग्रह ते कंपनीकडे करू शकतात. नियमावलीतील सभासदांचे अधिकार, सभेचे नियम, मताधिकार, संचालकांशी संबंधित तरतुदी इत्यादींचे पालन योग्य प्रकारे होत आहे की नाही, ते पाहण्याचा व होत नसल्यास त्याबद्दल कंपनीला जाब विचारण्याचा अधिकार भागधारकांना (सभासदांना) असतो. तसेच सभासदांनी त्यांच्या संदर्भात असणाऱ्या तरतुदींचे पालन केले नाही तर त्यांच्यावर योग्य ती कारवाई करण्याचा अधिकार कंपनीला असतो.

३.२.२ नियमावलीतील मजकूर (Contents in Articles of Association)

(१) कंपनीचे भागभांडवल व त्याचे विविध प्रकारच्या भागांत केलेले विभाजन–भागांची दर्शनी किंमत.
(२) भागभांडवल उभारणी व भागवाटपाची प्रक्रिया/नियम.
(३) भागप्रमाणपत्र वाटपाचे नियम.
(४) भाग–जप्ती व जप्त केलेल्या भागांची पुनर्विक्री.
(५) भागांचे हस्तांतरण व भागांची वारसनोंद.
(६) भाग–विमेकऱ्यांना द्यावयाच्या कमिशनबाबत नियम.
(७) भागभांडवलाची पुनर्रचना – भागभांडवल कमी करणे वा भागभांडवल वाढविणे यासंबंधी नियम.
(८) कंपनीच्या सभेचे नियम, प्रतिनिधी नेमणुका व मतदान यासंबंधी नियम.
(९) संचालकांची संख्या, त्यांचे अधिकार, त्यांचे वेतन, जबाबदाऱ्या इत्यादी.
(१०) लाभांशवाटपाची पद्धती व राखीव निधीसंबंधी नियम.
(११) कंपनीचे हिशेब व हिशेबवह्या ठेवण्याचे नियम.

(१२) कंपनीच्या हिशेब तपासनिसाची नेमणूक, वेतन यासंबंधी नियम.
(१३) संचालक मंडळ सभेचे नियम व कार्यपद्धती.
(१४) कंपनी चिटणीस, कार्यकारी संचालक, व्यवस्थापक यांच्या नेमणुका, पात्रता, त्यांचे अधिकार व जबाबदाऱ्या यासंबंधी तरतूद.
(१५) कंपनीचा शिक्का व उपयोग यांबाबतचे नियम.
(१६) सर्वसाधारण सभेचे प्रकार व विविध सभा आयोजन करण्याचे नियम व पद्धती.
(१७) कंपनीचे विसर्जनासंबंधी तरतूद, कायदेशीर प्रक्रिया इत्यादी.

कंपनी कायद्याप्रमाणे नियमावली महत्त्वाचे कागदपत्र किंवा दस्तऐवज समजला जातो; त्यामुळे घटनापत्रकाप्रमाणेच नियमावली तयार करताना काळजी घेतली पाहिजे. नियमावलीतील सर्व तरतुदी किंवा माहिती स्पष्ट व थोडक्यात असावी. नियमावली तयार करताना अनुक्रमांक असणाऱ्या परिच्छेदांमध्ये विभागणी करावी; नियमावली छापील स्वरूपात असावी आणि त्यावर किमान संचालकांच्या स्वाक्षऱ्या असणे आवश्यक आहे. कंपनी चिटणिसाने ही दोन्हीही कागदपत्रे/दस्तऐवज तयार करताना तज्ज्ञांचा सल्ला घ्यावा व त्यांच्या सूचनेप्रमाणे मसुदा तयार करून नंतर अंतिम स्वरूपात छापून घ्यावा.

३.२.३ नियमावलीत बदल/दुरुस्ती (कलम – १४) (Alteration in Articles of Association)

कंपनीचे अंतर्गत व्यवस्थापन आणि कामकाज सुरळीतपणे व्हावे यासाठी नियमावली तयार केली जाते. जर नियमावलीत एखादी तरतूद कामकाजाच्या दृष्टीने गैरलागू किंवा अपुरी असेल व त्यात दुरुस्ती, बदल करणे आवश्यक असेल तर कंपनी कायदा कलम ३१ नुसार, कंपनी आपल्या नियमावलीत केव्हाही बदल करू शकते. घटनापत्रकातील विधानात बदल करणे थोडे किचकट आहे, त्या तुलनेने नियमावलीत दुरुस्ती करणे फार सोपे आहे. कंपनीला आपल्या नियमावलीत दुरुस्ती करून घेण्यासाठी पुढील पद्धतींचा अवलंब करावा लागतो –

(१) सुरुवातीला या दुरुस्तीला सभासदांची बहुमताने मान्यता घ्यावी लागते. त्यासाठी सर्वसाधारण सभेत विशेष ठराव मंजूर करून घ्यावा लागतो.
(२) ठराव मंजूर करून घेतल्यानंतर ३० दिवसांच्या आत कंपनी चिटणिसाला विशेष ठरावाची प्रत नोंदणी अधिकाऱ्याच्या कार्यालयात सादर करावी लागते.
(३) त्याचप्रमाणे ठराव पास झाल्यानंतर ३ महिन्यांच्या आत दुरुस्ती केलेल्या नियमावलीची एक प्रत नोंदणी अधिकाऱ्यास सादर करावी लागते.
(४) नोंदणी अधिकारी दुरुस्त केलेल्या नव्या नियमावलीची नोंद नोंदणी–वहीत करून घेतो व तसे कंपनीला लेखी स्वरूपात कळवितो. त्या दिवसापासून नियमावलीतील बदल अमलात येतो.

कंपनी कायद्याने सभासदांना नियमावलीत बदल करण्याचा पूर्ण अधिकार बहाल केला आहे. कंपनीचे कामकाज सुरळीतपणे चालण्यासाठी वेळोवेळी नियमावलीत बदल करता येतो; परंतु काही मर्यादांचे किंवा अटींचे पालन करणे आवश्यक आहे. त्या अटी किंवा निर्बंध पुढीलप्रमाणे आहेत :

(१) नियमावलीतील दुरुस्ती किंवा बदल कंपनी कायदा किंवा सरकारने केलेल्या अन्य कायद्याशी विसंगत असता कामा नये. उदा. जर नियमावलीत एखादी तरतूद बदलण्यासाठी विशेष ठरावाची आवश्यकता आहे असे नमूद केल्यानंतर त्यात बदल करून साधा ठराव पुरेसा आहे, असा बदल करता येणार नाही.

(२) घटनापत्रकातील कोणत्याही विधानाशी विसंगत असणारी दुरुस्ती किंवा बदल नियमावलीत करता येणार नाही. नियमावली ही घटनापत्रकाच्या दृष्टीने दुय्यम स्वरूपाचा दस्तऐवज आहे; त्यामुळे घटनापत्रकातील तरतुदींना डावलून कोणताही बदल नियमावलीत करता येणार नाही.

(३) कंपनीत घडलेल्या गैरव्यवस्थापनाबद्दल किंवा जुलूमशाहीबद्दल कंपनी लॉ-बोर्डाकडे तक्रार गेल्यास त्याची शहानिशा होऊन कंपनी लॉ-बोर्ड घटनापत्रकातील विधानात किंवा नियमावलीच्या तरतुदीत बदल किंवा दुरुस्ती करण्याचा आदेश देऊ शकते व त्याप्रमाणे संबंधित कागदपत्रात किंवा दस्तऐवजात बदल केले जातात. यात कंपनीला पुन्हा बदल करता येत नाही.

(४) कंपनीच्या नियमावलीतील काही महत्त्वाच्या तरतुदी बदलायच्या असतील किंवा त्यात दुरुस्ती करायची असल्यास काही वेळा केंद्र सरकारची लेखी संमती घ्यावी लागते. उदा. सार्वजनिक कंपनीचे खासगी कंपनीत रूपांतर करणे इ.

(५) कंपनीच्या नियमावलीत कंपनीच्या हिताकरिता बदल केला पाहिजे; अन्य कोणताही हेतू असता कामा नये.

(६) कंपनीच्या नियमावलीत केलेला बदल किंवा दुरुस्ती अल्पमतातील सभासदांच्या हितास बाधक ठरेल अशी नसावी.

कंपनीच्या नियमावलीत बदल करताना वरील अटींचे किंवा निर्बंधाचे पालन करणे आवश्यक आहे.

३.२.४ टेबल 'ए' (कोष्टक 'अ') (Table 'A')

कंपनी कायद्यानुसार, प्रत्येक कंपनीला स्वत:ची नियमावली असली पाहिजे, फक्त भागांनी मर्यादित सार्वजनिक कंपनीने स्वत:ची वेगळी नियमावली तयार केली नाही तरी चालते. अशी सार्वजनिक कंपनी टेबल 'ए'मधील नियमांमध्ये थोडाफार बदल करून किंवा त्यातील नियम जसेच्या तसे स्वीकारून नियमावली तयार करू शकते. कंपनी कायद्याच्या परिशिष्ट 'अ' (Table 'A') मध्ये, कंपनीच्या अंतर्गत कारभारासाठी १०० नियम दिलेले आहेत. भागांनी मर्यादित सार्वजनिक कंपनीने आपली नियमावली म्हणून परिशिष्ट 'अ'मधील नियम जसेच्या तसे स्वीकारले असल्यास, त्याची नोंदणी-अधिकाऱ्याकडे नोंदणी करण्याची गरज नसते. मात्र, परिशिष्ट 'अ'मधील नियमात थोडाफार बदल करून स्वत:ची वेगळी नियमावली सार्वजनिक कंपनीने तयार केली असल्यास तिची नोंदणी करणे आवश्यक राहील.

कंपनीने आपली नियमावली तयार करताना एखाद्या विशिष्ट मुद्द्याबाबत काही नियम केले नसतील व परिशिष्ट 'अ'मध्ये त्याची तरतूद करण्यात आली असेल तर तो नियम कंपनीच्या नियमावलीतील अंतर्भूत नियम आहे, असे गृहीत धरून तो कंपनीवर बंधनकारक ठरतो.

नियमावली तयार करताना ती निरनिराळ्या परिच्छेदांत तयार करून त्याला योग्य क्रमांक दिले पाहिजेत, शीर्षक दिले पाहिजे. त्या दृष्टीने टेबल 'ए'मधील नियम आदर्श समजले जातात. त्यातील नियम २१ भागांत विभागलेले आहेत.

घटनापत्रक व नियमावलीतील संबंध (Relationship between Memorandum of Association and Articles of Association)

१) घटनापत्रक कंपनीच्या स्थापनेची उद्दिष्टे निश्चित करते व त्यानुसार कंपनीला कार्ये करण्याचे अधिकार मिळतात. नियमावली घटनापत्रकाला पूरक असते. (Subordinate) व कंपनीचा अंतर्गत कारभार कसा चालवावा यासंबंधीचे नियम त्यामध्ये दिलेले असतात.

२) घटनापत्रक नियमावलीतील नियमासोबत वाचले पाहिजे; कारण यामुळे घटनापत्रकातील एखाद्या मुद्द्याबाबत असणारी संदिग्धता स्पष्ट होते. नियमावली घटनापत्रकाला पूरक आहे. ती घटनापत्रकाची चौकट ओलांडू शकत नाही.

३) घटनापत्रकातील एखादा मुद्दा नियमावलीही बदलू शकत नाही किंवा त्यावर नियंत्रण ठेवू शकत नाही. घटनापत्रक व नियमावलीतील संबंध स्पष्ट करताना अँडरसन्स या केसमध्ये न्यायाधीशाने म्हटले आहे की,

"Where there are two contemporaneous documents executed and assented to by the same persons at the same time it appears... that the ordinary rule applies according to which contemporaneous documents are to be read together, so that if there is ambiguity in one, it may be explained by the other."

३.२.५ घटनापत्रक व नियमावलीतील फरक

घटनापत्रक	नियमावली
१. घटनापत्रक हा कंपनीचा मूलभूत पाया असून त्याला प्रधान स्थान आहे.	१. नियमावलीला दुय्यम स्वरूपाचे स्थान आहे.
२. घटनापत्रकात कंपनीची उद्दिष्टे, सभासदांची जबाबदारी, भांडवल इत्यादी माहिती दिलेली असते.	२. नियमावलीत कंपनीच्या अंतर्गत प्रशासनाचे व दैनंदिन कामकाजासंबंधीचे नियम असतात.
३. घटनापत्रकाला कंपनीचा व्यवसाय चालविण्याचा अधिकार देणारी सनद मानतात. या दृष्टीने घटनापत्रक कंपनीचे 'जीवन' होय.	३. कंपनीच्या व्यवस्थापनासंबंधीच्या 'अधिकार कार्यपद्धती' ठरविण्याचे काम नियमावलीला करावे लागते. या दृष्टीने नियमावली म्हणजे 'जीवनमार्ग' होय.
४. घटनापत्रकातील उद्देशकलम कंपनीची व्याप्ती निश्चित करते व कार्यक्षेत्राची चौकट घालून देते.	४. नियमावली घटनापत्रकाने घालून दिलेल्या चौकटीच्या अंतर्गत चालणाऱ्या कार्याचे नियमन करते.
५. घटनापत्रकाने घालून दिलेल्या चौकटीबाहेर कंपनी कोणतीही कृती करू शकत नाही.	५. नियमावलीने घालून दिलेल्या मर्यादेच्या बाहेर एखादी कृती कंपनी करू शकते. फक्त ती कृती घटनापत्रकाने घालून दिलेल्या कार्यक्षेत्राच्या चौकटीतील असावी.
६. घटनापत्रकाने घालून दिलेल्या चौकटी-बाहेरील कोणतेही कृत्य हे अधिकार-बाह्य (Ultra-vires) कृत्य मानले जाते. अशा कृत्याला सभासदांनी एकमताने पाठिंबा दिला तरी त्या कृतीला 'पश्चात संमती' (Ratification) देता येत नाही.	६. नियमावलीने घालून दिलेल्या मर्यादेबाहेर परंतु घटनापत्रकांतर्गत असलेले एखादे कृत्य 'अधिकारांतर्गत' (Intra-vires) मानले जाईल. असे कृत्य घडल्यावर सभासदांना ठराव संमत करून त्यास 'पश्चात संमती' देता येते.

घटनापत्रक	नियमावली
७. घटनापत्रकात वारंवार बदल करता येत नाही; म्हणून 'घटनापत्रक न बदलता येणारी सनद' असे म्हणतात. घटनापत्रकात बदल करण्यासाठी कायदेशीर पद्धतीचा अवलंब करावा लागते.	७. नियमावलीत बदल करणे त्या मानाने सोपे व सरळ असते. बदलासाठी विशेष ठराव पुरेसा होतो.
८. घटनापत्रकामुळे कंपनी व बाहेरील जग यांचे संबंध निश्चित व नियंत्रित होतात.	८. नियमावलीद्वारे कंपनी व सभासद, सभासद आणि सभासद यांच्यातील परस्परसंबंध नियंत्रित होतात.
९. घटनापत्रकात मोजकीच विधाने (कलमे) असतात; परंतु ती सर्व महत्त्वाची असतात. प्रत्येक कलमाचा कंपनीवर प्रभाव पडतो व त्याचा दूरगामी परिणाम होतो.	९. नियमावलीत अनेक नियम दिलेले असतात; परंतु ते सगळेच महत्त्वाचे असतात असे नाही. काही नियमांचा उपयोग कंपनीला कधीही करावा लागत नाही.
१०. नोंदणी अधिकाऱ्याकडे घटनापत्रकाची नोंदणी करणे सक्तीचे असते. त्याशिवाय कंपनी अस्तित्वातच येऊ शकत नाही.	१०. भागांनी मर्यादित असलेल्या सार्वजनिक कंपनीने नियमावलीची नोंदणी केलीच पाहिजे अशी सक्ती नसते. अशा परिस्थितीत त्यांना टेबल 'ए'मधील

३.२.६ विविध सिद्धान्त

(१) अधिकारबाह्य सिद्धान्त (Doctrine of Ultra vires) : घटनापत्रकातील उद्देश-कलमामध्ये नमूद केलेली उद्दिष्टे पूर्ण करण्यासाठी आवश्यक असलेली कार्ये किंवा क्रिया करण्याचा अधिकार संबंधित कंपनीला असतो; म्हणजे घटनापत्रकातील उद्देश-कलमाने कंपनीच्या कारभाराची किंवा कार्यक्षेत्राची व्याप्ती निर्धारित केलेली असते. त्या चौकटीत राहूनच कंपनीला आपला व्यवसाय करावा लागतो. घटनापत्रकात एखादी गोष्ट उद्देशकलमात प्रत्यक्ष अथवा अप्रत्यक्षपणे नमूद केली नसेल तर ती गोष्ट कितीही योग्य व कायदेशीर असली तरी कंपनीला करता येणार नाही. अशी गोष्ट किंवा कृत्य कंपनीने केले तर ते कृत्य अधिकारबाह्य समजले जाईल. कायद्याने त्यास मान्यता मिळणार नाही. कंपनीच्या अधिकारबाह्य कृत्यास बहुसंख्य भागधारकांची मान्यता असली, तरी कायद्याने त्यास मान्यता मिळणार नाही. ते कृत्य बेकायदेशीर किंवा अवैध समजले जाईल.

कंपनीच्या कारभाराच्या दृष्टिकोनातून विचार केल्यास, अधिकारबाह्य सिद्धान्ताला मूलभूत सिद्धान्त मानावा लागेल. या सिद्धान्तामुळेच कंपनीचे भांडवल अवैध कामात खर्च होणार नाही याची काळजी घेता येते. कंपनीच्या वित्तीय व्यवस्थापनात शिस्त निर्माण करता येते आणि संचालकांच्या कारभारावर नियंत्रण ठेवता येते. कंपनीचे भागधारक व सावकारांच्या हितसंबंधांचे रक्षण करण्यासाठी आणि कंपनीच्या कारभाराला योग्य वळण लावण्याच्या दृष्टीने अधिकारबाह्य सिद्धान्त फार महत्त्वाची भूमिका बजावतो.

कंपनीचा कारभार चालविण्यासाठी कंपनीचे संचालक, चिटणीस व इतर अधिकाऱ्यांना वेळोवेळी निर्णय घ्यावे लागतात व त्यांची अंमलबजावणी करण्यासाठी आवश्यक ती कार्येही करावी लागतात; परंतु ही कार्ये करताना ती कार्ये करण्याचा अधिकार कंपनीला आहे की नाही, ते पाहणे हे गरजेचे असते. कंपनीचे पदाधिकारी

जाणूनबुजून कोणतीही अनधिकृत कामे करणार नाहीत; परंतु अजाणतेपणे किंवा अनभिज्ञतेमुळे का होईना, त्यांच्याकडून अधिकारबाह्य कृत्य झाल्यास त्याचे परिणाम पुढीलप्रमाणे घडून येतात :

(१) एखाद्या संचालकाने कंपनीच्या उद्दिष्टांशी अनुरूप असलेल्या कार्यासाठी कंपनीचा पैसा खर्च केल्यास हा पैसा कंपनीला परत करण्याची जबाबदारी संबंधित संचालकाची राहील.

(२) एखादी मालमत्ता खरेदी करण्याचा अधिकार कंपनीला नसतानाही कंपनीने अशा मालमत्तेची खरेदी केल्यास अधिकारबाह्य सिद्धान्तानुसार हा व्यवसाय अधिकारबाह्य असूनही कंपनीला त्या मालमत्तेवर सुरक्षित अधिकार प्राप्त होईल.

(३) कंपनीने केलेले अधिकार अधिकारबाह्य असल्यास ते निरर्थक (Void) ठरतील व कंपनीकरिता ते बंधनकारक ठरणार नाहीत.

(४) एखाद्या व्यक्तीने कंपनीकडून कर्ज घेतले असल्यास असा व्यवहार अधिकारबाह्य असतानादेखील कर्जाची वसुली करण्यासाठी कंपनीला न्यायालयात खटला दाखल करता येईल.

कंपनीच्या कार्यक्षम व्यवस्थापनासाठी अधिकारबाह्य सिद्धान्ताची काटेकोर अंमलबजावणी होईल, हे पाहणे संचालक व चिटणिसाचे काम आहे. संचालकांनी घेतलेल्या निर्णयांची अंमलबजावणी करताना व इतर पक्षांशी व्यवहार करताना ते सर्व व्यवहार व करार घटनापत्रकातील उद्देशकलमांतर्गत आहेत हे पाहणे चिटणिसाचे प्रमुख काम आहे.

(२) रचनात्मक सूचनेचा सिद्धान्त (Doctrine of Constructive Notice) : कंपनीचे घटनापत्रक व नियमावली हे कंपनीचे महत्त्वाचे दस्तऐवज आहेत व त्यांची नोंदणी नोंदणी अधिकाऱ्याकडे करणे आवश्यक आहे. अशी नोंदणी केल्यानंतर या दोन्ही दस्तऐवजांचे खासगी स्वरूप संपते व त्यांना सार्वजनिक दस्तऐवजांचे स्वरूप प्राप्त होते; त्यामुळे कोणत्याही व्यक्तीला विशिष्ट शुल्क भरून या दस्तऐवजांची तपासणी करता येते. कंपनीशी व्यवहार व करार करताना प्रत्येक व्यक्तीला घटनापत्रक व नियमावलीतील तपशील संपूर्णपणे माहीत आहे व त्यात नमूद केलेल्या सर्व व्यवस्थांशी तो परिचित आहे, असे गृहीत धरले जाते. कंपनीच्या घटनापत्रक व नियमावलीची नोंदणी करण्यात आल्यानंतर कंपनीशी व्यवहार व करार करू इच्छिणाऱ्या व्यक्तीला हे दस्तऐवज सहज पाहता येतात/तपासता येतात; म्हणून व्यक्तीने अशा व्यवस्थेचा फायदा करून घेऊन आवश्यक ती माहिती या दस्तऐवजांतून मिळविली असे मानणे, यालाच 'रचनात्मक सूचनेचा सिद्धान्त' असे म्हणतात.

रचनात्मक सूचनेचा सिद्धान्त अधिकारबाह्य सिद्धान्ताशी निगडित आहे. रचनात्मक सूचनेच्या सिद्धान्तानुसार, कंपनीशी व्यवहार करू इच्छिणाऱ्या प्रत्येक व्यक्तीला घटनापत्रक व नियमावलीचा तपशील तपासून पाहता येतो. या संधीचा व्यवस्थित उपयोग करण्यात आल्यास कंपनीचा व्यवहार किंवा कंपनीशी करण्यात येणारा एखादा करार हा घटनापत्रकाच्या माध्यमातून कंपनीला मिळालेल्या अधिकाराच्या कक्षेत येतो किंवा नाही, हे त्या संबंधित व्यक्तीला ठरविता येते. कंपनीशी व्यवहार करणाऱ्या प्रत्येक व्यक्तीने या अधिकाराचा उपयोग करून घ्यायला हवा. व्यक्तीने कंपनीशी केलेला विशिष्ट व्यवहार किंवा करार हा कंपनीच्या अधिकारकक्षेत बसणारा नसल्यास त्या व्यक्तीला कंपनीविरुद्ध कोणताही अधिकार मिळत नाही. या विशिष्ट परिस्थितीत संबंधित व्यक्तीचे नुकसान झाले तरी त्या व्यक्तीलाच ते नुकसान सहन करावे लागते.

(३) अंतर्गत व्यवस्थापनाचा सिद्धान्त (Doctrine of Indoor Management) : कंपनीचे घटनापत्रक आणि नियमावली दोन्हीही कागदपत्रे किंवा दस्तऐवज 'सार्वजनिक कागदपत्रे' (Public Documents) समजली

जातात; त्यामुळे ही कागदपत्रे कोणीही पाहू शकतो, वाचू शकतो. कंपनीशी व्यवहार करणाऱ्या प्रत्येक व्यक्तीने कंपनीचे घटनापत्रक व नियमावली वाचली आहे व त्यानंतर व्यवहार केला आहे, असे गृहीत धरण्यात येते. कायदा तसे मानतो.

कोणतीही व्यक्ती घटनापत्रक अथवा नियमावलीतील तरतुदींबद्दल अज्ञान प्रगट करून कंपनीबरोबर केलेल्या अनियमित अथवा कायदेशीर व्यवहाराबद्दल संरक्षण प्राप्त करू शकत नाही; परंतु बऱ्याचदा घटनापत्रक अथवा नियमावलीतील एखाद्या व्यवहाराबद्दल काही अटी, गतिविधी इत्यादींचे पालन करूनच व्यवहार करावा असे ठरले असल्यास या दस्तऐवजांच्या तपासणीतून त्या अटी पूर्ण केल्या आहेत की नाहीत अथवा विशिष्ट गतिविधीचे पालन झाले आहे की नाही, याबद्दल काहीच ठरविता येत नाही. बाहेरील व्यक्तीला कंपनीच्या अंतर्गत व्यवस्थापनातील उणिवा/दोष किंवा त्रुटींची माहिती करून घेण्यास कोणताच मार्ग उपलब्ध नसतो; म्हणूनच न्यायालयाने कंपनीशी व्यवहार करणाऱ्या लोकांच्या संरक्षणासाठी अंतर्गत व्यवस्थापनाचा सिद्धान्त लागू केला आहे. या अंतर्गत व्यवस्थापनाच्या सिद्धान्तानुसार, कंपनीशी विश्वासाने व्यवहार करणाऱ्या व्यक्तींना असे मानण्याचा अधिकार आहे की घटनापत्रक व नियमावली या सार्वजनिक दस्तऐवजात नमूद केलेल्या गतिविधीविषयक अटींचे योग्य प्रकारे पालन करण्यात आले आहे. अंतर्गत गतिविधींच्या नियमिततेबाबत चौकशी करण्याची गरज अथवा जबाबदारी त्यांच्यावर नाही.

अंतर्गत व्यवस्थापनाच्या सिद्धान्ताला पुढील अपवाद आहेत :

(१) कंपनीशी व्यवहार करणाऱ्या व्यक्तीला त्या व्यवहाराशी संबंधित अंतर्गत नियमांचे/अटींचे पालन झालेले नाही हे माहीत असेल, तर अशा व्यक्तीला या सिद्धान्ताचा आधार घेऊन संरक्षण मिळविता येणार नाही.

(२) एखाद्या व्यवहाराविषयी इतकी संशयास्पद परिस्थिती असेल की, सामान्य बुद्धिमत्तेच्या व्यक्तीनेदेखील अधिक चौकशी केल्यास त्यातील त्रुटी/अनियमितता लक्षात येईल अशा परिस्थितीत कोणत्याही व्यक्तीला अंतर्गत व्यवस्थापन सिद्धान्ताचा आधार घेऊन संरक्षण मिळविता येणार नाही.

(३) एखाद्या नकली/बनावटी दस्तऐवजाच्या आधारे बाहेरील व्यक्तीने कंपनीशी व्यवहार केला असल्यास, अशा व्यवहाराला अंतर्गत व्यवस्थापनाचा सिद्धान्त लागू होणार नाही.

(४) अंतर्गत व्यवस्थापनाचा सिद्धान्त कंपनीच्या अधिकाऱ्यांच्या बाबतीत लागू होत नाही.

(५) एखाद्या व्यक्तीने कंपनीचे घटनापत्रक व नियमावली वाचले नसतील व ही व्यक्ती या दस्तऐवजांवर अवलंबून नसेल, तर या व्यक्तीलाही अंतर्गत व्यवस्थापनाच्या सिद्धान्ताचा फायदा मिळविता येणार नाही.

३.३ माहितीपत्रक (Prospectus)

३.३.१ प्रस्तावना

खासगी कंपनीला नोंदणी प्रमाणपत्र मिळाल्यावर आपला व्यवसाय सुरू करता येतो. कंपनीला लागणारे भांडवल मित्रमंडळी, हितचिंतक किंवा नातेवाइकांकडून जमा करता येते; परंतु सार्वजनिक कंपनीला मोठ्या प्रमाणावर भांडवलाची आवश्यकता असते. त्यामुळे त्यांना जनतेकडून भांडवल गोळा करावे लागते. त्यासाठी सार्वजनिक कंपन्या जाहिरातीद्वारे किंवा माहितीपत्रक प्रसिद्धीला देऊन इच्छुक गुंतवणुकदारांपर्यंत पोहोचतात व कंपनीचे भाग अथवा कर्जरोखे त्यांनी खरेदी करावेत, असे त्यांना आवाहन करतात. सार्वजनिक कंपनीच्या दृष्टीने भागभांडवल जमविण्यासाठी माहितीपत्रक हा महत्त्वाचा दस्तऐवज समजला जातो.

माहितीपत्रक प्रसिद्ध करण्यापूर्वी कंपनीला पुढील बाबींकडे लक्ष द्यावे लागते :

(१) तज्ज्ञ व्यक्तींची नेमणूक करणे : माहितीपत्रक प्रसिद्ध करण्यापूर्वी कंपनीला बँकर्स, अंकेक्षक, चिटणीस इत्यादी तज्ज्ञ व्यक्तींची नेमणूक करावी लागते. भाग-अर्ज स्वीकारणे व त्यासोबत भाग-अर्ज सूत्र स्वीकारणे इत्यादी आर्थिक व्यवहारांसाठी बँकर्सची नियुक्ती आवश्यक असते. तसेच पहिल्या अंकेक्षकाची (First Auditor) नियुक्ती नोंदणीनंतर एक महिन्याच्या आत, परंतु माहितीपत्रक प्रसिद्ध करण्यापूर्वी करावी लागते. ५० लाख रुपये किंवा त्यापेक्षा अधिक भागभांडवल असलेल्या कंपनीला चिटणिसाची नियुक्ती करावी लागते. असा चिटणीस 'भारतीय कंपनी चिटणीस संस्थेचा' (Institute of Company Secretaries of India) सभासद असला पाहिजे. इतर कंपन्यांनीदेखील कंपनी नियम, १९८८ (चिटणिसाची नियुक्ती व पात्रता) प्रमाणे कंपनी चिटणीस नेमणे अपेक्षित असते.

(२) भागविमा दलाली इत्यादी संदर्भात करार करणे : संचालक मंडळ भागविमेकऱ्याशी करार करतात. सार्वजनिक कंपनीला किमान भांडवलाची रक्कम गोळा केल्याशिवाय व्यवसाय सुरू करण्याचा दाखला मिळत नाही. नवीन कंपनीला प्रवर्तनाच्या व इतर कामामुळे व संपर्क अभावामुळे किमान भांडवलाची रक्कम जमविणे शक्य होत नाही. अशा वेळेस ते भाग-विमेकऱ्याची मदत घेतात. भागविमेकरी आपल्या ओळखीने व प्रयत्नांनी किमान भांडवलाची रक्कम कंपनीला जमवून देतात. प्रयत्न करूनही ते जनतेकडून किमान भांडवलाइतकी रक्कम जमवू शकले नाहीत, तर स्वत: ते कमी पडत असलेल्या रकमेचे भाग खरेदी करतात व अशा प्रकारे कंपनीची किमान भांडवलाची अट पूर्ण करून देतात. कंपन्यांना भागविमेकऱ्याच्या नेमणुकीमुळे मदत होते.

(३) भागबाजारात भागांची नोंद करणे : भागांची खरेदी-विक्री भागबाजारात करावयाची असल्यास कंपनीला भागबाजार अधिकाऱ्यांशी संपर्क साधून भागांची नोंद करून घ्यावी लागते. माहितीपत्रकात अशी नोंद केली आहे याचा उल्लेख करावा लागतो. भागबाजारात भागांची नोंद करण्यासाठी कंपनीचे विक्रीस काढलेले भांडवल किमान रु. ५ कोटी असावे व जनतेसाठी भागांची विक्री किमान २५% (एकूण विक्रीच्या) असावी.

(४) भाग-भांडवलाचे स्वरूप : कंपनीला अधिकृत भाग-भांडवलाची रक्कम घटनापत्रकाच्या भांडवल कलमात नमूद करावी लागते व त्यापैकी आवश्यक तितके भांडवल जनतेसाठी विक्रीस काढावे लागते. नंतर संचालक मंडळाने माहितीपत्रकाच्या प्रसिद्धीची योग्य वेळ ठरविली पाहिजे. यासाठी सरकारचे आर्थिक व वित्तीय धोरण भागबाजाराची स्थिती, गुंतवणूकदारांचा कल इत्यादी गोष्टी लक्षात घ्याव्या लागतात.

३.३.२ माहितीपत्रकाची व्याख्या व महत्त्व

कंपनी कायदा २०१३ कलम २(७०) नुसार, माहितीपत्रकाची व्याख्या पुढीलप्रमाणे आहे -

माहितीपत्रक म्हणजे माहितीपत्रक म्हणून वर्णन केलेले व प्रसिद्ध केलेले कोणतेही कागदपत्र होय. यात एखादी कंपनी लोकांनी ठेवी ठेवाव्यात अथवा कंपनीचे भाग/कर्जरोखे खरेदी करावेत म्हणून - सूचनापत्रक, परिपत्रक किंवा जाहिरात प्रसिद्ध करून लोकांकडून प्रस्ताव मागविलेल्या कागदपत्रास/दस्तऐवजास माहितीपत्रक असे म्हणतात.

(A Prospectus means any document described or issued as a Prospectus and includes any notice, circular, advertisement or other document inviting deposit from the public or inviting offer from the public for the subscription of shares or debentures of a company)

वरील व्याख्येवरून लक्षात येते की, माहितीपत्रक कोणत्याही स्वरूपात असू शकते.

महत्त्व : माहितीपत्रक हे सुद्धा घटनापत्रक व नियमावलीइतकेच महत्त्वाचे आहे. सार्वजनिक कंपनीला जनतेकडून भागभांडवल उभारण्यासाठी माहितीपत्रकाच्या माध्यमातूनच पोहोचता येते. इच्छुक गुंतवणुकदारांना कंपनीचे भाग अथवा कर्जरोखे घेण्यास प्रवृत्त करावे म्हणून माहितीपत्रकाद्वारे प्रयत्न केले जातात. माहितीपत्रक विशिष्ट नमुन्यात प्रसिद्ध करावे लागते. त्यात कंपनीच्या स्वरूपासंबंधी, भागभांडवलासंबंधी योग्य ती माहिती देऊन गुंतवणुकदारांनी भाग किंवा कर्जरोखे विकत घ्यावेत म्हणून आवाहन केले जाते. थोडक्यात, माहितीपत्रक म्हणजे जनतेने भाग खरेदी करावेत यासाठी केलेले जाहीर निमंत्रण होय. कायद्यानुसार त्यातील तपशीलवार माहिती देताना काळजीपूर्वक दिली पाहिजे. कंपनीची सद्य:परिस्थिती आणि भविष्यकालीन योजना त्यात दिलेल्या असाव्यात. एका बाजूला आकर्षकपणा तर दुसऱ्या बाजूला कायदेशीर नियमांचे पालन यांचा विचार करून माहितीपत्रक तयार केले पाहिजे व प्रसिद्ध केले पाहिजे.

३.३.३ माहितीपत्रकातील मजकूर (Contents) : (कलम २६)

गुंतवणुकदाराच्या दृष्टीने नवीन व्यावसायिक साहसाला सुदृढपणे पाहण्याची एकमेव खिडकी म्हणजे कंपनीचे माहितीपत्रक होय. त्यामुळे कंपनी कायद्यानुसार माहितीपत्रकात कंपनीच्या व्यवसायाची, आर्थिक परिस्थितीची व कामकाजासंबंधीची सर्व महत्त्वाची माहिती त्यात नमूद करणे आवश्यक आहे. या माहितीवरूनच संभाव्य गुंतवणुकदार कंपनीचे भाग किंवा कर्जरोखे खरेदी करण्याचा निर्णय घेतो; म्हणून माहितीपत्रकात वस्तुनिष्ठ स्वरूपाची माहिती दिली पाहिजे. ती पुढीलप्रमाणे असावी :

माहितीपत्रकातील तपशीलवार माहिती (Contents of Prospectus)

कंपनीच्या माहितीपत्रकात खालील माहिती व आवश्यक तो तपशील दिलेला असतो :

१. कंपनीचे नाव व तिच्या नोंदविलेल्या कार्यालयाचा पत्ता.

२. कंपनीच्या प्रवर्तकांची नावे, पत्ते व त्यांची व्यावसायिक पार्श्वभूमी.

३. कंपनीची मुख्य उद्दिष्टे व व्यवसायाची सद्य:स्थिती.

४. संचालक, कार्यकारी संचालक व व्यवस्थापक यांची नावे, पत्ते व व्यवसाय इत्यादी.

५. कंपनीचा हिशेब तपासनीस, कंपनी चिटणीस, कायदे सल्लागार, बँक इत्यादीसंबंधी माहिती.

६. कंपनीने विक्रीसाठी काढलेल्या भागांचे प्रकार, त्यांची संख्या व भागभांडवलाची रक्कम.

७. भाग अर्जासोबत देण्याची रक्कम, भागवाटपाची रक्कम व रक्कम पाठविण्याची पद्धत यासंबंधी माहिती.

८. प्रवर्तकांनी कंपनी स्थापन करण्यापूर्वी केलेल्या प्राथमिक खर्चाचा तपशील.

९. कंपनीने खरेदी केलेल्या मालमत्तेचा तपशील.

१०. कंपनीने ज्या स्टॉक एक्स्चेंजमध्ये भाग विक्रीसाठी दाखल केले त्या विभागीय स्टॉक एक्स्चेंजचे नाव व पत्ता.

११. कंपनीने केलेल्या महत्त्वाच्या करारांचे तपशील.

१२. भाग विमाकरारासंबंधी भागविमेकरांना द्यावयाच्या दलालीसंबंधीची माहिती.

१३. राखीव निधी.

१४. कंपनीच्या व्यवसायाची थोडक्यात माहिती, व्यवसायांचे किंवा कारखान्याचे ठिकाण, तेथील इमारत व

यंत्रसामग्रीसंबंधीची माहिती, व्यवसायाच्या तंत्रज्ञानासंबंधी, उत्पादनप्रक्रियेसंबंधी कच्चा माल, पाणी, वीज इत्यादी सोईंबाबत तपशीलवार माहिती.

१५. भाग विक्री सुरू करण्याची व बंद करण्याची तारीख.

१६. व्यावसायिक धोका कोणत्या स्वरूपाचा असू शकेल त्याची थोडक्यात माहिती. उदा.कच्चा माल उपलब्ध होण्यातील अडचणी, विनिमय दरातील चढ-उताराची शक्यता, मार्केटिंगमधील अडचणी इत्यादी.

३.३.४ माहितीपत्रकासंदर्भात कायदेशीर बाबी (Statutory Requirements - in relation to Prospectus)

कंपनी कायदा २०१३ नुसार, माहितीपत्रकाची प्रसिद्धी करताना पुढील कायदेशीर बाबींची पूर्तता करणे आवश्यक आहे :

(१) माहितीपत्रकावरील दिनांक (Date of Prospectus) : कंपनीच्या प्रसिद्ध करावयाच्या माहितीपत्रकावर दिनांक (तारीख) असला पाहिजे; जर विपरीत तरतूद नसेल तर माहितीपत्रकावरील तारीखच त्याच्या प्रसिद्धीची तारीख समजली जाते. भाग-विक्रीची तारीख वेगळी असू शकते. ज्या दिवशी पहिल्यांदा माहितीपत्रक जाहिरातीमध्ये झळकवले जाते किंवा प्रसिद्धीसाठी दिले जाते ती तारीख भाग-विक्रीची तारीख (Date of Issue) समजली जाते. माहितीपत्रकाच्या संदर्भात वेळेची पूर्तता करण्याच्या तरतुदी या वेगवेगळ्या दोन तारखांपासून सुरू होतात. (Date of Publication and Date of Issue) म्हणून कंपनी विधेयक १९९३ मध्ये दोन तारखांच्या संदर्भात खुलासा करण्यात आला आहे.

(२) माहितीपत्रकाची नोंदणी (Registration of Prospectus) : कंपनी कायद्याच्या कलम ६० नुसार, माहितीपत्रकाची नोंदणी करण्यासंदर्भात पुढीलप्रमाणे तरतुदी करण्यात आलेल्या आहेत :

(१) माहितीपत्रक प्रसिद्ध करण्यापूर्वी त्यावर योग्य दिनांक, सर्व संचालकांच्या तारखेसह सह्या असल्या पाहिजेत. संचालक मंडळाच्या सभेत माहितीपत्रकास मान्यता देणारा ठराव संमत करण्यात आला पाहिजे.

(२) माहितीपत्रकाची एक प्रत नोंदणी अधिकाऱ्याच्या कार्यालयात दाखल केली पाहिजे व त्याचा उल्लेख माहितीपत्रकाच्या प्रत्येक प्रतीत असला पाहिजे.

(३) माहितीपत्रकासोबत तज्ज्ञांचे अहवाल, महत्त्वाच्या करारांच्या प्रती, व्यवस्थापकीय अधिकाऱ्यांच्या नेमणुकी व त्यांच्या मोबदल्याच्या संदर्भात असणाऱ्या कराराच्या प्रती इत्यादी जोडणे आवश्यक आहे. अशा करारांची माहिती माहितीपत्रकात असली पाहिजे.

(४) माहितीपत्रकाच्या प्रत्येक प्रतीसोबत भाग-अर्ज असला पाहिजे.

(५) कंपनीने अंकेक्षक, कायदेशीर सल्लागार, बँकर्स, भाग-दलाल यांच्या लेखी संमतीच्या प्रती नोंदणी अधिकाऱ्यास सादर केल्या पाहिजेत.

(६) माहितीपत्रकातील मजकूर कंपनी कायद्यातील परिशिष्ट-२, विभाग-१ प्रमाणे असला पाहिजे.

(७) माहितीपत्रक नोंदणी अधिकाऱ्याकडे दाखल केल्यानंतर ९० दिवसांच्या आत ते जनतेसाठी प्रसिद्ध केले पाहिजे.

(८) माहितीपत्रकामध्ये ज्या तज्ज्ञांच्या विधानांचा (मतांचा) उल्लेख करण्यात आलेला आहे ते तज्ज्ञ कंपनीच्या प्रवर्तनाशी संबंधित नसावेत.

(९) माहितीपत्रकाची नोंदणी केल्यानंतर माहितीपत्रकातील मजकुरामध्ये/करारातील अटींमध्ये कोणत्याही प्रकारचा बदल करण्यात आलेला नसावा.

(१०) माहितीपत्रकाची नोंदणी झाल्यानंतर ९० दिवसांनंतर जर माहितीपत्रक प्रसिद्ध करण्यात आले असेल तर ते कायदेशीर मानले जात नाही.

(३) माहितीपत्रकाची नोंदणी नाकारणे : कायद्यानुसार, पुढील परिस्थितीमध्ये नोंदणी अधिकारी माहितीपत्रक नोंदवून घेण्यास नकार देऊ शकतो.

(१) जर त्यावर प्रसिद्धीची तारीख नसेल तर.

(२) कायद्यानुसार आवश्यक ते अहवाल जोडलेले नसेल तर.

(३) कंपनीच्या प्रवर्तनामध्ये हितसंबंध असलेल्या तज्ज्ञांचे मत जर माहितीपत्रकात नोंदविण्यात आले असेल तर.

(४) ज्यांच्या नावाचा उल्लेख माहितीपत्रकात आहेत अशा प्रत्येक व्यक्तीची सही जर माहितीपत्रकावर नसेल तर.

(५) माहितीपत्रकामध्ये उल्लेख असलेल्या बँकर्स, अंकेक्षक, कायदेशीर सल्लागार, भाग विमेकरी इत्यादींच्या लेखी संमतिपत्रकाच्या प्रती माहितीपत्रकासोबत जोडल्या नसतील तर.

वरीलप्रमाणे कायदेशीर बाबींची पूर्तता करण्यास कसूरवार ठरणाऱ्या प्रत्येक जबाबदार व्यक्तीस रु. ५,०००/- पर्यंत दंड होऊ शकतो.

३.३.५ माहितीपत्रकाचे स्वरूप – कच्चा मसुदा समजले जाणारे माहितीपत्रक. माहितीपत्रकाऐवजीचे निवेदन/मसुदा (Draft Propsectus to be made Public)

सध्या कार्यपद्धतीनुसार सेबीकडे सादर करावयाच्या माहितीपत्रकाच्या मसुद्याला सार्वजनिक दस्तऐवजाच्या रूपात समजले जात नव्हते. अंतिम माहितीपत्रक जनतेला भाग-विक्रीपूर्वी फक्त २-३ आठवडे अगोदर बघायला मिळत होते. यामध्ये अधिक पारदर्शकता आणण्यासाठी सेबीकडे सादर करावयाच्या माहितीपत्रकाच्या मसुद्यालादेखील सार्वजनिक दस्तऐवज मानण्यात यावे असे ठरविले गेले. प्रमुख व्यापारी वित्तसंस्था (Lead Merchant Bankers), जर भागांची नोंद भागबाजारात करण्याचे ठरले असेल तर, भागबाजाराकडे अर्जासोबत माहितीपत्रकाच्या मसुद्याची प्रत दाखल करू शकतात. ते जनतेसाठीदेखील उपलब्ध करून देऊ शकतात. प्रमुख वित्तसंस्था/भागबाजार संस्था जनतेकडून मसुदा पाहू देण्याबद्दल वाजवी रक्कम आकारू शकतात.

माहितीपत्रकाचे संक्षिप्त स्वरूप (Abridged Form of Prospectus) : कंपनी कायद्यानुसार कोणतीही कंपनी भाग अथवा कर्जरोख्यासाठीचा अर्ज माहितीपत्रकात ठळक वैशिष्ट्ये दिल्याशिवाय विकू शकत नाही; जर कंपनीने भाग/कर्जरोखे अर्जदारांवर काही बंधने (अटी) घातली असतील की, ज्यामुळे माहितीपत्रक प्रसिद्धीच्या अटी सोडून देण्यास अथवा माहितीपत्रकात नमूद न केलेल्या एखाद्या बाबीसंदर्भात उदा. करार, विधान, दस्तऐवज इत्यादींबाबत जर एखादे विधान (Statement) करून लक्ष वेधले असेल तर असे माहितीपत्रक 'निरर्थक' (Void) ठरते. या कलमाची पूर्तता न करणारे कोणत्याही जबाबदार व्यक्तीला रु.५,०००/- पर्यंत दंड होऊ शकतो. अर्थात, वरील तरतुदी सर्व प्रकारच्या माहितीपत्रकांच्या स्वरूपाला तसेच भाग-विम्याच्या कराराच्या संदर्भात माहितीपत्रकात केलेले आवाहन इत्यादींना लागू होत नाहीत. कलम ५६ च्या

तरतुदींची पूर्तता न करणारे संचालक अथवा इतर जबाबदार अधिकारी दंडास पात्र ठरू शकतात; परंतु जर त्यांनी माहितीपत्रकातील एखादी आवश्यक माहिती गाळण्यात आली हे आपणास माहीत नव्हते अथवा अटींची पूर्तता होत नसल्याबद्दल आपण अजाण होतो हे सिद्ध केले, तर ते या जबाबदारीतून मुक्त होऊ शकतात. अर्थात, कोर्टाची अशी खात्री झाली पाहिजे की, कंपनी कायद्यामधील तरतुदींची पूर्तता न केल्यामुळे कोणताही प्रमुख परिणाम (Material Effect) झालेला नाही.

सेबीच्या मार्गदर्शनपर सूचना (SEBI Guidelines with Respect to Abridged Prospectus) : प्रमुख व्यापारी वित्तसंस्थेने (Lead Merchant Banker) माहितीपत्रकासंदर्भात पुढील बाबतीत खात्री करून घ्यावी असे सेबीने म्हटले आहे :

(१) भाग विक्री करणाऱ्या कंपनीने अथवा कोणीही विकल्या जाणाऱ्या अर्जासोबत संक्षिप्त माहितीपत्रक जोडलेले आहे.

(२) संक्षिप्त माहितीपत्रकासोबत भाग/कर्जरोखे अर्ज जोडलेला आहे.

(३) संक्षिप्त माहितीपत्रकात दिलेली कोणतीही माहिती ही माहितीपत्रकातील मजकुराशी विसंगत नाही.

(४) संक्षिप्त माहितीपत्रक किमान 'Point 7 Size' मध्ये छापलेले आहे व आवश्यक तेथे भरपूर जागा सोडलेली आहे.

(५) गुंतवणुकदाराला आपली माहिती - उदा. नाव, पत्ता, व्यवसाय इत्यादी लिहिण्यासाठी अर्जामध्ये पुरेशी जागा (Enough Space) सोडलेली आहे.

समजले जाणारे माहितीपत्रक/गृहीत माहितीपत्रक (Prospectus by Implication/Deemed Prospectus)

सर्वसामान्यपणे माहितीपत्रकाच्या संदर्भात असणाऱ्या तरतुदी या कंपनी अथवा कंपनीच्या वतीने जनतेला भाग/कर्जरोखे खरेदी करण्यासाठी आवाहन करण्याबाबतच मर्यादित आहेत. एके काळी कायद्यातील तरतुदींचे पालन न करता विक्रीगृहामार्फत (Issue Houses) जनतेला भाग/कर्जरोखे खरेदी करण्यासाठी आवाहन करणे शक्य होते. भाग/कर्जरोखे अशा विक्रीगृहाला देऊन त्यांच्यामार्फत ते जनतेला देत असत. अशा प्रकारे कंपनी विक्रीगृहाला भाग/कर्जरोखे देऊन अप्रत्यक्षपणे जनतेला माहितीपत्रक प्रसिद्ध न करता भाग/कर्जरोखे खरेदीसाठी आवाहन करू शकत होती.

विक्रीगृहाने निर्गमित केलेले माहितीपत्रक कायदेशीर माहितीपत्रक समजले जाते; म्हणजेच असे माहितीपत्रक कंपनीने प्रसिद्ध केले आहे असे समजले जाते. या कलमानुसार, विक्रीगृहाने विक्रीसाठी काढलेले कोणतेही पत्रक की, ज्यामध्ये भाग/कर्जरोखे खरेदीसाठी जनतेला आवाहन केलेले असते त्या पत्रकाला 'माहितीपत्रक' या संज्ञेत समाविष्ट केले जाते व अशा पत्रकाला/दस्तऐवजाला कायद्याने गृहीत धरलेले माहितीपत्रक समजले जाते.

जर कंपनीने भाग/कर्जरोखे वाटप केले असतील अथवा तसे मान्य केले असेल व त्यासाठी जनतेला विक्री प्रस्ताव (Offer for Sale) सादर केला असेल तर ज्या दस्तऐवजाद्वारे असा विक्री प्रस्ताव मांडला असेल, अशा दस्तऐवजाला सर्व उद्देशांसाठी कंपनीने प्रसिद्ध केलेले माहितीपत्रक समजले जाते (Deemed).

कोणतेही विपरीत कृत्य सिद्ध होत नसेल तर असा विक्रीचा प्रस्ताव हे माहितीपत्रक समजले जाईल. जर भाग/कर्जरोखे विक्रीसाठीचा प्रस्ताव वाटपानंतर अथवा वाटप करारानंतर सहा महिन्यांनी जनतेसमोर मांडला असेल आणि जर विक्रीच्या प्रस्तावाच्या तारखेला कंपनीला संपूर्ण मोबदला जो मिळणार होता तो मिळाला नसेल.

माहितीपत्रकात समाविष्ट करावयाच्या बाबींशिवाय भाग/कर्जरोखे संदर्भात विक्रीसाठीच्या प्रस्तावामध्ये कंपनीला मिळालेल्या अथवा मिळणार असलेल्या मोबदल्याचा तसेच हा करार कोठे निरीक्षणासाठी उपलब्ध होईल ती जागा व वेळ यांचा उल्लेख असावा.

गृहीत धरण्यात येत असलेल्या माहितीपत्रकालादेखील कलम ६० मध्ये असणाऱ्या माहितीपत्रक नोंदणीच्या अटी लागू होतील व असा भाग/कर्जरोखे विक्रीसंदर्भात असणारा प्रस्ताव मांडणाऱ्या व्यक्तींना कंपनीचे संचालक समजले जाईल.

भाग/कर्जरोखे विक्रीसंदर्भात विक्री प्रस्ताव मांडणाऱ्या कंपनीला अथवा भागीदारी संस्थेला त्यावर सह्या कराव्या लागतील. कंपनीच्या बाबतीत किमान दोन संचालकांनी व भागीदारी संस्थेच्या बाबतीत किमान निम्म्यापेक्षा अधिक भागीदारांनी अथवा त्यांच्या अधिकृत प्रतिनिधींनी सह्या करणे आवश्यक आहे.

शेल्फ (बहुविध) माहितीपत्रक (Shelf Prospectus)

कंपनी कायद्यात २०१३ साली झालेल्या दुरुस्तीनुसार नव्याने टाकण्यात आले व त्यानुसार शेल्फ माहिती पत्रकाची तरतूद करण्यात आली. शेल्फ माहितीपत्रक म्हणजे कोणत्याही सार्वजनिक वित्तसंस्थेने, बँकेने किंवा सूचित बँकेने की ज्यांचा प्रमुख उद्देश वित्तपुरवठा करणे आहे, अशा संस्थांनी प्रसिद्ध केलेल्या माहितीपत्रकाला शेल्फ माहितीपत्रक असे म्हणतात. वित्तपुरवठा म्हणजे ज्या खासगी औद्योगिक संस्था मूलभूत उद्योगधंद्यांत गुंतलेल्या आहेत, अशा संस्थांना वित्तपुरवठा करणे होय.

ज्या कंपन्या शेल्फ माहितीपत्रक नोंदणी अधिकाऱ्याकडे दाखल करतात, अशा संस्थांना वैध कालावधीत प्रतिभूतीच्या प्रत्येक विक्रीच्या वेळी स्वतंत्र माहितीपत्रक प्रसिद्ध करण्याची गरज नसते. अशा संस्थांना फक्त विवरणपत्रक (Information Memorandum) प्रसिद्ध करावे लागते व त्यामध्ये विक्री करावयाच्या प्रतिभूतीमध्ये (Material fact) जर काही महत्त्वाचे बदल झाले असतील तर ते घ्यावे लागतात. विवरणपत्रक जनतेसाठी शेल्फ माहितीपत्रकासोबत घ्यावे लागते व ते प्रथम विक्रीच्या वेळेपासून एक वर्षासाठी वैध समजले जाते. प्रत्येक प्रतिभूतीमध्ये विक्रीच्या वेळी जारी केलेले विवरणपत्रक म्हणजे माहितीपत्रकच समजले जाते.

माहितीपत्रकाऐवजीचे निवेदन (Statement in Lieu of Propsectus) (कलम –२८)

भागभांडवल असलेल्या सार्वजनिक कंपन्या जेव्हा लोकांना जाहीर आवाहन न करता खासगीरीत्या भागांची किंवा कर्जरोख्यांची विक्री करू इच्छितात, तेव्हा अशा कंपन्यांना माहितीपत्रक प्रसिद्ध करावे लागत नाही. अशा परिस्थितीत या कंपन्यांना माहितीपत्रकाऐवजी नोंदणी अधिकाऱ्याकडे एक साधे निवेदन द्यावे लागते. त्यालाच 'माहितीपत्रकाऐवजी द्यावयाचे निवेदन' (A Statement in Lieu of Prospectus) असे म्हणतात. हे निवेदन कंपनीच्या संचालकांना कंपनी कायद्यात शेवटच्या भागात नमूद केलेल्या परिशिष्ट–३ प्रमाणे तयार करावे लागते. या निवेदनात माहितीपत्रकात नमूद केलेल्या माहितीसारखीच माहिती असते. या निवेदनावर सर्व संचालकांच्या सह्या असणे आवश्यक आहे आणि त्यानंतर हे निवेदन नोंदणी अधिकाऱ्याच्या कार्यालयात सादर केले जाते व त्यानंतरच भाग वाटप केले जाते. माहितीपत्रकाप्रमाणे या निवेदनातदेखील चुकीची, असत्य स्वरूपाची, दिशाभूल करणारी माहिती असता कामा नये. तसे आढळून आल्यास संचालकांना दोन वर्षे सक्तमजुरी किंवा ५,०००/– रु. दंड किंवा दोन्हीही स्वरूपांची शिक्षा होऊ शकते. हे निवेदनपत्र कंपनी नोंदणी अधिकाऱ्याकडे सादर केल्यानंतर तीन दिवसांनी भागांचे वाटप करण्यात येते.

३.३.६ माहितीपत्रकातील असत्य विधान/कथन (Mis-statement or Mis-representation in Prospectus)

भागांच्या खरेदीसाठी कंपनीशी होणारा करार हा विश्वासावर आधारित होत असतो. माहितीपत्रकामुळेच कंपनी व गुंतवणूकदार यांच्यात करारात्मक नाते निर्माण होते; त्यामुळे ज्या माहितीच्या आधारे हा करार होतो त्या माहितीपत्रकात नमूद केलेली सर्व माहिती, केलेली विधाने सत्य व वस्तुनिष्ठ स्वरूपाची असली पाहिजेत. गुंतवणुकदाराची दिशाभूल करणारी, मोघम स्वरूपाची किंवा फसविण्याच्या उद्देशाने खोटी माहिती माहितीपत्रकात असू नये. कायद्याच्या दृष्टीने जनतेसमोर स्पष्टपणे मांडावी लागणारी कोणतीही माहिती लपवून ठेवू नये किंवा एखादी महत्त्वाची माहिती वगळू नये. माहितीपत्रकात देण्यात येणाऱ्या सर्व बाबी स्पष्ट व अचूक असल्या पाहिजेत, अशी कायद्यात तरतूद आहे.

पुढील परिस्थितीत कंपनीच्या माहितीपत्रकात असत्य निवेदन आहे असे समजले जाईल.

१. माहितीपत्रकात एखादे विधान ज्या स्वरूपात व संदर्भात वापरले आहे त्यावरून ते दिशाभूल करणारे आहे असे ठरत असल्यास;
२. माहितीपत्रकातून एखादी महत्त्वपूर्ण बाब वगळल्यामुळे गुंतवणुकदाराची दिशाभूल झाली असल्यास;
३. एखादे विधान वास्तवतेबद्दल चुकीचा आभास निर्माण करीत असेल तर,

भाग आणि कर्जरोखे खरेदी करणाऱ्यांना मिळणारे अधिकार (परिणाम)

१. असत्य निवेदनाला बळी पडून/भुलून जर त्यांनी भाग/कर्जरोखे खरेदी केले असतील तर केलेला करार त्यांना रद्द करता येतो.
२. भाग/कर्जरोखे खरेदीचा करार रद्द केल्यावर त्यांना कंपनीकडून नुकसानभरपाई वसूल करण्याचा अधिकार आहे.
३. असत्य निवेदनाबद्दल जबाबदार असणाऱ्या कंपनीच्या संचालकांना, प्रवर्तकांना, चिटणिसाला ते इतर व्यक्तींना नुकसानभरपाईसाठी जबाबदार ठरवून त्यांच्याविरुद्ध दावा दाखल करू शकतात.

उपाययोजना (Remedies)

ज्या व्यक्तींनी माहितीपत्रकातील एखाद्या असत्य विधानाला बळी पडून कंपनीकडे भागांसाठी अर्ज केला असेल किंवा ज्यांना भागांचे वाटप करण्यात आले आहे अशा व्यक्तींना कंपनीविरुद्ध अथवा माहितीपत्रक प्रसिद्ध करणाऱ्या विरुद्ध काही उपाययोजना उपलब्ध आहेत. परंतु खुल्या बाजारातून भाग/कर्जरोखे खरेदी करणाऱ्याला असे अधिकार नाहीत.

Peek Vs. Gurney (Supra) या कोर्ट केस प्रकरणात पुढीलप्रमाणे तत्त्वे अंमलात आणली गेली.

१) ज्या ज्या व्यक्तींनी माहितीपत्रकात खोटे/दिशाभूल करणारे विधान केले आहे त्याचा परिणाम म्हणून ज्यांनी एखादे कृत्य केले असेल व त्याला त्यामुळे नुकसान पोहोचले असेल, तर असे विधान करणारी प्रत्येक व्यक्ती जबाबदार धरली जाते.
२) ज्या ज्या व्यक्तींनी दुसऱ्यांसाठी चुकीचे/खोटे दिशाभूल करणारे विधान केले आहे व त्याआधारे तृतीयपक्षाने एखादे कृत्य केले असेल आणि त्यामुळे त्यांना नुकसान पोहोचले असेल व ते विधान फसविण्याच्या उद्देशानेच केले गेले असेल, तर अशा व्यक्ती नुकसानीस जबाबदार धरल्या जातील.
३) असत्य विधानामुळे नुकसान त्वरित झालेले असले पाहिजे. अशा विधानाचा तो दूरचा परिणाम (Remote Consequences) नसावा.

एखादे दिशाभूल करणारे/चुकीचे विधान किंवा एखादी महत्त्वाची माहिती जाणूनबुजून गाळण्यात आली असेल तर त्यामुळे दिवाणी व फौजदारी स्वरूपाची जबाबदारी निर्माण होते.

३.३.७ चुकीच्या विधानाची जबाबदारी (Liability for Mis-statement) (कलम ३४)

कंपनी कायद्यातील तरतुदीनुसार, जर माहितीपत्रकात असत्य, दिशाभूल करणारी, मोघम स्वरूपाची माहिती/विधाने आढळून आली तर त्याबाबतची सर्व जबाबदारी संचालकाची, प्रवर्तकांची आणि कंपनीच्या अधिकाऱ्यांची आहे असे समजण्यात येईल. ही जबाबदारी खालील स्वरूपाची असू शकेल.

१. धोक्याबद्दल नुकसानभरपाई : माहितीपत्रकातील असत्य व दिशाभूल करणाऱ्या विधानामुळे जर गुंतवणुकदारांची फसवणूक झाली असेल व त्यांनी त्याबद्दल कंपनीविरुद्ध कारवाई केली नसेल, तर असत्य विधानास जबाबदार असलेल्या व्यक्तीपैकी कोणाकडूनही किंवा सर्वांकडून नुकसानभरपाई मागण्याचा त्यांना अधिकार राहील.

२. खोट्या माहितीबद्दल नुकसानभरपाई : माहितीपत्रकातील खोट्या विधानावर विश्वास ठेवून जर गुंतवणुकदाराने भाग / कर्जरोखे खरेदी केले असतील व त्यामुळे त्यांना नुकसान सहन करावे लागले असेल, तर खोट्या विधानास जबाबदार असलेल्या व्यक्तीकडून आपल्या प्रत्यक्ष नुकसानीइतकी नुकसानभरपाई मागण्याचा अधिकार गुंतवणुकदाराला राहील. मात्र, त्यासाठी त्यांना तसे सिद्ध करता आले पाहिजे.

३. माहिती वगळल्यामुळे निर्माण होणारी जबाबदारी : कंपनी कायद्याच्या अधिनियमाच्या दुरुस्त्या व सूचित ज्या ज्या बाबी माहितीपत्रकात देणे आवश्यक आहे त्यातील कोणतीही बाब जाणूनबुजून अथवा अजाणतेपणामुळे वगळली गेली असेल व त्यामुळे गुंतवणुकदारांना नुकसान झाले असेल, तर त्याबद्दल जबाबदार असणाऱ्या व्यक्तींना ५००० रु. पर्यंत दंड किंवा गुंतवणुकदाराला नुकसानभरपाई देण्यास जबाबदार धरले जाते.

४. फौजदारी स्वरूपाची जबाबदारी : कंपनी कायद्यानुसार, माहितीपत्रकात एखाद्या महत्त्वाच्या बाबीसंदर्भात जाणूनबुजून खोटे विधान करण्यात आले असल्यास असे माहितीपत्रक प्रसिद्ध करण्यास जबाबदार असलेल्या व्यक्तीला दोन वर्षे कैद किंवा ५००० रु. पर्यंत दंड किंवा दोन्ही शिक्षा एकदम देता येतात. तसेच एखाद्या व्यक्तीने इतरांची फसवणूक करण्याच्या उद्देशाने त्यांना कंपनीचे भाग / कर्जरोखे घेण्यास प्रवृत्त केले असेल किंवा कंपनीशी करार करण्यासाठी किंवा कंपनीत पैसे गुंतविण्यासाठी किंवा भागविम्याचा करार करण्यासाठी प्रोत्साहित केले असेल तर अशा व्यक्तीला ५ वर्षे कैद किंवा १०,००० रु. पर्यंत दंड किंवा दोन्ही शिक्षा करता येतील.

५. तज्ज्ञांची जबाबदारी : माहितीपत्रकात एखाद्या तज्ज्ञाचा अहवाल / मत त्याच्या लेखी संमतीने छापले असल्यास व त्या अहवालातील असत्य विधानाच्या आधारावर जर एखाद्याने कंपनीचे भाग / कर्जरोखे खरेदी केले असतील, तर अशा व्यक्तीला नुकसानभरपाई देण्याची जबाबदारी त्या तज्ज्ञांवर राहील.

६. सामान्य कायद्यानुसार जबाबदारी : माहितीपत्रक प्रसिद्ध करण्यास जबाबदार असलेल्या व्यक्तीला फसवणुकीच्या कारणावरून सामान्य कायद्यांतर्गत जबाबदार ठरविता येते.

माहितीपत्रकातील असत्य विधानामुळे नुकसान झालेल्या व्यक्तीने कायद्यानुसार करावयाची कारवाई

असत्य विधानाची माहिती होताच योग्य त्या काळात केली पाहिजे. अन्यथा, त्यांना नुकसानभरपाई मागण्याचा अधिकार / हक्क राहणार नाही. तसेच नुकसानभरपाई वसूल करण्याची प्रत्यक्ष कारवाई भागवाटप झाल्यानंतर दोन वर्षांच्या आत सुरू झाली पाहिजे.

३.३.८ माहितीपत्रकाच्या प्रसारणसंदर्भात सेबीच्या मार्गदर्शनपर सूचना

कंपनी कायद्याप्रमाणे कंपनीला माहितीपत्रक तयार करून त्याची जाहिरात प्रसारित करता येते. परंतु, गुंतवणुकदाराच्या अज्ञानाचा फायदा घेऊन काही कंपन्या त्यांना फसवू लागल्या व भांडवलबाजारात हाहाकार माजला. गुंतवणुकदारांचे हितरक्षण व्हावे व त्यांची फसवणूक होऊ नये म्हणून केंद्र सरकारने १९९५ साली सेबी (Securitics and Exchange Board of India) या संस्थेची स्थापना केली. तेव्हापासून सर्व सार्वजनिक कंपन्यांना भागांची विक्री करताना काही अटींचे व नियमांचे पालन करणे बंधनकारक राहील असे जाहीर केले गेले. त्यामुळे गुंतवणुकदारांची फसवणूक होणार नाही.

कंपनीचे माहितीपत्रक प्रसारित करताना सेबी संस्थेने काही मार्गदर्शक सूचना केल्या आहेत. त्या खालीलप्रमाणे आहेत :

१. ज्या भागांच्या विक्रीतून येणाऱ्या पैशातून कंपनी नियोजित उद्योग-व्यवसायाची उभारणी करू इच्छिते, त्या प्रकल्पाची माहिती कंपनीने माहितीपत्रकात दिली पाहिजे. त्या प्रकल्पासाठी लागणारे भांडवल व तंत्रज्ञानासंबंधी माहिती नमूद केली पाहिजे.
२. जर कंपनीला आपल्या व्यवसायाव्यतिरिक्त अन्य उत्पन्न मिळत असेल, तर 'अन्य उत्पन्न' या सदराखाली कंपनीला कोणत्या मार्गांनी अन्य उत्पन्न मिळते त्यासंबंधी सविस्तर माहिती दिली पाहिजे.
३. कंपनीच्या व्यवसायावर आघात करणाऱ्या संभाव्य धोक्याची कल्पना गुंतवणुकदारांना माहितीपत्रकात देणे आवश्यक आहे. काही वेळा कंपनीचा तांत्रिक सहकार्याचा करार भंग पावू शकतो. कामगार वादामुळे प्रकल्प बंद पडू शकतो. प्रदूषणाच्या कचाट्यात कंपनी सापडून समस्या निर्माण होऊ शकतात. यासंबंधी गुंतवणुकदारांना पूर्वकल्पना दिली पाहिजे.
४. कंपनीने आपल्या उत्पादनक्षमतेसंबंधी स्पष्ट शब्दात खुलासा करावा. कंपनीच्या यंत्रसामग्रीमुळे निर्माण झालेली उत्पादनक्षमता आणि कंपनीची प्रत्यक्ष सरासरी उत्पादनक्षमता कमी असेल तर ही उत्पादनक्षमता कंपनी कशी वाढवील यासंबंधी निवेदन करणे आवश्यक आहे.
५. कंपनीच्या व्यवस्थापनातील महत्त्वाच्या व्यवस्थापकीय काम करणाऱ्या अधिकाऱ्यांचे माहितीपत्रक प्रसारित करण्यापूर्वी एक वर्ष अगोदर अचानक काढून टाकल्यास त्यांची माहिती दिली पाहिजे. यात मुख्यत: नियोजन, उत्पादन, विपणन, अर्थ विभागांच्या पदावर प्रमुख म्हणून काम करणाऱ्या व्यवस्थापकांचा समावेश होतो.
६. माहितीपत्रकात मागील तीन वर्षांत कंपनीच्या भागांच्या बाजाराच्या किमतीत जास्तीत जास्त किंमत, कमीत कमी किंमत व सरासरी किमतीत कशी तफावत पडली, त्याचप्रमाणे नोंदणी अधिकाऱ्याला माहितीपत्रक सादर करण्यापूर्वी मागील सहा महिन्यांत भागांचे बाजारातील मासिक किमतीत झालेले बदल नमूद केले पाहिजेत.
७. माहितीपत्रकात गुंतवणुकदारांच्या तक्रारींचे निवारण करण्यासाठी कंपनीने कोणती उपाययोजना किंवा

यंत्रणा निर्माण केली आहे, यासंबंधी खुलासा केला पाहिजे. याशिवाय गुंतवणुकदारांच्या न्याय्य तक्रारीचे निवारण करण्यासाठी किती वेळ लागतो याचाही खुलासा केला पाहिजे.

८. जेव्हा कंपनी प्रथमच भागांची विक्री जाहीररीत्या करीत असेल तर कंपनीच्या प्रवर्तकांनी यापैकी किती भाग खरेदी केला आहे व रोखीने खरेदी केला किंवा कसे यासंबंधी थोडक्यात माहिती दिली पाहिजे.

९. कंपनीच्या व्यवसायात निर्माण होणारे संभाव्य धोके कोणते आहेत. त्याची माहिती माहितीपत्रकात नमूद केली पाहिजे. हे धोके कंपनीच्या प्रकल्पातील अडचणीतून निर्माण होऊ शकतात किंवा अंतर्गत कारणांमुळे निर्माण होऊ शकतात. तसेच बाह्य धोके कोणते व अंतर्गत धोके कोणते यासंबंधी पूर्वसूचना माहितीपत्रकात दिली जाते.

१०. कंपनीच्या माहितीपत्रकात जी माहिती नमूद केली जाते ती माहिती अद्ययावत स्वरूपाची असते. माहितीपत्रकात नमूद केलेली माहिती ६ महिन्यांपेक्षा जुनी असू नये, अशी काळजी माहितीपत्रक तयार करताना घेतली पाहिजे.

भागांचा विमा (Underwriting of Shares)

सार्वजनिक कंपनीला कंपनी कायद्याप्रमाणे माहितीपत्रक प्रसिद्ध केल्यापासून १२० दिवसांचे आत कमीत कमी भांडवल लोकांकडून जमा करणे आवश्यक आहे. या रकमेला किमान अभिदानाची रक्कम असे म्हणतात. ही रक्कम लोकांकडून जमा केली नाही तर कंपनीला व्यवसाय प्रारंभ दाखला नोंदणी अधिकाऱ्याकडून मिळू शकत नाही. यावर उपाययोजना म्हणून कंपनीला भाग विमेकऱ्यांशी करार करावा लागतो. त्यालाच 'भागांचा विमा करार' असे म्हणतात.

आपल्या देशात कंपनीच्या भागविक्रीसाठी काही मध्यस्थांची मदत घ्यावी लागते. भाग विमेकरी संस्थांचे जाळे भांडवल बाजारात दिसून येते. या विमेकरी संस्थांमध्ये प्रामुख्याने आयुर्विमा महामंडळ, युटीआय, स्टेट बँक ऑफ इंडिया, आय. सी. आय. सी. आय. सारख्या वित्तीय संस्था व बँका यांचा समावेश होतो. कंपनीशी भाग विमा करार करून कंपनीने विक्रीसाठी काढलेल्या भागांपैकी जे भाग विकले जात नाहीत, ते खरेदी करण्याचा करार या संस्था करतात. जर सर्वच्या सर्व भागांची बाजारात विक्री झाली तर विमेकरी संस्थांनी भाग विकत घेण्याचे कारण नसते; परंतु जर किमान अभिदानाएवढ्या रकमेचे भाग विकत घेतले नाहीत, तर या विमेकरी संस्था करारात ठरल्याप्रमाणे उरलेले भाग खरेदी करतात व कंपन्यांना पुढच्या औपचारिकतेची वाट मोकळी करून देतात. याबद्दल त्यांना करारात ठरल्याप्रमाणे भाग विमा दलाली (Underwriting Commission) असे म्हणतात. त्यामुळे प्रतिसाद मिळो वा न मिळो, विमेकरी संस्थांमुळे कंपनी किमान अभिदानाची रक्कम उभी करू शकते व त्यामुळेच व्यवसाय प्रारंभ दाखला नोंदणी अधिकाऱ्याकडून मिळू शकतो.

भाग विमा करारात कंपनीचे विमेकरी कंपनीचे विक्री न झालेले भाग खरेदी करण्याचे मान्य करतात व तेवढी रक्कम कंपनीला देण्याचे लेखी आश्वासन देतात. त्याबद्दल मोबदला म्हणून कंपनी ठरलेल्या दराप्रमाणे 'भाग विमा दलाली' विमेकरी संस्थांना देण्याचे मान्य करते. ही दलाली जेवढ्या भागांचा विमा उतरविला असेल तेवढ्या भागांवर आकारली जाते.

कंपनी कायद्यातील तरतुदी : कंपनी कायद्यानुसार 'भाग विमा दलाली' या संदर्भात पुढीलप्रमाणे तरतुदी दिलेल्या आहेत :

१) भाग-विमेकऱ्यांनी कबूल केलेल्या भाग विम्याच्या भागांचा / कर्जरोख्यांचा तपशील माहितीपत्रकात अथवा माहितीपत्रकाच्या ऐवजीच्या निवेदनात दिला पाहिजे.

२) भाग-विमा दलाली देण्याची तरतूद नियमावलीत असली पाहिजे.

३) भाग-विमा दलालीची रक्कम किंवा टक्केवारी यांचा उल्लेख माहितीपत्रकात अथवा माहितीपत्रकाऐवजीच्या निवेदनात केला पाहिजे.

४) भाग-विमा दलालीची रक्कम भागांच्या बाबतीत भाग-विक्री किमतीच्या ५% पेक्षा तर कर्जरोख्यांच्या बाबतीत अडीच टक्क्यांपेक्षा (२.५%) जास्त असू नये.

५) भाग-विमा कराराची प्रत नोंदणी अधिकाऱ्याकडे दाखल केली पाहिजे.

६) जे भाग/कर्जरोखे लोकांना विक्रीसाठी देऊ केलेले नाहीत त्यांच्यावर भाग-विमा दलाली देता येणार नाही.

वरील तरतुदी सर्व प्रकारच्या कंपन्यांना लागू आहेत.

मंजूर भाग दलाली (Brokerage Permissible) : कमिशनशिवाय ब्रोकरेज मंजूर आहे. ज्या व्यक्ती प्रत्यक्षात भागांचे व्यवहार करतात आणि ज्यांचा व्यवसाय भाग विकत घेणे आहे, अशा व्यक्तींनाच ब्रोकरेज देता येते. अशा व्यक्ती सेबीकडे नोंदणी (Registered) झालेल्या असाव्यात.

कमिशन आणि ब्रोकरेजशिवाय कोणत्याही प्रकारचे कमिशन, सूट/सवलत प्रत्यक्ष अथवा प्रत्यक्ष भाग विमेकऱ्याला देता येणार नाही. खासगी भागविक्रीच्या संदर्भातदेखील गुंतवणुकदारांना कोणत्याही प्रकारचे प्रत्यक्ष अथवा अप्रत्यक्ष कमिशन देता येणार नाही. तसेच कसूर करणाऱ्याला रु. ५०००/- पर्यंत दंड होऊ शकतो.

प्रश्नसंग्रह

अ) थोडक्यात उत्तरे लिहा. (२० शब्दांत)

१) 'घटनापत्रक' म्हणजे काय?

२) 'नियमावली' म्हणजे काय?

३) माहितीपत्रकाची व्याख्या द्या.

४) टेबल 'ए' म्हणजे काय?

५) 'चुकीचे विधान' म्हणजे काय?

६) 'संक्षिप्त माहितीपत्रक' म्हणजे काय?

७) 'अधिकारबाह्य सिद्धान्त' म्हणजे काय?

८) गृहीत मानले जाणारे (Deemed) माहितीपत्रक ही संकल्पना स्पष्ट करा.

९) अंतर्गत व्यवस्थापनाचा सिद्धान्त सांगा.

१०) रचनात्मक सूचनेचा सिद्धान्त कथन करा.

ब) संक्षिप्त उत्तरे लिहा. (५० शब्दांत)

१) घटनापत्रकाचे महत्त्व सांगा.

२) नियमावलीचे महत्त्व विशद करा.

३) घटनापत्रकातील 'नाव' कलम स्पष्ट करा.

४) माहितीपत्रकाऐवजीचे निवेदन म्हणजे काय?

५) माहितीपत्रकातील असत्य विधानाचे परिणाम सांगा.

६) घटनापत्रकातील उद्देश कलम स्पष्ट करा.

७) माहितीपत्रक प्रसिद्धीचे उद्देश सांगा.

८) 'घटनापत्रक न बदलता येणारी सनद आहे.' स्पष्ट करा.

९) अधिकारबाह्य सिद्धान्त स्पष्ट करा.

१०) कोणत्या परिस्थितीत माहितीपत्रक प्रसिद्ध करावे लागत नाही, ती परिस्थिती सांगा.

११) शेल्फ माहितीपत्रक म्हणजे काय?

क) थोडक्यात उत्तरे लिहा. (१५० शब्दांत)

१) घटनापत्रकातील उद्देश कलम स्पष्ट करा.

२) घटनापत्रकातील स्थळ कलमात बदल करण्याची कार्यपद्धती सांगा.

३) घटनापत्रकातील नाव कलमात बदल करण्याच्या अवस्था (Steps) सांगा.

४) घटनापत्रक व नियमावली यातील फरक स्पष्ट करा.

५) माहितीपत्रकातील असत्य विधानाबाबत संचालकांची/प्रवर्तकांची जबाबदारी स्पष्ट करा.

६) माहितीपत्रक आणि माहितीपत्रकाऐवजीचे निवेदन यातील फरक सांगा.

७) माहितीपत्रकातील मजकूर सांगा.

८) नियमावलीतील मजकूर सांगा.

९) नियमावलीत बदल करण्यासाठी कोणती कार्यपद्धती अवलंबावी लागते ते सांगा.

१०) माहितीपत्रक प्रसिद्धीच्या संदर्भात सेबीची मार्गदर्शक तत्त्वे सांगा.

ड) सविस्तर उत्तरे लिहा. (३००/५०० शब्दांत)

१) 'घटनापत्रक' म्हणजे काय? घटनापत्रकातील विविध कलमे सांगा.

२) घटनापत्रकातील विविध कलमांमध्ये बदल कसा करता येईल ते स्पष्ट करा.

३) 'नियमावली' म्हणजे काय? नियमावलीतील मजकूर सांगून नियमावलीत बदल करण्याची कार्यपद्धती सांगा.

४) घटनापत्रक व नियमावलीच्या संदर्भात असणारे विविध सिद्धान्त स्पष्ट करा.

५) 'माहितीपत्रक' म्हणजे काय? माहितीपत्रक प्रसिद्धीचे उद्देश सांगून त्यातील मजकूर सांगा.

६) घटनापत्रक व नियमावलीची व्याख्या देऊन त्यातील फरक स्पष्ट करा.

७) 'असत्य विधान' म्हणजे काय? असत्य विधानाचे परिणाम सांगून त्यासंदर्भात संचालक व प्रवर्तकाची दिवाणी व फौजदारी स्वरूपाची जबाबदारी स्पष्ट करा.

८) माहितीपत्रक म्हणजे काय? माहितीपत्रकाचे महत्त्व सांगून त्याच्या प्रसिद्धीच्या संदर्भात कंपनी कायद्यात कोणत्या तरतुदी आहेत त्या स्पष्ट करा.

९) परिशिष्ट 'अ'मधील माहिती सविस्तर सांगा.

१०) माहितीपत्रक म्हणजे काय? माहितीपत्रकाचे महत्त्व सांगून माहितीपत्रक प्रसिद्ध करण्याच्या संदर्भात सेबीने कोणत्या मार्गदर्शक सूचना केल्या आहेत त्या सांगा.

<table>
<tr><td>प्रकरण
४</td><td>कंपनीचे भागभांडवल
(Capital of the Company)</td></tr>
</table>

४.१ भागभांडवल – अर्थ, स्वरुप व महत्त्व

४.२ भागभांडवलांचे प्रकार

४.३ भाग व भागांचे प्रकार

४.४ भागांची विक्री

४.५ भाग भांडवल उभारणीचे मार्ग

४.६ भागवाटपाची पद्धती

४.७ भागावरील हप्ते मागणी

४.८ भागांची पूर्वखरेदी

४.९ कर्मचारी भाग विकल्प योजना

४.१० स्वेटसामान्य भाग

४.११ भाग प्रमाणपत्र

४.१२ भाग अधिपत्र

४.१३ भाग प्रमाणपत्र व अधिपत्र यातील फरक

४.१ भाग-भांडवल : अर्थ, स्वरूप व महत्त्व (कलम-४३) (Share Capital : Meaning, Nature and Importance)

कोणताही व्यवसाय सुरू करण्यासाठी भांडवल म्हणजे पैशाची गरज असते. त्याशिवाय धंदा सुरू करता येत नाही. कंपनीला उद्योग व्यवसाय सुरू करण्यासाठी भांडवलाची गरज असते. कारखान्यासाठी इमारत यंत्रसामग्री खरेदी करण्यासाठी तसेच कच्चा माल व दैनंदिन व्यवसाय करण्यासाठी भांडवलाची आवश्यकता असते. प्रचंड प्रमाणात भांडवलाची गरज लक्षात घेऊनच कंपनीला आपल्या भागांची विक्री करावी लागते. यालाच 'भाग-भांडवल उभारणी' असे म्हणतात. कंपनी जेव्हा भागांची विक्री करून भांडवल उभारते, तेव्हा

त्या भांडवलाला 'भाग-भांडवल' (Share Capital) असे म्हणतात. (कलम २(८४)) काही वेळा कंपनी कायद्यानुसार कंपनी कर्जरोख्यांची विक्री करून भांडवल उभारणी करते. तेव्हा त्या भांडवलास 'कर्जरोखे भांडवल' (Debenture Capital) असे म्हणतात.

भागभांडवल हे कंपनीच्या सभासदांनी किंवा भागधारकांनी दिलेले असते; म्हणून या भांडवलास 'स्वत:चे भांडवल' (Owned Capital) असे म्हणतात. कर्जरोख्यांची विक्री करून जमा केलेल्या भांडवलास 'कर्जाऊ भांडवल' (Borrowed Capital) असे म्हणतात. भागभांडवल हे कायम स्वरूपाचे कंपनीचे स्वत:चे भांडवल असते. कंपनी बंद होईपर्यंत ते परत करण्याचा प्रश्न उद्‌भवत नाही. मात्र, कर्जरोख्याची विक्री करून जमा केलेले भांडवल हे कर्जाऊ भांडवल असल्याने ते विशिष्ट मुदतीने परत करावे लागते.

कंपनीच्या भागभांडवलाची तुलना शरीरातील रक्ताशी करता येईल; जर शरीरात पुरेसा रक्तपुरवठा नसेल तर माणूस आजारी पडतो, तसे उद्योग व्यवसायात भांडवलाचा पुरवठा कमी पडला, तर उद्योग-व्यवसाय बंद पडण्याची शक्यता असते; म्हणून पुरेसे भांडवल जमा करणे आवश्यक असते.

कंपनी कायद्याप्रमाणे घटनापत्रकात कंपनीच्या भाग-भाडवलासंबंधी स्वतंत्र विधान असते. त्यात कंपनीच्या एकूण अधिकृत भांडवलाची रक्कम सामान्य भागांची संख्या व त्यांची दर्शनी किंमत नमूद केलेली असते. तेवढ्या रकमेएवढेच भागभांडवल कंपनीला गोळा करता येते. अर्थात, या विधानात दुरुस्ती किंवा बदल करता येतो व भागभांडवल वाढविता येते. कंपनीला व्यवसायाची सुरुवात करताना किती रकमेचे भांडवल लागेल, तेवढे शेअर्स /भाग विक्रीला काढता येतात व गरजेनुसार भांडवलाची जेव्हा आवश्यकता असेल, तेव्हा पुन्हा भागांची विक्री करून भांडवल जमविता येते.

४.२ भाग-भांडवलाचे प्रकार (Types of Share Capital)

भाग-भांडवलाचे प्रकार खालीलप्रमाणे आहेत :

१. अधिकृत भांडवल (Authorised Capital) : कंपनीची नोंदणी करताना घटनापत्रकात नमूद केलेल्या भाग-भांडवलास 'अधिकृत भांडवल' असे म्हणतात किंवा 'नोंदविलेले भांडवल' असेही म्हणतात. यामध्ये भांडवलाची रक्कम एकूण भागांमध्ये विभागलेली असते व प्रत्येक भागावर दर्शनी किंमत ठळकपणे नमूद केलेली असते. उदा. एखाद्या कंपनीची नोंदणी करताना अधिकृत भांडवल १ कोटी रुपये असले तर हे भांडवल एक लाख भागांमध्ये विभागले जाते व प्रत्येक भागावर १०० रु. दर्शनी किंमत स्पष्टपणे छापलेली असते. कंपनीला अधिकृत भांडवलाच्या रकमेपेक्षा जास्त रक्कम भांडवल स्वरूपात जमविता येत नाही. भाग-भांडवलाच्या रकमेवर कंपनीची नोंदणी करताना स्टॅम्प ड्यूटीची रक्कम कंपनीला भरावी लागते. अधिकृत भांडवलाची किती रक्कम असावी यावर कायदेशीर निर्बंध नाही. कंपनीच्या व्यवसायाचे स्वरूप विचारात घेऊन भाग-भांडवलाची रक्कम ठरविली जाते.

२. विक्रीस काढलेले भांडवल (Issud Capital) : अधिकृत भांडवलापैकी जे भांडवल कंपनी विक्रीसाठी काढते त्याला 'विक्रीस काढलेले भांडवल' (Issued Capital) असे म्हणतात. प्रत्यक्ष व्यवहारात कंपनी अधिकृत भागभांडवलापैकी आवश्यक तेवढ्या रकमेचे शेअर्स/भाग विक्रीला काढते. खासगी कंपनी आपली मित्रमंडळी वा नातेवाईक यांच्यामार्फत भांडवलाची रक्कम गोळा करीत असल्यामुळे त्या भांडवलास विक्रीस काढलेले भांडवल म्हणता येणार नाही. सार्वजनिक कंपनी मात्र भागांची विक्री जाहीररीत्या मोठ्या प्रमाणावर करत असल्यामुळे त्यांच्यामार्फत विक्रीस काढलेले भाग कोणालाही खरेदी करता येतात.

३. विकलेले भांडवल (Subscribed Capital) : विक्रीस भागभांडवलापैकी जेवढे भागभांडवल लोक विकत घेतात, त्यास 'विकलेले भांडवल' असे म्हणतात. अर्थात गुंतवणूकदार भाग विकत घेण्याची तयारी दाखवितात. त्यांना भागांच्या किमतीएवढी रक्कम देण्याची आवश्यकता नसते. परंतु जर विकत घेतलेल्या भागांची संपूर्ण रक्कम गुंतवणुकदारांनी एकाच वेळी कंपनीकडे भरली तर त्याला संपूर्ण 'वसूल केलेले भांडवल' (Fully Paid up) असे म्हणतात.

४. मागितलेले भांडवल (Called up Capital): विकलेल्या भाग-भांडवलापैकी कंपनी जेव्हा भांडवलाची गरज असते, तेव्हा काही भांडवलाची मागणी करते. त्याला 'मागितलेले भांडवल' असे म्हणतात. प्रत्येक भागाच्या दर्शनी किमतीपैकी काही रकमेची मागणी कंपनी भागधारकाकडे करते व ही रक्कम विशिष्ट मुदतीत भरावी, असे मागणीपत्र भागधारकांना पाठविते.

५. वसूल भाग-भांडवल (Paid up Capital) : मागितलेल्या भाग-भांडवलापैकी प्रत्यक्ष जेवढी रक्कम भांडवल म्हणून मिळते त्या भाग-भांडवलाला 'वसूल भाग-भांडवल' असे म्हणतात.

अधिकृत भांडवलाचे उदाहरण वर नमूद केले आहे. खालील स्पष्टीकरणावरून विविध भाग- भांडवलाचे प्रकार स्पष्ट करता येतील –

अधिकृत भाग-भांडवल : १ कोटी रुपयांचे अधिकृत भाग-भांडवल १ लक्ष सामान्य भागांत विभागले आहेत व प्रत्येक भागाची दर्शनी किंमत आहे १०० रु.

विक्रीस काढलेले भांडवल : १ लाख भागांपैकी समजा, कंपनीने २५ हजार भाग विक्रीस काढण्याचे ठरविले तर एकूण विक्रीस काढलेल्या भांडवलाची रक्कम २५००० भाग १०० दर्शनी किंमत = २५,००,००० म्हणजे २५ लाख रु. एवढी होईल.

विकलेले भांडवल : विक्रीस काढलेल्या भांडवलापैकी जर लोकांनी २० हजार भाग विकत घेतले तर विकलेल्या भांडवलाची रक्कम म्हणजे २०,००० भाग १०० रु. दर्शनी किंमत =२०,००,००० म्हणजे २० लाख रुपये एवढी होईल.

मागितलेले भांडवल : वरील विकलेल्या भांडवलापैकी जेव्हा कंपनीला आवश्यकता असेल तेव्हा मागणीपत्र पाठवून भांडवल जमा करते . उदा. जर १०० रु. दर्शनी किंमतीपैकी प्रत्येक भागावर २० रु. ची मागणी केली तर मागणी केलेले भांडवल (called up capital) म्हणजे विकलेल्या भागांची संख्या २०,००० × २० रु. (मागणी केलेली रक्कम)=४,००,००० रु = ४ लाख रुपये आणि वसूल झालेले भाग-भांडवल म्हणजे वरील मागणी केलेल्या भांडवलापैकी भागधारकांनी उदा. २० हजार शेअर्सपैकी जर १५ हजार शेअर्सवर प्रत्येकी २० रु. प्रत्येक शेअर्सवर मागितलेली रक्कम म्हणजेच १५,००० भाग × २० रु. मागणी रक्कम = ३,००,००० = ३ लाख रुपये इतकी होईल.

थोडक्यात, वरील उदाहरणावरून आपल्याला भाग-भांडवलाचे स्वरूप लक्षात येईल. त्याचा गोषवारा खालीलप्रमाणे आहे –

(अ) नोंदविलेले भाग-भांडवल रुपये किंवा अधिकृत भांडवल रु. १ कोटी.

(ब) विक्रीस काढलेले भाग-भांडवल रु. २५ लाख.

(क) विकलेले भाग भांडवल रक्कम रु. ४ लाख.

(ड) मागणी केलेल्या भाग-भांडवलाची रक्कम रु. ४ लाख.

(ई) वसूल केलेल्या भाग-भांडवलाची रक्कम रु. ३ लाख.

६. राखीव भांडवल (Reserve Capital) : भारतीय कंपनी कायद्यातील तरतुदीनुसार, सार्वजनिक कंपनीला विशेष ठराव करून राखीव भांडवलाची तरतूद करता येते. हे भांडवल म्हणजे कंपनीच्या विक्रीस न काढलेल्या भांडवलाचा काही भाग होय. राखीव भांडवल म्हणजे विक्रीस काढलेल्या भाग-भांडवलाचा असा हिस्सा की, जे भांडवल कंपनीला फक्त आपले कामकाज बंद करताना भागधारकांकडून मागता येते. अन्य कोणत्याही प्रसंगी राखीव भांडवलाची रक्कम कंपनीला भागधारकांकडे मागता येत नाही. राखीव भांडवल निर्माण करण्याचा एकच हेतू म्हणजे ऋणकोंना अधिक सुरक्षितता देणे. एकदा राखीव भांडवलाची तरतूद कंपनीने केल्यानंतर त्यात बदल करता येत नाही. अशा प्रकारचे भांडवल म्हणजे भागधारकांवर एक प्रकारची जबाबदारी निर्माण करणारे आहे; म्हणून या भांडवलास 'राखीव जबाबदारी करणारे भांडवल' असेही म्हणतात.

४.३ भाग व भागांचे प्रकार

भागांनी मर्यादित असलेल्या कंपनीच्या संदर्भात 'भाग' हा शब्द साधारण 'कंपनीच्या भांडवलाचा लहानात लहान हिस्सा' या अर्थाने वापरण्यात येतो; म्हणून कंपनीचे भांडवल ज्या अनेक लहान लहान भागात विभागले जाऊ शकते त्या सर्वांना 'भाग' असे म्हणतात. भारतीय कंपनी कायद्याच्या कलम २(८४) नुसार, भागाची व्याख्या पुढीलप्रमाणे दिली आहे.

'भाग म्हणजे कंपनीच्या भांडवलातील एक हिस्सा आणि जेथे भाग आणि भागसाठा यातील फरक स्पष्ट अथवा ध्वनित होत नसेल तेथे भागसाठ्याचादेखील समावेश होतो.' Share means the share capital of a company and includes stock except where the distinction between stock and shares is expressed or implied.

न्या. फेअरवेल यांनी भागांची व्याख्या पुढीलप्रमाणे केली आहे –

'भाग म्हणजे पैशाच्या स्वरूपात मोजला जाणारा सभासदांचा कंपनीशी असणारा हितसंबंध होय.' पैशात हितसंबंध मोजण्याचे दोन उद्देश सांगता येतील. एक म्हणजे सभासदांची कंपनीत असणारी आर्थिक जबाबदारी दर्शविणे व दुसरे म्हणजे सभासदांचा कंपनीशी हितसंबंध किती आहे हे स्पष्ट करणे होय.

सामान्य भाग आणि अग्रहक्क भाग यातील फरक
(Difference between Equity Shares and Preference Shares)

सामान्य भाग	अग्रहक्क भाग
१. सामान्य भागांची दर्शनी किंमत सर्वसाधारण जनतेच्या सोईसाठी कमी ठेवण्यात येते.	१. अग्रहक्क भाग प्रामुख्याने गुंतवणुकदारांसाठी विक्रीस काढले जात असल्यामुळे त्यांची दर्शनी किंमत जास्त ठेवण्यात येते.
२. सामान्य भागधारकांना लाभांशाच्या स्वरूपात मिळणारे उत्पन्न स्थिर नसते. कारण लाभांशाचा दर हा नफ्यावर अवलंबून असतो.	२. अग्रहक्क भागधारकांना पूर्वनिश्चित दराने लाभांश दिला जातो. त्यामुळे त्यांचा लाभांश स्थिर असतो.
३. सामान्य भाग लाभांश आणि भांडवल परतफेडीच्या दृष्टीने सुरक्षित नसतात.	३. सामान्य भागांच्या तुलनेत हे भाग सुरक्षित असतात; कारण त्यांना सर्व बाहेरील देणे दिल्यावर लाभांश व भांडवल परतफेडीत अग्रहक्क मिळतो.

४. सामान्य भागधारकांना मिळणाऱ्या लाभांशाचे प्रमाण हे नफ्यावर अवलंबून असते. नफा जास्त तर लाभांश जास्त अशी त्यांची स्थिती असते.	४. अग्रहक्क भागधारकांना ठराविक दराने लाभांश दिला जातो. तो नफ्याच्या प्रमाणावर अवलंबून नसतो.
५. सामान्य भागावर लाभांश हा अग्रहक्क भागांवर लाभांश दिल्यानंतर दिला जातो.	५. अग्रहक्क भागधारकांना सामान्य भागधारकांच्या तुलनेत लाभांश मिळण्यात अग्रहक्क असतो.
६. सामान्य भागधारकांना कंपनीच्या हयातीत भांडवल परत केले जात नाही. कंपनीच्या समापनाच्या वेळीही सर्वांत शेवटी त्यांना भांडवल परत केले जाते.	६. अग्रहक्क भाग परतफेडीचे म्हणून विकता येतात. त्यामुळे ठराविक मुदत संपल्यानंतर त्यांना भांडवलाची रक्कम परत केली जाते. ही मुदत भाग-विक्रीच्या वेळीच ठरविली जाते.
७. सामान्य भागधारकांना सर्वसाधारण प्रत्येक ठरावावर मतदान करण्याचा अधिकार असतो.	७. अग्रहक्क भागधारकांना मात्र प्रत्येक ठरावावर मतदान करता येत नाही. फक्त त्यांच्या हितसंबंधांच्या ठरावावरच त्यांना मतदान करता येते.
८. सामान्य भागात रक्कम गुंतविणारा गुंतवणूकदार हा जोखीम पत्करणारा असतो.	८. अग्रहक्क भागधारकांना ठराविक उत्पन्न दरवर्षी मिळावे असे वाटते. त्यामुळे ते जोखीम पत्करत नाहीत.
९. सामान्य भागांची किंमत भागबाजारातील मागणीनुसार नेहमी कमी-जास्त होत असते. कारण, त्यांच्यावर मिळणारा लाभांश सतत बदलत असतो.	९. अग्रहक्क भागांची किंमत फारशी बदलत नाही; कारण त्यांना ठराविक दराने लाभांश मिळत असतो.
१०. सामान्य भाग-भांडवल कंपनीच्या सुरुवातीच्या काळात आवश्यक त्या गरजा भागविण्यासाठी उपयुक्त ठरते.	१०. अग्रहक्काचे भाग-भांडवल कंपनीच्या व्यवसाय-विस्तारासाठी उपयुक्त ठरते.

४.४ भागांची विक्री (Issue of Shares) (कलम-६२)

कंपनीचे भांडवल जमा करण्यासाठी भागांची विक्री करावी लागते. कंपनीची रीतसर स्थापना झाली म्हणजे भागांची विक्री होते. कंपनी कायद्याप्रमाणे खासगी कंपनीला आपले भाग खासगीरीत्या नातेवाईक, मित्रमंडळी व हितचिंतक यांना विकून भाग-भांडवल जमा करता येते, तर सार्वजनिक कंपनीला माहितीपत्रक प्रसिद्ध करून जाहीररीत्या समाजातल्या इच्छुक गुंतवणुकदारांना आवाहन करून भागांची विक्री करून भाग-भांडवल उभे करावे लागते. भागांची विक्री करताना कंपनी कायद्याप्रमाणे सुरुवातीला संचालक मंडळाने ठराव पास करून कोणत्याही पद्धतीने कोणत्या प्रकारच्या व किती भागांची विक्री करायची यासंबंधी निर्णय घ्यावा लागतो. त्यानुसार, भाग-अर्ज बाजारात उपलब्ध करून इच्छुक गुंतवणुकदारांना भाग-भांडवल खरेदीचे

आवाहन केले जाते व त्यानुसार भाग-भांडवल जमा केले जाते. भागांची विक्री करताना कंपनीला एक महत्त्वाचा निर्णय घ्यावा लागतो. तो निर्णय म्हणजे भागांची विक्री किंमत ठरविणे आणि कशा पद्धतीने भागांची विक्री करणे हा होय. भाग-भांडवल बाजाराची स्थिती लक्षात घेऊन व आपल्या लौकिकाचा विचार करून यासंबंधी निर्णय घ्यावा लागतो.

भागांची विक्री खालीलप्रमाणे करता येते -

(अ) दर्शनी किमतीला भागांची विक्री (Issue at Par)

(ब) वाढावा घेऊन भागांची विक्री (Issue at Premium)

(क) सूट देऊन भागांची विक्री (Issue at Discount)

(अ) भागांची दर्शनी किमतीला विक्री (Issue of Shares at Par) : जर भागांची दर्शनी किंमत १०० रु. असेल व कंपनीने १००० रु. प्रमाणेच भागाची विक्री केली असेल तर त्याला भागाची दर्शनी किमतीला विक्री असे म्हणतात. खरेदीदारास १०० रु. देऊन भाग खरेदी करता येतो. अर्थात १०० रु.ची रक्कम कंपनी हप्त्याहप्त्याने जमा करू शकते, तर काही कंपन्या एकरकमी भागांची रक्कम वसूल करू शकतात. परंतु, एकूण रक्कम दर्शनी किमतीएवढी असते.

(ब) वाढावा घेऊन भागांची विक्री (Issue of Shares at Premium) (कलम-५२) : काही थोड्या कंपन्या आपले भाग दर्शनी किमतीपेक्षा अधिक किमतीने विकतात. मूळ किमतीत वाढावा घेऊन भागांची विक्री करता येते. उदा. दर्शनी किंमत १०० रु. असल्यास विक्रीची किंमत मात्र ११० रु. ठेवली जाते. प्रत्येक शेअरमागे १० रु. जादा रक्कम कंपनी भागधारकांकडून वसूल करते. त्याला 'वाढावा घेऊन भागांची विक्री करणे' असे म्हणतात. (Issue of Shares at Premium) ज्या कंपन्यांचा भांडवल बाजारात चांगला लौकिक आहे व सातत्याने नफ्यात चालणाऱ्या कंपन्या आपल्या भागांची विक्री करताना जादा किमतीने भागांची विक्री करून आपल्या नावलौकिकाचा फायदा करून घेतात. किती जादा रकमेने भागांची विक्री करावी असा नियम नसला तरी जादा किंवा वाढावा घेतलेली रक्कम कोणत्या कारणासाठी वापरण्यात यावी यासाठी कायद्यात तरतूद केली आहे. त्याप्रमाणे वाढावा घेतलेली रक्कम 'शेअर प्रीमियम अकाऊंट' खात्यावर जमा करावी लागते. या खात्यातील रक्कम पुढील कारणासाठी वापरता येते.

१. कंपनीच्या सभासदांना बोनस भाग देण्यासाठी.
२. कंपनीचा प्रारंभिक खर्च (Preliminary Expenses) खातेबाद (Written off) करण्यासाठी.
३. कंपनीचे भाग आणि कर्जरोखे विकण्यासाठी आलेला खर्च, दिलेली दलाली (Commission) अथवा कसरीची रक्कम (Amount of Discount) खातेबाद करण्यासाठी.
४. कंपनीच्या परतफेडीच्या अग्रहक्क भागावर अथवा कर्जरोख्यावर द्यावयाच्या वाढाव्याची (Premium) तरतूद करण्यासाठी.

(क) सूट देऊन भागांची विक्री (Issue of Shares at Discount) (कलम-५३) : भागांच्या दर्शनी किमतीपेक्षा कमी किमतीला जेव्हा भागांची विक्री केली जाते तेव्हा त्या प्रकारास 'सूट देऊन भागांची विक्री करणे' असे म्हणतात. उदा. भागांची दर्शनी किंमत १०० रु. असेल. परंतु, विक्रीची किंमत मात्र ९५ रु. ठेवण्यात आली, तर ५ रुपये सूट देऊन भागांची विक्री केली असे म्हणता येईल. अर्जदाराला ९५ रु. भरून १०० रु. दर्शनी किमतीचा शेअर विकत मिळतो. जेव्हा कंपनीला भांडवलाची गरज असते व शेअरबाजारात कंपनीचे

शेअर्स खरेदी करण्यास गुंतवणुकदार उत्सुक नसतात तेव्हा दर्शनी किमतीत थोडी सूट देऊन कंपनीला भागांची विक्री करावी लागते. कंपनी कायद्यातील कलम ७९ नुसार, सूट देऊन भागांची विक्री करण्याचा निर्णय घेताना कंपनीच्या सर्वसाधारण सभेत साधा ठराव संमत करून घ्यावा लागतो. तसेच कंपनीला केंद्र सरकारची मान्यता घ्यावी लागते. माहितीपत्रकात व वार्षिक अहवालात यासंबंधी तपशीलवार माहिती नमूद करावी लागते.

४.५ भाग-भांडवल उभारणीचे मार्ग (Ways to raise capital)

१) खासगी भाग विक्री (Private Placement) : ज्या वेळी सार्वजनिक कंपनीला आवश्यक असणारे भांडवल काही ठराविक व्यक्ती, संचालक, प्रवर्तक, त्यांचे मित्र वा नातेवाईक यांनाच भाग विकून उभे केले जाते, तेव्हा त्यास खासगी भाग विक्री (Private Placement) असे म्हणतात.

सर्वसाधारणपणे सार्वजनिक कंपनी जनतेला भाग खरेदीसाठी आवाहन करते आणि त्यासाठी माहितीपत्रक प्रसिद्ध करीत असते; परंतु जर त्यांना खासगीरीत्या भांडवल गोळा करावयाचे असेल तर त्यांना माहितीपत्रक प्रसिद्ध करण्याचे बंधन नाही. त्याऐवजी फक्त माहितीपत्रकाऐवजी निवेदन (Statement in lieu of Prospectus) प्रसिद्ध केले तरी चालते.

२) विक्रीचा प्रस्ताव (Offer for Sale) : ज्या वेळी कंपनी एखाद्या व्यक्तीला अथवा कंपनीला भाग अथवा कर्जरोखे यांचे वाटप करते आणि तद्नंतर त्या व्यक्तीद्वारे सर्वसामान्य जनतेला कंपनीचे भाग अथवा कर्जरोखे खरेदी करण्याचे आवाहन करते त्या वेळी कायद्याच्या भाषेत या कायद्याला 'विक्रीचा प्रस्ताव' (Offer for Sale) असे म्हणतात. हा प्रकार इंग्लंडमध्ये लोकप्रिय आहे. तेथील बहुतेक कंपन्या आपल्या भागांचे व कर्जरोख्यांचे वाटप प्रथम भाग-२ विक्री गृहाला (Issue Houses) करतात व त्यानंतर हे भाग-विक्री गृह जनतेला भाग किंवा कर्जरोख्यांची विक्री करते.

ज्या कायद्याद्वारे संबंधित व्यक्ती किंवा संस्था जनतेला भाग/कर्जरोखे खरेदीचे आवाहन करते, त्याला कायद्यानुसार माहितीपत्रकच समजले जाईल. कलम ६४ मध्ये दिलेल्या माहितीपत्रक प्रसिद्धीच्या अटी यालाही लागू होतील. या अटी पुढीलप्रमाणे :

१. ज्यांना कंपनीने जनतेला भाग/कर्जरोखे करण्याचे आवाहन करण्यासाठी प्रथम भाग/कर्जरोखे यांचे वाटप केले त्यांनी भाग वाटप केल्यापासून सहा महिन्यांच्या आत असे आवाहन जनतेला केले पाहिजे.
२. ज्या तारखेला विक्रीचा प्रस्ताव मांडला असेल त्या तारखेला वाटप केलेल्या भागांचे /कर्जरोख्यांचे संपूर्ण प्रतिफल मिळालेले (Consideration) नसावे.

विक्रीच्या प्रस्तावात (ज्यांना माहितीपत्रक समजले जाते.) खालील बाबींचा समावेश असावा -

१. जर विक्रीचा प्रस्ताव एखादी भागीदारी संस्था करीत असेल, तर त्यातील कमीत कमी निम्म्या भागीदारांनी त्या प्रस्तावावर सह्या केलेल्या असाव्यात.
२. जर विक्रीचा प्रस्ताव करणारी कंपनी असेल तर कंपनीतील किमान दोन संचालकांनी त्यावर सह्या केल्या पाहिजेत.
३. भाग/कर्जरोखे यांच्या विक्रीच्या प्रस्तावावर कंपनीला मोबदला (Consideration) म्हणून किती रक्कम मिळाली आहे किंवा मिळणार आहे, याची माहिती तसेच ज्या कराराद्वारे भाग / कर्जरोखे यांचे वाटप झाले आहे. त्या करारपत्राची पाहणी (Inspection) ज्या ठिकाणी करता येऊ शकेल, त्या ठिकाणाची माहिती व वेळ यांचा समावेश विक्री प्रस्तावात असावा.

भागांची विक्री करण्याची प्रक्रिया : सेबीच्या मार्गदर्शनपर सूचना (SEBI's Guidelines for Issue of Securities)

सेबी या संस्थेने ११ जून १९९२ रोजी परिपत्रक काढून भागांची विक्री करताना कोणत्या अटींचे पालन करावे, या संदर्भात काही मार्गदर्शनपर सूचना केलेल्या आहेत.

१. नव्याने स्थापन झालेल्या सार्वजनिक कंपनीस स्थापन झाल्यापासून एक वर्षाच्या आत भागांची विक्री करता येते, मात्र भागांची विक्री करताना भागाच्या दर्शनी किमतीएवढेच मूल्य (At Par) आकारता येते. ५ वर्षांचा कालावधी पूर्ण केलेल्या आणि सातत्याने नफा मिळविलेल्या कंपनीला दुसरी नवी कंपनी स्थापन करता येते. त्यासाठी अस्तित्वात असलेल्या कंपनीने पुढील पाच वर्षांसाठी ५०% भांडवल खरेदी करावे लागते. उरलेले ५०% भाग-भांडवल लोकांकडून गोळा करता येते.

२. माहितीपत्रक प्रसिद्धीला देण्यापूर्वी सेबीची परवानगी घ्यावी लागते. म्हणजेच माहितीपत्रकातील नमूद केलेली माहिती किंवा माहितीपत्रकातील मसुद्यास सेबीकडून मान्यता घ्यावी लागते.

३. कंपनीच्या प्रवर्तकांनी भागांची विक्री करताना केवळ आपल्या संबंधितांकरता भागांची विक्री खुल्या पद्धतीने केली पाहिजे.

४. वरील दोन्हीही प्रकारच्या कंपन्यांना आपले भाग भारतातील कोणत्याही स्टॉक एक्सचेंजमार्फत विकता येतील.

५. अस्तित्वात असलेल्या व स्टॉक एक्सचेंजच्या यादीत नाव असलेल्या कंपनीस भागांची विक्री कोणत्याही किमतीस करण्याची परवानगी आहे. मात्र, अशा कंपनीस माहितीपत्रक प्रसिद्ध करण्यापूर्वी सेबीची पूर्वपरवानगी घ्यावी लागेल.

६. माहितीपत्रकात कंपनीच्या एकूण मालमत्तेचा तपशील नमूद केला पाहिजे.

७. महितीपत्रकात गेल्या दोन वर्षांतील भागांच्या किमतीसंबंधी अधिकतम आणि लघुत्तम या दोन्ही किमती नमूद केल्या पाहिजेत.

८. ज्या कंपन्यांनी भाग-विमा संस्थांशी करार केला आहे त्यासंबंधीचा तपशील माहितीपत्रकात नमूद केला पाहिजे. यामध्ये किती भागांचा विमा व कोणत्या विमेकरी संस्थांनी करार केला व त्यांचा भाग-विमा मोबदला किती होता, याचाही खुलासा माहितीपत्रकात असावा.

९. जर कंपनीकडे किमान अभिदानाच्या रकमेच्या ९०% रक्कम विक्रीस काढल्यानंतर ६० दिवसांच्या आत जमा झाली नाही तर कंपनीने भाग विमेकऱ्यांकडून जी रक्कम घेतली असेल ती रक्कम परत करावी लागेल.

१०. भाग-विम्याच्या करारासंबंधीतील कागदपत्रे किंवा दस्तऐवज स्टॉक एक्सचेंजमध्ये सादर करावी लागतात.

या मार्गदर्शनपर सूचनांचे पालन करणे सर्व कंपन्यांवर बंधनकारक आहे. या सूचनांचे पालन कंपन्या करतात किंवा नाही, हे सेबी संस्था पडताळून पाहते व नियम भंग करणाऱ्या कंपन्यांवर सेबीला कारवाई करण्याचा अधिकार आहे.

३) भाग-विक्री करण्याची पद्धती : खासगी कंपनीच्या व्याख्येमध्येच कंपनीने जनतेला भांडवल घेण्याकरिता करावयाच्या कोणत्याही प्रकारच्या आवाहनांवर बंदी घातलेली आहे. खासगी कंपनीला माहितीपत्रक जाहीर करता येत नाही. त्यामुळे जनतेकडून अर्ज मागविण्याचा प्रश्न खासगी कंपनीच्या बाबतीत निर्माण होत नाही. मात्र, सार्वजनिक कंपनी भांडवल उभारणी करू शकते. भागांची विक्री करीत असताना पुढील पद्धतीचा अवलंब केला जातो.

(अ) माहितीपत्रक प्रसिद्ध करणे : माहितीपत्रकावर असलेल्या तारखेला ते प्रसिद्ध केले जाते.

माहितीपत्रकाच्या प्रसिद्धीची जाहिरात वर्तमानपत्रांतून दिली जाते व दिलेल्या तारखेला जनतेला माहितीपत्रक कंपनीच्या मुख्य कचेरीतून व बँकेतून मिळण्याची व्यवस्था केली जाते. प्रत्येक माहितीपत्रकात भाग-विनंती अर्ज असतो. कंपनीने विविध प्रकारचे भागभांडवल विक्रीस काढले असल्यास, भाग अर्जाचे कागदसुद्धा वेगवेगळ्या रंगांचे असतात.

(ब) भाग विनंती अर्ज स्वीकारणे : जनतेकडून कंपनीच्या बँकेला संपूर्ण भरलेला अर्ज व सोबत योग्य ती रक्कम मिळते. बँकेला भाग अर्जाबरोबर मिळालेली रक्कम 'भाग कर्ज खाती' जमा केली जाते. कंपनीच्या भाग अर्जाची रक्कम भागांच्या दर्शनी किमतीच्या ५% पेक्षा कमी असू नये. कंपनीकडे भाग अर्जाची रक्कम आल्यास ती रक्कम कंपनीला भाग अर्ज खात्यात जमा करावी लागते. बँकेकडे जमा झालेले अर्ज बँक कंपनीच्या कचेरीत पाठवून देते व बँकेकडे जमा झालेल्या रकमेची माहिती बँक कंपनीला देते.

(क) विनंती अर्ज यादी बंद करणे : प्रत्येक कंपनी माहितीपत्रकात दिलेल्या तारखेपर्यंत भागांची विक्री करते व त्याच तारखेपर्यंत अर्जदारांची नावे दाखल करून घेतली जातात; जर कंपनीने जाहीर केलेल्या तारखेपूर्वी विक्रीस काढलेल्या भागापेक्षा जास्त भागासाठी अर्ज आल्यास, कंपनी माहितीपत्रकात दिलेल्या तारखेपूर्वी भाग-विक्री बंद करू शकते, मात्र अशी यादी बंद केल्यावर कंपनीला तशी सूचना भाग-बाजाराच्या अधिकाऱ्यांना व वर्तमानपत्रांतून द्यावी लागते. परंतु, भागबाजाराच्या नियमाप्रमाणे प्रत्येक कंपनीला भाग अर्ज व भाग वर्गणी माहितीपत्रक प्रसिद्ध केल्यानंतर कमीत कमी ३ दिवस खुले ठेवावे लागते.

(ड) अर्जाची छाननी : विनंती अर्ज स्वीकारण्याची मुदत संपल्यानंतर बँकेकडून आलेले अर्ज प्रथम अनुक्रमे लावले जातात व नंतर त्यांची छाननी केली जाते. अर्जाची छाननी करीत असताना अर्धवट व चुकीचे भरलेले अर्ज बाजूला काढले जातात आणि पूर्ण रक्कम मिळालेले अर्ज स्वीकारले जातात व व्यवस्थित भरलेले अर्ज बाजूला केले जातात. व्यवस्थित भरलेले अर्ज व त्यांची रक्कम मिळालेले व चुकीचे अर्ज नाकारले जातात. याउलट, जर किमान भांडवल मिळाले नसले, तर त्या अर्जदारांना रक्कम पूर्ण भरण्याचे व अर्ज पूर्ण भरण्याचे आवाहन करण्यात येते.

(इ) अर्जाची वर्गवारी करणे : बँकेकडून कंपनीकडे अर्ज आल्यानंतर त्यांची खालीलप्रमाणे वर्गवारी करण्यात येते :

(अ) समहक्क व अग्रहक्क अशा दोन्ही प्रकारच्या भागांची विक्री कंपनीने जाहीर केलेली असल्यास प्रथम भागांच्या प्रकारानुसार अर्जांची वर्गवारी करण्यात येते.

(ब) अर्जांची पूर्ण आणि अपूर्ण अशा दोन अर्जांमध्ये पुन: वर्गवारी केली जाते.

(क) पुन्हा सर्व अर्जांची वर्गवारी नियमित व अनियमित अर्जांमध्ये केली जाते.

(ड) अपूर्ण आणि अनियमित अर्ज बाजूला ठेवण्यात येतात. ते वगळून पुरेशा भागाकरिता अर्ज आलेले आहेत, असे कंपनीला दिसून आल्यास अपूर्ण व अनियमित अर्ज नाकारण्यात येतात. मात्र, विक्रीला काढलेल्या भागांपेक्षा कमी भागांकरिता अर्ज आलेले असल्यास संबंधित अर्जदाराकडून त्यांनी पाठवलेले अर्ज पूर्ण, नियमित करून घेण्यात येतात.

(इ) पूर्ण आणि नियमित भाग-अर्जाची वर्गवारी भागांच्या संख्येनुसार करण्यात येते. उदा. १० भागांकरिता, २० भागांकरिता इ. जर किमान भागांचा किवा विशिष्ट पटीचा निर्बंध नसेल तर भाग अर्ज १,२,३ भागांकरिता असू शकतो.

(ई) शेवटी अर्जांची रचना आद्याक्षरांनुसार करण्यात येते.

४) भाग-अर्ज आणि वाटप तक्ते तयार करणे : भागांची संख्या आणि आद्याक्षरांनुसार रचना केलेल्या पूर्ण आणि नियमित भाग अर्जांना अनुक्रमांक देऊन ते अर्जाच्या डाव्या कोपऱ्यात वरील बाजूस दर्शविण्यात येतात. त्यानंतर तो क्रमांक दर्शवून अर्ज आणि भाग-वाटप तक्त्यांमध्ये आवश्यक तो तपशील अर्जांवरून भरला जातो. या तक्त्यांमध्ये अर्ज स्वीकारल्याचा दिनांक, अनुक्रमांक, अर्जदाराचे नाव, पत्ता, व्यवसाय, वय, अर्ज केलेल्या भागांची संख्या, अर्जासोबत भरलेली रक्कम ही सर्व माहिती भरण्यात येते. याच माहितीबरोबर भागवाटपाचा दिनांक, वाटप झालेल्या भागांची संख्या, भाग क्रमांक, भाग वाटप क्रमांक, भागपत्र पाठविल्याचा दिनांक, भाग-वाटप शुल्क म्हणून भरावयाची रक्कम, भाग-वाटप शुल्क भरण्याचा दिनांक, दिलगिरी पत्र क्रमांक, ते पाठविल्याचा दिनांक, अर्जासोबत भरलेली रक्कम परत दिल्याची तारीख, धनादेश क्रमांक इ. माहिती त्या त्या वेळी भरण्यात येते. असे भाग अर्ज अंतिम वाटप तक्ते भरून पूर्ण झाले की, भाग वाटपाचे कार्य सुरू होते.

५) हक्कभाग (Right Issue - Issue of Shares to Existing Shareholders) : कंपनी कायद्याच्या तरतुदीनुसार सार्वजनिक कंपनीने प्रथम भाग विक्रीनंतर विक्रीला काढलेल्या भागांचे वाटप करताना कंपनीच्या वर्तमान (सध्या अस्तित्वात असलेल्या) भागधारकांना इतरांच्या आधी भाग मिळविण्याचा हक्क आहे; म्हणून अशा पद्धतीने विक्रीला काढलेल्या भागांना 'हक्कभाग' (Right Issue / Right Shares) असे म्हणतात. या कलमानुसार नव्याने विक्रीस काढलेल्या भागांवर सध्याच्या (वर्तमान) सामान्य भागधारकांचा पहिला अधिकार असतो. अर्थात त्यांनी भाग नाकारले तर ते भाग इतरांना देता येतात.

कंपनीच्या संचालकांनी वर्तमान भागधारकांना डावलून आपल्या नातेवाइकांना व मित्रांना भागवाटप करू नये म्हणून कायद्यामध्ये अशी तरतूद करण्यात आली आहे.

परंतु या कलमाच्या तरतुदी पुढील परिस्थितीत लागू होणार नाहीत -

१) खाजगी कंपनीने नवीन भांडवल विक्रीला काढले असल्यास.

२) कर्जरोख्यांचे विशिष्ट मुदतीनंतर भागांत रूपांतर केल्यामुळे भाग-भांडवलात वाढ होत असल्यास.

३) दीर्घकालीन कर्जरोख्यांना परतफेडीसाठी जास्तीचे भाग-भांडवल विक्रीला काढून ते भाग फक्त सावकारांना दिल्यास.

४.६ भागवाटप पद्धती (Allotment of Shars) (कलम-३९)

कंपनीचे भाग खरेदी करण्यासाठी ज्या व्यक्तींनी भाग विनंती अर्ज सादर केले असतील, त्यांना भाग-भांडवलातील काही भाग देणे म्हणजे 'भाग-वाटप करणे' होय. (Allotment is the allotment of a certain number of shares to the specified person who has applied for them.)

भागवाटप भाग विनंती अर्जानुसार किंवा करारानुसार केले जाते. भागवाटप हा करार असल्याने करार कायद्यातील सर्वसामान्य तत्त्वानुसार त्याचे नियमन होते.

कंपनीने प्रसिद्ध केलेले माहितीपत्रक हे केवळ प्रस्तावार्थ निमंत्रण असते. प्रत्यक्ष प्रस्ताव नसतो. भाग खरेदी करू इच्छिणाऱ्या व्यक्तीने भाग-वाटपासाठी कंपनीकडे भाग-विनंती अर्ज पाठविणे, हा खरा प्रस्ताव होय. भाग विनंती अर्जाच्या स्वरूपात पाठविलेल्या प्रस्तावाला कंपनीने संमती देणे आवश्यक आहे. संचालकांनी अर्जदारांना भागवाटप करण्याचा निर्णय घेतला म्हणजे तो प्रस्ताव स्वीकृत करण्यात आला, असे समजले जाईल. यासाठी संचालक मंडळाला भागवाटपाचा ठराव मंजूर करून घ्यावा लागेल. भागवाटपाचे पुढील कायदेशीर परिणाम होतात -

१. कंपनी व अर्जदार यांच्यामध्ये करारात्मक (Contractual) संबंध निर्माण होतात. भागवाटपानंतर कंपनी व अर्जदार यांच्यामध्ये सभासदत्वाचा करार अस्तित्वात येतो.

२. भागवाटपानंतर कंपनीच्या भागांना कायदेशीर अस्तित्व प्राप्त होते.

३. भागांचे एकदा वाटप केल्यानंतर त्यांचे पुनर्वाटप करता येत नाही.

भागवाटपाच्या अटी (Conditions for Allotment of Shares)

(अ) भागवाटपाच्या सर्वसाधारण अटी (General Principles of Allotment)

१. भागवाटपाचा मूलभूत अधिकार संचालकांना असतो.

२. भागासाठी विनंती अर्ज आल्यानंतर योग्य वेळेच्या आत भागवाटप कार्य पूर्ण झाले पाहिजे.

३. ज्यांना भागवाटप करण्यात आले आहे, त्यांना भागवाटपाची सूचना पाठविली पाहिजे व त्याला ती मिळाली पाहिजे.

४. भागवाटप विनाअट असावे.

५. भाग-विनंती अर्जातील अटीनुसारच भागवाटप करण्यात यावे.

(ब) भागवाटपाच्या कायदेशीर अटी (Statutory Conditions of Allotment of Shares)

भागवाटप कायदेशीर होण्यासाठी कंपनी कायद्यातील कलम ६९ व ७० मधील अटींचे पालन होणे आवश्यक आहे. या अटी पूर्ण केल्याशिवाय भागांचे वाटप करता येत नाही.

१. नोंदणी अधिकाऱ्यांकडे माहितीपत्रक दाखल करणे : सार्वजनिक कंपनीने माहितीपत्रक प्रसिद्ध केले असल्यास, अथवा माहितीपत्रकाऐवजीचे निवेदन प्रसिद्ध केले असल्यास त्याची एक प्रत सर्व संचालकांच्या सह्यांनिशी कंपनीच्या नोंदणी अधिकाऱ्यांकडे सादर केल्याशिवाय भागवाटप सुरू करता येणार नाही.

२. किमान भांडवलाच्या रकमेची अट पूर्ण करणे : माहितीपत्रकात उल्लेख केलेल्या किमान भांडवलाची रक्कम गोळा झाल्याशिवाय म्हणजे तेवढ्या रकमेचे भाग-विनंती अर्ज आले नसल्यास कंपनीला भागवाटप सुरू करता येणार नाही. माहितीपत्रक प्रसिद्ध केल्यापासून १२० दिवसांच्या आत किमान भांडवलाची रक्कम गोळा होऊन भाग अर्जासोबत मिळालेली सर्व रक्कम अर्जदारांना पुढील १० दिवसांत परत करावी लागते व आपला कारभार बंद करावा लागतो.

३. किमान अर्ज रक्कम : भागवाटपाकरिता आलेल्या प्रत्येक भाग-विनंती अर्जासोबत भागांच्या दर्शनी किमतीच्या कमीत कमी ५% रक्कम रोख स्वरूपात मिळाली पाहिजे.

४. भागासोबत मिळालेली रक्कम बँकेत जमा करणे : भाग-विनंती अर्जासोबत मिळालेली सर्व रक्कम कंपनीने माहितीपत्रकात उल्लेख केलेल्या अनुसूचित बँकेत जमा करून ठेवली पाहिजे. जोपर्यंत कंपनीला व्यवसाय सुरू करण्याचा दाखला मिळत नाही, तोपर्यंत कंपनीला ही रक्कम बँकेतून काढता येणार नाही.

५. भागवाटपाची मुदत : कंपनीने भागवाटपासाठी निश्चित केलेली मुदत संपण्यापूर्वी कंपनीला भागवाटपाचे काम हाती घेता येणार नाही. तसेच, कंपनीने माहितीपत्रक प्रसिद्ध केले असल्यास प्रसिद्धीच्या तारखेपासून ५ दिवसांच्या आत किंवा माहितीपत्रकात यापेक्षा जास्त मुदत दिली असल्यास ती मुदत संपण्यापूर्वी भागवाटपाचे कार्य कंपनीला हाती घेता येणार नाही.

६. भागाचे यादीत नाव समाविष्ट करण्यासाठी अर्ज केला असल्यास (Application for Listing of Shares with Stock Exchange): माहितीपत्रकात भागाची नोंद भागबाजाराच्या यादीत समाविष्ट करण्याविषयी उल्लेख असल्यास, माहितीपत्रक प्रसिद्ध केल्यानंतर १० दिवसांच्या आत तशा प्रकारचा अर्ज भागबाजाराच्या अधिकाऱ्यांकडे दाखल करणे आवश्यक असते. या तरतुदीचा भंग करून भागवाटप केल्यास ते अवैध ठरते. त्याचप्रमाणे, भागवाटपासाठी अर्ज करावयाची मुदत संपल्यावर १० आठवड्यांच्या आत भागबाजाराने भागांची नोंद करण्यास परवानगी दिली नाही, तर भाग वाटप बेकायदेशीर ठरते. अशा परिस्थितीत मिळालेली सर्व रक्कम ८ दिवसांत संबंधितांना परत करावी लागते. अन्यथा, त्यावर किमान ४% व कमाल १५% दराने व्याज द्यावे लागते व ते संचालकांना स्वत: द्यावे लागते.

अनियमित भागवाटप (Irregular Allotment)

कंपनी कायद्यामधील तरतुदींचे पालन न करता किंवा त्यांचा भंग करून एखाद्या कंपनीने भागवाटप केल्यास अशा भागवाटपाला 'अनियमित भागवाटप' असे म्हणतात. ज्या व्यक्तीला भागवाटप करण्यात आले आहे, अशा व्यक्तीला अनियमित भागवाटप नाकारण्याचा अधिकार आहे. मात्र, नियामक सभेच्या तारखेपासून दोन महिन्यांच्या आत त्याने भाग खरेदी करण्याचा नकार (Non-acceptance) कळविला पाहिजे. याच काळात त्याने भागवाटप फेटाळण्याचा आपला विचार (Intension) असल्याचे सूचनेद्वारे कंपनीला कळविले पाहिजे. जे संचालक बुद्धिपुरस्सर भागवाटप करार भंग केल्यामुळे अनियमित भागवाटपाला जबाबदार असतील त्यांना कंपनीला तसेच ज्यांना अनियमित भागवाटप झाले आहे. अशांना नुकसानभरपाई द्यावी लागेल. ही नुकसानभरपाईची जबाबदारी संचालकावर भागवाटप झाल्याच्या तारखेपासून दोन वर्षे राहू शकते. मात्र, ज्या संचालक मंडळाच्या ज्या सभेत भागवाटपाचा ठराव मंजूर झाला त्या सभेला आपण गैरहजर होतो व अनियमित भागवाटपाची आपल्याला माहिती नव्हती असे जर संचालकाने सिद्ध केले, तर तो अनियमित भागवाटपाच्या जबाबदारीतून मुक्त होऊ शकतो.

अनियमित भागवाटपाचे परिणाम (Effects of Irregular Allotment)

१. भागवाटपाचा करार निरर्थक (Void) ठरतो.

२. अनियमित भागवाटप झालेल्या अर्जदाराचे काही नुकसान झाले असल्यास ते याला जबाबदार असलेल्या संचालकाकडून नुकसानभरपाई मागू शकतात.

३. नुकसानभरपाईस जबाबदार असलेल्या संचालकाची अशी जबाबदारी दोन वर्षे राहील.

४. भागवाटप करारातून निर्माण झालेली जबाबदारी कंपनीच्या समापनावेळीही कायम राहते.

भागवाटपाची कार्यपद्धती (Procedure of Allotment of Shares)

ज्या वेळी कंपनीच्या भागाची मागणी विक्रीस काढलेल्या भागांच्या संख्येपेक्षा कमी परंतु किमान भांडवलाची रक्कम (Minimum Subscription) जमा होईल एवढी निश्चित असते त्या वेळी संचालक मंडळाचा सभापती चिटणिसाच्या मदतीने भाग वाटपपत्रक तयार करील. ते पत्रक संचालकाच्या सभेपुढे मंजुरीसाठी ठेवील. संचालक मंडळाने ठराव संमत केल्यावर चिटणिसाला भागवाटप पत्रे अर्जदारांना पाठविण्याचा अधिकार देण्यात येईल.

ज्या वेळी विक्रीस काढलेल्या भागाच्या संख्येपेक्षा भागासाठी भरपूर मागणी आलेली असते, अशा वेळी कंपनीला पुढील कार्यपद्धती अवलंबावी लागते.

१. भागवाटप उपसमितीची नियुक्ती : संचालक मंडळ आपल्या सभेत ठराव मंजूर करून एका भागवाटप उपसमितीची नियुक्ती या कामासाठी करील. या उपसमितीत काही संचालक नेमले जातात व त्यांच्या मदतीसाठी चिटणिसाची नेमणूक केली जाते. संचालक मंडळापुढे अहवाल सादर करणे इत्यादी कामे उपसमितीला करावी लागतात.

२. भागवाटप समितीचा अहवाल : आपले कार्य पार पाडण्यासाठी भागवाटप उपसमितीला वेळोवेळी आपल्या मीटिंग्ज् घ्याव्या लागतात. या मीटिंगमध्ये चिटणीस सर्व अर्ज सभेपुढे ठेवतो व उपसमितीचे सभासद सर्व अर्जांचा पक्षपात न करता विचार करतात. त्यानंतर भागवाटप धोरणांचा आणि मूलभूत तत्त्वांचा विचार करून भागवाटपाचा आधार (Base) निश्चित करतात. असे करताना ते विविध पर्याय सुचवितात. त्या आधारे 'भागवाटप पत्रिका' तयार केली जाते. याशिवाय, उपसमिती संचालक मंडळाला सादर करण्यासाठी एक सविस्तर अहवाल तयार करते व संचालक मंडळाच्या अध्यक्षाकडे पाठविते.

३. भागवाटपासाठी संचालकांची सभा : भागवाटप पत्रक व उपसमितीने पाठविलेला अहवाल यावर विचारविनिमय करण्यासाठी संचालक मंडळाची सभा बोलावली जाईल व या सभेमध्ये अहवालावर सविस्तर चर्चा केली जाईल. भागवाटप पत्रकाला व अहवालाला मान्यता दिल्यावर चेअरमन प्रत्येक भागवाटप पत्रकावर सही करील, या भागवाटप पत्रकाप्रमाणे भागवाटप पत्रे पाठविण्याचा अधिकार एका ठरावाद्वारे चिटणिसाला देण्यात येईल.

४. भागवाटप पत्रे व दिलगिरी पत्रे पाठविणे : संचालक मंडळाच्या सभेत ठराव मंजूर झाल्यावर त्याची अंमलबजावणी करण्याचे काम चिटणिसावर येते. ज्यांना भागवाटप करण्यात आले त्यांना भागवाटप पत्र पाठविण्यात येतात. या पत्रात भाग-अर्ज क्रमांक, मागणी केलेल्या भागांची संख्या, वाटप झालेल्या भागांची संख्या, भागवाटप रक्कम व ती भरण्याची अंतिम तारीख, भागवाटप रक्कम मिळाल्याची पोचपावती इत्यादी माहिती असते.

भागवाटप झालेल्यांना विनंती करण्यात येते की, त्यांनी भागवाटप पत्रे बँकेकडून घेऊन त्यात नमूद केलेली रक्कम मुदतीपूर्वी बँकेत भरावी. बँकेला भागवाटपाची रक्कम मिळाल्यावर बँक भागवाटप पत्रातील पोचपावतीवर सही करून ती भरणाऱ्याला परत देईल व त्याचा खालचा भाग (Lower Portion) स्वत:कडे ठेवून घेईल; जर मागणी केलेल्या भाग-संख्येपेक्षा भागवाटप कमी करण्यात आले असेल तर जास्तीची भाग-अर्ज रक्कम वाटप हप्त्यात वळती करून घेण्यात येते.

ज्या व्यक्तींना भागवाटप होऊ शकले नाही त्यांना 'दिलगिरी पत्र' (Letter of Regret) पाठविले जाते. त्याचसोबत त्यांनी भरलेली अर्जासोबतची रक्कम त्यांना रेखांकित चेकने परत पाठविली जाते.

५. भागवाटपाचा त्याग करणे (Renunciation of Allotment) : ज्यांना भागांचे वाटप करण्यात आले आहे त्यांना ते नको असतील तर ते वाटप झालेल्या भागांपैकी काही भाग किंवा सर्व भागांचा त्याग करून दुसऱ्याला देऊ शकतात. कंपनी नियमावलीत यासंबंधी तरतूद असते. भागवाटप त्यागण्याच्या अधिकाराची अंमलबजावणी करता यावी, म्हणून भागवाटप पत्रकासोबतच 'वाटप त्याग पत्र' (Letter of Renunciation) आणि 'भागवाटप विनंती पत्र' (Letter of request for Allotment) पाठविली जातात. ज्यांना मूळ भागवाटप झाले आहे ती व्यक्ती भागवाटप त्यागपत्र भरून, त्यावर आपली सही करून ज्या व्यक्तीसाठी त्याग केला आहे त्या व्यक्तीकडे हे पत्र व दुसरे कोरे पत्र पाठवून देते. ती दुसरी व्यक्ती भागवाटप विनंती अर्ज भरून त्यावर आपली सही करून ही दोन्ही पत्रे कंपनीकडे पाठवून देते. कंपनीकडे ही पत्रे आल्यावर कंपनी चिटणीस भाग अर्ज व

वाटपपत्रिकेत योग्य ते बदल करून घेतो व नवीन भाग प्रमाणपत्रे तयार करून ज्यांना नव्याने भागवाटप करण्यात आले त्यांना पाठवून देतो.

६. भागवाटप पत्राचे विभाजन : एखाद्या व्यक्तीला मोठ्या संख्येने भागवाटप झाले असेल तर ती व्यक्ती मूळ भागवाटप पत्राचे लहान लहान भागांच्या अनेक भागवाटप पत्रात विभाजन करण्याची विनंती कंपनीला करते. भागवाटप पत्रानुसार काही भाग स्वत:कडे ठेवून काही भाग इतरांना विकायचे असतील तर अशा परिस्थितीत भागवाटप पत्राच्या विभाजनाचा प्रश्न निर्माण होतो, अशा वेळी मूळ भाग-प्रमाणपत्र कंपनीकडे परत पाठविण्यात येते व आवश्यकतेनुसार त्यांचे अनेक भाग करण्याची विनंती करण्यात येते. त्यासोबत आवश्यक ती फी व मुद्रांक कर भरावा लागतो. विभाजनाचे व विनंती पत्र आल्यावर चिटणीस भाग-अर्ज व वाटप तक्त्यात आवश्यक तो बदल करतो. त्यानंतर विभाजित भागवाटप पत्रे तयार करून ती ज्यांना मूळ भाग वाटप केले आहे, अशा व्यक्तीकडे पाठवून देतो.

७. सभासद नोंदणी पुस्तकात नोंदी करणे : वरीलप्रमाणे सर्व कार्यवाही झाल्यावर चिटणीस भाग-ऊर्जा व वाटप तपशील-पत्रकाच्या आधारे सभासद नोंदणी पुस्तक तयार करतो. ज्यांना ज्यांना भागवाटप झाले आहे ते कंपनीचे सभासद बनतात व त्यांची नावे, पत्ते, व्यवसाय, त्यांना दिलेले भाग, त्यावर भरलेली रक्कम, सभासद झाल्याची तारीख इत्यादी माहिती सभासद नोंदणी पुस्तकात लिहिली जाते. सभासदांची संख्या ५० पेक्षा जास्त असल्यास सभासदांची सूची (Index of members) तयार करावी लागते.

८. भाग-प्रमाणपत्रे तयार करणे व पाठविणे : सभासद नोंदणी पुस्तकाचे काम पूर्ण झाल्यावर चिटणीस प्रत्येक सभासदाला देण्यासाठी भाग-प्रमाणपत्र तयार करतो. त्यावर दोन संचालकांच्या सह्या घेऊन त्यावर कंपनीची नाममुद्रा (Seal) उमटवावी लागते. अर्जदार भागवाटप रक्कम भरल्याची पावती व भागवाटप पत्र कंपनीकडे सादर करून चिटणीस त्यांना भाग प्रमाणपत्रे देतो. भागवाटप झाल्यास तारखेपासून तीन महिन्यांच्या आत भाग-प्रमाणपत्रे भागधारकांना दिली गेली पाहिते.

९. भागवाटप तपशील पत्रक तयार करणे : सर्वांत शेवटी कंपनी चिटणिसाला भागवाटप तपशील तयार करून ते कंपनीच्या नोंदणी अधिकाऱ्याकडे एक महिन्याच्या आत पाठवावे लागते. या तपशीलपत्रकात वाटप केलेल्या भागांची संख्या व त्यांची दर्शनी किंमत, भागवाटप करण्यात आलेल्यांची नावे, पत्ते व व्यवसाय, प्रत्येक भागावर मिळालेली रक्कम, रोखीशिवाय इतर मोबदला घेऊन विकलेल्या भागांचा तपशील, सूट देऊन भागांची विक्री केली असल्यास त्याची माहिती इत्यादी तपशील द्यावा लागतो. अशा प्रकारे भागवाटप तपशीलपत्र कंपनीच्या नोंदणी अधिकाऱ्याकडे चिटणीस पाठवितो म्हणजे भागवाटपाची कार्यवाही संपते.

४.७ भागांवरील हप्तेमागणी (Calls on Shares)

सर्वसाधारणपणे कंपनी विक्रीस काढलेल्या भागावर संपूर्ण रक्कम एकदम कधीच मागवत नाही. सुरुवातीच्या काळात एकदम मोठ्या रकमेची गरजही नसते. भागाच्या एकूण दर्शनी किमतीपैकी काही रक्कम अर्जासोबत, तर काही रक्कम भागवाटपासोबत मागविली जाते. ही रक्कम सोडून बाकी राहिलेली रक्कम गरजेप्रमाणे कंपनी हप्त्या-हप्त्याने मागविते. भागावर देणे असलेली संपूर्ण रक्कम किंवा त्यांपैकी काही भाग कंपनी आपल्या अस्तित्वकाळात ज्या वेळी भागधारकाकडे मागते, त्याला 'भागांवरील हप्ते मागणी' असे म्हणता येईल. कंपनीच्या बाबतीत भागधारकांनी जबाबदारी त्याने विकत घेतलेल्या भागाच्या दर्शनी किमतीइतकी असते.

त्यामुळे कंपनीने भागावर मागितलेली रक्कम हे भागधारकाचे 'देणे' (Liability) समजले जाते; जर भागधारकाने संपूर्ण रक्कम दिली असेल तर त्याला पुन्हा काही द्यावे लागत नाही. हप्तेमागणी केव्हा व किती रकमेची करावी इत्यादी बाबी माहितीपत्रकात स्पष्ट केलेल्या असतात.

भागावर येणे असलेली रक्कम हप्त्यामध्ये मागविण्याचा हक्क संचालक मंडळाला असतो. प्रत्येक सभासदाने कंपनीने हप्ते मागणी केल्यानंतर हप्त्याची रक्कम भरली पाहिजे. म्हणूनच 'हप्ते मागणी म्हणजे कंपनीने सभासदांकडून मागविलेली प्रत्येक भागावरील भरावयाची संपूर्ण रक्कम अथवा त्याचा काही हिस्सा होय' अशी हप्तेमागणीची आपणास व्याख्या करता येईल. या अर्थानेच अर्जासोबत पाठविलेली रक्कम व भागवाटपाच्या वेळी भरलेली रक्कम हप्ते मागणी होत नाही; कारण या रकमेची मागणी कंपनीने केलेली नसते.

सर्वसाधारणपणे, हप्तेमागणीचा हक्क संचालक मंडळाचा असला तरी समापनावेळी हप्ते मागणी संचालकाला करता येत नाही. तो हक्क अधिकृत विसर्जकाचा असतो. तसेच जर न मागविलेली रक्कम 'राखीव भांडवल' म्हणून जाहीर केलेली असेल तर मात्र न मागविलेल्या रकमेसाठी संचालक मंडळाला हप्तेमागणी करता येणार नाही. अशी रक्कम कंपनीला कंपनीच्या समापनाच्या वेळीच मागविता येते. ज्या वेळी, हप्ते मागणी केली जाते त्या वेळेपासून हप्त्यावरील रक्कम कर्ज समजली जाते; म्हणून हप्ते मागणीची रक्कम जर भागधारकाने मुदतीत भरली नाही तर त्या रकमेवर व्याज आकारले जाते. हप्त्यावरील रक्कम हे विशेष स्वरूपाचे कर्ज मानले गेल्यामुळे ते इतर कर्जासारखे ३ वर्षांनंतर मुदतबाह्य ठरू शकत नाही.

वैध हप्ते मागणीच्या तरतुदी (Provisions Regarding Valid Calls)

१. हप्तेमागणीचा अधिकार संचालक मंडळाला आहे. त्यामुळे एखादा संचालक किंवा संचालकाची उपसमिती हा अधिकार बजावू शकणार नाही. संचालक मंडळाच्या सभेत हप्तेमागणीचा ठराव रीतसर मंजूर व्हावा लागतो. त्यात हप्तेमागणीची रक्कम, रक्कम भरण्याची शेवटची तारीख, पैसे भरण्याचे ठिकाण इत्यादी बाबींचा उल्लेख असला पाहिजे.
२. संचालक मंडळाने आपल्या या अधिकाराची अंमलबजावणी कंपनीच्या हितासाठीच केली पाहिजे. स्वत:च्या अथवा एखाद्या गटाच्या फायद्यासाठी त्याचा वापर करू नये.
३. एका वर्गात मोडणाऱ्या सर्व भागांवरील हप्त्यांची मागविलेली रक्कम समान असली पाहिजे. सारखी दर्शनी किंमत असलेल्या भागांवर वेगवेगळी रक्कम वसूल झालेली असल्यास ते भाग एकाच वर्गातील आहे, असे म्हणता येणार नाही.
४. भागाच्या दर्शनी किमतीच्या जास्तीत जास्त २५% रक्कम प्रत्येक हप्त्याबरोबर मागविता येते. म्हणजे भागाची दर्शनी किंमत १०० रु. असेल तर कंपनीला प्रत्येक हप्त्याची रक्कम २५ रु. पेक्षा अधिक ठेवता येणार नाही.
५. दोन लागोपाठच्या हप्तेमागणीतील कालावधी कमीत कमी एक महिन्याचा असला पाहिजे.
६. प्रत्येक सभासदाला हप्त्याची रक्कम, पैसे भरण्याची शेवटची तारीख व ज्या बँकेत रक्कम भरावयाची आहे त्या बँकेचे नाव इत्यादी तपशील असलेली सूचना किमान १४ दिवस अगोदर दिली पाहिजे.
७. संचालक मंडळाला हप्तेमागणी पुढे ढकलता येते किंवा रद्दसुद्धा करता येते.
८. संयुक्त धारकांनी धारण केलेल्या भागांवरील हप्ते भरण्यास ते संयुक्तरीत्या तसेच व्यक्तिश: जबाबदार राहतील.
९. नियमावलीत तरतूद असल्यास न मागविलेली रक्कम भागधारकाने संपूर्ण किंवा काही हिस्सा आपण

होऊन दिला असल्यास (Call in Advance) कंपनीला तो स्वीकारता येईल. त्यावर ६% दराने व्याज कंपनीला देता येईल.

१०. आगाऊ भरलेल्या रकमेच्या संदर्भात भागधारकाला जादा मताधिकार मिळत नाहीत.

११. जर ठरलेल्या मुदतीत हप्त्यावरील रक्कम भरली गेली नाही तर कंपनी ५% व्याज आकारू शकते. संचालक मंडळ व्याजाची बाकी राहिलेली रक्कम पूर्णपणे अथवा अंशत: माफ करू शकते.

१२. जोपर्यंत भागावर येणे असलेली रक्कम पूर्ण भरली जात नाही, तोपर्यंत कोणत्याही प्रकारचे भागांचे हस्तांतरण होऊ शकणार नाही.

१३. जर एखाद्या संचालकाने सहा महिन्यांच्या आत हप्त्यावरील रक्कम भरली नाही, तर त्याला आपले पद सोडावे लागते.

१४. ज्यांनी आपल्या हप्तेमागणीची रक्कम भरली नाही, त्यांना सभेमध्ये मतदान करण्याचा अधिकार मिळत नाही.

हप्तेमागणीची कार्यपद्धती (Procedure for Making Calls)

सर्वसाधारणपणे नियमावलीत हप्तेमागणीची कार्यपद्धती दिलेली असते, तरीसुद्धा हप्तेमागणीसाठी साधारण पुढील कार्यपद्धती अमलात आणली जाते.

१. संचालक मंडळाची सभा (Board Meeting) : ज्या वेळी हप्तेमागणी करावयाची असते त्या वेळी प्रथम संचालक मंडळाची सभा बोलावली पाहिजे व त्यामध्ये हप्तेमागणीचा ठराव संमत केला पाहिजे. या ठरावात प्रत्येक भागावर मागवावयाची रक्कम, पैसे भरण्याचे ठिकाण व शेवटची तारीख इत्यादी तपशील द्यावा लागतो. असा ठराव संचालक मंडळाच्या कायदेशीरपणे बोलाविलेल्या व भरविलेल्या सभेत झाला पाहिजे. अन्यथा हप्तेमागणी वैध (Valid) ठरणार नाही. ज्या दिवशी हप्तेमागणीचा ठराव मंजूर केला जातो त्या दिवशीच हप्ता मागविला आहे असे समजले जाते.

२. हस्तांतरण बंद ठेवणे (Closure of Transfer) : वरील ठरावाबरोबरच संचालक मंडळ आपल्या सभेत दुसरा एक ठराव संमत करतात की, ज्यामध्ये चिटणिसाला सभासद नोंदणी पुस्तक व हस्तांतरण नोंदणी पुस्तक १५ दिवस बंद ठेवण्याचा आदेश दिला जातो. त्यानुसार चिटणीस सभासद नोंदणी पुस्तक व हस्तांतर नोंदणी पुस्तक बंद ठेवण्यात आल्याची सूचना जाहीर करतो.

३. हप्तेमागणीची यादी तयार करणे (Preparation of Call List) : सभासद नोंदणी पुस्तक बंद केल्यानंतर त्या आधारे तो वर्तमान भागधारकांची यादी (Call List) तयार करतो. त्यात खालील माहिती दिलेली असते -

(अ) सभासदांची नावे व पत्ते.

(ब) प्रत्येक सभासदाकडून येणे असलेली हप्त्याची रक्कम.

(क) एखाद्या सभासदाने हप्तेमागणीची रक्कम आगाऊ भरली असेल तर त्याची माहिती.

(ड) सभासदाकडून यावयाची निव्वळ रक्कम.

(इ) मागील थकबाकीची रक्कम (असल्यास).

(फ) पैसे भरावयाची तारीख.

(ग) सभासद नोंदणी पुस्तकातील संदर्भातील पान नंबर.

वरीलप्रमाणे हप्तेमागणीची यादी काळजीपूर्वक तयार करण्यात येऊन ती तपासून घेण्यात येते. हप्तेमागणीच्या यादीची एक प्रत कंपनी आपल्या बँकेकडे पाठविते.

४. हप्तेमागणीचे पत्र तयार करणे व पाठविणे (Preparation and Despatch of Call Letters) :
हप्तेमागणीची यादी तयार झाल्यावर चिटणीस हप्ते मागणीची पत्रे लिहिण्याच्या कामास सुरुवात करतो. या हप्तेमागणीच्या पत्रालाच 'हप्ते मागणीची सूचना' असे म्हणता येईल. हप्तेमागणीचे पत्र छापून घेण्यात येते व असे करताना त्यात भागधारकाचे नाव, पत्ता, खरेदी केलेल्या भागांची संख्या, हप्तेमागणीवर भरावी लागणारी रक्कम इत्यादी तपशील देण्यासाठी रिकामी जागा सोडलेली असते. हप्तेमागणीच्या यादीवरून प्रत्येक भागधारकासाठी स्वतंत्र हप्ता मागणीपत्र तयार करून त्यात आवश्यक ती माहिती भरण्यात येते.

हप्तेमागणीचे पत्र सामान्यत: तीन भागांत विभागलेले असते. पहिल्या भागात हप्तेमागणीचा मजकूर असतो. दुसऱ्या भागात हप्तेमागणीची रक्कम मिळाल्याबद्दल भागधारकाला द्यावयाची पावती असते व तिसऱ्या भागात 'हप्ते मागण्याची चिठ्ठी' (Call Slip) असते. हप्ते मागणीची सर्व पत्रे लिहून झाल्यावर ती भागधारकाला यू.पी.सी. (Under Certificate of Posting) ने पाठविली जातात.

५. हप्तेमागणीचे पैसे भरणे (Call Payment) :
हप्त्याची रक्कम कंपनीच्या बँकेकडे परस्पर भरण्याची विनंती सभासदांना केली जाते. हप्त्याची रक्कम भरताना भागधारकाने 'हप्तेमागणी पत्र' सोबत नेले पाहिजे. हप्त्याची रक्कम व पत्र बँकेकडे आल्यावर बँक पत्राच्या मधल्या भागावर पैसे मिळाल्याची नोंद करते. पत्राचा शेवटचा भाग स्वत:कडे संदर्भासाठी ठेवते व तेच पत्र पैसे मिळाल्याची पोचपावती म्हणून रेव्हेन्यू तिकीट लावून भागधारकाला परत करते. पत्राच्या शेवटच्या भागावर हप्तेमागणी पत्राचा संदर्भ क्रमांक लिहिलेला असतो. त्यावर पैसे भरल्याची तारीख लिहून बँकेच्या पासबुकात त्या क्रमांकाची नोंद करून पत्राचा शेवटचा भाग बँक कंपनीकडे संदर्भासाठी पाठवून देते. भरलेल्या हप्त्याच्या रकमेची नोंद 'हप्ते मागणी खाते' उघडून त्यात केली जाते.

६. थकबाकीदारांची यादी तयार करणे (Preparation of List of Defaulters) :
हप्ते मागणीचे पैसे भरण्याची शेवटची तारीख संपल्यावर चिटणीस ज्यांनी हप्ते मागणीचे पैसे मुदतीत भरले नाहीत, अशा थकबाकीदारांची (Defaulters) यादी तयार करतो आणि संचालक मंडळासमोर ठेवतो. संचालक मंडळ पैसे भरण्यासाठी मुदतवाढ देऊ शकतात. अशी मुदतवाढ दिल्यास चिटणीस परत त्यांना एक स्मरणपत्र पाठवून पाठविलेल्या मुदतीत पैसे भरण्याची विनंती करतो. नियमावलीत तरतूद असल्यास भागधारकांना देणे असलेली इतर रक्कम उदा. लाभांश वगैरे त्यांच्या हप्तेमागणीच्या खात्यात समायोजित केली जाते; जर भागधारक सधन असेल तर कंपनी पैसे वसूल करण्यासाठी कायदेशीर करू शकते. नियमावलीत तरतूद असल्यास या कारणास्तव भाग जप्त करता येतात.

हप्तेमागणीच्या संदर्भात चिटणिसाची कामे (Secretarial Duties in Connection with Making of Calls)

१. हप्तेमागणीचा ठराव संमत करण्यासाठी संचालक मंडळाची सभा बोलावण्याची व्यवस्था करणे.

२. कंपनी कायद्यातील तरतुदी तसेच नियमावलीतील हप्तेमागणीच्या संदर्भातील तरतुदींचे पालन होईल याकडे चिटणिसाने लक्ष द्यावे. हप्तेमागणीच्या ठरावात हप्तेमागणीची रक्कम, तारीख व ठिकाणाचा उल्लेख असावा.

३. सभासद नोंदणी-पुस्तक व हस्तांतर नोंद बंद ठेवण्याबाबत संचालक मंडळाने ठराव संमत करून त्याला अधिकार दिला आहे याची खात्री करून घ्यावी.

४. सभासद नोंदणी-पुस्तकावरून हप्तेमागणीची यादी तयार करणे.
५. सभासदांना त्यांच्या नोंदलेल्या पत्त्यावर हप्तेमागणीची पत्रे पाठविणे. तसेच हप्तेमागणीची सूचना प्रमुख वर्तमानपत्रात छापून येईल अशी व्यवस्था करणे.
६. कंपनीच्या बँकर्सकडे हप्तेमागणीची एक यादी पाठवून त्यांना सभासदाकडून येणारी हप्तेमागणीची रक्कम कंपनीच्या 'हप्तेमागणी खात्यात' जमा करण्याविषयी विनंती करणे.
७. बँकेकडून हप्त्यांच्या भरणा चिठ्ठ्या आल्यावर चिटणिसाने यादीवर तशी सुधारणा करून घ्यावी, तसेच सभासद नोंदणी पुस्तक व भाग-प्रमाणपत्रावर आवश्यक त्या नोंदी कराव्यात.

४.८ भागांची पुनर्खरेदी (कलम ६७) (Buy Back of Shares)

अर्थ : भागांची पुनर्खरेदी म्हणजे कंपनीने एकदा विकलेल्या भागांची पुन्हा स्वतः खरेदी करणे असे होय.

कंपनी कायद्यातील कलम ६७ नुसार, काही विशिष्ट परिस्थितीत भागांनी मर्यादित असलेल्या सार्वजनिक कंपनीला एकदा विकलेल्या भागांची पुनर्खरेदी करता येते. जेव्हा कंपनीला आपले भाग भांडवल कमी करावेसे वाटते; तेव्हा कलम १०० ते १०४ मध्ये नमूद केलेल्या तरतुदीमध्ये भागांची पुनर्खरेदी करता येते. त्यासाठी सर्वप्रथम कंपनीला सर्वसाधारण सभेचे आयोजन करावे लागते. या सभेत विशेष ठराव मंजूर करून बहुसंख्य सभासदांची मान्यता घ्यावी लागते. त्याचप्रमाणे सेबी (Security Exchange Board of India) या संस्थेने घालून दिलेल्या मार्गदर्शक सूचनांचे पालन करून भागांच्या पुनर्खरेदीची योजना आखावी लागते व त्यानुसार कंपनीला भागांची पुनर्खरेदी करता येते.

पूर्वी कंपनी कायद्यात अशा प्रकारच्या भागांच्या पुनर्खरेदीवर बरीच बंधने होती; परंतु गेल्या काही वर्षांत भाग भांडवल बाजाराची स्थिती खूपच ढासळली असल्याचे दिसून येते. भांडवल बाजारातील अपप्रवृत्तीमुळे सर्वसामान्य गुंतवणुकदारांचा येथील व्यवहारावर विश्वास उडाला आहे. यावर उपाययोजना म्हणून केंद्र सरकारने १९९८ साली आर्थिक सुधारणांचा कार्यक्रम घोषित केला. त्याचा एक भाग म्हणून भागाच्या पुनर्खरेदी व्यवहारास परवानगी देण्यात आली. ज्या कंपनीची आर्थिक स्थिती सुदृढ आहे; त्याच कंपन्यांना भागांची पुनर्खरेदी करण्यास परवानगी मिळाली आहे. भांडवल बाजारात आपले वर्चस्व सिद्ध करण्याची एक चांगली संधी कंपन्यांना मिळाली आहे.

अर्थात, भाग भांडवल धारण करणाऱ्या भागांनी मर्यादित कंपन्या व हमीने मर्यादित असलेल्या कंपन्यांनाच भागांची पुनर्खरेदी करता येते.

भाग पुनर्खरेदीचे काही तोटे व फायदे आहेत. मुख्य म्हणजे भागांचे मूल्य वाढते, कंपनी ताब्यात घेण्याऱ्या गुंतवणुकदारांवर वचक बसतो. मुख्य तोटे म्हणजे काही वेळा कंपनीचे प्रवर्तक व शेअर्स दलाल फायदा उठवून हेतूपुरस्सर भागांच्या किमती वास्तव किमतीपेक्षा कमी करतात व शेअर्स खरेदी करतात व पुन्हा किमती वाढवितात.

भागांच्या पुनर्खरेदीबाबत असणाऱ्या तरतुदी :

१) भागांची पुनर्खरेदी कोणत्या निधीतून करावी हे सांगितलेले आहे. कंपनीचा मुख्य राखीव निधी, रोखे वाढावा खाते, अलीकडच्या भागविक्रीतून मिळालेली रक्कम इत्यादीतून भागांची पुनर्खरेदी करता येईल.
२) पूर्ण करावयाच्या औपचारिक बाबी सांगितलेल्या आहेत. नियमावलीत भागांच्या पुनर्खरेदीची तरतूद असली पाहिजे. भागधारकांच्या सर्वसाधारण सभेत त्यासंबंधी विशेष ठराव मंजूर करण्यात आला

पाहिजे. कंपनीचे एकूण वसूल भाग भांडवल व मुक्त राखीव निधी यांच्या एकूण रकमेच्या २५% पेक्षा जास्त रकमेच्या भागांची पुनर्खरेदी करता येणार नाही. भागांच्या पुनर्खरेदीनंतर कर्ज व भाग भांडवल (मुक्त राखीव निधीसहित) यांचे प्रमाण २.१ असावे. म्हणजेच कर्ज भागभांडवल व मुक्त राखीव निधीच्या रकमेच्या दुपटीपेक्षा अधिक नसावे. पूर्ण रक्कम वसूल झालेल्या भागांची पुनर्खरेदी करता येईल. भागांची पुनर्खरेदी सेबीच्या मार्गदर्शक सूचनेनुसार करण्यात यावी.

३) विशेष ठराव संमत करण्यासाठी बोलविण्यात येणाऱ्या भागधारकांच्या सर्वसाधारण सभेच्या सूचनेबाबत सांगितलेले आहे. सभेच्या सूचनेमध्ये भागांच्या पुनर्खरेदीबाबत संपूर्ण माहिती दिली पाहिजे. त्याची आवश्यकता नमूद करून कोणत्या प्रकारचे व किती रकमेचे भाग पुनर्खरेदी केले जाणार आहेत, त्याची माहिती द्यावी. यासाठी लागणारा अवधी नमूद करण्यात यावा. उपकलम ४-अ नुसार भागांच्या पुनर्खरेदीच्या पूर्ण प्रक्रियेसाठी हा अवधी विशेष ठराव संमत केल्यापासून १२ महिन्यांपेक्षा अधिक नसावा. कंपनी भागांची पुनर्खरेदी खुल्या बाजारातून किंवा विषम लॉटप्रमाणे किंवा स्वेट सामान्य भाग इत्यादींतून करू शकेल.

४) कंपनीने सेबी व नोंदणी अधिकाऱ्याकडे आपल्या सुदृढ आर्थिक क्षमतेचे निवेदन (Declaration of Solvency) सादर करणे आवश्यक आहे. हे निवेदन विशेष ठरावाच्या अंमलबजावणीपूर्वी सादर केले पाहिजे. संचालक मंडळाने या निवेदनापासून किमान १२ महिन्यांच्या आत कंपनी दिवाळखोरीत निघणार नाही व आपले सर्व देणे भागवू शकेल याची आपण खात्री केली आहे, असे नमूद केले पाहिजे.

५) कंपनीने पुनर्खरेदी केलेले भाग ७ दिवसांच्या आत प्रत्यक्ष नष्ट केले पाहिजेत.

६) कंपनी भागांच्या पुनर्खरेदीनंतर त्याच भागांची पुन्हा किमान दोन वर्षे विक्री करू शकणार नाही.

७) कंपनीने पुनर्खरेदी केलेल्या भागांची माहिती एका स्वतंत्र रजिस्टरमध्ये लिहून ठेवली पाहिजे. यामध्ये पुनर्खरेदीचा मोबदला, तारीख व इतर तपशील लिहावा.

८) कंपनीने भागांच्या पुनर्खरेदी प्रक्रिया झाल्यावर या संबंधीचे तपशीलपत्रक ३० दिवसांच्या आत सेबीकडे व नोंदणी अधिकाऱ्याकडे दाखल केले पाहिजे.

९) भागांच्या पुनर्खरेदीबाबत दिलेल्या तरतुदींचे पालन न केल्यास कसूरदार अधिकाऱ्याला २ वर्षे कैद किंवा ५०,००० रु. दंड किंवा दोन्ही शिक्षा होऊ शकतात.

१०) ज्या वेळी कंपनी आपल्या मुक्त राखीव निधीतून भागांची पुनर्खरेदी करते तेव्हा तितकीच रक्कम कंपनीने भांडवल परतफेड राखीव निधीत स्थानांतरित केली पाहिजे व ताळेबंदात त्याचा स्पष्ट उल्लेख केला पाहिजे.

११) कंपनीला खालील परिस्थितीत भागांची पुनर्खरेदी करण्यास प्रतिबंध करण्यात आला आहे -
(अ) जर वार्षिक तपशीलपत्रक तयार केले नसेल व नोंदणी अधिकाऱ्याकडे सादर केले नसेल तर;
(ब) घोषित लाभांश देण्यामध्ये चूक (Default) केली असल्यास;
(क) वार्षिक हिशेबपत्रक तयार केले नसल्यास.

४.९ कर्मचारी भाग विकल्प योजना (Employees Stock Option Scheme (ESOS))

कंपनी कायद्याच्या कलम २(३७) नुसार, कर्मचारी भाग विकल्प योजना म्हणजे कंपनीने आपल्या पूर्णवेळ संचालकांना पदाधिकाऱ्यांना किंवा कर्मचाऱ्यांना पूर्वनिश्चित दराने भविष्यातील एखाद्या तारखेस भाग खरेदी करण्याचा दिलेला हक्क अथवा लाभ होय. या योजनेंतर्गत, कर्मचाऱ्यांना भविष्यातील एखाद्या तारखेस बाजारभावापेक्षा कमी किमतीला भाग खरेदी करण्याचा विकल्प (पर्याय) दिला जातो. सेबी (SEBI) या संस्थेने याबाबत खालील मार्गदर्शक सूचना केलेल्या आहेत –

१) कर्मचारी भाग विकल्प योजना ही अशी एक योजना आहे की, ज्याच्यामार्फत कर्मचाऱ्यांना भागखरेदीचा विकल्प दिला जातो.

२) कर्मचारी भाग विकल्प हा सवलतीच्या किमतीत दिला जाऊ शकतो. (At Discount Price)

३) या योजनेला भागधारकांनी वार्षिक सर्वसाधारण सभेमध्ये मान्यता देणे आवश्यक आहे. सभेच्या सूचनेबाबत या संदर्भात स्पष्टीकरण निवेदन जोडले पाहिजे. साहाय्यक अथवा सूत्रधारक कंपनीच्या कर्मचाऱ्यांबाबत किंवा ज्यांनी विक्रीस काढलेल्या भाग भांडवलाच्या (Issued Card) १% किंवा त्यापेक्षा अधिक भाग भांडवल धारण केलेले आहे, अशा कर्मचाऱ्यांबाबत वार्षिक सर्वसाधारण सभेमध्ये स्वतंत्र ठराव (Separate Resolution) संमत करणे आवश्यक आहे.

४) विकल्प (Option) म्हणजे कर्मचाऱ्यांना पूर्वनिश्चित दराने (Pre-determined price) भाग खरेदीचा हक्क (right) दिला जातो; परंतु तसे त्यांच्यावर बंधन घातले जात नाहीत.

५) एका कर्मचाऱ्याला किती भाग द्यावेत, याबाबत काहीही बंधन नाही; परंतु एका कर्मचाऱ्याला एकूण भागाच्या १% किंवा अधिक भागांचा विक्री प्रस्ताव असल्यास त्याला वार्षिक सर्वसाधारण सभेची मान्यता पाहिजे. तसेच त्यास विशेष प्रसिद्धी (discloser) दिली पाहिजे.

६) विकल्पास मान्यता (Grant of option) म्हणजे या योजनेंतर्गत कर्मचाऱ्यांना दिलेला भाग विकल्प होय. विकल्पाची अंमलबजावणी (Vesting of option) म्हणजे अशी प्रक्रिया की, ज्याद्वारे कर्मचाऱ्यांना भागखरेदीचा विकल्प (पर्याय) दिला जातो व ते या योजनेंतर्गत भागासाठी अर्ज करू शकतात. विकल्प अंमलबजावणी कालावधी (Vesting period) म्हणजे कंपनीने दिलेल्या भाग विकल्पांतर्गत भाग खरेदी करण्याचा कालावधी होय.

७) रोकडविना विकण्याची अंमलबजावणी मंजूर आहे – अशा परिस्थितीत कंपनी विकल्प अंमलबजावणीसाठी फंड उपलब्ध करून देऊ शकते व तो नंतर भाग विक्रीपासून मिळालेल्या रकमेतून वगळता करून (Adjust) घेता येऊ शकतो.

८) विकल्पास मान्यता व विकल्पाची अंमलबजावणी यामध्ये किमान १ वर्षाचा कालावधी असावा. १ वर्षानंतर तेव्हा प्रत्यक्ष विकल्पाची अंमलबजावणी करावयाची तो कालावधी कंपनी ठरवू शकते. जर कर्मचारी या कालावधीत विकल्पाचा फायदा घेऊ शकत; नसेल; तर विकल्प रद्द होतो. विकल्पाची अंमलबजावणी होईपर्यंत कर्मचाऱ्यांना मतदानाचा हक्क अथवा लाभांश मिळणार नाही.

९) वरील अंमलबजावणी कालावधी (Look in period) हा कायद्याने बंधनकारक नाही. (Not mandatory) परंतु कंपनीला असा कालावधी निश्चित करायचे स्वातंत्र्य आहे.

१०) कर्मचाऱ्याला विकल्प मान्यतेच्या वेळी निश्चित रक्कम द्यावी लागते. जर त्याने विकल्प अंमलबजावणी ठराविक कालावधीत केली नाही, तर कंपनी अशी रक्कम जप्त करू शकते. परंतु, अटीची पूर्तता न

झाल्यास जर कंपनीने विकल्प अंमलबजावणी केली नाही तर अशी भरलेली रक्कम कंपनी परत करू शकते.

११) कर्मचाऱ्याला मिळालेला भाग खरेदी विकल्प तो हस्तांतरित करू शकत नाही. तो स्वतः अंमलबजावणी करू शकतो. भागखरेदी विकल्पांतर्गत मिळणार असलेले भाग कर्मचारी गहाण/तारण ठेवू शकत नाही.

१२) भाग विकल्प मंजुरीनंतर जर अशा कर्मचाऱ्याचा मृत्यू झाला असेल तर विकल्प त्यांचा नामनिर्देशित व्यक्तीला अथवा कायदेशीर वारसदाराला देता येतो.

१३) कर्मचारी भाग विकल्प योजना संचालक मंडळाच्या उपसमितीच्या (Committee of Board of Directors) निरीक्षणाखाली व मार्गदर्शनाखाली राबविली जाईल. त्या समितीमध्ये पुरेसे स्वतंत्र संचालक असावेत. समिती योजनेचे अंमलबजावणी धोरण व कार्यपद्धती निश्चित करील.

१४) कर्मचारी भाग विकल्प योजना सर्व कायम कर्मचाऱ्यांना खुली असेल (भारतातील अथवा भारताबाहेरील) तसेच पेशेवर संचालकांनादेखील ही योजना खुली असेल. भागधारकांच्या मान्यतेनंतर या योजनेचा लाभ मूळ धारक अथवा साहाय्यक कंपनीतील कर्मचाऱ्यांनादेखील घेता येईल.

१५) १०% पेक्षा अधिक भाग धारण केलेले संचालक मात्र या योजनेसाठी पात्र असणार नाहीत. कंपनीचे प्रवर्तक आणि कंपनीच्या सर्व नियमांमध्ये असणाऱ्या व्यक्तीदेखील या योजनेसाठी पात्र असणार नाहीत.

१६) कंपनीने पुरस्कृत हिशेबविषयक धोरण अवलंबिले आहे.

१७) प्रत्येक वार्षिक सर्वसाधारण सभेत सेबीच्या मार्गदर्शक सूचनांनुसार योजनेची अंमलबजावणी करण्यात आली आहे, असे अंकेक्षकाचे प्रमाणपत्र तसेच सर्वसाधारण सभेत या संदर्भात संमत झालेला ठराव सादर केला पाहिजे.

१८) संचालकाच्या अहवालात किंवा स्वतंत्र परिशिष्टाद्वारे खालील माहिती दर्शविणे आवश्यक आहे – (अ) या योजनेंतर्गत विक्रीस काढलेल्या भागांची संख्या (ब) किंमतविषयक सूत्र, (क) मंजूर विकल्प अंमलबजावणी, विकल्पाची जप्ती, विकल्पात सुधारणा, (ड)विकल्प अंमलबजावणीमुळे मिळालेली रक्कम, (इ) विकल्पाची एकूण कार्यरत संख्या, (फ) वर्षभरात कर्मचारीनिहाय विकल्प मंजूर केलेल्याची सविस्तर माहिती, (ग) एकूण विक्रीस काढलेल्या भाग भांडवलाच्या १% किंवा अधिक विकल्प मंजूर झालेल्या कर्मचाऱ्यांची नावे.

१९) सेबीच्या कराराप्रमाणे कंपनीने सुरुवातीस जनतेसाठी विक्रीस काढलेल्या भागांपैकी जर काही भाग विकल्पाचे राहिले असतील (Outstanding option) तर असे भाग या योजनेंतर्गत (ESOS) विकल्पासाठी घेता येणार नाहीत.

कर्मचारी भाग विकल्प योजनेसाठी हिशेबविषयी धोरण : सेबीने १९ जून १९९९ पासून या योजनेसाठी स्वीकारावयाचे हिशेबविषयक धोरण (Accounting policies) ठरवून दिले आहेत. आर्थिक वर्षाच्या कालावधीत मंजूर केलेल्या भाग विकल्पाची हिशेब किंमत (Accounting values) दुसऱ्या स्वरूपात ताळेबंदात कर्मचारी नुकसानभरपाई (Employee Compensation) म्हणून दर्शविली जाते. विकल्पाचे हिशेबविषयक मूल्य हे विकल्पाच्या योग्य किमतीइतके (Fair value) असेल. योग्य किंमत म्हणजे मंजूर केलेल्या भाग विकल्पाच्या दिवशी त्याची असणारी मान्य किंमत आणि त्याची बाजारभावाप्रमाणे असणारी किंमत यातील फरक होय.

विकल्प मंजूर करतेवेळी (Grant of option) हिशेब मूल्याने (accounting value) विलंबित कर्मचारी नुकसानभरपाई खाते नावे (Debited) आणि 'कर्मचारी भाग विकल्प देय' खाते जमा (Credited) केले जाते.

ही रक्कम विकल्प अंमलबजावणी कालावधीमध्ये समान हप्त्यामध्ये (Straight line) खातेवार केली पाहिजे. कर्मचाऱ्याने भाग विकल्पाची अंमलबजावणी केल्यानंतर रोख खाते नावे आणि पूर्ण रक्कम मिळालेल्या सामान्य भाग भांडवल खाते दर्शनी किमतीने व शेअर्स प्रिमियम खाते प्रिमियम रकमेने जमा (Credited) केले जाते.

४.१० 'स्वेट' सामान्य भाग (Sweat Equity Shares) : (कलम–५४)

जेव्हा कर्मचारी किंवा संचालक कंपनीसाठी आपलेपणाच्या भावनेतून काम करतात तेव्हा ते चांगले होते. जर त्यांना चांगल्या कामाबद्दल प्रेरणा दिली तर ते अधिक मन लावून काम करतात. कर्मचाऱ्यांना किंवा संचालकांना कंपनीचे भाग देऊन त्यांना प्रेरित करता येते. भाग मिळविल्यामुळे त्यांना व्यवस्थापनात सहभागी झाल्याचे समाधान मिळते. कर्मचारी/संचालक कामाशी अधिक बांधील होतात. याचा आणखी एक फायदा म्हणजे नवीन आणि अनोळखी कर्मचारी कंपनीमध्ये येऊ शकतात आणि आपले ज्ञान आणि बौद्धिक चातुर्य देऊ शकतात. अशी प्रेरणा जर त्यांना दिली नाही तर कर्मचारी/संचालक नामांकित आणि जुनी कंपनी सोडण्यास तयार होत नाहीत. हे सर्व लक्षात घेऊन कर्मचाऱ्यांना/संचालकांना कमी किमतीने भाग देणे हा आधुनिक प्रवाह पुढे आला. ३१ ऑक्टोबर १९९८ पासून कलम ७९-अ नुसार, कर्मचाऱ्यांना व संचालकांना स्वेट सामान्य भाग विक्रीस काढण्याची तरतूद करण्यात आली. कठोर परिश्रमाबद्दल हे भाग देण्यात येत असल्यामुळे त्यांना 'स्वेट सामान्य भाग' असे म्हणतात. सेबीने आपल्या कर्मचाऱ्यांना/संचालकांना कमी किमतीने भाग देण्याबद्दल मार्गदर्शक सूचना केलेल्या आहेत.

तरतुदी (Provisions)

१) स्वेट सामान्य भाग म्हणजे कंपनीने आपल्या कर्मचाऱ्यांना किंवा संचालकांना सूट देऊन किंवा रोख रकमेशिवाय इतर मोबदल्यात विक्रीस काढलेले सामान्य भाग आहेत.

२) रोख रकमेशिवाय इतर मोबदला आपले तांत्रिक कौशल्य पुरविल्याबद्दल किंवा बौद्धिक मालमत्ताहक्काबद्दल असू शकतो. असा हक्क पेटंट अथवा कॉपीराईट किंवा तत्सम स्वरूपात असू शकतो.

३) जे सामान्य भाग विक्रीस काढलेले आहेत, त्याच प्रकारचे 'स्वेट' सामान्य भाग म्हणून विक्रीस काढता येतील.

४) 'स्वेट' सामान्य भागाच्या विक्रीचा ठराव कंपनीच्या वार्षिक सर्वसाधारण सभेमध्ये विशेष ठराव म्हणून मंजूर झालेला असला पाहिजे. ठरावामध्ये विक्रीस काढावयाच्या 'स्वेट' सामान्य भागांची संख्या, बाजारातील किंमत, मोबदला (ठरलेला असल्यास), संचालकाचे प्रकार आणि कर्मचारी इत्यादींचा उल्लेख असावा.

५) कंपनीला व्यवसाय सुरू करण्याचा दाखला मिळाल्यानंतर १ वर्षाने 'स्वेट' सामान्य भाग विक्रीस काढता येतील.

६) जर कंपनीची भागबाजारामध्ये नोंद झालेली असेल तर स्वेट सामान्य भाग सेबीच्या नियमानुसार विक्रीस काढावेत. जर कंपनीची भागबाजारात नोंद झालेली नसेल तर स्वेट सामान्य भाग केंद्र सरकारच्या मार्गदर्शक सूचनेनुसार विक्रीस काढावेत.

७) भारतीय कंपनीची दुय्यम कंपनी (जरी तिची नोंदणी भारताबाहेर झालेली असेल) भारतीय कर्मचाऱ्यांना स्वेट सामान्य भाग विक्रीस काढू शकते.

८) स्वेट सामान्य भागाच्या विक्रीचे नियम, मर्यादा, नियंत्रण, हक्क इत्यादी सामान्य भागांच्या विक्रीप्रमाणेच राहतील.

कंपनीने आपल्या कर्मचाऱ्यांना मोफत किंवा कमी दराने जर भागांची विक्री केली असेल तर आयकर कायद्याच्या कलम (२)(iii) नुसार, त्याला सवलत/लाभ (Perquisites) मानता येणार नाही. परंतु, कर्मचाऱ्याने जर अशा भागांची विक्री केली तर त्याने भांडवली लाभ दिला पाहिजे.

४.११ भाग प्रमाणपत्र : (Share Certificate)

४.११.१ भाग प्रमाणपत्र व्याख्या

कंपनी कायद्यात भाग प्रमाणपत्र म्हणजे काय, याची स्पष्ट व्याख्या करण्यात आलेली नाही. परंतु, कंपनी कायद्याच्या तरतुदीआधारे आपल्याला तशी व्याख्या एकत्र करता येऊ शकते. 'भाग प्रमाणपत्र म्हणजे कंपनीने आपल्या शिक्कामोर्तबाखाली दिलेल्या भागांच्या मालकीचे पत्रक होय' भाग प्रमाणपत्र म्हणजे काय, हे समजण्याकरिता आणखी तपशील देणे आवश्यक आहे. 'भाग प्रमाणपत्र म्हणजे कंपनीने भागधारकांना त्यांनी घेतलेल्या भागाबद्दल दिलेले प्रमाणपत्र किंवा दाखला होय.' या प्रमाणपत्रावर कंपनी भागधारकांचे नाव लिहिते, त्याने किती रक्कम भरली आहे, किती भागधारण केले, भाग प्रमाणपत्र दिलेली तारीख इत्यादी माहिती असते. प्रत्येक भाग प्रमाणपत्राला स्वतंत्र क्रमांक असतो. हे भाग प्रमाणपत्र कंपनीने दिलेले असते, त्याचा पुरावा म्हणून प्रत्येक भाग प्रमाणपत्रावर कंपनीचा शिक्का असतो व त्यावर कंपनीच्या सरचिटणिसाची व कंपनीच्या दोन संचालकांची सही असते. असे भाग प्रमाणपत्र जेव्हा कंपनी भागधारकांना देते तेव्हा त्याचा अर्थ असा की, कंपनी ते भाग प्रमाणपत्र भागधारकास जाहीर करते की, भाग प्रमाणपत्रात नमूद केलेली व्यक्ती भाग प्रमाणपत्राची व त्यात नमूद केलेल्या भागांची जोपर्यंत विपरीत सिद्ध होत नाही; तोपर्यंत मालक आहे.

४.११.२ भाग प्रमाणपत्रातील तपशील

कंपनीने भाग प्रमाणपत्र कशा प्रकारे छापावे त्यातील मजकूर, तपशील, आकार याबाबत कायद्यात कोणत्याही तरतुदी नाहीत. सर्वसाधारणपणे कंपनीची भाग प्रमाणपत्रे कशी असावीत, याबाबत नियमावलीत तरतूद असते. त्याचप्रमाणे भाग प्रमाणपत्रे तयार केली जातात.

कंपनी भाग प्रमाणपत्र छापून घेत असते. साधारणपणे प्रत्येक पानाचे तीन भाग केलेले असतात आणि भागामध्ये छिद्राची रेखा असल्याने प्रत्येक भाग फाडून वेगळा करता येतो. हे तीन भाग पुढीलप्रमाणे असतात –

१) भाग प्रमाणपत्राची नक्कल – कंपनीच्या संदर्भासाठी.

२) मूळ भाग प्रमाणपत्र.

३) पावती किंवा भाग प्रमाणपत्र मिळाल्याची भागधारकाने दिलेली पावती सर्वसाधारणपणे या तीनही भागांवर एकच क्रमांक असतो. या तीनही भागांपैकी पहिल्या भागात भाग ज्या व्यक्तीला दिला आहे तिचे नाव, पत्ता, भाग दिल्याची तारीख, दिलेली रक्कम, भागांची संख्या इत्यादी माहिती असते. पहिला भाग हा नेहमी कंपनीजवळ असतो. ही मूळ भाग प्रमाणपत्राची नक्कल असते. त्याचा वापर कंपनीला संदर्भ म्हणून करता येतो.

दुसऱ्या भागात सर्वसाधारणपणे पुढील माहिती असते

१) भागधारकाचे नाव व पत्ता.

२) भागांचा प्रकार व भागांची संख्या.
३) भागांचा क्रमांक, कोणत्या क्रमांकाचे भाग दिले त्याचा उल्लेख उदा. जर दहा भाग असतील तर कोणत्या क्रमांकाचे उदा. भाग क्र. १३२४ ते भाग क्र. १३३३.
४) भागावर भरलेली रक्कम.
५) भाग प्रमाणपत्राचा क्रमांक.
६) भाग प्रमाणपत्र दिल्याची तारीख व दिवस.
७) कंपनीचा शिक्का.
८) संचालकाच्या सह्या व चिटणिसाची प्रत सही.
९) आवश्यक पावतीचे (रेव्हेन्यू) तिकीट.

तिसरा भाग म्हणजे पावती असते. म्हणजेच कंपनीने भागधारकाला भाग प्रमाणपत्र दिल्यानंतर भागधारकाने भाग प्रमाणपत्र मिळाल्याचे लेखी द्यावे लागते. हे लेखी पत्र बहुधा छापील असते. भागधारकाला मूळ भाग प्रमाणपत्र व पावती पाठविण्यात येते. पावतीत त्याला कंपनीने किती भाग केव्हा दिले इत्यादी माहिती दिलेली असते. भागधारकाला त्या पावतीखाली सही करून ती कंपनीला पाठवून द्यावी लागते. ती पावती कंपनीला मिळाली म्हणजे कंपनी ती पावती भाग-नक्कलपत्राला लावून ठेवते.

४.११.३ कंपनीला खालील तरतुदीप्रमाणे भाग प्रमाणपत्र द्यावी लागतात.

(१) प्रत्येक कंपनीने भागांचे वाटप केल्यापासूनच्या तीन महिने मुदतीच्या आत भाग प्रमाणपत्रे भागधारकांना द्यावीत किंवा भाग हस्तांतरासाठी असल्यास त्याची नोंद करून दोन महिन्यांच्या आत भाग प्रमाणपत्रे द्यावीत.
(२) वरील मुदतीत कंपनीने जर प्रमाणपत्रे दिली नाहीत तर कायद्याप्रमाणे योग्य ती कारवाई करता येईल,
(३) जर भागधारकाने एकापेक्षा अधिक भाग विकत घेतले असतील तर त्या अनेक भागांबद्दल त्याला एकच भाग प्रमाणपत्र काही जादा किंमत न देता मिळू शकते. त्याला जास्त भाग प्रमाणपत्रे हवी असतील तर प्रत्येक जास्त प्रमाणपत्रामागे एक रुपया कंपनीला देऊन ती घेता येतील. अशी तरतूद 'परिशिष्ट अ' मध्ये करण्यात आली आहे.

४.११.४ भाग प्रमाणपत्र देण्याची कार्यपद्धत

१) भाग प्रमाणपत्र तयार करणे : कंपनीकडे अर्जदाराकडून भाग विकत घेण्यासाठी अर्ज येतात व त्यांना त्यांच्या अर्जाप्रमाणे भागधारक करण्यात येते. अर्जदाराकडून आलेल्या अर्जांची नोंद कंपनी भाग अर्ज व वाटप तक्त्यात करते. कंपनीने भागवाटप केल्याची नोंद या भाग अर्ज व वाटप तक्त्यात असते. आपण पूर्वी पाहिले आहे की, या भाग अर्ज वाटप तक्त्यात अर्जाची पूर्ण माहिती, नाव, गाव, व्यवसाय, हव्या असलेल्या भागाची वाटप केलेल्या भागाची संख्या, येणे रक्कम इत्यादी पूर्ण माहिती असते. भाग अर्ज व वाटप तक्त्यावरून 'सभासद नोंदणी पुस्तक (Register of members)' पूर्ण तयार केले जाते.

या नोंदणी पुस्तकात सभासदांची पूर्ण माहिती (वरीलप्रमाणे) असते. प्रमाणपत्र तयार करण्याचे काम या सभासद नोंदणी पुस्तकाच्या आधारे केले जाते. भाग प्रमाणपत्र छापील असतात व त्यावरील माहिती सभासद नोंदणी पुस्तकावरून घेतलेली असते. कंपनीच्या नियमावलीप्रमाणे सभासद नोंदणी पुस्तकात ज्यांची नावे

असतात, त्यांना कंपनीने भाग प्रमाणपत्र देणे आवश्यक असते. कंपनी कायद्याच्या नियमाप्रमाणे प्रत्येक कंपनीने भागवाटप झालेल्या तारखेपासून तीन महिन्यांच्या आत भाग प्रमाणपत्रे तयार करून भागधारकांना देण्यासाठी ती तयार ठेवावीत, अशी तरतूद आहे. भागांची पूर्ण रक्कम वसूल झाल्यावर भाग प्रमाणपत्रे द्यावीत, अशी कंपनीच्या नियमावलीत तरतूद असेल, तर मात्र या मुदतीच्या अटीचे पालन करण्याची गरज नाही; पण भागावरील पूर्ण रक्कम वसूल झाल्यावर कंपनीने भाग प्रमाणपत्रे देणे आवश्यक असते. कंपनी प्रत्येक भागाला वेगळे प्रमाणपत्र देऊ शकते. त्यामुळे कंपनीचे कारकुनी काम वाढले, तरी भागांचे हस्तांतर करणे सोपे जाते. त्याप्रमाणे एखाद्याने एकापेक्षा अधिक भाग घेतले असल्यास कंपनीच्या सर्व भागांसाठी एकच प्रमाणपत्र देऊ शकते.

२) संचालकाची सभा व ठराव : भाग प्रमाणपत्रे लिहून तयार झाल्यावर ती कंपनीच्या संचालक सभेसमोर विचारासाठी व अंतिम निर्णयासाठी ठेवण्यात येतात. या ठिकाणी एक लक्षात ठेवणे आवश्यक आहे की, भाग प्रमाणपत्रे देण्याचा अधिकार फक्त कंपनीच्या संचालक मंडळाला आहे. कंपनीचे संचालक ठराव संमत करून त्या अधिकाराची अंमलबजावणी करू शकतात. म्हणजेच कंपनीच्या संचालक मंडळाला कंपनीची भाग प्रमाणपत्रे सभासदांना देण्याबाबत ठराव मंजूर करावा लागतो. हा ठराव मंजूर होताच प्रत्येक भाग प्रमाणपत्रावर कंपनीच्या दोन संचालकांच्या सह्या घ्याव्या लागतात व त्यावर चिटणीससुद्धा आपली सही करतो. त्याचप्रमाणे, या भाग प्रमाणपत्रावर कंपनीचा शिक्का मारण्याचा अधिकार चिटणिसाला प्राप्त होतो. वरील काम ठराव संमत झाल्यावर थोड्याच दिवसांत पूर्ण करण्यात येते.

३) भाग प्रमाणपत्रे भागधारकांना देणे : वरीलप्रमाणे भाग प्रमाणपत्रे सर्व बाबतीत पूर्ण झाल्यावर ती भागधारकांना देण्याचे काम चिटणीसाला करावे लागते. याकरिता चिटणीस एक जाहीर सूचना करतो व ती भागधारकांना पाठविण्यात येते. तसेच ती वर्तमानपत्रात प्रसिद्ध करण्यात येते. या सूचनेत असे नमूद केलेले असते की, कंपनीची भाग प्रमाणपत्रे भागधारकांना देण्यासाठी प्रमाणपत्रे भागवाटपपत्र कंपनीच्या स्वाधीन करावे व त्याबद्दल भाग प्रमाणपत्र कंपनीकडून घ्यावे. भागधारकांनी भागवाटप प्रमाणपत्रे पाठविल्यावर त्यांना भाग प्रमाणपत्रे वा पावती दोन्ही पाठवितात. त्यातील भाग पावतीवर सही करून तो भागधारकांनी परत पाठवून घ्यावा, अशी विनंती करण्यात येते. वरीलप्रमाणे भाग प्रमाणपत्रे तयार करून ठराविक मुदतीत भागधारकांना दिली नाहीत तर प्रत्येक जबाबदार अधिकारी कायद्याप्रमाणे शिक्षेस पात्र ठरतो.

४.११.५ कंपनीच्या भाग प्रमाणपत्र वाटपाचे नियम १९६०

१९६० च्या भाग प्रमाणपत्र वाटपसंबंधीच्या अधिनियमानुसार कंपनीला भाग प्रमाणपत्र वाटपासंबंधी पुढील पद्धतीचे पालन करावे लागते.

१) **संचालक मंडळाची पूर्व परवानगी :** संचालक मंडळाच्या सभेत ठराव संमत करून संचालक मंडळाची पूर्वपरवानगी घ्यावी लागते.

२) **भाग प्रमाणपत्रातील तपशील :** प्रत्येक भाग प्रमाणपत्रावर धारकाचे नाव, त्याने धारण केलेल्या भागांची संख्या, क्रमांक आणि दिलेल्या रकमेची नोंद असणे आवश्यक आहे.

३) **भाग प्रमाणपत्र भागधारकांना देणे :** भागधारकांनी नंतर भाग प्रमाणपत्राची मागणी केली तर पूर्वीचे प्रमाणपत्र कंपनीला परत केल्याशिवाय दुसरी प्रत भागधारकास देऊ नये.

४) **भाग प्रमाणपत्राची दुसरी प्रत भागधारकास देणे :** जर त्याचे भाग प्रमाणपत्र फाटले अथवा हरवले तर कंपनीने दोन रुपये फी आकारून नवीन भाग प्रमाणपत्र त्या व्यक्तीला द्यावे.

५) **कायदेशीर पुरावा :** जर भाग प्रमाणपत्र हरवले, चोरीस गेले अथवा फाटले व कंपनीने त्यास भाग प्रमाणपत्राची दुसरी प्रत दिली तर अशी प्रत देताना कंपनी त्या व्यक्तीकडून निवेदन लिहून घेऊ शकते.

६) **भाग प्रमाणपत्रावर सही–शिक्का करणे :** प्रत्येक भाग प्रमाणपत्रावर कंपनीचा शिक्का असणे आवश्यक आहे आणि त्यावर दोन संचालकांची व चिटणिसाची सही असणे आवश्यक आहे.

७) **भाग प्रमाणपत्र वाटपाची नोंद :** सभासदाच्या नोंदवहीत कायद्यातील नियम नमूद केलेला भाग प्रमाणपत्रावरील सर्व तपशील नोंदविला पाहिजे.

८) **सुरक्षितता :** भाग प्रमाणपत्राचे नमुने अथवा फॉर्म हे सुरक्षित ठिकाणी ठेवणे आवश्यक असते.

४.११.६ भाग प्रमाणपत्र दिल्याचे कायदेशीर परिणाम पुढीलप्रमाणे सांगता येतील

१) भागांच्या मालकी हक्कासंबंधी प्रतिबंध : भाग प्रमाणपत्र हा भागधारकाच्या मालकी हक्काचा पुरावा असतो. त्यामुळे जेव्हा कंपनी एखाद्या व्यक्तीच्या नावे भाग प्रमाणपत्र देते. तेव्हा ती व्यक्ती कंपनीच्या नोंदीत सभासद आहे असे गृहीत धरले जाते. त्यामुळे पुढे ती व्यक्ती कंपनीची सभासद नाही असे कंपनी म्हणू शकत नाही. पुढे जर कंपनी त्या व्यक्तीस भाग देऊ शकली नाही तर तिला जबाबदार धरले जाते.

२) रक्कम देण्यासंबंधी प्रतिबंध : जर भाग प्रमाणपत्रावर भागांची पूर्ण रक्कम दिली असे नोंदविले गेले तर त्या व्यक्तीने पूर्ण रक्कम अदा केली नाही असे कंपनी नंतर म्हणू शकत नाही व त्या धारकाकडे उर्वरित रकमेची मागणी करू शकत नाही.

४.११.७ भाग प्रमाणपत्राची दुसरी प्रत भागधारकांना देणे

कंपनी आपल्या भागधारकांना भाग प्रमाणपत्राची दुसरी प्रत देऊ शकते; जर भागधारकांचे भाग प्रमाणपत्र फाटले असेल, जुने असेल किंवा जळालेले असेल, मळले असेल किंवा जीर्ण झाले असेल तर त्याला कंपनीकडून त्या भाग प्रमाणपत्राची दुसरी प्रत मिळू शकते.

जर भाग प्रमाणपत्र फाटले असेल, मळले असेल, जुने झाले असेल तर भाग प्रमाणपत्राची दुसरी प्रत देण्याच्या मार्गात कोणत्याच अडचणी नाहीत. त्याने वरील भाग प्रमाणपत्र व योग्य ती फी कंपनीला दिल्यावर कंपनी मूळ प्रमाणपत्राची प्रत रद्द करते आणि दुसरी प्रत देते. या बाबतीत विशेष त्रास नाही; पण जर भागधारकाने भाग प्रमाणपत्र हरवले असेल तर कंपनीला दुसरे भाग प्रमाणपत्र देता येते काय? या प्रसंगी मात्र कंपनीला ते भाग प्रमाणपत्र क्रमांक म्हणजे फाटलेले किंवा मळलेल्या भाग प्रमाणपत्राप्रमाणे रद्द करता येत नाही. या ठिकाणी कंपनीलासुद्धा नुकसान पोहोचण्याची शक्यता असते; कारण हरवलेले भाग प्रमाणपत्र एखाद्या तिऱ्हाईत व्यक्तीच्या हाती जाऊ शकते. ती तिऱ्हाईत व्यक्ती त्या भाग प्रमाणपत्रावर विसंबून विश्वासाने मोबदला घेऊन भाग प्रमाणपत्र खरेदी करून मालक बनू शकते. कंपनीला त्या व्यक्तीचा मालकी हक्क नाकारता येणार नाही. त्यामुळे झालेले नुकसान कंपनीला सहन करावे लागते; म्हणून भाग प्रमाणपत्र हरवले असता भाग प्रमाणपत्राची दुसरी प्रत बऱ्याच अवधीनंतर भागधारकांना देण्यात येते. हरवलेल्या भाग प्रमाणपत्राबद्दल दुसरी प्रत देण्याची पद्धत पुढीलप्रमाणे आहे –

१) भागधारकाला आपले प्रमाणपत्र चोरीस गेले किंवा हरवले गेले आहे याबद्दलचे जाहीर निवेदन कायद्यानुसार द्यावयास हवे.

२) भाग प्रमाणपत्र गहाळ झाल्याबरोबर नवीन भाग प्रमाणपत्राची दुसरी प्रत मिळविण्यासाठी त्याला कंपनीला हमीपत्र (Share Warrant Letter of Indemnity) द्यावे लागते. या हमीपत्राद्वारे तो नुकसानभरपाईची व भविष्यकाळात हानी भरून देण्याची कंपनीला हमी देतो. म्हणजेच जर भविष्यकाळात हरवलेले प्रमाणपत्र तिऱ्हाईत व्यक्तीने कंपनीला सादर केले आणि मालकी प्रस्थापित केली तर त्यामुळे कंपनीला झालेले नुकसान भरून देण्याची हमी तो घेतो.

३) भाग प्रमाणपत्राची दुसरी प्रत मिळविण्यासाठी त्याला नियमावलीप्रमाणे दोन रुपये दाखला फी द्यावी लागते.

४) मूळ प्रमाणपत्र हे एक किंवा अधिक भागांचे असल्यास भागधारकाला हमीपत्राबरोबर बँकेची हमी पण द्यावी लागते.

५) वरील प्राथमिक तयारी झाल्यावर हरवलेल्या भागाबद्दलची सूचना कंपनी वर्तमानपत्रातून प्रसिद्ध करते. या सूचनेद्वारे जाहीरपणे असे कळविण्यात येते की, सूचनेत नमूद केलेल्या भागांसंबंधी व्यवहार करू नयेत.

६) भागधारकाने भाग प्रमाणपत्राची दुसरी प्रत देण्यासंबंधी केलेला अर्ज संचालकांच्या सभेसमोर ठेवण्यात येतो. संचालक मंडळ त्यासंबंधी योग्य ती चौकशी करते; जर त्यांचे समाधान झाले तर ते भाग प्रमाणपत्राची दुसरी प्रत देण्यासंबंधी ठराव संमत करतात. या नवीन भाग प्रमाणपत्रात संचालकांच्या सह्या, कंपनीचा शिक्का व चिटणिसाची सही असते. त्यावर 'दुसरी प्रत' असे ठळक अक्षरात लिहिण्यात येते व ते भागधारकाला देण्यात येते.

४.१२ भाग अधिपत्र (Share Warrant)

४.१२.१ अर्थ व व्याख्या

कंपनी कायद्यातील तरतुदीप्रमाणे भागांनी मर्यादित सार्वजनिक कंपनी सरकारच्या संमतीने आपल्या पूर्ण झालेल्या भाग प्रमाणपत्राबद्दल भागधारकांना भाग अधिपत्र देऊ शकते.

भाग अधिपत्रावर मालकाचे नाव असल्यास भाग अधिपत्राची मालकी एका व्यक्तीकडून दुसऱ्या व्यक्तीकडे सहज जाऊ शकते. त्याबाबतीत कोणत्याच अडचणी निर्माण होत नाहीत. थोडक्यात, भाग प्रमाणपत्र व चलनी नोटा यांच्यात फारसा फरक नाही. ज्याप्रमाणे चलनी नोटा ज्याच्या हातात असते तो त्याचा मालक ठरतो, त्याचप्रमाणे भाग अधिपत्र असते. तसेच आपण चलनी नोटांची मालकी दुसऱ्यांना सहज देऊ शकतो. त्याचप्रमाणे भाग अधिपत्राची मालकी सहजपणे देता येते. या वैशिष्ट्यामुळे भाग अधिपत्राला 'हस्तांतरक्षम पत्रक' म्हणतात. भाग अधिपत्राच्या मालकीत झालेला बदल कंपनीला कळवावा लागत नाही.

भाग अधिपत्रकाची आवश्यकता सर्वसाधारणपणे भाग विकत घेतल्यावर कंपनीकडून भाग विकत घेतल्याचा व त्याबद्दल कंपनीला पैसे दिल्याचा पुरावा म्हणून भागधारकांना भाग प्रमाणपत्र मिळते. त्यावर कंपनीचा शिक्का असतो. त्या प्रमाणपत्रात किती भागांचा समावेश आहे; हे लिहिलेले असते. त्याचप्रमाणे भाग कोणाच्या मालकीचे आहेत; त्या व्यक्तीचे नावही नमूद केलेले असते. समजा, त्या भागधारकाला आपले भाग दुसऱ्याला बक्षीस म्हणून द्यावयाचे किंवा विकावयाचे आहेत; तर त्याला विशिष्ट पद्धतीने भागांचे हस्तांतर

करावे लागेल. ही हस्तांतर पद्धत दीर्घसूत्री आहे. केवळ भाग प्रमाणपत्रे दुसऱ्याच्या स्वाधीन केल्याने ती व्यक्ती मालक बनत नाही. त्या व्यक्तीचे नाव त्यावर हवे. त्याकरिता कंपनीला भाग हस्तांतर केल्याबद्दलची सूचना द्यावी लागते. मग कंपनी नावात बदल करते. त्यानंतर ती दुसरी व्यक्ती त्या भाग प्रमाणपत्राचे मालक बनते. भाग हस्तांतराच्या या दीर्घसूत्री पद्धतीला फाटा देण्याच्या उद्देशाने भाग अधिपत्रे कंपनीकडून दिली जातात. भाग अधिपत्रावर फक्त त्या किती भागांचा समावेश आहे, इतकेच नमूद केलेले असते. त्यावर भाग अधिपत्राच्या मालकाचे नाव असते. त्यामुळे भाग अधिपत्रे सहजपणे कोणालाही हस्तांतरित करता येतात. त्यासाठी कंपनीला कळवावे लागत नाही किंवा अधिपत्रावर काही बदल करावे लागत नाहीत. भाग अधिपत्रे दुसऱ्याच्या स्वाधीन करताच ती व्यक्ती त्याची मालक बनते. भाग हस्तांतर करण्याची ही फारच सोपी पद्धत आहे.

४.१२.२ भाग अधिपत्र देण्याच्या अटी

१) भाग अधिपत्रे फक्त भागांनी मर्यादित असलेल्या सार्वजनिक कंपनीलाच देता येतात. याला कारण असे की, प्रथमतः भाग देण्याकरिता कंपनीचे भागभांडवल हवे. भाग नसतील तर कंपनीला भाग अधिपत्रे देता येणार नाहीत. त्याप्रमाणे भाग अधिपत्रे फक्त सार्वजनिक कंपनीच देऊ शकते. खासगी कंपन्यांना भाग अधिपत्रे देण्याचा अधिकार नाही; याचे कारण सोपे आहे. खासगी कंपन्या आपले भाग विकत घेण्यासाठी सर्व जनतेला जाहीर आवाहन करीत नाहीत. खासगी कंपन्यांचे भाग सर्वांनाच विकत घेता येत नाहीत. जर त्यांनी भाग अधिपत्रे दिली तर त्याचा अर्थ असा होईल की, भाग अधिपत्रधारक त्या कंपनीचा सभासद ठरेल. म्हणजेच कोणतीही व्यक्ती त्या खासगी कंपनीची भागधारक होऊ शकेल. हे खासगी कंपनीच्या मूळ तत्त्वाविरुद्ध आहे; म्हणून खासगी कंपन्यांना भाग अधिपत्रे देता येत नाहीत.

२) भाग अधिपत्रे देण्याचा अधिकार कंपनीला कंपनीच्या नियमावलीने द्यावा लागतो, जर नियमावलीने हा अधिकार दिला नसेल तर प्रथम विशेष ठराव संमत करून नियमावलीत योग्य बदल करून, कंपनीला हा अधिकार प्राप्त करून घ्यावा लागतो व मगच भाग अधिपत्रे वाटता येतात.

३) ज्या भागांबद्दल कंपनी भाग अधिपत्रे देणार आहे त्या भागांवरची रक्कम पूर्ण वसूल झालेली असली पाहिजे. म्हणजे त्या भागांवरची पूर्ण रक्कम कंपनीला मिळालेली असली पाहिजे.

४) भाग अधिपत्रे देण्यापूर्वी कंपनीने केंद्र सरकारची पूर्वसंमती मिळविणे आवश्यक आहे.

४.१२.३ भाग अधिपत्रे देण्याची पद्धत

भाग अधिपत्रे ही मुख्यतः भागांच्या विशिष्ट गटाला किंवा संख्येला देण्यात येतात. (उदा. ५, १०, १५, २०, २५) अशा भागांच्या संख्येलाच किंवा गटांनाच भाग अधिपत्र दिले जाते. भाग अधिपत्रे वाटण्याची पद्धत कंपनीच्या नियमावलीत दिलेली असते. त्या पद्धतीप्रमाणे भाग अधिपत्रे दिली जातात. ही पद्धत पुढीलप्रमाणे आहे, असे म्हणता येईल :

१) लेखी अर्ज : ज्याला भाग अधिपत्रे हवे असते तो कंपनीकडे लेखी अर्ज करतो. अर्थात, त्याला अर्जाबरोबर ज्या भाग प्रमाणपत्राऐवजी भाग अधिपत्र हवे आहे; ती भाग प्रमाणपत्रे जोडावी लागतात. तसेच अर्जाबरोबर नियमानुसार योग्य ती फी द्यावी लागते.

२) दाखला तिकीट देणे : वरील अर्ज, फी व प्रमाणपत्रे कंपनीला मिळाल्याबरोबर कंपनीचा चिटणीस भागधारकाला दाखला तिकीट देतो, हे तिकीट म्हणजे एक प्रकारची कंपनीने दिलेली पावती होय. यात कंपनीने

असे लिहून दिलेले असते की, अमुक क्रमांकाची भाग प्रमाणपत्रे कंपनीला भाग अधिपत्रात रूपांतर करण्यासाठी अमुक एका व्यक्तीकडून मिळाली आहेत.

३) छाननी : कंपनीकडून भाग प्रमाणपत्राची छाननी करण्यात येते. भाग प्रमाणपत्रावरील माहिती व भागधारकाच्या नोंदणी पुस्तकातील तपशील यांची छाननी करण्यात येते.

४) संचालकांचा ठराव : वरील अर्ज कंपनीच्या संचालक मंडळाच्या सभेत विचार व निर्णय यासाठी ठेवण्यात येतो. संचालक चिटणिसाने दिलेल्या माहितीच्या आधारे भाग अधिपत्र द्यावे किंवा न द्यावे याचा निर्णय ठराव संमत करून घेतात. संचालकांनी जर भाग अधिपत्र देण्याचा निर्णय घेतला तर ते तसा ठराव संमत करतात. या ठरावाप्रमाणे भाग अधिपत्रक तयार करणे, त्यावर कंपनीचा शिक्का उमटवणे, संचालकांच्या सह्या घेणे, योग्य ते बदल भागधारकांच्या नोंद पुस्तकात व ते भाग अधिपत्र त्या व्यक्तीला देणे याबद्दलचा अधिकार चिटणिसाला देण्यात येतो.

५) भाग अधिपत्र तयार करणे : चिटणिसाला अधिकार प्राप्त होताच; तो भाग अधिपत्र तयार करून त्यावर कंपनीचा शिक्का उमटवतो; संचालकांच्या सह्या घेतो. त्याचप्रमाणे भागधारकांच्या नोंदणी पुस्तकात पुढील नोंदी करतो :

(अ) भागधारकाचे नाव रद्द करणे.

(ब) भाग प्रमाणपत्र रद्द करून भाग अधिपत्रे दिल्याची नोंद करणे.

(क) भाग अधिपत्रात नमूद केलेल्या भागांची संख्या व क्रमांक यांची नोंद करणे.

६) भाग अधिपत्र स्वाधीन करणे : भाग अधिपत्र तयार झाल्यावर त्यासंबंधीची सूचना भागधारकाला देण्यात येते. भागधारकाकडून दाखल तिकीट कंपनीकडे आल्यावर त्या तिकिटाबद्दल त्याला भाग अधिपत्र देण्यात येते.

भाग अधिपत्र दिल्याचा कायदेशीर परिणाम : भाग अधिपत्र दिल्याचे कायदेशीर परिणाम पुढीलप्रमाणे आहेत :

(१) कंपनीच्या भागधारक किंवा सभासद नोंदणी पुस्तकातून भाग अधिपत्र घेणाऱ्या सभासदाचे नाव काढून टाकण्यात येते. भाग अधिपत्रावर सभासदाचे नाव असत नाही. त्यामुळे तो कंपनीचा नोंदविलेला सभासद असू शकत नाही.

(२) भाग अधिपत्रधारक कंपनीचा नोंदविलेला सभासद नसल्याने त्याला कंपनीच्या सभासदाला मिळणारे अधिकार, विशेष हक्क मिळत नाहीत. उदा. भागधारकांच्या सभेच्या सूचना मिळण्याचा अधिकार, पत्र देण्याचा अधिकार, कंपनीचे वार्षिक हिशेब मिळण्याचा अधिकार वगैरे.

(३) भाग अधिपत्र दिल्यावर कंपनीला (म्हणजेच चिटणिसाला) भागधारकांच्या नोंदणी पुस्तकात पुढील तपशील लिहावा लागतो :

(अ) कंपनीने भाग अधिपत्रे दिल्याचे शेरा.

(ब) भाग अधिपत्रात समावेश केलेले भाग व त्यांची संख्या याविषयीची माहिती.

(क) भाग अधिपत्र दिल्याची तारीख.

(४) भाग अधिपत्रधारक हा कंपनीचा सभासद म्हणून ओळखला जात नाही किंवा त्याला भागधारकाचे अधिकार प्राप्त होत नाहीत; पण कंपनीच्या नियमावलीत तरतूद केली असेल तर (अशी तरतूद 'परिशिष्ट अ'मध्ये आहे.) भाग अधिपत्रधारक हा कंपनीच्या भागधारकांच्या सभेला हजर राहू शकतो. त्याला

सभेत मत देण्याचा अधिकार आहे. त्याकरिता भाग अधिपत्रधारकाने कंपनीजवळ आपले भाग अधिपत्र सभेपूर्वी दोन दिवस दाखल करावे. ते दाखल केल्याबद्दल त्याला कंपनीकडून पावती मिळते. सभेनंतर पावती परत करून भाग अधिपत्र त्याला परत घेता येते.

(५) भाग अधिपत्रधारकांना कंपनीला द्यावयाच्या सर्व सूचना वर्तमानपत्रातील सूचनांद्वारे देण्यात येतात; कारण भाग अधिपत्रधारक हा कंपनीचा नोंदविलेला सभासद असत नाही. त्याचा अर्थ असा की, भाग अधिपत्रधारकांची नावे, पत्ते कंपनीजवळ नोंदविलेली नसतात. कारण भाग अधिपत्रे केवळ हस्तांतराने इतरांच्या मालकीची होत असतात.

(६) कंपनी संचालकांच्या 'पात्रता भागसंख्येत' भाग अधिपत्राचा समावेश करता येत नाही. कायद्याप्रमाणे ज्याला संचालक व्हावयाचे असेल अशा प्रत्येक भागधारकाच्या नावावर कमीत कमी काही भाग असणे आवश्यक आहे; पण संचालकांच्या मालकीच्या भागांचा विचार करताना त्यात भागअधिपत्रांचा समावेश करता येत नाही; कारण भाग अधिपत्रे केव्हाही कंपनीला सूचना न देता दुसऱ्याला देता येतात. त्यामुळे संचालकांच्या पात्रता भागसंख्येत त्यांचा समावेश केल्यास क्वचित प्रसंगी संचालक आपल्या भाग अधिपत्राचे हस्तांतर करून पात्रता भाग नसतानाही कंपनीचा संचालक म्हणून राहू शकेल.

(७) कायद्याप्रमाणे भाग अधिपत्र देणाऱ्या कंपनीला 'भागअधिपत्र नोंदणी पुस्तक' ठेवणे आवश्यक आहे. या नोंदणी पुस्तकात पुढील तपशील नोंदविणे आवश्यक आहे-

(अ)जेवढ्या भागसंख्येसाठी भागअधिपत्रे दिली असतील, त्या भागांची संख्या व भागांचे क्रमांक.

(ब) कंपनीने दिलेल्या भाग अधिपत्राचे क्रमांक.

(क)भागांत रूपांतर केलेल्या भाग अधिपत्राचे क्रमांक व त्यांची संख्या.

(८) कंपनीने वार्षिक माहितीपत्रकात वाटलेल्या भाग अधिपत्रांविषयीची संपूर्ण माहिती द्यावी. हे पत्रक वार्षिक सभेनंतरच्या २१ दिवसांत नोंदणी अधिकाऱ्याकडे पाठविणे आवश्यक आहे.

४.१२.४ भागअधिपत्रावरील लाभांशवाटप

कंपनी आपल्या भाग अधिपत्रधारकांना लाभांश कशा प्रकारे वाटते? कंपनीच्या भागधारकांना लाभांश वाटणे फार सोपे असते; कारण प्रत्येक भागधारकाचे नाव व पत्ता कंपनीच्या नोंदणी पुस्तकात असतो. त्यांना त्यांच्या नावावर लाभांश पाठविणे सोपे असते; पण भागअधिपत्राच्या बाबतीत ही पद्धत लागू पडत नाही. कारण भागअधिपत्रधारकाचे नाव किंवा पत्ता कंपनीजवळ नसतो, इतकेच नव्हे तर या भागअधिपत्राचा मालक सारखा बदलत असतो, याचीसुद्धा माहिती कंपनीला असू शकत नाही. कंपनी आपल्या भागअधिपत्रधारकांना नफा वाटण्याकरिता पुढीलपैकी कोणत्याही एका पद्धतीचा उपयोग करू शकते -

(१) कूपन-पद्धती
(२) नोंदणी-पद्धती

(१) कूपन-पद्धती : या पद्धतीप्रमाणे कंपनी आपल्या भागअधिपत्राबरोबर एक कुपनांचा संच देत असते. तो या अधिपत्राला जोडलेला असतो. या संचातील प्रत्येक कुपनावर क्रमांक असतो. हा संच दहा किंवा पाच कुपनांचा असू शकतो. या प्रत्येक कूपन संचाबरोबर एक मागणी अर्ज (Token Voucher) असतो. या मागणी अर्जाचा उपयोग भागअधिपत्रधारकाने नवीन कूपन संच मिळविण्याकरिता करावयाचा असतो. समजा, एका कंपनीने ५ कुपनांचा संच भागअधिपत्राबरोबर दिलेला आहे. समजा, प्रत्येक वर्षी एकेक याप्रमाणे या

कुपनांचा वापर करून पाचही कुपन्स संपली तर या वर्षी परत लाभांश मिळवण्यासाठी नवीन कूपन संच आवश्यक असतो. तेव्हा भागअधिपत्रधारकाने मागणी अर्ज भरून कंपनीला पाठविल्यास ती त्याला नवीन कूपन संच पाठवून देईल. त्या संचातही एक मागणी अर्ज असतो. प्रत्येक भागअधिपत्रधारकांना कोणत्या क्रमांकाची कुपन्स दिली आहेत, याची मात्र नोंद कंपनीजवळ असते.

कंपनी लाभांश जाहीर करते, तेव्हा भागअधिपत्रधारकांनी आपापल्या भागअधिपत्रावरचा लाभांश घ्यावा असे निवेदन वर्तमानपत्रातून देते. त्यासाठी कंपनी त्यांनी आपल्याजवळ असलेल्या कूपन्सपैकी कोणत्या क्रमांकाचे कूपन कंपनीला किंवा कंपनीच्या अधिकृत बँक शाखेला सादर करावे, याबद्दलची सूचनाही देण्यात आलेली असते. भागअधिपत्रधारकांनी विशिष्ट क्रमांकाचे कूपन वरील सूचनेप्रमाणे सादर करताच त्यांना त्याबद्दल कूपन तिकीट दिले जाते. कूपन तिकीट म्हणजे कंपनीला विशिष्ट क्रमांकाचे कूपन मिळाल्याची पावती असते. कंपनी आपल्याकडे आलेल्या कुपनांची छाननी करते व त्याबाबत समाधान झाल्यास कंपनी भागअधिपत्रधारकांना द्याव्या लागणाऱ्या लाभांशाच्या रकमेबद्दल चेक तयार करते व तशी सूचना संबंधितांना देते. कूपन तिकीट परत करून त्यांनी लाभांशाच्या रकमेचा चेक न्यावा अशी विनंती कंपनी करते. त्याचप्रमाणे कूपन तिकीट देताच त्यांना चेक देण्यात येतो. हा चेक बँकेत देताच त्यांना लाभांशाची रक्कम देण्यात येते किंवा त्यांच्या खात्यावर जमा करण्यात येते.

(२) नोंदणी-पद्धत : कित्येक कंपन्या भागअधिपत्रावर लाभांश देण्याकरिता 'नोंदणी पद्धती'चा अवलंब करतात. कंपनी आपल्या भागअधिपत्रधारकांना लाभांशाची सूचना वर्तमानपत्रांद्वारे किंवा जाहिरातीद्वारे देते. भागअधिपत्रधारकांनी लाभांश मिळविण्याकरिता आपल्याजवळ असलेले भाग अधिपत्र कंपनीजवळ नोंदणीसाठी दाखल करावे, अशी विनंती करण्यात येते. भागअधिपत्रधारकांना आपल्याजवळचे भागअधिपत्र कंपनीस नोंदणीसाठी पाठवून द्यावे लागते. त्याबद्दल त्यांना 'दाखल तिकीट' (Lodgement Ticket) मिळते. कंपनी त्यानंतर त्या भागअधिपत्राची छाननी करते व समाधान झाल्यास त्याच्यावरील लाभांशाच्या रकमेचा चेक तयार करते. त्याचप्रमाणे कंपनी त्या भागअधिपत्रधारकाला दाखल तिकीट परत करून चेक व भागअधिपत्र परत न्यावे अशी सूचना देते. त्याने चेक बँकेत भरल्यावर त्याला लाभांशाची रक्कम मिळते.

४.१२.५ भागअधिपत्राची दुसरी प्रत देणे

हरविलेल्या किंवा फाटलेल्या भागअधिपत्राबद्दल कंपनी दुसरी प्रत देऊ शकते काय?

कंपनीने दिलेले भागअधिपत्र फाटले असेल, जळले असेल किंवा जीर्ण झाले असेल तर कंपनीला भागअधिपत्राची दुसरी प्रत देणे फारसे अवघड जात नाही; कारण मूळ प्रत रद्द करून दुसरी प्रत देण्यात धोका नसतो. या बाबतीत असणारी कार्यपद्धती भाग प्रमाणपत्राप्रमाणेच आहे.

भागअधिपत्र हरवले किंवा गहाळ झाले असेल तर मात्र दुसरी प्रत देण्यात कंपनीला खूप मोठ्या प्रमाणावर धोका स्वीकारावा लागतो; कारण कोणतीही व्यक्ती या भागअधिपत्राची मालक ठरू शकते; जर तिच्या ताब्यात ते असेल तर साहजिकच कंपनीला या ठिकाणी दुसरी प्रत देण्यात खूप धोका दिसून येतो. या कारणासाठी भागअधिपत्र हरवल्यावर दुसरी प्रत क्वचितच दिली जाते किंवा ३-४ वर्षांनंतर भागअधिपत्राची दुसरी प्रत देताना द्यावी लागणारी फी 'नुकसानभरपाई पत्र' भाग प्रमाणपत्र हरवल्यानंतर ज्याप्रमाणे द्यावी लागते त्याचप्रमाणे आहे.

४.१२.६ भाग अधिपत्रांचे समर्पण व भाग प्रमाणपत्रावर रूपांतर (Reconversion of Warrant into Share Certificate)

भागअधिपत्र परत घेऊन त्याबद्दल भागप्रमाणपत्र कंपनीला देता येते. ज्या व्यक्तीला आपल्या भागअधिपत्राचे भागप्रमाणपत्रांत रूपांतर करावयाचे आहे त्याने कंपनीला तसा लेखी अर्ज, भाग अधिपत्र व योग्य त्या फीसह कंपनीला द्यावा. वरीलप्रमाणे अर्ज व भागअधिपत्र मिळाल्यावर कंपनीकडून 'दाखल तिकीट' (Lodgement Ticket) देण्यात येते. वरील अर्जाचा विचार संचालकांच्या सभेत केला जातो व भागप्रमाणपत्र द्यावयाचा निर्णय घेतला जातो. भागप्रमाणपत्र द्यावयाचा निर्णय घेतला गेल्यास तसा ठराव संमत केला जातो. भाग प्रमाणपत्र तयार करणे, सही करणे, शिक्का उमटविणे, संचालकांच्या सह्या घेणे, इत्यादीबाबत चिटणिसाला योग्य ते अधिकार देण्यात येतात. चिटणीस ठरावाप्रमाणे भागप्रमाणपत्र तयार करतो, त्यावर कंपनीचा शिक्का मारतो व संचालकांच्या सह्या घेतो. भागप्रमाणपत्र देताना भागधारकाचे नाव, भागधारकांच्या किंवा सभासदांच्या नोंदणी पुस्तकात नोंदविण्यात येते. त्याबरोबर इतर आवश्यक तपशीलसुद्धा या नोंदणी पुस्तकात भरण्यात येतो. भागप्रमाणपत्र तयार झाल्यावर त्याची सूचना भागधारकाला दिली जाते व भागधारकाकडून दाखल तिकीट घेऊन त्याबद्दल भागप्रमाणपत्र देण्यात येते.

४.१३ भाग प्रमाणपत्र आणि भाग अधिपत्र यातील फरक

भाग प्रमाणपत्र	भाग अधिपत्र
१. भागप्रमाणपत्र खासगी व सार्वजनिक दोन्ही कंपन्यांना देता येतात.	१. भागअधिपत्रे फक्त सार्वजनिक कंपनीलाच देता येतात.
२. भागप्रमाणपत्र देण्यासाठी नियमावलीत तरतूद असलीच पाहिजे असे नाही.	२. भागअधिपत्रे नियमावलीत तरतूद असेल तरच देता येतात.
३. भागप्रमाणपत्र देण्यास केंद्र सरकारच्या परवानगीची गरज नसते.	३. भागअधिपत्रे देण्यासाठी केंद्र सरकारची पूर्वपरवानगी मिळविणे आवश्यक असते.
४. भागप्रमाणपत्र भागावर पूर्ण रक्कम वसूल झालेली नसली तरी देता येते.	४. भागअधिपत्रे मात्र भागावर पूर्ण रक्कम वसूल झालेली असली तरच देता येतात.
५. भागप्रमाणपत्रावर नाममात्र स्टॅम्प ड्यूटी लावावी लागते.	५. भागअधिपत्रावर मोठी स्टॅम्प ड्यूटी भरावी लागते.
६. भागप्रमाणपत्र 'चलनक्षम दस्तऐवज' नाही; म्हणून ते केवळ प्रदानाने (By Mere Delivery) देता येत नाही. त्यासाठी हस्तांतरणाची कार्यपद्धती अवलंबावी लागते.	६. भागअधिपत्र 'चलनक्षम दस्तऐवज' मानला गेल्याने त्याचे हस्तांतरण केवळ प्रदानाने होते. त्यासाठी कोणतीही कार्यपद्धती अवलंबावी लागत नाही.

७. भागप्रमाणपत्र हे मालकी हक्काचा 'प्रथम दर्शनी पुरावा' म्हणून मानला गेला आहे. म्हणून विकणाऱ्याचा मालकी हक्क सदोष असला तर तो तसाच खरेदीदाराकडे जातो.	७. भागअधिपत्र खरेदी करणाऱ्याने मात्र जर ते हस्तांतरकाच्या मालकी हक्कासंबंधी काहीही शंका न घेता विश्वासाने किमतीच्या मोबदल्यात खरेदी केले असेल, तर त्याला त्यात नमूद केलेल्या भागांचा मालकी हक्क मिळतो. म्हणजेच मालकी हक्काचा तो अंतिम पुरावा (Conclusive Proof) मानता येऊ शकतो.
८. भागप्रमाणपत्रधारक कंपनीचे नोंदलेले सभासद असतात. त्यांची नावे, पत्ते इत्यादी सभासद नोंदणी पुस्तकात लिहिली जातात.	८. भागअधिपत्रधारक कंपनीचे नोंदलेले सभासद नसतात; म्हणून त्यांची नावे, पत्ते सभासद नोंदणी पुस्तकात लिहिली जात नाहीत.
९. भागप्रमाणपत्रधारकांना सभेच्या सूचना, लाभांशाच्या सूचना इत्यादी त्यांच्या नोंदणीकृत पत्त्यावर पाठविल्या जातात.	९. भागअधिपत्रधारकांना काही कळवावयाचे झाल्यास त्यांना ते वर्तमानपत्रात जाहीर सूचना देऊन कळविता येते.
१०. भागप्रमाणपत्रात नमूद केलेल्या भागांची गणना संचालकांचे पात्रता भाग मोजताना केली जाते.	१०. भागअधिपत्रात नमूद केलेल्या भागांची गणना संचालकाच्या पात्रता भागांची मोजणी करताना केली जात नाही.
११. भागप्रमाणपत्रधारकांना लाभांश 'लाभांश आदेश पत्राने' (Dividend Warrant) दिला जातो. लाभांश अधिपत्रे त्यांना त्यांच्या पत्त्यावर पाठविली जातात.	११. भागअधिपत्रधारकांना लाभांश 'लाभांश कुपनाच्या' (Dividend Coupons) साहाय्याने दिला जातो. भागअधिपत्रे देतानाच क्रमांक असलेले कूपन त्यांना दिले जाते व लाभांश जाहीर करताना त्याचे क्रमांक वर्तमानपत्रातून प्रसिद्ध केले जातात.
१२. भागप्रमाणपत्रधारक कंपनीचा संचालक होऊ शकतो.	१२. भागअधिकारपत्रधारक कंपनीचा संचालक होऊ शकत नाही.
१३. भागप्रमाणपत्रातील भाग हस्तांतरणावर कंपनी नियंत्रणे लादू शकते.	१३. भागअधिपत्रातील भाग हस्तांतरणावर मात्र नियंत्रण ठेवणे शक्य नसते.
१४. भागप्रमाणपत्रातील भागांचे हस्तांतर झाल्यास त्याची नोंद कंपनीला करावी लागते.	१४. भागअधिपत्रातील भागांचे हस्तांतरण झाल्यास त्याची नोंद करण्याची आवश्यकता नसते.

प्रश्नसंग्रह

अ) थोडक्यात उत्तरे लिहा. (२० शब्दांत)

१) 'भाग' म्हणजे काय?

२) सामान्य आणि अग्रहक्क भागांचा अर्थ सांगा.

३) 'अधिकृत भाग भांडवल' म्हणजे काय?

४) 'भाग विमा' म्हणजे काय?

५) 'भागप्रमाणपत्र' म्हणजे काय?

६) 'भागांचे हस्तांतरण' म्हणजे काय?

७) 'भागांचे समर्पण' म्हणजे काय?

८) 'भागांची परत खरेदी' म्हणजे काय?

९) 'स्वेट' सामान्य भाग म्हणजे काय?

१०) भागावरील ग्रहणाधिकार म्हणजे काय?

ब) संक्षिप्त उत्तरे लिहा. (५० शब्दांत)

१) भाग भांडवलाचे प्रकार स्पष्ट करा.

२) अनियमित भागवाटप म्हणजे काय? ते सांगा.

३) भागजप्तीचे परिणाम सांगा.

४) कंपनी ज्या परिस्थितीमध्ये भागाचे समर्पण स्वीकारू शकते; ती परिस्थिती सांगा.

५) 'कोरे हस्तांतरण' म्हणजे काय? ते स्पष्ट करा.

६) भागअधिपत्र म्हणजे काय?

७) भागप्रमाणपत्रातील तपशील सांगा.

८) कर्मचारी भागविकल्प संकल्पना स्पष्ट करा.

९) भाग विम्याचे फायदे सांगा.

क) थोडक्यात उत्तरे लिहा. (१५० शब्दांत)

१) भाग म्हणजे काय? सामान्य भाग आणि अग्रहक्क भाग यातील फरक सांगा.

२) अग्रहक्क भागांचे प्रकार सांगा.

३) भागविक्रीची कार्यपद्धती स्पष्ट करा.

४) भागवाटप म्हणजे काय? भागवाटपाला कंपनी कायद्यातील तरतुदी सांगा.

५) भागवाटपाची कार्यपद्धती स्पष्ट करा.

६) भागांच्या हस्तांतरणाबाबत कंपनी कायद्यातील तरतुदी सांगा.

७) भागांचे संक्रमण म्हणजे काय? भागांच्या संक्रमणाची कार्यपद्धती स्पष्ट करा.

८) भागप्रमाणपत्राची वैशिष्ट्ये सांगा.

ड) सविस्तर उत्तरे लिहा (३००/५०० शब्दांत)

१) भाग म्हणजे काय? भागविक्रीची कार्यपद्धती स्पष्ट करा.

२) भागवाटपांच्या संदर्भात चिटणिसाची कार्यपद्धती स्पष्ट करा.

३) भाग जप्ती म्हणजे काय? भागजप्तीचे परिणाम सांगा.

४) भागांवरील हप्तेमागणी म्हणजे काय? हप्तेमागणी कायदेशीर ठरण्याकरिता कंपनीने कोणत्या अटींचे पालन केले पाहिजे, ते सांगा.

५) भाग हस्तांतरण म्हणजे काय? भागांच्या हस्तांतरणावरील निर्बंध सांगा.

६) भागप्रमाणपत्र म्हणजे काय? भाग प्रमाणपत्राची दुसरी प्रत देण्याची कार्यपद्धती स्पष्ट करा.

७) अधिपत्र म्हणजे काय? भाग अधिपत्राची वैशिष्ट्ये सांगून भागअधिपत्राच्या संदर्भात कंपनी कायद्यातील अटींचे स्पष्टीकरण करा.

| प्रकरण
५ | भागजप्ती, भाग समर्पण व भाग हस्तांतर
(Forfeiture, Surrender and Transfer of shares) |

५.१ भागजप्ती

  ५.१.१ अर्थ व परिणाम

  ५.१.२ कंपनी कायदा व भागजप्ती

  ५.१.३ भागजप्तीचे नियम

  ५.१.४ भागजप्तीची पद्धत

  ५.१.५ भागजप्तीचे परिणाम

  ५.१.६ जप्त केलेल्या भागांची पुनर्विक्री

  ५.१.७ भागजप्ती रद्द करणे.

५.२ भाग समर्पण

  ५.२.१ अर्थ व स्वरूप

  ५.२.२ भागसमर्पण व भागजप्ती – फरक

  ५.२.३ भागांवरील ग्रहणाधिकार

  ५.२.४ भागांवरील ग्रहणाधिकार व भागजप्ती – फरक.

५.३ भागांचे हस्तांतर

  ५.३.१ अर्थ व व्याप्ती

  ५.३.२ हस्तांतरावरील निर्बंध

  ५.३.३ भागहस्तांतराची नोंद व सरकारकडे न्याय मागण्याचा हक्क

  ५.३.४ भागहस्तांतराची पद्धती

  ५.३.५ कोरे हस्तांतरण

  ५.३.६ नकली/खोटे/फसवे हस्तांतरण.

५.४ भागांची वारसनोंद (संक्रमण)

  ५.४.१ अर्थ व व्याख्या

  ५.४.२ भाग हस्तांतर व भाग संक्रमणाचे – फरक

  ५.४.३ भाग संक्रमणासंबंधी कायदेशीर तरतुदी

  ५.४.४ भागाच्या संक्रमणाची कार्यपद्धती

  ५.४.५ सभासदाद्वारे नाम निर्देशन

५.१ भागजप्ती (Forfeiture of shares)

५.१.१ अर्थ व परिणाम

जर एखाद्या भागधारकाने किंवा सभासदाने, कंपनीने वारंवार मागणी करूनसुद्धा कंपनीला हप्ते दिले नाहीत, तर कंपनी त्याच्या भागांची जप्ती करते म्हणजेच त्याची भागांच्या स्वरूपात असलेली संपत्ती त्याच्या संमतीशिवाय हिसकावून घेते. त्याची भागांच्या स्वरूपात असलेली संपत्ती हिसकावून घेण्याचे कारण म्हणजे त्याने कंपनीला हप्त्यांची रक्कम मागणीप्रमाणे व कराराप्रमाणे दिलेली नाही याबद्दल शिक्षा म्हणून त्याचे भाग जप्त करून त्याला शिक्षा देणे होय. भागजप्तीची व्याख्या पुढील शब्दांत करता येईल – 'भागजप्ती म्हणजे भागधारकाने भागांवरील मागणीचा हप्ता न भरल्याबद्दल भागधारकांचे भाग जप्त करून भागधारकाचे कंपनीचे सदस्यत्व रद्द करणे आणि भागांच्या स्वरूपात असलेली त्याची संपत्ती बळजबरीने त्याची संमती नसताना शिक्षा म्हणून हिसकावून घेणे.' भागजप्ती केल्यामुळे भागधारकाचे नाव कंपनीच्या पुस्तकातून काढून टाकण्यात येते. म्हणजेच ते कंपनीच्या मालकीचे होतात व त्या भागांवर दिलेले पैसे पण भागधारकाला परत मिळत नाहीत. भागधारकाने भागांवर दिलेले पैसे जप्त केले जातात; म्हणजे ते पैसे पण कंपनीला मिळतात. 'परिशिष्ट अ'मध्ये भागजप्तीचे परिणाम पुढीलप्रमाणे सांगितले आहेत –

(१) भागधारकाचे नाव कंपनीच्या नोंदवहीतून काढून टाकून त्याचे सदस्यत्व रद्द करण्यात येते. त्याने कंपनीला भागांवरील दिलेली रक्कम जप्त होते.

(२) अशा भागधारकांच्या मालमत्तेतून मागणी रक्कम, अधिक व्याज व दंड एवढी रक्कम कापून घेण्याचा अधिकार कंपनीला प्राप्त होतो.

५.१.२ कंपनी कायदा आणि भागजप्ती

कंपनी कायद्यातील कोणत्याच कलमाने कंपनीला भागजप्ती करण्याचा अधिकार दिलेला नाही, इतकेच नव्हे तर 'परिशिष्ट अ'मध्ये अशी कोणतीही तरतूद नाही की, ज्यामुळे कंपनीला भागजप्तीचा अधिकार मिळू शकेल. कंपनी कायद्यात या बाबतीत एवढीच तरतूद आहे की, प्रत्येक वर्षाच्या शेवटी कंपनीला जेव्हा वार्षिक भाग नोंदणीपत्रक नोंदणी अधिकाऱ्याकडे पाठवावे लागते तेव्हा त्या पत्रकात कंपनीने त्या वर्षी जप्त केलेल्या भागांची संख्या द्यावी.

कंपनीला कायद्याने भाग जप्त करण्याचा अधिकार दिलेला नसला, तरी हा अधिकार नियमावलीत योग्य ती तरतूद करून कंपनी मिळवू शकते. म्हणजेच भाग जप्त करण्याचा अधिकार नियमावलीतील तरतुदीमुळे मिळू शकतो; जर नियमावलीने कंपनीस भागजप्ती करण्याचा अधिकार दिला असेल तरच कंपनी भाग जप्त करू शकते; जर नियमावलीत भागजप्तीबाबत तरतूद नसेल तर कंपनीला भाग जप्त करता येत नाहीत. भाग जप्त करण्याकरिता कंपनीला नियमावलीत बदल करून योग्य तो अधिकार प्राप्त करून घ्यावा लागेल किंवा न्यायालयातून भाग जप्त करण्याचा हुकूम मिळवावा लागेल.

५.१.३ भागजप्तीचे नियम

भागजप्ती करण्याचा अधिकार कायद्याने कंपनीला दिलेला नाही. कंपनीला हा अधिकार कंपनीच्या नियमावलीतील तरतुदीमुळे प्राप्त होतो. भागजप्ती करताना कंपनीने कोणत्या पद्धतीने भागजप्ती करावी? ही जप्ती पद्धतसुद्धा कंपनीच्या नियमावलीतील नियमाप्रमाणे, नियमावलीतील पद्धतीप्रमाणे करणे आवश्यक आहे; जर

कंपनीने नियमावलीतील नियम व पद्धतीप्रमाणे, भागजप्ती केली नाही तर ती भागजप्ती बेकायदेशीर ठरते व कंपनीला भागजप्ती करता येत नाही. कंपनीने केलेली भागजप्ती कायदेशीर ठरण्याकरिता कंपनीला पुढील अटी पूर्ण कराव्या लागतील :

(१) कंपनीला भागजप्तीचा अधिकार हा नियमावलीने स्पष्ट देणे आवश्यक आहे. नियमावलीने जर भागजप्तीसंबंधी अधिकार दिले नसतील तर कंपनीला नियमावलीत योग्य तो बदल करून अधिकार प्राप्त करून घ्यावा लागेल किंवा तो अधिकार कंपनीला न्यायालयाच्या मार्फत मिळवावा लागेल.

(२) कंपनी भागधारकाचे भाग फक्त एकाच कारणासाठी जप्त करू शकते; ते कारण म्हणजे कंपनीने भागांवर मागितलेल्या मागणीच्या हप्त्यांची रक्कम दिली नाही म्हणून, त्याचा अर्थ असा की, कंपनीला इतर कोणत्याही कारणाने भागधारकांचे भाग जप्त करता येत नाहीत. त्याचा परिणाम एखादा भागधारक अन्य कारणाने कंपनीला काही पैसे देणे असेल आणि त्याने कंपनीने वारंवार सूचना देऊनसुद्धा पैसे दिले नाहीत तर कंपनीला त्या भागधारकाचे भाग जप्त करता येणार नाहीत. कंपनी फक्त भागांवरच हप्त्याच्या स्वरूपात येणे असलेली रक्कम दिली नाही म्हणून भाग जप्त करू शकते.

(३) भागजप्ती करण्याचा अधिकार संचालकाला आहे. याकरिता संचालकांनी योग्य तो ठराव संमत करूनच भागजप्ती करावी.

(४) कंपनीने भागजप्तीची सूचनाही त्या भागधारकाला १४ दिवस अगोदर देणे आवश्यक आहे.

(५) कंपनीने भागजप्ती करण्याबाबत ठराव संमत केल्यावर, त्या ठरावाचा मसुदा व जप्तीची सूचना त्या भागधारकाला द्यावी.

(६) भागजप्तीचा अधिकार संचालकांनी कंपनीच्या हितासाठीच वापरावा.

५.१.४ भागजप्ती पद्धत

कंपनीच्या नियमावलीत भागजप्ती करण्याची पद्धत वर्णन केलेली असते. कंपनीने त्याच पद्धतीने भागजप्ती करावी. कंपनीचे भाग जप्त करण्याची पद्धत वर्णन केलेली असते. कंपनीने त्याच पद्धतीने भागजप्ती करावी. कंपनीचे भाग जप्त करण्यासंबंधीच्या तरतुदी कंपनीच्या नियमावलीत पुढीलप्रमाणे दिसून येतात –

(१) हप्ता न दिलेल्या भागधारकांची यादी : कंपनीने मागणी केल्याप्रमाणे हप्त्याची रक्कम कोणत्या भागधारकाने दिली नाही, याची यादी कंपनीच्या चिटणिसाकडून केली जाते. हप्ता भरण्याची मुदत संपल्यावर चिटणीस बँकेकडून हप्ता सूचनापत्राचा तळभाग व बँकेचे पासबुक घेऊन त्यावरून हप्ते न भरलेल्या भागधारकांची यादी तयार करतो. ही यादी तो संचालक मंडळाच्या सभेत विचारार्थ व माहितीसाठी ठेवतो.

(२) मुदतवाढ : संचालक मंडळाच्या सभेत वरील बाबतीत विचार केला जातो. बऱ्याच वेळा संचालक भागधारकांना पैसे भरण्यासंबंधी मुदत वाढवून देतात व हप्ते भरण्याची दुसरी तारीख निश्चित केली जाते व त्याबद्दल योग्य तो ठराव संमत केला जातो. दुसऱ्या ठरावाप्रमाणे त्या भागधारकांना स्मरणपत्र पाठविण्याचा अधिकार चिटणिसाला देण्यात येतो. या स्मरणपत्रात भागधारकांना स्पष्ट करण्यात येते की, त्यांनी कंपनीला त्यांच्या भागांवरील हप्ते दिलेले नाहीत. कंपनीने त्याबाबत विचार केला असून त्यांना मुदत वाढवून देण्याचा निर्णय घेतला आहे. भागधारकाने वाढवून दिलेल्या मुदतीच्या आत भागांवरील हप्त्याची रक्कम (व्याज आकारले असल्यास व्याजासह) भरणे आवश्यक आहे; जर वरील हप्त्यांची रक्कम भागधारकाने त्या मुदतीत भरली नाही तर त्याचे भाग जप्त केले जातील. इतकेच नव्हे तर त्या मुदतीच्या काळात कंपनी त्या भागधारकाच्या भागांच्या हस्तांतराचीसुद्धा नोंद करणार नाही.

(३) धमकीची सूचना : वरील स्मरणपत्र पाठवूनदेखील भागांवरील रक्कम वसूल झाली नसल्यास कंपनीकडून भागधारकांना १४ दिवसांची सूचना पाठविली जाते. ही सूचना त्याला १४ दिवसांत भागांवर पैसे सव्याज भरण्यास विनंती करते. या सूचनेत मात्र स्पष्ट बजावलेले असते की, जर या मुदतीत पैसे भरले नाही तर त्याचे भाग जप्त केले जातील. ही धमकीची सूचना त्याला रजिस्टर्ड पोस्टाने पाठविली जाते.

(४) भागजप्तीचा ठराव : वरील कोणत्याच मार्गाने जर भागांवर हप्ते वसूल झाले नाहीत, तर कंपनीला भागजप्ती करण्याचा अंतिम उपाय योजावा लागतो. या उपायाप्रमाणे संचालक मंडळ भाग जप्त करण्यासंबंधीचा विचार संचालक मंडळाच्या सभेत करतात; जर भागजप्ती करण्याचे निश्चित केले तर भागजप्ती करण्यासंबंधीचा ठराव संमत करतात. हा ठराव संमत झाल्यावर चिटणिसाला भागधारकाकडे वरील भागजप्ती ठरावाची एक प्रत व भागजप्तीची सूचना पाठवून द्यावी लागते. भागधारकाला ही दोन्ही रजिस्टर्ड पोस्टाने पाठविण्यात येतात. याबरोबरच भागधारकाला भाग-प्रमाणपत्रे रद्द झाली असून त्याने ती कंपनीला परत करावी, असेसुद्धा कळविले जाते. (क्वचितच ही भागप्रमाणपत्रे कंपनीला परत मिळतात.) त्याचबरोबर भागजप्तीची सूचना वर्तमानपत्रात दिली जाऊन त्या भागांची खरेदी-विक्री जनतेने करू नये, असे सुचविण्यात येते.

५.१.५ भागजप्तीचे परिणाम

कंपनीने भाग जप्त केल्याने त्याचे परिणाम पुढीलप्रमाणे होतात :

(१) कंपनीने भाग जप्त केल्यावर त्या भागधारकांचे कंपनीतील सभासदत्व संपुष्टात येते. त्या भागधारकाचे नाव कंपनीच्या सभासदांच्या यादीतून रद्द करण्यात येते.
(२) सभासदाने भागांवर भरलेले पैसे कंपनी जप्त करते व ते पैसे सभासदाला परत मिळत नाहीत.
(३) जप्त केलेल्या भागांवर त्याला लाभांश मिळत नाही.
(४) जप्त केलेल्या भागांवर तो हप्ते देण्यास जबाबदार राहू शकत नाही; पण जर कंपनीच्या नियमावलीत तरतूद असेल तर नियमावलीप्रमाणे राहिलेले हप्तेसुद्धा जप्तीनंतर देण्यास तो जबाबदार राहू शकतो.
(५) कंपनीने त्या भागधारकाचे जप्त केलेले पैसे भागजप्तीच्या खात्यात जमा केले जातात.
(६) जप्त केलेले भाग कंपनी दुसऱ्या व्यक्तीला विकू शकते.

५.१.६ जप्त केलेल्या भागांची पुनर्विक्री (Re-issue of Forfeited Shares)

जप्त केलेल्या भागांची विक्री कंपनीला केव्हाही करता येते. इतकेच नव्हे तर जप्त केलेल्या भागांची विक्री किंमत काय असावी, ते भाग कोणाला विकावे किंवा विकू नये, कधी विकावे या बाबतीत कंपनीला पूर्ण स्वातंत्र्य आहे. जप्त केलेले भाग कंपनी कोणालाही व केव्हाही विकू शकते. याबाबतीत कंपनीवर कोणतेच नियंत्रण नाही. त्याचप्रमाणे, जप्त केलेल्या भागांची विक्री किंमत काय असावी याबाबत मात्र नियंत्रण आहे. नियमाप्रमाणे कंपनी भागांची विक्री कोणत्याही किमतीला (कमी किंवा जास्त) करू शकते; पण पुनर्विक्री करून कंपनीला मिळालेली रक्कम व पूर्वी त्याच भागांवर मिळालेली रक्कम अशी एकूण रक्कम त्या भागांवर येणे असलेल्या रकमेपेक्षा जास्त असावी. एका उदाहरणाने ही कल्पना अधिक स्पष्ट होईल.

समजा, कंपनीचा प्रत्येक भाग १०० रु. किमतीचा आहे. त्यावर ६० रु. वसूल झाले आहेत व शेवटचा हप्ता ४० रु. आहे. हा शेवटचा हप्ता दिला नाही म्हणून भाग जप्त केला गेला आहे. हा भाग समजा 'ब' ला विकला तर तो 'ब' ला किती किमतीला विकावा? कायद्यातील तरतुदीप्रमाणे किंमत काहीही असू शकते; पण तो भाग कोणत्याही

किमतीला विकता येत नाही. वर सांगितलेल्या नियमाप्रमाणे, तो भाग विशिष्ट अशा कमी किमतीलाच विकावा लागणार आहे. कंपनी तो भाग कमीत कमी अशा किमतीला विकू शकते. त्या भागाची किंमत त्यापेक्षा कमी असू शकणार नाही; पण कितीही जास्त असू शकते. वरील उदाहरणातील भागाची दर्शनी किंमत १०० रु. आहे आणि कंपनीला ६० रु. मिळाले असून ४० रु. हप्त्याच्या स्वरूपात मागवले आहेत. अशा प्रकारे या भागावर कंपनीला एकूण १०० रु. मिळायला हवेत; ६० रु. मिळाले. म्हणजेच कंपनीला त्या भागावर आणखी ४० रु. येणे आहेत.

वरील भाग जप्त केला तर तो भाग कोणत्या किमतीला विकावा ? समजा, तो भाग ३० रु. ला विकला तर काय होईल? जर तो भाग ३० रु. ला विकला तर त्याचा परिणाम त्या भागावर फक्त पूर्वी ६० रु., दुसऱ्यांदा ३० रु. एकूण ९० रु. मिळाले. म्हणजे तो भाग कंपनीने सूट देऊन विकला; असे कंपनीला करता येत नाही. कारण सूट देऊन भागाची विक्री करण्याकरता कंपनीला नियमावलीने अधिकार द्यावा लागतो, सरकारची परवानगी लागते; म्हणून वरील पद्धतीप्रमाणे या तरतुदीचे पालन न करणे बेकायदेशीर आहे. परवानगीशिवाय भागावर कमी किंमत स्वीकारणे म्हणजे कंपनीचे भांडवल अधिकाराशिवाय कमी करणे, असा त्याचा अर्थ होतो; असे करणे गुन्हा आहे. म्हणून कंपनी भागावर कमी रक्कम स्वीकारू शकत नाही. समजा, तो भाग कंपनीने ४० रु. ला विकला तर आपणाला असे दिसून येते की, कंपनीला एकूण ४० रु. येणे होते (१०० रु. किंमत यापैकी ६० रु. मिळाले. सर्व रक्कम मागवली असल्याने येणे रक्कम १००-६० = ४० रु. येणे रक्कम) कंपनीला भाग विकून ४० रु. मिळाले. म्हणजे कंपनीला मिळालेली रक्कम व येणे रक्कम सारखीच असल्याने त्या किमतीला कंपनी भाग विकू शकते. म्हणजे कंपनीला मिळालेली रक्कम व येणे रक्कम सारखीच असल्याने त्या किमतीला कंपनी भाग विकू शकते. थोडक्यात, कंपनी तो भाग कमीत कमी ४० रु. किमतीला (तो भाग १०० रु. किमतीचा असला तरी) विकू शकते. जास्तीत जास्त त्या भागाची किंमत कितीही असू शकते; पण कोणत्याही परिस्थितीत त्या भागाची किंमत कंपनीला ४० रु. पेक्षा कमी करून विकता येणार नाही.

वरील विवेचनावरून आपण थोडक्यात असे सांगू शकतो की, जप्त केलेला भाग कंपनी कोणत्याही किमतीला विकू शकते. पण पुन: विक्रीनंतर मिळालेली किंमत ही कमीत कमी त्या भागाच्या येणे रकमेइतकी असावी. येणे रकमेपेक्षा कमी किमतीला जर भाग विकला तर भाग सूट देऊन विकला असे होईल. कोणतीही कंपनी सूट देऊन भाग-विक्री सभासद व सरकार यांच्या परवानगीशिवाय करू शकत नाही. तसे करणे म्हणजे कंपनीचे भाग-भांडवल बेकायदेशीरपणे कमी करणे होय. त्याबद्दल कंपनी दंडाला पात्र ठरते.

१) जाहीर सूचना : कंपनीने भाग जप्त केल्यावर सभासदाकडे भाग-प्रमाणपत्रांची मागणी करावी आणि ते भाग-प्रमाणपत्र रद्द करावे; जर सभासदाकडून भाग-प्रमाणपत्र मिळाले नाही तर कंपनीला भाग-जप्तीची सूचना वर्तमानपत्र आणि भाग-बाजारात प्रसिद्ध करावी लागते. या सूचनेद्वारे असे कळविण्यात येते की, जनतेने विशिष्ट क्रमांकाचा आणि विशिष्ट नाव असलेल्या व्यक्तीचा भाग खरेदी किंवा विक्री करू नये. त्या भागाबाबत कोणतेही व्यवहार कंपनीवर बंधनकारक नाहीत.

२) जाहीर निवेदन : भागजप्तीनंतर संचालक भागजप्तीबाबत जाहीर निवेदन करतात. संचालकांनी भागजप्तीबाबत केलेले हे जाहीर निवेदन म्हणजे भागजप्तीचा अंतिम पुरावा मानण्यात येतो. या जाहीर निवेदनावर कंपनीच्या चिटणिसाच्या आणि संचालकांच्या सह्या असाव्या लागतात.

३) पुनर्विक्री आणि संचालकाचा ठराव : जेव्हा कंपनी जप्त केलेल्या भागांची पुनर्विक्री करते, तेव्हा प्रथम पुनर्विक्री करण्यासाठी संचालक मंडळास एक ठराव संमत करावा लागतो. या ठरावात जप्त केलेल्या भागाच्या पुनर्विक्रीसाठी कंपनीला परवानगी देण्यात येते. ते भाग खरेदीदारांच्या नावाने नोंद करण्यासाठी ठराव करण्यात येतो.

४) **पावती :** भागविक्रीची रक्कम भरल्यानंतर कंपनीकडून खरेदीदाराला पावती पाठविण्यात येते. कंपनीच्या या पावतीला भाग-प्रमाणपत्राइतकेच महत्त्व आहे.

५) जप्त केलेले भाग ज्या व्यक्तीला विकले जातात, ती व्यक्ती कंपनीची भागधारक होते व तिचे नाव कंपनीच्या नोंदणीपुस्तकात नोंदविले जाते.

५.१.७ भागजप्ती रद्द करणे (Annulment of forfeiture)

जप्त केलेले भाग कंपनी रद्द करू शकते. ज्या व्यक्तीचे भाग कंपनीने जप्त केले आहेत त्या व्यक्तीने कंपनीकडे भागजप्ती रद्द करण्याबाबत विनंती अर्ज केला, तर ती रद्द करता येते. अर्थात, त्या व्यक्तीला भागांवरील राहिलेले सर्व पैसे (मागणीची रक्कम व कंपनीने व्याज आकारल्यास व्याजाची रक्कम) त्या भागावर भरावे लागतात. ती भागजप्ती पुढील अटींवर रद्द करता येते :

(१) ज्याचे भाग जप्त झाले आहेत त्याने भागजप्ती रद्द करण्यासाठी कंपनीला लेखी अर्ज करावा लागतो.

(२) संचालक मंडळ त्याच्या लेखी विनंतीचा विचार करून भागजप्ती रद्द कोणत्या अटींवर करावी ते ठरवील. या अटीप्रमाणे बहुधा त्याला हप्त्याची रक्कम व त्यावरील व्याज द्यावे लागते.

(३) भागधारकाने अटीप्रमाणे पैसे भरल्यावर संचालक मंडळ योग्य तो ठराव संमत करते. या ठरावाप्रमाणे भागजप्ती रद्द केली जाऊन त्या व्यक्तीचे नाव कंपनीच्या सभासद नोंदणी-पुस्तकात परत नोंदी करण्यासंबंधी आदेश दिला जातो.

५.२ भाग समर्पण (Surrender of shares)

५.२.१ अर्थ व स्वरूप

भागधारक जर आपल्या भागांवर कंपनीला हप्त्याची रक्कम मागणीप्रमाणे देऊ शकला नाही तर त्याचे भाग जप्त होण्याची शक्यता असते. भाग जप्त होण्यापूर्वी जर त्याने भाग कंपनीला स्वेच्छेने परत केले किंवा समर्पण केले तर त्याला भागांचे समर्पण म्हणता येईल. भाग समर्पण करताना ती व्यक्ती कंपनीला आपले भाग-प्रमाणपत्रदेखील परत करते. भाग समर्पणामुळे कंपनीला भागजप्तीची गुंतागुंतीची कारवाई टाळता येणे शक्य होते. भाग समर्पण झाल्यावर त्या व्यक्तीचे नाव सभासद नोंदणी-पुस्तकातून काढून टाकण्यात येते व ते भाग कंपनीला दुसऱ्या व्यक्तीला विकता येतात.

भागाच्या समर्पणाविषयी कायद्याने अधिकार दिलेला नाही. इतकेच नव्हे तर 'परिशिष्टअ' नेसुद्धा भाग समर्पण स्वीकारण्याचा अधिकार दिलेला नाही. भाग समर्पण झाल्याने कंपनीचे भांडवल कमी होते. कंपनीचे भांडवल न्यायालयाच्या परवानगीशिवाय कमी होऊ शकत नाही. भाग समर्पण झाल्यास भांडवल कमी होते व ते बेकायदेशीर आहे; पण भागसमर्पण स्वीकारण्याचा अधिकार नियमावलीतील नियमाने कंपनीला मिळू शकतो. भागसमर्पण पुढील परिस्थितीत स्वीकारता येतात :

(१) भागांवरील पूर्ण रक्कम वसूल न झाल्यास.

(२) भागांवरील मागणी केलेले हप्ते भरले नसतील तर.

(३) भाग जप्त करण्याची परिस्थिती.

फक्त वरील परिस्थितीतच कंपनी भागसमर्पण स्वीकारू शकते.

५.२.२ भागांचे समर्पण आणि भागजप्ती यातील फरक (Difference between Surrender of Shares and Forfeiture of Shares)

भागांचे समर्पण	भागजप्ती
१) भागधारकाची इच्छा १) भागांचे समर्पण हे भागधारकाच्या स्वेच्छेने होते. त्यात भागधारकावर बळजबरी केली जात नाही.	१) भागजप्ती ही भागधारकाच्या इच्छेविरुद्ध सक्तीने केली जाते.
२) कृती २) भागाच्या समर्पणात भागधारक स्वत:हून पुढाकार घेतो. (कृती करतो.) ही कृती विचारपूर्वक केली जाते.	२) भागजप्तीत संचालक मंडळाला कारवाई करावी लागते.
३) उपाययोजना ३) भागांचे समर्पण ही हप्तेमागणीची रक्कम भरणे शक्य नसल्याने स्वत: भागधारकाने योजलेली उपाययोजना होय.	३) भागजप्ती ही वारंवार हप्ते मागणीची सूचना देऊनही भागधारकाने हप्ते न भरल्याने संचालक मंडळाने योजलेली अंतिम उपाययोजना होय.
४) भागधारकाची संमती ४) भाग समर्पण केल्यामुळे भागधारकाचे नाव त्याच्या संमतीने सभासद नोंदणी पुस्तकातून काढले जाते. लाभांशाचा हक्कदेखील तो स्वेच्छेने सोडतो.	४) भागजप्तीत भागधारकाचे नाव त्यांच्या संमतीविना सभासद नोंदणी पुस्तकातून काढले जाते. भागधारक यापूर्वी स्वरूपात असलेली त्याची मालमत्ता व भरलेली रक्कम बळजबरीने हिसकावून घेतली जाते.
५) सूचना ५) भाग समर्पणात तो आपणहून कृती करीत असल्याने त्याला सूचना पाठविण्याची आवश्यकता नसते. तसेच वर्तमानपत्रातून जाहीर प्रकटीकरणाची गरज नसते.	५) भाग जप्त केल्यानंतर संचालक मंडळाने भाग-धारकाला सूचना पाठविणे आवश्यक असते. तसेच जनतेच्या माहितीसाठी भाग-जप्तीची सूचना प्रमुख वर्तमानपत्रातून प्रकटी-करणाद्वारे जाहीर करणे आवश्यक असते.
६) भागांचे समर्पण ६) पूर्ण रक्कम भरलेल्या किंवा अंशत: रक्कम भरलेल्या भागांचे समर्पण करता येते.	६) फक्त अंशत: रक्कम भरलेल्या भागांचीच जप्ती होऊ शकते.
७) कार्यपद्धती ७) ही अतिशय सोपी व कमी वेळ लागणारी प्रक्रिया आहे.	७) ही लांबलचक आणि वेळ घेणारी प्रक्रिया आहे.

५.२.३ भागांवरील ग्रहणाधिकार (Lien on Shares)

ग्रहणाधिकार म्हणजे एखाद्या व्यक्तीने स्वत:वरील जबाबदारी न पाळल्याने दुसऱ्या व्यक्तीला त्याची मालमत्ता ठेवून घेण्याचा मिळालेला अधिकार होय. यासाठी मालमत्ता मात्र सावकाराच्या ताब्यात असावी लागते. कंपनी कायद्यात ग्रहणाधिकाराचा उल्लेख नाही. मात्र नियमावलीत तरतूद असल्यास कंपनी एखाद्या सभासदाकडून येणे असलेली रक्कम वसूल होईपर्यंत त्याच्या भागांवर ग्रहणाधिकार बजावू शकते. यासाठी त्याचे भाग कंपनीच्या ताब्यात असणे आवश्यक आहे. परिशिष्ट 'अ' (टेबल 'ए') मधील नियम क्र. ९ ते १२ यामध्ये कंपनीला भागावर ग्रहणाधिकार मिळतो. या तरतुदीप्रमाणे जर भागधारकाने भागावरील रक्कम भरली नसेल तसेच भागधारकाला कंपनीचे काही देणे असेल (कर्ज वगैरे) तर अशा परिस्थितीत कंपनी भागधारकांच्या भागावरील ग्रहणाधिकार बजावू शकते. म्हणजेच भागाच्या स्वरूपात त्याची असलेली मालमत्ता ठेवून घेणे, भागधारकाला त्याची विक्री करण्यास मनाई करणे व कंपनीचे देणे न दिल्यास ती मालमत्ता विकण्याचा अधिकार कंपनीला मिळवणे हे होय.

खरे पाहता ग्रहणाधिकारात कर्जदाराची मालमत्ता न्यायालयाच्या परवानगीशिवाय सावकाराला विकता येत नाही; परंतु नियमावलीतील तरतुदीमुळे भागांवरील ग्रहणाधिकारात कंपनी न्यायालयांची परवानगी न घेतादेखील भागधारकाचे भाग विकू शकते. अशा वेळी त्याला फक्त १४ दिवसांची पूर्वसूचना द्यावी लागते. त्यात स्पष्टपणे उल्लेख करावा लागतो की जर त्याने विशिष्ट तारखेपर्यंत रक्कम भरली नाही तर कंपनी ग्रहणाधिकाराचा उपयोग करून त्याचे भाग दुसऱ्या व्यक्तीला विकून पैसे वसूल करील. भाग विकल्यानंतर कंपनी आपली रक्कम वसूल करून शिल्लक राहिल्यास ती भागधारकाला परत करील. भाग विकून आलेली रक्कम कमी असल्यास उरलेल्या रकमेसाठी कंपनी त्याच्यावर दावा दाखल करू शकते. भागावरील ग्रहणाधिकाराचा उपयोग केल्यावर ती भागाची पुनर्विक्री (Re-issue) समजली जात नाही, तर ते भागांचे हस्तांतरण (Transfer) समजले जाते व त्यामुळे कंपनी चिटणीस हस्तांतरण अर्ज भरून ते भाग दुसऱ्याला विकतो. भाग खरेदी करणाऱ्याचे नाव सभासद नोंदणीपुस्तकात समाविष्ट केले जाते व मूळ भागधारकाचे नाव त्यातून काढले जाते.

५.२.४ भागांवरील ग्रहणाधिकार आणि भागजप्ती यातील फरक (Difference between Lien and Forfeiture)

भागांवरील ग्रहणाधिकार	भागजप्ती
१) अंमलबजावणी भागांवरील ग्रहणाधिकार हा भागधारकाकडून येणे असलेल्या हप्त्याबद्दल किंवा कोणत्याही प्रकारच्या कर्जाबद्दल येणे असलेल्या रकमेबाबत कंपनीला मिळतो.	१) भागजप्ती ही मात्र भागधारकाकडून येणे असलेल्या हप्त्याच्या रकमेबद्दलच करता येईल. अन्य येणे रकमेबद्दल नाही.
२) सुरक्षितता कर्जाला सुरक्षितता म्हणून कंपनी ग्रहणाधिकाराचा अधिकार बजावू शकते.	२) भागजप्ती ही भागधारकाने हप्तेमागणीची रक्कम वेळेत न भरल्याने त्याच्यावर केलेली दंडात्मक कारवाई होय.

३) उपयोग जर कर्जाची परतफेड भागधारकाने केली नाही तर कंपनी त्याचे भाग विकून ग्रहणाधिकाराचा उपयोग करून शकते.	३) भागजप्तीच्या कार्यवाहीत सभासदांचे हक्क बळजबरीने हिरावून घेतले जातात.
४) भांडवल कपात भागावरील ग्रहणाधिकाराचा उपयोग केल्यास भाग भांडवलात कपात होत नाही.	४) भागजप्तीत मात्र कंपनीने जप्त केलेल्या भागांची पुनर्विक्री केली नाही तर भांडवल कपात होते.

५.३ भागांचे हस्तांतर

५.३.१ अर्थ व व्याप्ती

सार्वजनिक कंपनीचे भाग ज्या व्यक्तीने घेतले असतील, त्याच्या दृष्टीने त्याने विकत घेतलेले भाग ही त्याची संपत्ती आहे. ही संपत्ती कायद्याप्रमाणे इतर संपत्तीसाठी हस्तांतरित करता येते. म्हणजेच इतर संपत्तीप्रमाणे त्याला 'भाग'सुद्धा विकता येतात, खरेदी करता येतात, दुसऱ्यांना भेट म्हणून देता येतात. हा त्या भागधारकाला प्राप्त झालेला मूलभूत अधिकार आहे. भागांनी मर्यादित असलेल्या सार्वजनिक कंपनीचे एक प्रमुख वैशिष्ट्य म्हणजे कंपनीच्या भागांची खरेदी-विक्री मुक्तपणे होऊ शकते, म्हणजेच भागांचे हस्तांतर करण्याचा अधिकार कायद्याने भागधारकाला दिलेला आहे.

५.३.२ हस्तांतरावरील निर्बंध

भागांचे हस्तांतरण करण्याचा अधिकार भागधारकाला कायद्याने दिलेला मूलभूत अधिकार आहे. नियमावलीत त्याविरुद्ध कसलीही तरतूद करून कंपनी तो अधिकार काढून घेऊ शकत नाही. कंपनीच्या नियमावलीत जर अशी एखादी तरतूद असेल तर ती बेकायदेशीर ठरते; पण कंपनी आपल्या नियमावलीत काही तरतुदी करून भागाच्या हस्तांतरणावर बंधने घालू शकते. उदा. भागांच्या हस्तांतराला कंपनीची मान्यता घ्यावी - संचालकांनी हस्तांतराला मान्यता दिली नाही तर हस्तांतरणाची नोंद होऊ शकत नाही. केव्हा व कोणत्या कारणासाठी भागांच्या हस्तांतरणाला संचालक मंडळ मान्यता नाकारू शकते, याचा उल्लेख कंपनीच्या नियमावलीत असतो. कंपनीच्या नियमावलीत हस्तांतर कसे करावे, याची पद्धत दिलेली असते. त्याच पद्धतीने हस्तांतर करणे आवश्यक आहे. साधारणपणे खालील कारणांसाठी भागाच्या हस्तांतराची नोंद करण्याचे संचालक मंडळ नाकारते.

१) अज्ञात व्यक्ती : कंपनीच्या भागावरील रक्कम पूर्ण भरलेली नसल्यास आणि असे अपूर्ण रक्कम भरलेले भाग जर भागधारकाने अज्ञात व्यक्तीला किंवा वयात न आलेल्या व्यक्तीला (१८ वर्षेपेक्षा कमी असलेली व्यक्ती) हस्तांतर केले तर संचालक मंडळ या हस्तांतराची नोंद करण्यास नकार देऊ शकते; कारण कंपनीचा भागधारक किंवा सभासद म्हणून एखाद्या व्यक्तीची नोंद करणे याचा अर्थ असा की, त्या व्यक्तीबरोबर करार करणे. कायद्यातील नियमाप्रमाणे अज्ञात व्यक्तीबरोबर करार करता येत नाही. भागावरची रक्कम भागधारकाने अपूर्ण भरलेली असल्यास कंपनी या अज्ञात व्यक्तीकडून कायदेशीर मार्गाने भागाची रक्कम वसूल करू शकत

नाही किंवा भाग जप्तही करू शकत नाही. अज्ञात व्यक्तीविरुद्ध कंपनीला कोणतीच कायदेशीर कारवाई करता येत नाही. म्हणून भागांवरची पूर्ण रक्कम भरली नसेल; तर हस्तांतराची नोंद करण्यास कंपनी नकार देऊ शकते; पण जर त्या भागांवरची पूर्ण रक्कम वसूल झाली असेल तर कंपनीला भागांच्या हस्तांतराबाबत नकार देण्याचा अधिकार नाही. ते भाग अज्ञात व्यक्तीला हस्तांतर केले असतील; तर त्याची नोंद कंपनीला करावीच लागेल.

२) दरिद्री व्यक्ती : भागांचे हस्तांतरण जर दरिद्री व्यक्तीला केले असेल तर वरीलप्रमाणे अधिकार कंपनीला आहेत; म्हणजेच जर भागावरची संपूर्ण रक्कम वसूल झाली नसेल तर आणि ते भाग जर एखाद्या दरिद्री व्यक्तीला हस्तांतर केले असतील तर, कंपनी भागांच्या हस्तांतराची नोंद करण्यास नकार देऊ शकते. कारण नजीकच्या भविष्यकाळात त्या भागावरची राहिलेली रक्कम हप्त्याच्या स्वरूपात भागधारकांकडून मागितली तर, नवीन भागधारक व्यक्ती ती रक्कम देण्यास असमर्थ ठरते; म्हणून भागावरची रक्कम पूर्ण वसूल झालेली नसेल तर कंपनी हस्तांतर करण्यास नकार देऊ शकते. मात्र, भागावरची रक्कम पूर्ण वसूल झाली असेल तर कंपनीला वरील हस्तांतराची नोंद करावी लागेल.

३) पूर्ण हप्ते न भरले तर : भागांवरील हप्ते पूर्ण भरले नसतील तर कंपनी भागांच्या हस्तांतरानंतरही नोंद करण्यास नकार देऊ शकते. म्हणजेच कंपनीने भागांवरील हप्ते मागणी केली आहेत, पण भागधारकाने कंपनीच्या मागणीप्रमाणे हप्ते भरले नसतील तर त्या परिस्थितीत केलेल्या हस्तांतराची नोंद करण्यास कंपनी नकार देऊ शकते.

४) कर्जदार भागधारक : जर भागधारक कंपनीचा कर्जदार असेल आणि त्याने आपले भाग कंपनीकडे तारण म्हणून ठेवले असतील, तर त्याला कंपनीच्या कर्जाची रक्कम फिटेपर्यंत भागांचे हस्तांतर करता येणार नाही.

५) सदोष हस्तांतर : भाग हस्तांतर करण्याची पद्धत नियमावलीत दिलेली असते. भागाचे हस्तांतर जर या नियमावलीतील पद्धतीप्रमाणे केले नाही तर, किंवा भाग हस्तांतर करताना भागधारकाला हस्तांतरपत्र भरावे लागते; त्यात योग्य ती माहिती द्यावी लागते; त्यावर तिकीट लावावे लागते; हे हस्तांतर पत्र भरताना चुका झालेल्या असतील तर कंपनीचे संचालक भागांच्या हस्तांतराच्या नोंदीला नकार देऊ शकतात; पण हस्तांतर पत्र अचूक भरले असेल तर कंपनीला नकार देता येणार नाही.

६) न्याय्य कारण : वरील कारणाव्यतिरिक्त संचालक मंडळ इतर कोणत्याही योग्य किंवा न्याय्य कारणासाठी भागांचे हस्तांतर नाकारू शकते हे कारण मात्र कंपनीच्या दृष्टीने हिताचे असायला हवे.

विशिष्ट हस्तांतरांवर कायद्याने घातलेले नियंत्रण

कंपनी कायदा १९७४ साली दुरुस्त करण्यात आला. या दुरुस्तीप्रमाणे विशिष्ट मर्यादेपेक्षा जास्तीचे भाग व्यक्ती, व्यक्तिसमूह, संस्था, खासगी किंवा सार्वजनिक कंपन्यांना स्वत:च्या नावावर धारण करता येत नाहीत. वरीलपैकी कोणत्याही व्यक्तींना वा संस्थांना कंपनीने भागांच्या हस्तांतरांची नोंद करू नये अशी तरतूद कायद्यात करण्यात आली आहे.

पंचवार्षिक योजनेमध्ये नवीन उद्योग निघाले. त्यांचा विस्तार झाला. सरकारला असे दिसून आले की, काही व्यक्ती समूह संस्था किंवा खासगी किंवा सावर्जनिक संस्था, कंपन्या इतर कंपन्यांचे भाग खरेदी करत आहेत व त्यांच्यावर नियंत्रण ठेवीत आहेत. त्याचा परिणाम असा झाला की, भारतात काही व्यक्तिसमूह व

कंपन्या यांनी मोठ्या प्रमाणावर अनेक व्यवसाय आपल्या नियंत्रणाखाली आणले होते. हीच परिस्थिती जर चालू राहिली असती तर काही उद्योगपतींनी औद्योगिक क्षेत्रात आपली मक्तेदारी स्थापन केली असती. या प्रवृत्तीवर नियंत्रण ठेवण्यासाठी भागांच्या हस्तांतराबाबत १९७४ च्या दुरुस्तीत पुढील प्रकारचे नियंत्रण घालण्यात आले आहे.

(१) भागखरेदीवर बंदी : एखादी व्यक्ती, व्यक्तिसमूह, संस्था, कंपनी किंवा एकाच व्यवस्थापनाखालील कंपन्या दुसऱ्या एखाद्या कंपनीच्या वसूल भागभांडवलापैकी २५% पेक्षा जास्त भाग धारण करणार असल्यास, त्यांनी भाग धारण करण्यापूर्वी प्रथम केंद्र सरकारची परवानगी मिळविणे आवश्यक आहे. सरकारच्या परवानगीशिवाय त्यांना कोणत्याही इतर कंपन्यांचे २५% पेक्षा जास्त भागभांडवल स्वत:च्या वैयक्तिक किंवा सामूहिककरीत्या नावावर हस्तांतरित करून नोंदविता येणार नाही; जर एखाद्याने वरील मर्यादेपेक्षा जास्त भाग स्वत:च्या नावावर हस्तांतर करून घेतले तर ती व्यक्ती दंड किंवा कैद किंवा या दोन्हीही शिक्षेस पात्र ठरते.

(२) हस्तांतरावर नियंत्रण : एखादी कंपनी किंवा एकाच व्यवस्थापनेखाली असणाऱ्या कंपन्या यांनी स्वतंत्र प्रकारे, स्वतंत्रपणे किंवा सामूहिकरीत्या स्वत:जवळ असणाऱ्या दुसऱ्या एखाद्या कंपन्यांचे भाग हस्तांतर करणार असल्यास आणि हे हस्तांतर होणारे भाग त्या कंपनीच्या वसूल भागभांडवलाच्या १०% पेक्षा जास्त असल्यास, त्या हस्तांतराबाबत माहिती केंद्र सरकारला द्यावी. या माहितीत भाग ज्याला हस्तांतर केले जात आहेत, त्या व्यक्ती व संस्थेचे नाव व पत्ता त्यांच्या मालकीची असणाऱ्या पूर्वीच्या भागांची संख्या इत्यादी माहिती पुरविणे आवश्यक आहे. सरकारला वरील माहिती मिळाल्यानंतर जर असे वाटले की, या हस्तांतरामुळे संचालक मंडळात बदल होईल व संचालक मंडळातील बदल सार्वजनिक हिताच्या दृष्टीने किंवा कंपनीच्या हिताच्या दृष्टीने घातक आहे, तर अशा प्रसंगी ते हस्तांतर केले जात आहे ती कंपनी उद्योग (कारखाना) या स्वरूपाची असल्यास त्या संस्थेचे भाग सरकारी मालकीच्या संस्था किंवा कंपनीला हस्तांतर करावे असा आदेश देण्याचा अधिकार सरकारला आहे. या आदेशाचे उल्लंघन करणारी व्यक्ती दंड किंवा कैद किंवा दोन्ही शिक्षेस पात्र ठरते.

(३) परदेशी कंपनीच्या भाग-हस्तांतरावरील नियंत्रणे : जर एखाद्या कंपनीचे किंवा एकाच व्यवस्थापनाखाली असणाऱ्या कंपन्यांच्या मालकीचे १००% पेक्षा जास्त भांडवल असेल, अशा कंपन्यांनी सरकारच्या पूर्वपरवानगीशिवाय त्या परदेशी कंपनीचे भाग भारतातील नागरिकांना हस्तांतर करू नयेत. सार्वजनिक हिताच्या दृष्टीने जर घातक नसेल तर सरकार अशा हस्तांतराला परवानगी देते. याचे उल्लंघन करणारी व्यक्ती दंड किंवा कैद किंवा या दोन्हीही शिक्षेस पात्र ठरते.

(४) भाग-हस्तांतर व केंद्र सरकारला आदेश देण्याचा अधिकार : जर केंद्र सरकारची अशी खात्री पटली की, भागांचे किंवा भागसमूहांचे हस्तांतर केल्याने कंपनीच्या व्यवस्थापकीय नियंत्रणात कंपनीच्या हिताच्या किंवा सार्वजनिक हिताच्या दृष्टीने घातक स्वरूपाचा बदल होईल, तर या परिस्थितीत त्या हस्तांतराची नोंद करू नये. केल्यास त्या व्यक्तीला कोणतेच सभासदांचे (मतदानाचे) अधिकार मिळू नयेत, असा आदेश सरकारला देता येतो. तसेच ज्यांनी भाग हस्तांतरित केले त्यांच्याच नावावर परत नोंदवावे व त्याने रक्कम परत करावी असासुद्धा आदेश सरकार देऊ शकते.

५.३.३ भाग-हस्तांतराची नोंद व सरकारकडे न्याय मागण्याचा अधिकार

कायद्यातील तरतुदीप्रमाणे भागधारकाला भागांचे हस्तांतर करावे लागते. भाग-हस्तांतराची कार्यपद्धत नियमावलीत दिलेली असते. त्याबाबत असणारे नियम पुढीलप्रमाणे आहेत-

(१) भाग हस्तांतर करताना, ज्या भागधारकाला भाग हस्तांतर करावयाचे आहेत त्याला 'भाग हस्तांतरक' म्हणता येईल. हस्तांतरपत्र म्हणजे भागांचे हस्तांतर करण्यासंबंधी केलेला अर्ज. यात भाग-हस्तांतरक करणाऱ्याचे नाव, गाव, पत्ता, व्यवसाय, भागांबद्दलची माहिती व भाग-हस्तांतरकाची सही असते. भाग ज्याला हस्तांतर केले आहेत म्हणजेच ज्याने भाग विकत घेतले आहेत, म्हणजेच ' भाग-हस्तांतरी' त्याचे नाव, गाव, व्यवसाय, पत्ता व सही असते. भाग-हस्तांतर करताना वरील हस्तांतरपत्र भाग-हस्तांतरक व भाग-हस्तांतरी यांना पूर्ण करावे लागते व ते कंपनीकडे भाग-प्रमाणपत्रासह पाठवावे लागते.

(२) भाग-हस्तांतरासाठी अर्ज येताच कंपनीने त्याबद्दलची सूचना भाग-हस्तांतरक व भाग हस्तांतरी यांना द्यावी लागते. या हस्तांतराला विरोध असल्यास त्यांनी कंपनीला तशी सूचना मिळताच १५ दिवसांच्या आत कळवावे लागते; जर वरील सूचनेला उत्तर आले नाही तर भाग-हस्तांतर केले जाते.

(३) भाग-हस्तांतर करण्याचा अधिकार संचालक मंडळाचा आहे. त्यासाठी ते भाग-हस्तांतर ठराव संमत करतात.

(४) भागांच्या हस्तांतराचा ठराव संमत होताच नवीन भागधारकाचे नाव कंपनीच्या सभासद नोंदणी – पुस्तकात नोंदण्यात येते. ज्याने भाग हस्तांतर केले आहेत त्याचे नाव रद्द करण्यात येते.

(५) भाग प्रमाणपत्रावर नवीन भागधारकाचे नाव लिहिण्यात येते किंवा भागधारकाच्या नावाचे नवीन प्रमाणपत्र तयार करून त्याला दिले जाते.

(६) भाग-हस्तांतरावरील आपला निर्णय कंपनीला दोन महिन्यांत भाग-हस्तांतरकाला आणि भाग-हस्तांतरीला कळवावा लागतो. म्हणजेच कंपनीच्या संचालक मंडळाने भागांच्या हस्तांतराला संमती द्यावयाची किंवा नाही, याबाबतचा निर्णय भाग-हस्तांतराची सूचना मिळाल्यापासून २ महिन्यांत घ्यावा लागतो. दोन महिन्यांत कंपनीने निर्णय घेतला नाही किंवा भाग-हस्तांतर नामंजूर केले, तर त्यात हितसंबंध असलेल्या व्यक्ती म्हणजे भाग-हस्तांतरक (भाग विकणारा) व भाग-हस्तांतरी (भाग विकत घेणारा) या दोहोंपैकी एक किंवा दोघे कंपनीच्या या कारवाईविरुद्ध केंद्र सरकारकडे दाद मागू शकतात. त्यासाठी त्यांनी केंद्र सरकारकडे लेखी अर्ज करावा लागतो. केंद्र सरकारकडे हा अर्ज वरील दोन महिन्यांची मुदत संपल्यावर किंवा नामंजुरीचे पत्र आल्यावर करता येतो.

असा अर्ज मिळताच केंद्र सरकार भाग-हस्तांतरक, भाग-हस्तांतरी आणि कंपनी यांना आपली बाजू लेखी मांडण्यास सांगते. या वेळी कंपनी आपली कारणे केंद्र सरकारला स्पष्टपणे सांगू शकते. कंपनीने आपली बाजू मांडली नाही तर केंद्र सरकार त्यावर योग्य तो निर्णय घेऊ शकते. वरीलप्रमाणे दोन्ही पक्षांची बाजू विचारात घेऊन केंद्र सरकार भागांच्या हस्तांतर मंजुरीबाबत किंवा नामंजुरीबाबत निर्णय देते. तो निर्णय दोन्ही पक्षांवर बंधनकारक असतो. केंद्र सरकारने दिलेला निर्णय हा हुकूम असतो आणि त्याची अंमलबजावणी कंपनीला १० दिवसांच्या आत करावी लागते.

हस्तांतर-पत्र : १९६५ साली कंपनी कायद्यात दुरुस्ती करण्यात येऊन, कंपनीच्या हस्तांतरपत्राचा नमुना कायद्याने ठरविला गेला. या कायद्याप्रमाणे हस्तांतर-पत्राचे नमुने पुढीलप्रमाणे आहेत –

(१) करार नुमना   (२) कोरा नमुना

वरील दोन्ही हस्तांतर-पत्रांत माहिती असते -

(१) कंपनीचे नाव.

(२) भाग-हस्तांतर करणाऱ्याचे नाव, गाव, पत्ता, व्यवसाय इत्यादी.

(३) भागांवर दिलेली रक्कम.

(४) पावतीचे तिकीट.

(५) हस्तांतरी किंवा भाग घेणाऱ्याचे नाव, गाव, पत्ता, व्यवसाय इत्यादी.

(६) भागांचे क्रमांक.

(७) भाग-हस्तांतरक व भाग-हस्तांतरी किंवा भाग विकणारा व विकत घेणारा किंवा त्यांचे अधिकृत प्रतिनिधी यांच्या स्वाक्षऱ्या.

(८) साक्षीदारांच्या सह्या.

(९) तारीख.

करार नमुना हस्तांतरपत्र : हे नावाप्रमाणे भाग खरेदी-विक्रीच्या कराराच्या स्वरूपात असते. करार नमुना हस्तांतर पत्रक कंपनीला सादर करण्यापूर्वी वर उल्लेख केलेल्या सर्व बाबतीत परिपूर्ण असावे लागते. करार नमुना पत्रकात भाग खरेदीदाराचे नाव घातले जाते आणि त्यावर खरेदीदार, विक्रीदार, साक्षीदार यांच्या सह्या असतात. पावतीचे तिकीट लावलेले असते. करार नमुना हस्तांतर-पत्रक भागांचे परत हस्तांतर करण्याला रोखते.

कोरा नमुना हस्तांतर-पत्रक : नावाप्रमाणे संपूर्ण कोरे असत नाही, पण हे हस्तांतरपत्र पूर्ण भरले जात नाही. भाग हस्तांतर करताना यात अर्धवट माहिती भरलेली असते. यात खरेदीदाराचे नाव घातले नाही तरी चालते. कोऱ्या हस्तांतरामुळे भागांचे पुनर्हस्तांतर करता येते.

कायद्याप्रमाणे हस्तांतरपत्र हे अधिकारपत्र आहे. त्यायोगे एक व्यक्ती आपले अधिकार व संपत्ती दुसऱ्या व्यक्तीला देऊ शकते.

५.३.४ भाग हस्तांतराची पद्धती (Physical Form)

कंपनीच्या भागांचे हस्तांतर केवळ भाग दुसऱ्याच्या स्वाधीन केल्याने झाले, असे म्हणता येणार नाही. कंपनीचे भाग-अधिपत्र मात्र केवळ दुसऱ्याच्या स्वाधीन करून हस्तांतर करता येते. याउलट, कंपनीच्या भागांचे हस्तांतर 'परिशिष्ट अ' मधील किंवा कंपनीच्या नियमावलीप्रमाणे त्याचे हस्तांतर करावयाला हवे. भागांचे हस्तांतर करणे म्हणजे प्रथमत: कंपनीचे भाग दुसऱ्याच्या स्वाधीन करणे व भाग हस्तांतर केलेल्या व्यक्तीचे नाव कंपनीच्या सभासद नोंदणी-पुस्तकात नोंदविणे. या दोन प्रक्रिया पूर्ण केल्या म्हणजे कंपनीच्या भागांचे हस्तांतर पूर्ण होते. केवळ भाग हस्तांतर केले आणि जर नाव सभासद नोंदणी-पुस्तकात नोंदले नसेल तर भागांचे हस्तांतर झाले असे म्हणता येणार नाही.

भागांच्या हस्तांतराविषयी असणाऱ्या पद्धतीचा पुढीलप्रमाणे अभ्यास करता येईल -

(अ) भाग-प्रमाणपत्रातील सर्व भागांचे हस्तांतर.

(ब) भाग-प्रमाणपत्रातील काही भागांचेच हस्तांतर.

(अ) भाग-प्रमाणपत्रातील सर्व भागांचे हस्तांतर : भागधारकाने भाग-प्रमाणपत्रात असलेल्या सर्व भागांचे हस्तांतरण केले म्हणजेच त्याने त्याचे भाग प्रमाणपत्रात असलेले सर्व भाग एकाच व्यक्तीला विकले तर भाग हस्तांतर करण्याची पद्धत वेगळी आहे. उदा. समजा, 'अ'ने ५ भाग विकत घेतले आहेत. या ५ भागांबद्दलचे भाग प्रमाणपत्र एकच आहे आणि जर समजा, वरील सर्व ५ भाग त्याने 'ब' ला विकले किंवा हस्तांतर केले तर भाग-हस्तांतराची पद्धत पुढीलप्रमाणे आहे -

(१) भाग हस्तांतर करताना भाग-हस्तांतरकाला (भाग विकणाऱ्याला) प्रथमत: कंपनीच्या नियमावलीप्रमाणे हस्तांतरपत्र कंपनीकडून मिळवावे लागेल. यावर भाग-हस्तांतरकाची सही, साक्षीदारांच्या सह्या असाव्या लागतात. त्यावर योग्य ते सरकारी तिकीट लावावे लागते. या भाग-हस्तांतर पत्राबरोबर भाग-प्रमाणपत्र किंवा भाग-हस्तांतर-पत्र नसल्यास भागवाटप-पत्र जोडावे लागते व ते सर्व भाग-हस्तांतरीच्या (भाग विकत घेतले त्याला) स्वाधीन करावे लागतात. सर्वसाधारणपणे भागांची खरेदी भाग-भांडवल बाजारात होते. ही खरेदी-विक्री दलालामार्फत होते; म्हणून वरील हस्तांतरपत्र पूर्ण करण्याचे काम त्याच्याकडून केले जाते.

(२) वरीलप्रमाणे पूर्ण केलेले भाग-हस्तांतरपत्र व भाग-प्रमाणपत्र मिळाल्यावर भाग-हस्तांतरी ते भाग-हस्तांतरपत्र इतर बाबतीत पूर्ण करतो. म्हणजेच त्यांच्यात आवश्यक असणारी माहिती भरतो, त्यावर सही करतो, व त्यावर साक्षीदारांच्या सह्या घेतल्या जातात. अशा प्रकारे ते भाग-हस्तांतरपत्र सर्व बाबतीत परिपूर्ण केले जाते. हे परिपूर्ण हस्तांतरपत्र भाग-प्रमाणपत्रासह कंपनीकडे पाठविले जाते. अर्थात, याबरोबर कंपनीला आवश्यक ती फी द्यावी लागते.

(३) कंपनीला वरील परिपूर्ण भाग-हस्तांतरपत्र व भाग-प्रमाणपत्र मिळताच चिटणीस त्या भाग-हस्तांतरीला 'हस्तांतर पावती' देतो. भाग-हस्तांतर पावतीत कंपनीने असे नमूद केलेले असते की, विशिष्ट व्यक्तीकडून भाग-हस्तांतरपत्र व भाग-प्रमाणपत्र भागाच्या हस्तांतरासाठी कंपनीकडे आले आहे. त्याबाबत योग्य तो निर्णय कंपनी थोड्याच दिवसांत कळविते.

चिटणिसाची कार्ये

भाग-हस्तांतरपत्र व भाग-प्रमाणपत्र कंपनीला मिळाल्यावर चिटणिसाकडून भाग-हस्तांतरपत्र व भाग-प्रमाणपत्र यांची छाननी केली जाते. ते योग्य नमुन्यात भरले आहे किंवा नाही, त्यात माहिती पूर्ण भरली आहे किंवा नाही, त्यावर योग्य ती फी कंपनीला दिली आहे किंवा नाही इत्यादी. सर्वसाधारपणे भाग-हस्तांतरपत्राची छाननी करताना पुढील गोष्टी लक्षात घेतल्या जातात -

(१) भाग-हस्तांतर करणाऱ्या व्यक्तीची माहिती सभासद नोंदणी-पुस्तकात असलेल्या माहितीप्रमाणे आहे किंवा नाही.
(२) भाग-हस्तांतर करण्याविषयी हस्तांतर-पत्रकात दिलेली माहिती व खुद्द त्याने दिलेली माहिती.
(३) भाग-प्रमाणपत्रात असलेले भाग व हस्तांतर-पत्रात नमूद केलेले भाग सारखेच आहेत किंवा नाही.
(४) भागांची संख्या व आकडे अचूक आहेत किंवा नाही.
(५) नियमावलीत दिलेल्या नमुन्यातच भाग-हस्तांतरपत्र आहे किंवा नाही.
(६) हस्तांतर-पत्रावर योग्य दराचे तिकीट व भाग हस्तांतरासाठी फी योग्य आहे किंवा नाही.
(७) हस्तांतर-पत्रावर योग्य त्या व्यक्तीच्या सह्या आहेत किंवा नाहीत.
(८) भागांची विक्री किंमत.

वरील छाननीनंतर भाग-प्रमाणपत्र सर्व बाबतीत समाधानकारक आहे असे आढळून आले, तर चिटणीस हस्तांतराची सूचना तयार करतो. ही सूचना भाग-हस्तांतरकाला आणि भाग-हस्तांतरीला पाठविण्यात येते. सूचना दोघांनाही पाठविण्याचा उद्देश असा की, विशिष्ट व्यक्तीकडून भागांच्या हस्तांतरासाठी हस्तांतरपत्र व भाग-प्रमाणपत्र मिळाले आहे असे कळविणे. या बाबतीत दोहोंपैकी कोणाचाही हस्तांतरपत्रास विरोध किंवा हरकत असल्यास त्यांनी तसे लेखी स्वरूपात कारणासह सूचना मिळाल्यापासून १५ दिवसांच्या आत कंपनीला कळवावे. जर त्यांच्याकडून वरील मुदतीत काहीच उत्तर आले नाही तर त्या दोन्ही पक्षांची संमती आहे, असे गृहीत धरून कंपनी भाग-हस्तांतर नोंदविण्यास परवानगी देईल. वरील सूचना देण्याचे कारण म्हणजे कोणीही तिऱ्हाईत व्यक्तीने बनावट किंवा नकली हस्तांतर करून भागधारकाला फसवू नये व जर हस्तांतर बनावट असेल तर कंपनीला त्याने वेळीच सावध करावे.

(९) त्यानंतर दोन्ही पक्षांकडून आक्षेप येईल काय, याबाबत १५ दिवसांपर्यंत वाट पाहिली जाते. या मुदतीत वरील सूचनेला प्रत्युत्तर न आल्यास चिटणीस पुढील कार्यास लागतो. प्रथमत: तो भाग-प्रमाणपत्रावर ते 'रद्द केले आहे' असा शेरा मारतो किंवा 'रद्द केले आहे' असा शिक्का मारतो.

(१०) भाग-हस्तांतराला संमती देण्याचा अधिकार संचालक मंडळाला असतो; म्हणून सूचनेची मुदत संपताच भाग-प्रमाणपत्र, भाग-हस्तांतर-पत्र, सूचना ही सर्व संचालकांच्या सभेत विचारासाठी व कृतीसाठी ठेवण्यात येतात. संचालकांनी भाग-हस्तांतर मंजूर केले तर त्यासंबंधी योग्य तो ठराव संमत करण्यात येतो व भाग-हस्तांतर नोंदण्यासंबधी योग्य ती कारवाई करण्याचा अधिकार चिटणिसाला देण्यात येतो.

(११) हा ठराव संमत झाल्यावर चिटणीस नवीन भाग-प्रमाणपत्र तयार करतो व त्यावर नवीन भागधारकाचे नाव लिहितो. भाग-हस्तांतराची नोंद भाग-हस्तांतर पुस्तकात करण्यात येते. भाग-हस्तांतर पूर्ण झाल्यावर, जुन्या भागधारकांचे नाव सभासद नोंदणी-पुस्तकातून रद्द करण्यात येते. नवीन भागधारकाचे नाव व माहिती सभासदाच्या नोंदणी-पुस्तकात लिहिण्यात येते. भाग-प्रमाणपत्रावर चिटणीस आवश्यक तेवढ्या संचालकांच्या सह्या घेतो व स्वतः पण त्यावर सही करतो. अशा प्रकारे नवीन भाग-प्रमाणपत्र तयार करण्यात येते. कित्येकदा नवीन भाग-प्रमाणपत्र न करता जुन्या भाग-प्रमाणपत्राच्या मागच्या बाजूवर भागधारकाचे नाव लिहिण्यात येते.

नवीन भाग-प्रमाणपत्र तयार झाल्यावर भागधारकाला तसे कळविण्यात येते व त्याने ते भाग प्रमाणपत्र हस्तांतर पावती परत करून मिळवावे असे सांगण्यात येते. भागधारकाने हस्तांतर पावती परत करताच त्याला भाग प्रमाणपत्र पाठवून देण्यात येते.

(अ) भाग प्रमाणपत्रांतील काही भागाचे हस्तांतर : आतापर्यंत आपण विचार करताना असे गृहीत धरले होते की, भागधारकाने भाग प्रमाणपत्रातील सर्व भाग हस्तांतर केले. त्या गृहीतावर कार्यपद्धती कोणती आहे याचा विचार केला पाहिजे. पण कधी कधी वेगळी परिस्थिती निर्माण होऊ शकते. समजा, भागधारकाने आपल्याजवळ असणाऱ्या भाग प्रमाणपत्रातील सर्व भागांचे हस्तांतर केले नाही, त्याने काही भाग हस्तांतर करून काही भाग स्वत: जवळ ठेवले तरी चालेल. उदा. 'अ' ने एका कंपनीचे १५० भाग विकत घेतले. त्यापैकी फक्त ३ भाग 'ब' ला विकले म्हणजेच आपल्याजवळच्या सर्व भागांचे हस्तांतर न करता काही भागाचेच हस्तांतर केले व उरलेल्या भागावर अजूनही त्याचा मालकी हक्क आहे. या परिस्थितीत भाग हस्तांतर करण्याची काय पद्धत? अशा वेळी एक अडचण निर्माण होऊ शकते. 'अ' ने 'ब' ला सर्व भाग विकले नसल्याने तो 'ब' ला हस्तांतर प्रमाणपत्राबरोबर भाग प्रमाणपत्र देण्यास तयार होणार नाही; कारण तो अजूनही काही

भागाचा मालक आहे. (जर त्याने सर्व भाग विकले तर तो आनंदाने भाग प्रमाणपत्र 'ब'ला देईल.) त्याचबरोबर 'ब' सुद्धा अडचणीत येईल. 'अ'ने जर त्याला नुसते भाग हस्तांतर पत्र दिले तर त्याला त्याचा काहीही उपयोग नाही; कारण कायद्यातील तरतुदीप्रमाणे नुसत्या भाग हस्तांतरपत्राच्या आधारावर कंपनी भागाचे हस्तांतर करत नाही. भागांचे हस्तांतर करण्यासाठी कंपनीला भागाचे प्रमाणपत्र व हस्तांतरपत्र हवे. या परिस्थितीत भागाचे हस्तांतर ज्या पद्धतीने होते, त्याची चर्चा पुढील दोन टप्प्यांत करता येईल.

(i) प्रमाणीकरण टप्पा.

(ii) नोंदणी टप्पा.

i) प्रमाणीकरण टप्पा

१) जेव्हा भागधारकाला आपल्या भागापैकी काही भागच हस्तांतरित करावयाचे असतात तेव्हा त्याला प्रथम हस्तांतरपत्र कंपनीकडून मागवून घेऊन त्यात ती माहिती भरावी लागते. किती भागाचे हस्तांतर केले, हस्तांतर केलेल्या भागाचे अनुक्रमे नंबर यांचा उल्लेख या माहितीत करावा लागतो. भाग हस्तांतरपत्रावर त्याला योग्य ते सरकारी तिकीट लावून हस्तांतराची फी हस्तांतरपत्र व भाग प्रमाणपत्र कंपनीकडे पाठवून द्यावे लागते.

२) कंपनीला वरील दस्तऐवज मिळाल्यावर चिटणीस भाग प्रमाणपत्राची आणि हस्तांतराची छाननी करतो. छाननीत त्याचे समाधान झाल्यास चिटणीस भाग प्रमाणपत्रावर ते रद्द केल्याचा शेरा मारतो किंवा 'रद्द केले' असा अक्षरी शिक्का उमटवितो. भाग-प्रमाणपत्राच्या मागच्या बाजूला पुढील मजकूर लिहिण्यात येतो.

(अ) प्रमाणीकरण केल्याची तारीख.

(ब) हस्तांतरीचे नाव.

(क) हस्तांतर न केलेल्या भागांची संख्या व त्यांचे क्रमांक.

वरील कार्य पूर्ण झाल्यावर चिटणीस प्रथम हस्तांतरकाला ज्या भागांचे हस्तांतर केले नाही त्याबद्दल बाकी तिकिटे (Blank Ticket) देण्यासाठी तयार करतो. बाकी तिकिटात नमूद करण्यात आलेले असते की, कंपनीला भागांच्या हस्तांतरासाठी भाग-प्रमाणपत्र मिळाले असून कंपनी या बाकी तिकिटात हस्तांतर न झालेल्या भागासाठी नवीन भाग प्रमाणपत्र लवकरच तयार करून देईल.

३) त्यापुढील टप्पा म्हणजे चिटणीस हस्तांतरपत्रावर 'प्रमाणीकरण' म्हणून शेरा मारतो किंवा 'प्रमाणीकरण' असे शब्द असलेला शिक्का उमटवितो.

प्रमाणीकरण व कायदा : हस्तांतरावर 'प्रमाणीकरण' असा शेरा असून त्यावर जर कंपनीच्या अधिकाऱ्याची सही असेल तर कायद्याच्या दृष्टिकोनातून अर्थ असा होतो की, भागधारक आपल्या मालकीचे भाग हस्तांतर करीत आहे व त्यासंबंधीचे भाग प्रमाणपत्र त्याने कंपनीकडे दिलेले आहे. हस्तांतर प्रमाणपत्रावर असणाऱ्या 'प्रमाणीकरण' या शेऱ्यावर विश्वास ठेवून जर ते प्रमाणित हस्तांतरपत्र विकत घेतले, तर त्याबद्दल कंपनी त्या त्रयस्थाला जबाबदार राहते. उदा.नंतर प्रमाणीकरणाचा शेरा कंपनीने चुकीने दिला असे ठरवून त्रयस्थांचे नुकसान झाल्यास ते नुकसान कंपनीला भरून द्यावे लागते.

थोडक्यात, हस्तांतरपत्रावर कंपनीचा प्रमाणीकरण असा शेरा असेल व त्यावर कंपनीच्या अधिकाऱ्याची सही असेल तर त्याचा अर्थ असा होतो की, कंपनीला हस्तांतरपत्र व भाग-प्रमाणपत्र हस्तांतरासाठी मिळाले असून भाग हस्तांतर करण्यासाठी केलेला अर्ज कंपनीने पाहिला आहे; जर हे प्रमाणीकरण केलेले हस्तांतरपत्र कंपनीला सादर केले, तर त्या व्यक्तीला नमूद केलेले भाग प्रमाणपत्रासह मिळू शकतात.

४) वरीलप्रमाणे तयार केलेले बाकी तिकीट व भाग प्रमाणीकरण केलेले भाग हस्तांतरपत्र भाग हस्तांतराला दिले जातात. भाग-हस्तांतरक वरील प्रमाणीकरण केलेले हस्तांतरपत्र स्वीकारू शकतो; कारण त्याने ते कंपनीकडे नेले तर त्याला भाग-प्रमाणपत्र मिळू शकते.

ii) नोंदणी टप्पा

१) भाग हस्तांतरी (ज्याला वरील प्रमाणीकरण हस्तांतरपत्र मिळाले आहे किंवा ज्याने भाग विकत घेतले आहेत ती व्यक्ती) वरील प्रमाणीकरण हस्तांतरपत्रकात योग्य ती माहिती भरून कंपनीला दाखल करू शकतो.

२) कंपनीला प्रमाणीकरण हस्तांतरपत्र मिळताच त्याला हस्तांतर पावती दिली जाते. त्याची छाननी करून ते रद्द करण्यात येते.

३) चिटणीस नेहमीप्रमाणे भाग हस्तांतरक व हस्तांतरी यांना सूचना देतो व त्यांच्याकडून हस्तांतरास काही विरोध असल्यास १५ दिवसांत कळवा, अशी विनंती करतो.

४) वरील सर्व दस्तऐवज संचालक मंडळाच्या सभेत ठेवण्यात येतात. संचालकांनी मंजुरी दिल्यास त्याबद्दल ठराव संमत करण्यात येतो.

५) चिटणीस ठरावाप्रमाणे नवीन भाग-प्रमाणपत्रे तयार करतो. त्याची नोंद भाग-हस्तांतर पुस्तकात आणि सभासद नोंदणी-पुस्तकात करण्यात येते. भागधारकाला त्याचे बाकी तिकीट घेऊन नवीन भाग-प्रमाणपत्र देण्यात येते व हस्तांतरीला हस्तांतर पावती घेऊन नवीन प्रमाणपत्र देण्यात येते.

हस्तांतरणाचे परिणाम (Effects of Transfer)

१) हस्तांतरणाची नोंद झाल्यावर जुन्या भागधारकाचे नाव सभासद नोंदणी पुस्तकातून काढले जाते व भाग खरेदी करणाऱ्याचे नाव त्यात लिहिले जाते. भाग प्रमाणपत्रकातील काही भागांचेच हस्तांतरण त्याने केले असेल, तर मात्र सभासद नोंदणी पुस्तकात त्याच्या नावासमोर त्याने घेतलेल्या भागसंख्येत बदल करण्यात येतो.

२) हस्तांतरण नोंदणीपूर्वी जाहीर झालेला लाभांश हस्तांतरकाला मिळतो. तसेच त्यापूर्वी त्या भागावर मागितलेली रक्कमही त्यालाच द्यावी लागते.

३) एकदा भाग-विक्रीचा करार झाला की हस्तांतरणाची नोंदणी होईपर्यंत हस्तांतरक (भाग-विक्रेता) हा हस्तांतरीचा (भाग खरेदीदार) विश्वस्त म्हणून काम पाहतो.

४) हस्तांतरणाच्या नोंदणीनंतर एका वर्षाच्या आत कंपनीचे समापन झाल्यास हस्तांतरित भागावर न भरलेली रक्कम असेल तर ती रक्कम देण्याची जबाबदारी हस्तांतरकाची समजली जाते.

डिपॉझिटरी पद्धतीत भागांचे हस्तांतरण : १९९६ च्या डिपॉझिटरी कायद्यानुसार भागांच्या हस्तांतरणासाठी एक पर्यायी पद्धत उपलब्ध करून देण्यात आली. मात्र, दृश्य स्वरूपातील भाग प्रमाणपत्र धारण करून सध्याचीच जुनी पद्धत अवलंबण्याचा मार्गही उपलब्ध आहे.

डिपॉझिटरी कायद्यानुसार एक किंवा अधिक डिपॉझिटरी संस्थेची स्थापना करण्याचे सुचविण्यात आले आहे. सेबीकडे प्रत्येक डिपॉझिटरी संस्थेची नोंद करावी लागते आणि सर्व अटींची पूर्तता करून व्यवसाय सुरू करण्याचे प्रारंभ प्रमाणपत्र मिळवावे लागते. या पद्धतीद्वारे भागांचे व्यवहार करू इच्छिणाऱ्या गुंतवणुकदाराला हस्तांतरणाचे व्यवहार डिपॉझिटरी संस्थेशी परस्पर करता येत नाहीत. त्यासाठी त्यांना एखाद्या डी.पी.कडे नोंदणी

करावी लागते. हे डी.पी. डिपॉझिटरी संस्थेचे एजंट म्हणून काम करीत असतात. डिपॉझिटरी संस्थेमार्फत व्यवहार करू इच्छिणाऱ्या गुंतवणूकदाराला आपले भाग प्रमाणपत्र डी-मॅट करून घ्यावे लागते. म्हणजेच त्याचे इलेक्ट्रॉनिक स्वरूपात रूपांतर करून घ्यावे लागते व दृश्य स्वरूपातील आपले भाग प्रमाणपत्र रद्द करावे लागते. गुंतवणुकदारांची नावे लाभप्रद मालक म्हणून सहभागी सभासदांकडील नोंदणी पुस्तकात नोंदविली जातात. नाव डिपॉझिटरी संस्थेचे नोंदले जाते. फायदे मात्र मूळ भागधारकालाच मिळतात.

हस्तांतरणाच्या वेळी मूळ भागधारकाला हस्तांतरणाचा पर्याय सांगावा लागतो. डिपॉझिटरी पद्धतीच्या भागांचे अनुक्रमांक रद्द केले जातात. गुंतवणूकदार डिपॉझिटरी पद्धतीतून केव्हाही बाहेर पडू शकतो. कंपनीकडे भागप्रमाणपत्र देण्याची परत तो मागणी करू शकतो व त्याला दृश्य स्वरूपातील भाग प्रमाणपत्र परत मिळू शकते.

डिपॉझिटरी पद्धतीत मालकी हक्कातील बदल आवश्यक भाग खरेदीची रक्कम दिल्यानंतर आपोआप केला जातो. डिपॉझिटरी असणाऱ्या मालकी हक्कासंबंधीच्या नोंदीबाबतची तपशीलवार माहिती संबंधित कंपनीकडे नियमित पाठविली जाते.

भाग हस्तांतरणामध्ये होणाऱ्या गैरप्रकारांना आळा बसण्यासाठी व भाग हस्तांतरणाची प्रक्रिया अचूक व सुलभ होण्यासाठी १९९६ मध्ये डिपॉझिटरी ॲक्ट संमत करण्यात आला.

चिटणिसाची कामे : भाग प्रमाणपत्रांचे रूपांतर Electronic form मध्ये करण्याच्या प्रक्रियेत चिटणिसाचे कार्य महत्त्वाचे आहे. ज्या संस्थेला/व्यक्तीला डिपॉझिटरी म्हणून सेवा द्यावयाची असेल त्यांनी सेबीकडे अर्ज करून व्यवसाय सुरू करण्याचा दाखला मिळविला आहे की नाही, याची खात्री करून घेतली पाहिजे. ज्या भागधारकांना या योजनेत सहभागी व्हावयाचे असते, त्यांनी आपले भाग प्रमाणपत्र डी. पी. कडे दिल्यानंतर गुंतवणुकदाराचे नाव 'लाभप्रद मालक' म्हणून चिटणिसाला आपल्या दप्तरी लिहून घ्यावे लागते. भाग हस्तांतरणाची नोंद केवळ पुस्तकी नोंदीने (Book-entries) पूर्ण होते. त्यासाठी स्टॅम्प ड्यूटी भरावी लागत नाही. जुन्या पद्धतीपेक्षा डि-मॅट पद्धतीत चिटणिसाचे काम अधिक सोपे व सुलभ झाले आहे.

५.३.५ कोरे हस्तांतरण (Blank Transfer)

भागाचे हस्तांरण करताना जर हस्तांतरकाने हस्तांतरपत्रात भाग खरेदी करणाऱ्याचे म्हणजेच हस्तांतरीचे नाव लिहिले नसेल, परंतु स्वतःची सही केली असेल तर त्याला 'कोरे अथवा निरंक' हस्तांतरण असे म्हणतात. जेव्हा त्याला असे हस्तांतरपत्र मिळते तेव्हा हस्तांतरी त्यात इतर तपशील भरतो. सही करतो व ते कंपनीकडे पाठवून त्याची नोंदणी करून घेतो. त्याबद्दल कंपनी त्याला भाग प्रमाणपत्र देते. जेव्हा त्याला हेच भाग दुसऱ्याला हस्तांरित करावयाचे असतात, त्या वेळी तो हस्तांतरपत्र जसेच्या तसे त्या व्यक्तीला देऊन टाकतो. त्यामुळे हस्तांतरणाच्या नोंदणी करण्यासाठी एरवी जी किचकट व लांबलचक कार्यपद्धती अवलंबावी लागते, ती या ठिकाणी वाचते. त्यामुळे वेळेचीही बचत होते. हस्तांतरणाचे काम सोपे करणे व हस्तांतरपत्राची हस्तांतरक्षमता वाढविणे हेच कोऱ्या हस्तांतरणाचे प्रमुख उद्देश सांगता येतील. कोऱ्या हस्तांतरणामुळे प्रत्येक हस्तांतरणाच्या वेळी हस्तांतरपत्र भरण्याची गरज नसते; कारण मूळ हस्तांतरपत्रच एकाकडून दुसऱ्याला, दुसऱ्याकडून तिसऱ्याला याप्रमाणे फिरत राहते.

कोऱ्या हस्तांतरणाचे गुण-दोष

गुण

१) भागांची खरेदी-विक्री वारंवार होत असल्यास हस्तांतरणाच्या नोंदणीसाठी कोऱ्या हस्तांतरणामुळे नेहमीची क्लिष्ट व लांबलचक कार्यपद्धती टाळणे शक्य होते. भाग खरेदी करणाऱ्याला फक्त हस्तांतरपत्र दिले की काम भागते.

२) ज्या व्यक्तीला कंपनीचे सभासद व्हावेसे वाटते. तो त्यामध्ये आपले नाव लिहून, सही करून ते कंपनीकडे देतो व त्याबद्दल भाग प्रमाणपत्र मिळवू शकतो.

३) कोऱ्या हस्तांतरणामुळे भागांची 'हस्तांतरक्षमता' (Transferabiy) वाढते व यामुळे भागाची खरेदी-विक्री मोठ्या प्रमाणावर व जलद होण्यास मदत होते.

४) कोऱ्या हस्तांतरपत्राच्या आधारावर बँकेकडून तो कर्ज घेऊ शकतो. जर त्याने कर्जाची परतफेड केली नाही तर बँक त्यात आपले नाव लिहून स्वतःच्या नावे भाग हस्तांतरित करून घेते व नंतर ते विकून आपली रक्कम वसूल करून घेते.

दोष

१) कोरे हस्तांतरपत्र कायदेशीर दृष्टिकोनातून 'चलनक्षम दस्तऐवज' मानले जात नाही. त्यामुळे ते स्वीकारणाऱ्याला देणाऱ्याच्या मालकी हक्कापेक्षा अधिक चांगला मालकी हक्क मिळू शकत नाही. विकणाऱ्याचा मालकी हक्क सदोष असला तर तो जसाच्या तसा खरेदीदाराकडे येतो.

२) कोऱ्या हस्तांतरणासाठी 'करारनामा' (Deed form) हा प्रकार उपयोगी ठरत नाही.

३) कोऱ्या हस्तांतरणामुळे नकली हस्तांतरण करून खरेदीदाराला सहजपणे फसविले जाऊ शकते.

४) कोऱ्या हस्तांतरणात लाभांश वसुलीत अडचणी निर्माण होतात.

५) १९६५ च्या कंपनीत कायद्यात केलेल्या दुरुस्तीनुसार कोऱ्या हस्तांतरणाचा चलन काळ (Currency period) दोन महिन्यांइतका मर्यादित केला आहे. त्यामुळे कोऱ्या हस्तांतरणाच्या दुरुपयोगाला बराचसा आळा बसला.

५.३.६ नकली/खोटे/फसवे हस्तांतरण (Forged Transfer)

हस्तांतरपत्रावर एखाद्याने हस्तांतरकाची (मूळ भागधारकाची) खोटी सही केल्यास अशा हस्तांतरणाला नकली अथवा फसवे हस्तांतरण असे म्हणतात. अशा ठिकाणी कोणीतरी मूळ भागधारकाच्या सहीची नक्कल करून हस्तांतरपत्र भरलेले असते. कायद्याच्या दृष्टिकोनातून विचार केल्यास अशा प्रकारचे हस्तांतरण निरर्थक (Void) व प्रभावहीन समजले जाते. त्यामुळे नकली हस्तांतरणाच्या आधारावर ज्याला भाग हस्तांतरित होतात, त्याला भागावर कायदेशीर मालकी प्राप्त होत नाही. नकली हस्तांतरण हे मुळातच खऱ्या अर्थाने हस्तांतरण नसल्यामुळे कायदा अशा नकली हस्तांतरणास मान्यता देत नाही. त्यामुळे मूळ भागधारकालाच त्या भागाचा कायदेशीर मालक व कंपनीचा सभासद समजून त्याला लाभांश देण्यात येतो.

नकली हस्तांतरणाचे परिणाम (Effects)

१) मूळ मालकावर परिणाम : नकली हस्तांतरणामुळे मूळ भागधारकाच्या मालकी हक्काला काहीच बाधा येत नाही. फसव्या हस्तांतरणाची बाब लक्षात आल्यावर त्याचे नाव परत सभासद नोंदणी पुस्तकात

लिहिले जाते. तसेच मधल्या काळात लाभांश वाटला गेल्यास त्याला तोदेखील कंपनीकडे मागता येतो.

२) नकली सहीने हस्तांतरण करणाऱ्यावर परिणाम : नकली सही करून हस्तांतरण घडवून आणण्यात यशस्वी होणाऱ्या व्यक्तीला अशा नकली हस्तांतरणातून उद्भवणाऱ्या सर्व नुकसानीबद्दल जबाबदार ठरविण्यात येते. त्याने स्वतःच्या नावे हस्तांतरण करून घेतले असेल तसेच लाभांश घेतला असेल तर त्याला तो सर्व मूळ मालकाला परत करावा लागतो. लबाडी उघडकीस आल्यानंतर त्याचे नाव सभासद नोंदणी पुस्तकातून काढले जाते.

३) नकली हस्तांतरणाद्वारे भाग खरेदी करणाऱ्यावर परिणाम : नकली हस्तांतरण उघडकीस आल्याबरोबर असे भाग खरेदी करणाऱ्याचा भागावरील मालकी हक्क समाप्त होतो. त्यामुळे त्याला आपल्याजवळील भाग व लाभांश घेतला असल्यास तोदेखील मूळ मालकास परत करावा लागतो. यामुळे त्याचे जे नुकसान झाले असेल ते त्याला नकली हस्तांतरण करणाऱ्याकडून वसूल करता येते.

४) कंपनीवर परिणाम : नकली हस्तांतरणाची नोंद करून घेतल्यास इतर पक्षाचे जे काही नुकसान होते ते सर्व भरून देण्याची प्राथमिक व अंतिम जबाबदारी कंपनीची असते. नंतर हे सर्व नुकसान कंपनी कपट करणाऱ्याकडून (Forger) वसूल करू शकते. तो दिवाळखोर झाल्यास मात्र सर्व नुकसान कंपनीला सहन करावे लागते.

नकली हस्तांतरणाविरुद्ध उपाययोजना

१) हस्तांतरणाची सूचना दोन्ही पक्षांना पाठविणे. त्यामुळे मूळ भागधारकाला त्याच्या कळत नकळत भागाचे हस्तांतरण होत असल्यास समजते व तो सावध होतो.

२) हस्तांतरपत्रावरील सही कंपनीने मूळ भागधारकाच्या सहीशी पडताळून पाहिली पाहिजे. सहीमध्ये थोडा जरी फरक वाटल्यास मूळ भागधारकाकडे चौकशी करून कंपनीने खात्री करून घेतली पाहिजे.

३) कंपनीने नकली हस्तांतरणामुळे होणारे नुकसान भरून काढण्यासाठी नफ्यातून विशेष राखीव निधी निर्माण करावा.

४) प्रत्येक हस्तांतरणाचा विमा काढावा.

५) डिपॉझिटरी पद्धतीने भागाचे हस्तांतरण केल्यास नकली हस्तांतरणाची शक्यता नसते. म्हणून शक्यतो डिपॉझिटरी पद्धतीने भागांचे हस्तांतरण केले जावे.

५.४ भागांची वारसनोंद (संक्रमण) (Transmission of Shares)

५.४.१ अर्थ व व्याख्या

भागधारकाचा मृत्यू, वेडेपण, दिवाळखोरी इत्यादींमुळे त्याच्या भागावरील मालकी हक्क कायद्याच्या कारवाईमुळे त्याच्या वारसाकडे जातो. त्या वेळी त्याला भागाची वारसनोंद किंवा भागाचे संक्रमण असे म्हणतात.

Transmission is an act of transfer of shares under the operation of law in the event of death. insolvency or lunancy of shareholders.

५.४.२ भागांचे हस्तांतरण व भागांचे संक्रमण यातील फरक

भागांचे हस्तांतरण	भागांचे संक्रमण
१) भागधारकांची इच्छा हस्तांतरण हे भागधारकाच्या इच्छेने होते. भागाच्या खरेदी-विक्रीच्या व्यवहारातून ते उद्भवते.	भागांचे संक्रमण कायद्याच्या अंमलबजावणीमुळे होते. हस्तांतरकाच्या स्वेच्छेने ते होत नाही. खरेदी-विक्रीचा येथे प्रश्नच नसतो.
२) मोबदला भागांच्या हस्तांतरणात हस्तांतरकर्त्याला योग्य मोबदला मिळतो.	भागांच्या संक्रमणात मोबदल्याचा प्रश्न निर्माण होत नाही.
३) वेळ भागांचे हस्तांतरण भागधारकाच्या इच्छेने होत असल्यामुळे ते केव्हाही घडून येते.	भागांचे संक्रमण केवळ भागधारकाच्या मृत्यू, वेडेपण आणि दिवाळखोरी प्रसंगीच घडू शकते.
४) हस्तांतर पत्र भागांच्या हस्तांतरणासाठी 'हस्तांतरपत्र' भरून द्यावे लागते.	भागांच्या संक्रमणासाठी कोणताही कायदेशीर दस्तऐवज भरून द्यावा लागत नाही. वारसदाराने फक्त आपल्या वारसाहक्काचा पुरावा द्यावा लागतो.
५) मुद्रांक कर भागांच्या हस्तांतरणासाठी मुद्रांककर भरावा लागतो.	भागांच्या संक्रमणासाठी मुद्रांककर भरावा लागत नाही.
६) संमती काही विशिष्ट परिस्थितीत संचालक मंडळ भाग हस्तांतरणास नकार देऊ शकते.	संचालक मंडळास भागांच्या संक्रमणास नकार देण्याचा अधिकार नसतो.
७) जबाबदारी भागाच्या हस्तांतरणात भागविक्रेत्यावर हस्तांतरण प्रक्रिया पूर्ण झाल्यावर कोणतीच जबाबदारी राहत नाही.	भागांच्या संक्रमणात मात्र भागांवरील मूळ कायदेशीर जबाबदारी तशीच राहते. भागावर ग्रहणाधिकार असल्यास तो संक्रमणानंतरही कायम राहतो.

५.४.३ भाग संक्रमणासंबंधी कायदेशीर तरतुदी

संक्रमणासंबंधी टेबल 'ए' च्या नियम क्र. २५ ते २८ द्वारे तरतुदी करण्यात आलेल्या आहेत.

१) कंपनीचा सभासद भागांचा एकटा मालक असेल तर त्याचा कायदेशीर वारस आणि तो संयुक्त मालक असल्यास त्यांचे उत्तराधिकारी (Survivors) त्या भागाचे मालक समजले जातील.

२) कंपनीच्या सभासदाचा मृत्यू झाल्यास किंवा सभासद वेडा, दिवाळखोर झाल्यास जी व्यक्ती त्यांचा

अधिकृत वारस (Legal Heir) म्हणून संचालक मंडळाकडे योग्य तो पुरावा सादर करील, त्या व्यक्तीला संबंधित भाग आपल्या नावाने नोंद करून घेता येतील व सभासदत्व घेता येईल किंवा मूळ भागधारकाप्रमाणे तो ते भाग इतरांना हस्तांतरित करू शकेल.

३) कायदेशीर वारसदाराला कंपनीचे सभासदत्व स्वीकारावयाचे झाल्यास त्याने कंपनीकडे लेखी सूचना पाठविली पाहिजे; जर त्याला भाग हस्तांतरित करावयाचे असतील तर त्याने हस्तांतरपत्र भरून त्यावर सही केली पाहिजे.

४) भागांच्या संक्रमणामुळे ज्याला भागांवर मालकी हक्क मिळाला आहे. त्याला त्या भागांवर मिळणाऱ्या लाभांशाबाबत व इतर लाभाबाबत मूळ भागधारकाइतकेच अधिकार मिळतील; परंतु सभासद नोंदणी पुस्तकात त्याच्या नावाची नोंद झाल्याशिवाय त्याला कंपनीच्या सभेला उपस्थित राहता येणार नाही, तसेच कामकाजात भाग घेता येणार नाही.

५) संक्रमणामुळे ज्याला भागांची मालकी मिळते, त्याला सभासदत्व स्वीकारणे अथवा भागांचे हस्तांतरण करणे या दोन विकल्पांपैकी एकाची निवड करण्याबाबतची सूचना देण्याचा अधिकार संचालक मंडळास राहील. अशी सूचना मिळाल्यावर ९० दिवसांच्या आत त्याने आपला विकल्प कंपनीला कळविला पाहिजे. अन्यथा, त्याचे लाभांश इत्यादीबाबतचे देणे थांबविण्याचा अधिकार संचालक मंडळाला राहील.

५.४.४ भागांच्या संक्रमणाची कार्यपद्धती

निरनिराळ्या परिस्थितीत भाग संक्रमणाची कार्यपद्धती वेगवेगळी आहे. ती पुढीलप्रमाणे:

१) दिवाळखोरीत होणारे संक्रमण : एखाद्या सभासदाचे दिवाळे निघाल्यास त्याची सर्व मालमत्ता न्यायालयाने नेमलेल्या शासकीय प्राप्तकर्त्याकडे जाते. भाग हीदेखील एक मालमत्ता मानली गेली असल्याने शासकीय प्राप्तकर्ता दिवाळखोर भागधारकाच्या भागावर कायदेशीर मालकी हक्क प्रस्थापित करतो; परंतु भागांचे रीतसर संक्रमण घडवून आणण्यासाठी त्याला न्यायालयाकडून मिळालेले नेमणूकपत्र कंपनीकडे सादर करावे लागते. त्यानंतर त्याच्यासमोर दोन पर्याय उपलब्ध असतात. एक तर तो भाग स्वतःच्या नावावर हस्तांतरित करून घेऊ शकतो किंवा ते दुसऱ्याला हस्तांतरित करू शकतो. साधारणतः शासकीय प्राप्तकर्ता हस्तांतरणाचा पर्याय स्वीकारणे पसंत करतो.

२) वेडेपणात होणारे भागांचे संक्रमण : वेडेपणात व्यक्तीला मालमत्तेचे व्यवहार करण्याचा अधिकार असत नाही; म्हणून ज्या वेळी एखाद्या भागधारकाला वेडे ठरविले जाते. त्या वेळी न्यायालयाने या संदर्भात नेमलेल्या समितीकडे (Committee of lunacy) भागांचे संक्रमण केले जाते. ही समिती न्यायालयाच्या नेमणुकीचा आदेश कंपनीकडे सादर करील त्या वेळी संबंधित भागांचे संक्रमण समितीच्या नावे केले जाईल.

३) संयुक्त भागधारकांपैकी एकाचा मृत्यू झाल्यास होणारे संक्रमण : ज्या वेळी भाग संयुक्तपणे धारण केलेले असतात व त्यापैकी एखाद्या भागधारकाचा मृत्यू होतो. त्या वेळी हयात असलेल्या भागधारकाकडे भागांचे संक्रमण होते. अशा वेळी हयात असणाऱ्या धारकाने मृत धारकाच्या मृत्यूचे प्रमाणपत्र (Death Certificate) कंपनीकडे दाखल केले पाहिजे. अशा प्रकारे मृत्यूचे प्रमाणपत्र मिळाल्यावर मृत धारकाचे नाव सभासद नोंदणी पुस्तकातून काढून टाकले जाईल.

४) भागधारकाच्या मृत्यूमुळे त्याच्या वारसाला होणारे भागांचे संक्रमण : कंपनीच्या सभासदाचा मृत्यू झाल्यास त्याच्या नावाने नोंदणी झालेले भाग त्याच्या कायदेशीर वारसदाराकडे (Legal heir) संक्रमित होतात. वारसाहक्क सांगणाऱ्या व्यक्तीला आपला हक्क पटवून देण्यासाठी खालीलपैकी एखादा पुरावा उपस्थित करावा लागतो.

अ) मृत सभासदाने मृत्युपत्र करून ठेवलेले असल्यास ते सीलबंद पाकिटात न्यायालयात सादर करून त्याबद्दल न्यायालयाकडून रीतसर मिळविलेले 'मान्यता पत्र' (Probate).

ब) मृत्युपत्र तयार करून ठेवलेले नसल्यास न्यायालयाने दिलेले 'प्रशासन अधिकार पत्र' (Letter of Administration).

क) भागधारकाच्या मानसिक असमर्थतेमुळे न्यायालयाने नेमलेल्या वारसाच्या नेमणुकीचा आदेश.

ड) भागधारकाच्या दिवाळखोरीमुळे न्यायालयाने नेमलेल्या वारसाच्या नेमणुकीचा आदेश.

भागावरील कायदेशीर मालकी हक्क सिद्ध केल्यावर वारसदाराला कंपनीच्या नियमावलीत देण्यात आलेल्या दोन पर्यायांपैकी एका पर्यायाची निवड करावी लागते. एक म्हणजे संक्रमित भागांची स्वत:च्या नावाने नोंदणी करून घेणे व दुसरे म्हणजे संक्रमित भाग हस्तांतरणाद्वारे अन्य व्यक्तीला विकणे. पहिला पर्याय त्याने निवडल्यास त्याला कंपनीकडे एक विनंती अर्ज करून सभासदत्व देण्याविषयी विनंती करावी लागते. असा अर्ज आल्यावर कंपनी त्याचे नाव सभासद नोंदणी पुस्तकात लिहील व तशी सूचना दिली जाईल. दुसऱ्या पर्यायाची त्याने निवड केल्यास त्याला हस्तांतरपत्र भरून द्यावे लागते. सोबत भाग प्रमाणपत्र व अधिकारासंबंधीचे प्रमाणपत्र सादर करावे लागते. या कागदपत्रांची तपासणी केल्यावर व हस्तांतरणाच्या कार्यपद्धतीचा अवलंब केल्यावर कंपनी हस्तांतरणाची नोंद करून घेईल.

वारसदाराने कोणताही पर्याय कंपनीकडे कळविला नाही तर संचालक मंडळ तसे त्याला कळविणारी सूचना पाठवील. अशी सूचना मिळाल्यावर ९० दिवसांच्या आत त्याने आपला निर्णय कळविला नाही तर त्याला दिले जाणारे सर्व लाभ थांबविले जातील. भागाचे संक्रमण झाल्यावर चिटणीस मृत/वेड्या/दिवाळखोर सभासदाचे नाव सभासद नोंदणी पुस्तकातून काढून टाकील व त्याच्या नावासमोर संक्रमणाशी संबंधित माहितीची नोंद करील. त्याच वेळी संक्रमित झालेल्या वारसदाराचे नाव सभासद नोंदणी पुस्तकात लिहिले जाईल. जुने भाग प्रमाणपत्र रद्द करून त्याला त्याऐवजी नवीन भाग प्रमाणपत्र दिले जाईल.

भाग संक्रमणाबाबत चिटणिसाची कामे (Duties of the Secretary in Connection with Transmission of Shares)

१) वारसदाराने भाग संक्रमणाविषयी पाठविलेले विनंती पत्र (Letter of request) योग्य आहे की नाही, ते चिटणीस पाहतो. तसेच त्यासोबत योग्य ते शुल्क पाठविले आहे की नाही, याची खातरजमा करून घेतो.

२) विनंती अर्जासोबत आलेल्या भाग प्रमाणपत्राची व कायदेशीर हक्क सांगणाऱ्या पुराव्याच्या कागदपत्रांची चिटणीस छाननी करतो. वारस नेमणुकीचा आदेश योग्य त्या न्यायालयाकडून मिळाला आहे की नाही ते पाहतो.

३) मृत भागधारकाच्या वारसाने 'मालमत्ताकर कायद्यातील' (Estate Duty Act) तरतुदीचे पालन केलेले आहे की नाही, मालमत्ताकर भरला की नाही तसेच भागधारकाचा मृत्यू झाल्याचे कळल्यानंतर तीन महिन्यांच्या आत आवश्यक तो सर्व तपशील मालमत्ताकर नियंत्रकाकडे पाठविला की नाही, याची खात्री करून घेतो.

४) भाग संक्रमणाला मान्यता घेण्यासाठी संचालक मंडळाची सभा बोलविण्याची तो व्यवस्था करतो. सभेसमोर तो सर्व कागदपत्रे, पुरावे, भाग प्रमाणपत्र इत्यादी ठेवतो. सभेने संक्रमणास मान्यता दिल्यास तो जुने भाग प्रमाणपत्र रद्द करून त्या वेळी नवीन भाग प्रमाणपत्र तयार करतो. तसेच वारसदाराला ते घेऊन जाण्याविषयी कळवितो.

५) वारसदाराला जर भाग हस्तांतरित करावयाचे असतील तर योग्य हस्तांतरपत्र भरून त्यासोबत आवश्यक ती कागदपत्रे, फी इत्यादी कंपनीकडे पाठवावी लागते. ती आल्यावर चिटणीस त्याची छाननी करतो व नेहमीची हस्तांतरणाची कामे करतो.

६) न्यायालयाकडून मिळालेले मान्यतापत्र (Letter of Probate), शासकीय प्रशासन पत्र (Letter of Administration) इत्यादीतील तपशील संबंधित नोंदवहीत (Register of Probates) लिहितो.

५.४.५ सभासदाद्वारे नामनिर्देशन (Nomination by a member)

सभासदाच्या मृत्यूनंतर त्यांना आपले भाग/कर्जरोखे कोणाला मिळावेत, असे वाटते त्यांच्या नावाने सभासदांना नामनिर्देशन करता येते. नामनिर्देशन फक्त व्यक्तीलाच करता येईल. म्हणजेच कृत्रिम व्यक्ती उदा. ट्रस्ट, सोसायटी, व्यक्तिगत संघटना, भागीदारी संस्था, संयुक्त हिंदु कुटुंबाचा कर्ता किंवा मुखत्यारपत्रधारक नामनिर्देशन करू शकणार नाही. भाग/कर्जरोखे संयुक्तरीत्या धारण केले असतील तर सर्व संयुक्तधारकांनी नामनिर्देशन अर्जावर सह्या केल्या पाहिजेत.

जर नामनिर्देशित व्यक्ती अज्ञान (Minor) असेल तर ती व्यक्ती सज्ञान होईपर्यंत एखाद्या पात्र व्यक्तीची नॉमिनी म्हणून नियुक्ती करता येते. कायद्यामुळे किंवा मृत्युपत्राद्वारे वारसाहक्काच्या तरतुदी नामनिर्देशन केल्यास रद्दबातल ठरतात. सर्वसामान्य कायद्यातील तरतुदीनुसार मृत्युपत्रामुळे नामनिर्देशन रद्द होते; परंतु कंपनी कायद्यात ही तरतूद नाही.

नामनिर्देशनाच्या तरतुदीमुळे जर एखादी व्यक्ती भाग/कर्जरोखे मिळण्यास पात्र झाली असेल तर तिने कंपनीकडे भाग/कर्जरोखेधारकाच्या मृत्युपत्रासहित अर्ज केला पाहिजे. नामनिर्देशित व्यक्ती संचालक मंडळाला आपले नाव सभासद नोंदणी पुस्तकात समाविष्ट करण्याविषयी विनंती करू शकते. नामनिर्देशित व्यक्तीने आपले नाव सभासद नोंदणी पुस्तकात नोंदवून घेतले पाहिजे किंवा भाग/कर्जरोखे इतरांना हस्तांतरित केले पाहिजेत. जर त्याने यापैकी काहीही केले नाही तर कंपनी त्याला तसे करण्यास सांगू शकते. नामनिर्देशित व्यक्तीने जर ९० दिवसांत काहीही निर्णय घेतला नाही तर कंपनी अशा भागावर/कर्जरोख्यावर लाभांश/व्याज देणे बंद करू शकते. नामनिर्देशनासाठी पुरस्कृत अर्ज - २ बी भरणे आवश्यक आहे. नामनिर्देशन करणाऱ्या व्यक्तीला नामनिर्देशन मागे घेण्याचाही हक्क आहे. व्यक्तीने नवीन नामनिर्देशन केल्यास जुने नामनिर्देशन आपोआप रद्द होते.

प्रश्नसंग्रह

अ) थोडक्यात उत्तरे लिहा. (२० शब्दांत)

१) भागजप्ती म्हणजे काय?

२) भाग समर्पण म्हणजे काय?

३) भागांवरील ग्रहणाधिकार म्हणजे काय?

४) भाग हस्तांतर म्हणजे काय?

५) भाग संक्रमण म्हणजे काय?

ब) संक्षिप्त उत्तरे लिहा. (५० शब्दांत)

१) जप्त केलेल्या भागांची पुनर्विक्री म्हणजे काय?

२) भागजप्ती रद्द करणे म्हणजे काय?

३) भाग समर्पण व भाग जप्ती यातील फरक स्पष्ट करा.

४) भाग हस्तांतरावरील निर्बंध सांगा.

५) सभासदाद्वारे नाम निर्देशन म्हणजे काय?

क) थोडक्यात उत्तरे लिहा. (१५० शब्दांत)

१) भागजप्तीचे नियम व परिणाम सांगा.

२) कोरे हस्तांतर व खोटे हस्तांतर स्पष्ट करा.

३) भाग हस्तांतरावरील निर्बंध व भाग हस्तांतराची नोंद स्पष्ट करा.

४) भागसंक्रमण म्हणजे काय? भाग संक्रमणाची कार्यपद्धती सांगा.

५) भाग हस्तांतर व भाग संक्रमण यातील फरक स्पष्ट करा.

ड) सविस्तर उत्तरे लिहा. (३००/५०० शब्दांत)

१) भागजप्ती म्हणजे काय? भागजप्तीची कार्यपद्धती स्पष्ट करा.

२) भागजप्ती व भागावरील ग्रहणाधिकार यातील फरक स्पष्ट करा.

३) भागहस्तांतर म्हणजे काय? भाग हस्तांतराची कार्यपद्धती स्पष्ट करा.

४) भागांचे संक्रमण म्हणजे काय? संक्रमणासंबंधी कायदेशीर तरतुदी स्पष्ट करा.

प्रकरण ६	# ई–गव्हर्नन्स आणि ई–फायलिंग (E-Goverance & E-Filing)

६.१ ई–गव्हर्नन्स
६.१.१ प्रस्तावना
६.१.२ अर्थ व व्याख्या
६.१.३ उद्दिष्टे
६.२ ई–फायलिंग
६.२.१ ई–फायलिंगचे फायदे
६.२.२ कंपनी कामकाज मंत्रालय प्रवेशद्वार (पोर्टल) आणि ई–फायलिंग
६.२.३ ई–फायलिंगसाठी आवश्यक असणाऱ्या मूलभूत सुविधा
६.२.४ संचालक ओळख क्रमांक **DIN**

६.१ ई–गव्हर्नन्स

६.१.१ प्रस्तावना ह्ल

ई–गव्हर्नन्सची संकल्पना सन २००० मध्ये प्रथमत: युरोप कौन्सिलने मांडली की, ज्यामध्ये साधारणत: पुढील तीन प्रकारच्या जनकार्यामध्ये इलेक्ट्रॉनिक तत्रांचा वापर केला जावा.

- शासन (Public authorities) आणि नागरी संस्था (Civil Society) यामधील संबंध (e-government)
- शासनाचा लोकशाहीप्रक्रियेतील सर्व अवस्थेमधील कामकाज (e-democracy)
- जनसेवेच्या तरतुदी (electronic public services)

युरोपीय मंडळ कारभारांमध्ये या तत्रांचा वापर कसा करता येईल ? कायद्यात काही सुधारणा करता येईल काय ? इत्यादी दृष्टीने विचार करीत आहे. लोकप्रशासनामध्ये माहिती व दळणवळण तंत्रांच्या बदलत्या परिस्थितीत लोकसेवा अधिकाधिक चांगल्या प्रकारे कशा देता येतील याचा कृती–कार्यक्रम action play आखत आहे. यामुळे २१ व्या शतकातील आव्हाने पेलता येतील.

भारतातही सरकारने ई–गव्हर्नन्सला सुरूवता केली असून संरक्षण, अर्थ, नियोजन इत्यादी क्षेत्रांत याचा उपयोग सुरू करण्यात आला आहे. यासाठी राष्ट्रीय माहिती केंद्र (NIC) राष्ट्रीय भौगोलिक संस्था (NGOS)

ई–गव्हर्नन्स आणि ई–फायलिंग / १३७

आणि जागतिक स्तरावरील इतर खासगी संस्था; उदा. DFID, G-8, UNDP, WB यांचे मार्गदर्शन घेत आहे.

ई-गव्हर्नन्सच्या संकल्पनेत विविध पैलू (घटक) आहेत. जसे ई-प्रशासन, ई-सेवा, ई-कारभार, ई-लोकशाही इत्यादी ई-प्रशासनामध्ये माहिती व दळणवळण तंत्रांचा (ICT) प्रशासनात सुधारणा घडवून आणणे, व्यवस्थापन माहिती पद्धतीसाठी आकडेवारी उपलब्ध करून देणे, संगणकीय नोंदी ठेवणे इ. चा समावेश होतो. ई-सेवेमध्ये शासन आणि सर्वसामान्य जनता यांच्यात ऑन-लाईन सुविधा उपलब्ध करून देऊन जवळीक साधण्यात येते. ई-प्रशासन आणि ई-सेवा या दोघांना मिळून साधारणत: ई-शासन म्हटले जाते. ई-कारभारामध्ये माहिती तंत्रज्ञानाचा उपयोग करून शासनक्षमता वाढविण्याचा प्रयत्न केला जातो. यामध्ये सरकारी धोरणे आणि कार्यक्रम यांची माहिती जनतेसाठी पुरविली जाते. ऑन-लाईन सेवेच्याही पलीकडे जाऊन माहिती-तंत्रज्ञानाचा वापर व्यूहरचनात्मक नियोजन व विकासांची उद्दिष्टे प्राप्त करणे यासाठी केला जातो. 'ई-लोकशाही' यामध्ये जनतेचा शासन कारभारात समावेश कसा करता येईल, याचा विचार केला जातो. शासनाची पारदर्शकता, सहभाग आणि उत्तरदायित्व यावर ऑन-लाईन धोरणे मांडणे, ऑन-लाईन तक्रार निवारण करणे इत्यादींचा समावेश होते.

६.१.२ अर्थ व व्याख्या (Meaning & Definitions)

ई-गव्हर्नन्स म्हणजे शासन आणि जनता, शासन आणि व्यवसाय तसेच शासनाचा अंतर्गत व्यवहारांचा लोकशाही कारभार सुधारण्यासाठी इलेक्ट्रॉनिक माध्यमांचा उपयोग करणे होय. शासन आणि जनता यांच्यामध्ये संपर्क साधण्यासाठी शासनाच्या सोई-सुविधा, वस्तू यांचा पुरवठा करणे. तसेच माहिती देणे-घेणे, दळणवळण साधणे. व्यवहार करणे इत्यादींचा समावेश होतो. शासनामध्ये शासनाच्या सर्व स्तरांवरील शाखा अंतर्भूत आहेत. उदा. केंद्रीय, प्रादेशिक, प्रांतीय, खाते विभागीय आणि स्थानिक स्वराज्य संस्था इत्यादी तसेच शासनाच्या शाखेमध्ये प्रशासन नागरी सोई, संसदीय आणि न्यायिक कार्ये यांचा समावेश होतो. सरकारी कामकाज म्हणजे सरकारी कार्यातील कामकाज आणि शासनाच्या सर्व अंतर्गत विभाग यांच्यातील कामकाज होय. इलेक्ट्रॉनिक माध्यमे म्हणजे इंटरनेट आणि माहिती व दळणवळण क्षेत्रातील सर्व साधने होय.

६.१.३ उद्दिष्टे (Objectives)

ई-गव्हर्नन्सचे सर्वांत महत्त्वाचे उद्दिष्ट म्हणजे शासन, जनता आणि व्यवसाय या सर्व पातळीवर कारभारांमध्ये सुलभता व पारदर्शकता आणणे होय. थोडक्यात ई-गव्हर्नन्समध्ये इलेक्ट्रॉनिक माध्यमांचा वापर सुलभतेसाठी व चांगला कारभार करण्यासाठी केला जातो. या ठिकाणी ई-लोकशाही आणि ई-शासन यांची उद्दिष्टे नमूद करणे सयुक्तिक होईल.

१) जनतेला राजकीय ध्येयधोरणे, सेवा व उपलब्ध पर्याय यांची माहिती देणे.
२) जनतेला नुसती माहिती न पुरविता त्यांचा शासनप्रक्रियेत सहभाग वाढण्यासाठी पुढील प्रकाराने प्रयत्न करणे.
   - जनतेला कळविणे.
   - जनतेचे प्रतिनिधित्व करणे.
   - जनतेला मतदानासाठी प्रोत्साहित करणे.
   - जनतेचे मत/सल्ला घेणे.
   - जनतेला सहभागी करून घेणे.

थोडक्यात इंटरनेटवर शासकीय वेबसाईट उपलब्ध करून देण्यापेक्षाही ई-गव्हर्नन्सची संभाव्यता व्यापक आहे. ई-गव्हर्नन्समध्ये राजकीय, सामाजिक, आर्थिक आणि तंत्रविषयक बाबी या सर्वांचा समावेश होतो.

६.२ ई-फायलिंग (E-Filing)

ई-फायलिंग म्हणजे करविषयक फॉर्म्स, विविध प्रकारचे फॉर्म्स, माहिती इत्यादी इंटरनेटद्वारे ऑन-लाईन भरणे/देणे होय. कंपनी कायद्यात २००६ साली दुरुस्ती करण्यात येऊन कंपनीला स्थापनेच्या वेळी व नंतरही वेळोवेळी जे फॉर्म्स नोंदणी अधिकाऱ्याकडे सादर करावे लागतात. ते सर्व इंटरनेटद्वारे ई-फायलिंगच्या स्वरूपात ऑनलाईन नोंदणी अधिकाऱ्याकडे त्याची पूर्तता करणे कायद्याने बंधनकारक करण्यात आले आहे.

६.२.१ ई-फायलिंग (Mandectory)

फायलिंगचे विविध फायदे पुढीलप्रमाणे सांगता येतील :

१) **पेपरवर्क नाही :** ई-फायलिंगचा हा सर्वांत महत्त्वाचा फायदा होय. यामध्ये फॉर्म्स भरण्याचे काम तुटक स्वरूपात केले जात नाही. फॉर्म्स एकदम भरले जातात. साधारणत: इ-मेलद्वारे फॉर्म्स भरले जातात.

२) **किमान चुका (Minimal Error) :** ई-फायलिंगमुळे एखाद्या वेळी ज्या चुका होतात एरवी त्या होत नाही. त्यामुळे फॉर्म्स/माहिती देताना ती अधिकाधिक अचूकपणे दिली जाते. ज्या वेळी ऑन-लाईन फॉर्म्स भरले जातात. त्यावेळी आधी ती System फीड करावी लागते. त्यामुळे चुका टाळल्या जाऊ शकतात.

३) **अधिक सुलभता (Greater Convenience) :** परंपरागत पद्धतीने फॉर्म्स भरण्यापेक्षा ई-फायलिंगद्वारे ते भरणे अधिक सोपे आहे. तुम्ही केव्हाही फॉर्म भरू शकता. आठवड्याचे सातही दिवस २४ तास केव्हाही फॉर्म भरता येतात. त्यामुळे वेळ संपली, लंच टाईम आहे. आज सुट्टी आहे. इत्यादी अडथळे ई-फायलिंगमध्ये जाणवत नाही.

४) **करविषयक धोरणाची माहिती मिळते :** परंपरागत पद्धतीने फॉर्म्स भरताना आपल्याला आपल्या उत्पन्नावर/विक्रीवर/उत्पादनावर किती कर होईल याची आगाऊ कल्पना किंवा कर निर्धारण करता येत नाही; कारण काही करविषयक धोरणे, त्यात झालेल्या सुधारणा, करांचे दर इ. माहिती नसते; परंतु इ-फायलिंगद्वारे फॉर्म्स भरताना, फॉर्म्स भरण्यापूर्वी आपणास धोरणांची/दरांची माहिती आधी दिली जाते. आवश्यक त्या सूचना दिल्या जातात. त्यामुळे करनिर्धारण सोपे होते व करपात्र (Quality) आहे की नाही ते समजते व त्यामुळे अचूक करभरणा शक्य होतो.

६.२.२. कंपनी कामकाज मंत्रालय प्रवेशद्वार आणि ई-फायलिंग (Basic of Undertaking of MCA Portal and E-Filing)

कंपनी कामकाज मंत्रालयाने मोठ्या प्रमाणावर 'ई' गव्हर्नन्सबाबत पुढाकार घेतला. याची अंमलबजावणी झाल्यानंतर सर्व कागदपत्रे कंपनी नोंदणी अधिकाऱ्याकडे नोंदवावी लागतात. ती सर्व कागदपत्रे ए. सी. ए. पोर्टलद्वारे इलेक्ट्रॉनिकली भरावी लागतात. त्यामुळे जुने फॉर्म्स रद्दबातल ठरले आहेत. प्रत्येक बाबीसाठी सध्या नवीन फॉर्म तयार केले असून ते सध्या इंटरनेटद्वारे कंपनी नोंदणी अधिकाऱ्याकडे भरावे लागतात. १५ सप्टें. २००६ पासून ई-फायलिंग कायद्याने बंधनकारक केले आहे.

ई-फायलिंग पुढील घटकांवर अवलंबून आहे.

१) प्रत्येक कंपनीने CIN मिळविला पाहिजे. (Company Registration Number)

२) प्रत्येक संचालकाने DIN मिळविला पाहिजे. (Director Identification Number)

३) प्रत्येक दस्तऐवज डिजिटल सही करून प्रभावित केला पाहिजे.

१) कंपनी नोंदणी क्रमांक (Company Registration Number - CIN) : कंपनी नोंदणी क्रमांक CIN हा २१ अंकी नोंदणी क्रमांक आहे व तो साधारणत: गत ४ वर्षांमध्ये स्थापन झालेल्या कंपन्यांना देण्यात आला. त्यापूर्वी स्थापन झालेल्या कंपन्यांनीदेखील आता कंपनी नोंदणी क्रमांक CIN मिळविला पाहिजे. पूर्वीचा (जुना) नोंदणी क्रमांक साधारणत: 08-12450 U74140 KA 2005 PICO 36795 अशा स्वरूपात असेल. नवीन नोंदणी क्रमांक CIN एम. सी. ए. पोर्टलद्वारा मिळविता येतो. त्यासाठी कंपनीने नोंदणी अधिकाऱ्याकडे CIN देण्याविषयी विनंती केली पाहिजे.

२) संचालक ओळख क्रमांक (Director Indentification Number - DIN) : वर्तमान संचालक अथवा संचालक होऊ इच्छिणाऱ्या व्यक्तीला ओळखता यावे म्हणून दिलेला क्रमांक, ओळख क्रमांक DIN होय. कायद्याने प्रत्येक संचालकाने अथवा संभाव्य संचालकाने DIN मिळविणे बंधनकारक केले आहे. सध्याच्या ई-फायलिंगच्या काळात कंपनीच्या संदर्भात कोणतेही दस्तऐवज फाईल करण्यासाठी DIN आवश्यक आहे. यासाठी कोणतेही शुल्क आकारण्यात येत नाही. DIN प्राप्त करण्यासाठी ऑन-लाईन अर्ज करावा लागतो. त्यानंतर त्यातील सविस्तर माहिती जनरेट केली जाते. फॉर्मसोबत फोटो जोडावा लागतो. तसेच निवासी पुरावा नोटरी/राजपत्रित अधिकाऱ्याने प्रमाणित केलेला घ्यावा लागतो. ही सर्व कागदपत्रे क्षेत्रीय संचालकाच्या कार्यालयात सादर करावी लागतात. क्षेत्रीय संचालक कार्यालय DIN देते. अर्जामध्ये CIN ही घ्यावा लागतो. एम. सी. ए. ने स्पष्ट केले आहे की एखाद्या कंपनीहून संचालकाला DIN मिळाल्यानंतर ते रद्द करता येणार नाही. तो कायमस्वरूपी संचालकाला दिलेला असतो.

३) डिजिटल सर्टिफिकेट (Digital Certificate) : डिजिटल - सर्टिफिकेट म्हणजे मान्यताप्राप्त अधिकाऱ्याने प्रमाणित केलेली इलेक्ट्रॉनिक सही असलेले प्रमाणपत्र होय. कंपनी कामकाज मंत्रालयासाठी पुढे नमूद केलेल्या व्यक्ती डिजिटल सही असलेले प्रमाणपत्र उपयोगात आणू शकतात.

अ) कंपनी कामकाज मंत्रालयातील कर्मचारी (MCA Employees).

ब) कंपनी कामकाज मंत्रालयाशी संबंधित पेशेवाईक व्यक्ती. उदा. चार्टर्ड अकाऊंटंट, कॉस्ट अकाऊंटंट, कंपनी सेक्रेटरी, वकील इ.

क) कंपनीचे संचालक व अधिकारप्राप्त व्यक्ती.

ड) बँक आणि वित्तीय संस्थेचे प्रतिनिधी.

ई-फायलिंगची इतर वैशिष्ट्ये : कंपनीचे दस्तऐवज पेशा असलेल्या व्यक्तीने प्रमाणित करणे एम. सी. ए. ने सुरूच ठेवले असून फॉर्म्सला ही तरतूद लागू करण्यात आली. उदा. फॉर्म नं. २, ३, ५, ८, १०, १७, १८, २३, २४ ए.ई.बी आणि ३०. चार्टड अकाऊंटंटने आपल्या संपूर्ण प्रॅक्टिसच्या काळात असे फॉर्म्स पूर्व प्रमाणित करणे सुरू ठेवले पाहिजे. याशिवाय १९७५ च्या राखीव निधीतून लाभांश घोषित करण्याबाबतचा फॉर्म नं. १ आणि गुंतवणूक दर शिक्षण व संरक्षण निधी २००१ च्या नियमाप्रमाणे आवश्यक असणारा फॉर्म नं. १ सुद्धा प्रमाणित केला पाहिजे.

ई-फायलिंगसाठी आवश्यक असणाऱ्या मूलभूत सुविधा ह्न

एम. सी. ए. पोर्टलचा उपयोग करण्यापूर्वी त्यासाठी खालील मूलभूत सुविधा (Infrastructure Facilities) असल्या पाहिजेत.

१) पी-४ कॉम्प्युटर प्रिंटरसहित.
२) इंटरनेट एक्सप्लोरर (6.0 Version).
३) ॲडोल अक्रोबॅट रीडर (7.05 version) आणि
४) डिजिटल सही प्रमाणपत्र.

६.२.३ मदतकार्यातील सुविधा (Assistance at the Facilitation Centre)

ई-फायलिंगसाठी मदत केंद्रात पुढील प्रकारच्या सवलती मिळतात.

१) पूर्व-फायलिंग (Pre-filing) (दिलेल्या माहितीच्या आधारे)
२) पूर्व छाननी (Pre-Scrutiny) (विविध नोंदलिपी वैधता पडताळणे)
३) दस्तऐवज जोडणे. (Attachment of documents)
४) रक्कम अदा करणे. (Payment calculated by system)
५) चलनाद्वारे अथवा ऑन-लाईन रक्कम अदा करणे.

रक्कम देण्यासाठी (Payment) परंपरागत चलन वापरले जाऊ शकते. एम. सी. ए. ने यासाठी सेबी, पंजाब नॅशनल बँक, इंडियन बँक, आय. सी. आय. सी. आय. बँक, एच. डी. एफ. सी. बँक इत्यादींच्या २०० शाखा संलग्न केल्या असून त्याद्वारे रक्कम भरता येते. ऑन-लाईन रक्कम भरण्यासाठी आय. सी. आय. सी. आय. बँकेच्या पेमेंट गेटवेचा उपयोग करता येतो.

इतर बाबींचे स्पष्टीकरण (some clarifications) : एम. सी. ए. ने पुढील बाबतीत स्पष्टीकरण केले आहे.

१) एम. सी. ए. पोर्टल मार्फतच इ-फायलिंग करता येईल. ई-मेलद्वारे नाही.
२) बँकेने पेमेंट केल्याचे कळविल्यानंतरच व्यवहार पूर्ण झाल्याचे समजले जाईल.
३) पेमेंट करेपर्यंत पाच दिवस अर्ज सांभाळून ठेवले जातील.
४) स्टॅम्प ड्यूटी दस्तऐवजाच्या आधारे असेल. नजीकच्या बँकेद्वारे ऑन-लाईन पेमेंट करण्याची तरतूद करण्यात येईल. १५ राज्यांनी याबाबतीत केंद्र सरकारला अधिकार दिले आहेत.
५) एम. सी. ए. बाबतीत सर्व माहिती www. mca. gov. in या वेबसाईटवर मिळू शकेल.

एम. सी. ए. पोर्टलचा उपयोग करण्यापूर्वी सर्व पूर्वतयारी केले असली पाहिजे. म्हणजे कंपनी नोंदणी अधिकाऱ्याशी कार्यक्षमपणे संपर्क वेळेत साधणे शक्य होईल. तसेच फायलिंग वेळेत होऊ शकेल.

६.२.४ संचालक ओळख क्रमांक (Directors Identification Number - DIN)

संचालकांना ओळख क्रमांक देण्याची संकल्पना प्रथमत: कंपनी कायदा (दुरुस्ती) अधिनियम २००६चा कलम २६६ ए ते २६६ जी समावेशानंतर पुढे आली. या कलमातील तरतुदीनुसार अस्तित्वात असलेल्या सर्व संचालकांना तसेच संभाव्य संचालकांना पुरस्कृत वेळेत ओळख क्रमांक DIN मिळविणे आवश्यक आहे. DIN मिळविण्यास अर्जदाराने पुढील अवस्था Steps पार पाडल्या पाहिजेत.

१) तात्पुरता ओळख क्रमांक मिळविणे (Obtain Provisional DIN) : तात्पुरता ओळख क्रमांक मिळविण्यासाठी अर्जदाराने प्रथम DIN हा फॉर्म भरून संबंधिताकडे सादर केला पाहिजे. DNI-1 हा फॉर्म ऑन-लाईन उपलब्ध असून त्यासाठी DIN लिंक अंतर्गत डाव्या बाजूला असलेल्या 'Apply for DIN' या टॅबवर click करावे. एम. सी. ए. पोर्टच्या होमपेजवर ही लिंक उपलब्ध आहे.

जर व्यक्तीचे 'शेवटचे नावे' (Last Name) नसेल तर त्याच्या/तिच्या वडिलांचे 'पहिले नाव' (First Name) भरणे बंधनकारक आहे. अशा परिस्थितीत नोटरी अधिकाऱ्याने शपथपूर्वक नोंदलेले (Affidavit) प्रमाणपत्र DIN अर्जासोबत जोडले पाहिजे.

२) आवश्यक शुल्क भरणे (Pay DIN Application Fee) : DIN अर्जासोबत आवश्यक ते शुल्क भरणे आवश्यक आहे. यासाठी अर्जदाराने एम. सी. ए. पोर्टल लॉग-इन करून 'Pay miscellaneous fee' यावर click करावे. ही लिंक, 'Services' टॅबमध्ये उपलब्ध आहे. 'DIN Application Fee' Option निवडून तात्पुरता DIN एंटर करावा. अर्जदार तीन प्रकारे फी भरू शकतात. DIN - 1 हा अर्ज आवश्यक ते शुल्क (फी) भरल्यानंतरच पुढे सरकतो. (Proceed).

३) अर्ज एम. सी. ए. च्या DIN Cell कडे पाठविणे : अर्जदाराने DIN-1 फॉर्मची प्रिंट-आऊट काढून त्यामध्ये Service Request Number (SRN) भरावा व त्यामध्ये फी भरल्याचा उल्लेख करावा. DIN अर्जावर समक्ष सही करून फोटोसाठी ठेवलेल्या जागेमध्ये फोटो चिकटवावा. DIN अर्जास निवासी पुरावा आणि ओळख सिद्ध करण्यासाठीचा पुरावा जोड फोटोग्राफ व सर्व दस्तऐवज प्रमाणित केलेले असावेत. दस्तऐवज प्रमाणित करणाऱ्या अधिकाऱ्याने आपले नाव, क्रमांक लिहून आपला सही, शिक्का उमटवावा.

एम. सी. ए. च्या DIN Cell कडे पाठविण्याचा संपूर्ण सेट तयार करून तो पोस्टाने, कुरियरने किंवा समक्ष द्यावा. अर्ज तात्पुरता ओळख क्रमांक मिळाल्यापासून ६० दिवसांच्या आत करावा.

DIN अर्जावर प्रक्रिया (Procssing of DIN Application) - एम. सी. ए. च्या DIN Cell कडे अर्ज येतो. सदर परिपूर्ण अर्ज तपासला जातो आणि सर्व व्यवस्थित असेल तर तात्पुरता DIN मान्य केला जातो व सिस्टीममध्ये कार्यान्वित केला जातो. अर्जामध्ये जर काही त्रुटी असतील तर DIN नाकारला जातो. ही प्रक्रिया पूर्ण होण्यासाठी साधारणत: आठवडा लागतो. अर्ज स्वीकारल्याचे/नाकारल्याचे पत्र तयार करण्यात येऊन ते अर्जदारांकडे पाठविले जाते. अर्जाची स्थिती (Status) ऑनलाईन बघता येतो. यासाठी DIN Corner मध्ये असलेल्या 'DIN applicstatus.' या टॅबवर क्लिक करावे लागते.

DIN अर्जाला मान्यता मिळाल्यानंतरची कार्यवाही (फक्त ३० जून २००७ पर्यंत नियुक्त अस्तित्वात असलेल्या संचालकासाठी) :

१) कंपनीला संचालक ओळख क्रमांक कळविणे : ओळख क्रमांक मंजूर झाल्यानंतर तो क्रमांक सर्व कंपन्यांना – ३० दिवसांच्या आत कळविणे आवश्यक आहे. यासाठी DIN-2 हा फॉर्म भरावा. सदर अर्ज नेटवरून डाऊनलोड करता येतो; त्याची प्रिंट- आऊट काढावी.

२) कंपनीने DIN नोंदणी अधिकाऱ्याकडे कळविणे : संचालकाला ओळख क्रमांक मिळाल्यानंतर (DIN) कंपनीने तो क्रमांक DIN-3 या फॉर्ममध्ये ७ दिवसांच्या आत कंपनी नोंदणी अधिकाऱ्याकडे कळविला पाहिजे.

DIN-1 मध्ये माहिती कळविल्यानंतर जर काही बदल झाले असतील तर असे बदल DIN-4 या फॉर्ममध्ये कळवावेत. असे बदल ३० दिवसांच्या आत कळविले पाहिजेत.

प्रश्नसंग्रह

अ) थोडक्यात उत्तरे लिहा. (२० शब्दांत)

१) 'ई-गव्हर्नन्स' म्हणजे काय ?

२) 'ई-फायलिंग' म्हणजे काय ?

३) CIN म्हणजे काय ?

४) DIN म्हणजे काय ?

५) डिजिटल सर्टिफिकेट म्हणजे काय ?

ब) संक्षिप्त उत्तरे लिहा. (५० शब्दांत)

१) 'ई-गव्हर्नन्स' या संकल्पनेतील घटक सांगा.

२) 'ई-गव्हर्नन्स'ची उद्दिष्टे सांगा.

३) 'इ-फायलिंग'ची थोडक्यात माहिती द्या.

४) 'इ' फायलिंगचे फायदे सांगा.

५) एम. सी. ए. पोर्टलबद्दल माहिती सांगा.

क) थोडक्यात उत्तरे लिहा. (१५० शब्दांत)

१) 'ई-गव्हर्नन्स' म्हणजे काय ते सांगून त्याची उद्दिष्टे सांगा.

२) 'ई-गव्हर्नन्स संकल्पनेतील घटकांची माहिती सांगा.

३) 'ई-फायलिंग' म्हणजे काय ? त्याचे फायदे सांगा.

४) कंपनी नोंदणी क्रमांक कसा मिळविला जातो ?

५) संचालक ओळखून क्रमांक मिळविण्याचे टप्पे सांगा.

प्रकरण
७

कंपनी व्यवस्थापन
(Management of Company)

७.१ कंपनीचे संघटनात्मक स्वरूप

७.२ संचालकांचे प्रकार

७.३ संचालक

७.३.१ संचालकांचे कायदेशीर स्थान
७.३.२ संचालक कोण होऊ शकतो ?
७.३.३ संचालकाची पात्रता
७.३.४ संचालकाची अपात्रता (कलम १६४)
७.३.५ संचालकाची नेमणूक
७.३.६ संचालकाने काम स्वीकारणे
७.३.७ संचालकांची संख्या
७.३.८ संचालकपदांची संख्या(कलम १६५)
७.३.९ संचालकाचे पद रिक्त होणे.
७.३.१० संचालकांना काढून टाकणे/हकालपट्टी किंवा संचालकांची पदच्युती
७.३.११ संचालकाचा राजीनामा
७.३.१२ संचालकपदे गमाविल्याबद्दल नुकसानभरपाई (कलम १६९)
७.३.१३ लाभपद(कलम १८८)
७.३.१४ हितसंबंध असलेले संचालक(कलम १८४)
७.३.१५ संचालकांचे अधिकार व कर्तव्ये
७.३.१६ संचालकांच्या जबाबदाऱ्या
७.३.१७ संचालकांना कर्जे
७.३.१८ व्यवस्थापकीय मोबदला (कलम १९७)

७.१ कंपनीचे संघटनात्मक स्वरूप (Organisation Set-up of a Company)

कंपनीचे मालक भागधारक असतात; परंतु ते संख्येने असंख्य असल्याने व विखुरलेले असल्याने कंपनीच्या दैनंदिन कामकाजात लक्ष घालू शकत नाहीत; म्हणून ते आपले प्रतिनिधी संचालकांना निवडून देतात. अशा निवडलेल्या संचालकांच्या समूहाला 'संचालक मंडळ' असे म्हणतात. कंपनीचे दैनंदिन प्रशासन संचालक मंडळ पाहत असते. संचालक मंडळाला प्रशासनाचे अधिकार दिलेले असतात. संचालक प्रमुख व्यवस्था किंवा व्यवस्थापकीय संचालकाला अधिकार प्रदान करतात. त्यांना अनेक विभाग प्रमुखांचे साहाय्य मिळत असते. अशा रीतीने कंपनीचा संघटन आराखडा पुढीलप्रमाणे देता येईल.

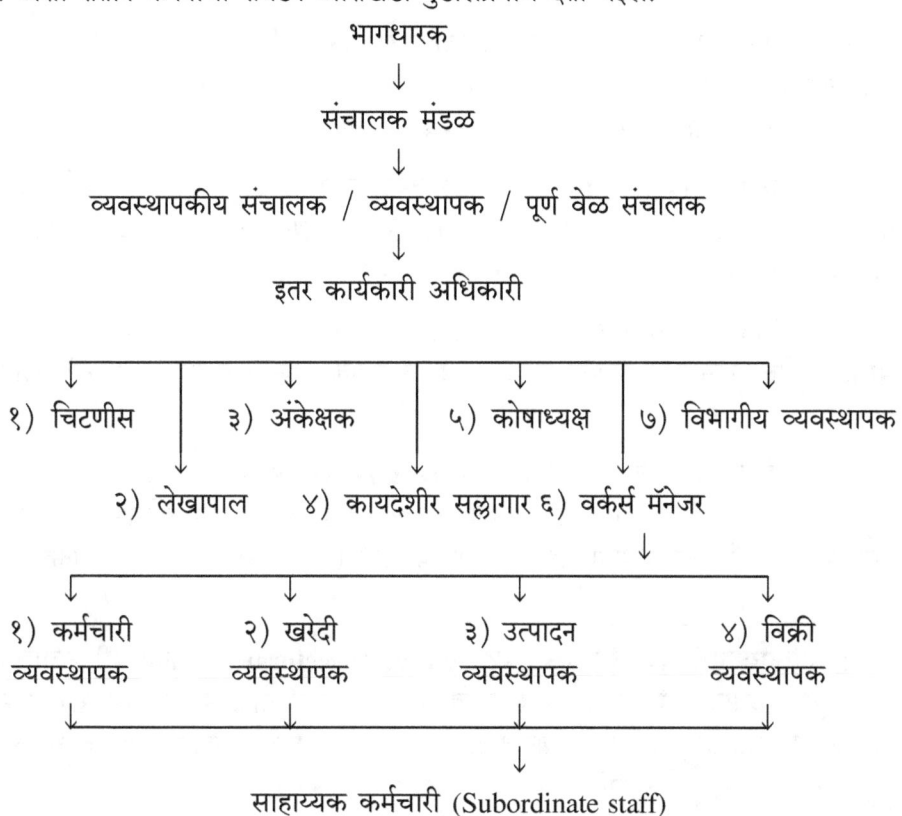

भागधारक
↓
संचालक मंडळ
↓
व्यवस्थापकीय संचालक / व्यवस्थापक / पूर्ण वेळ संचालक
↓
इतर कार्यकारी अधिकारी

१) चिटणीस
२) लेखापाल
३) अंकेक्षक
४) कायदेशीर सल्लागार
५) कोषाध्यक्ष
६) वर्कर्स मॅनेजर
७) विभागीय व्यवस्थापक

↓

१) कर्मचारी व्यवस्थापक
२) खरेदी व्यवस्थापक
३) उत्पादन व्यवस्थापक
४) विक्री व्यवस्थापक

↓

साहाय्यक कर्मचारी (Subordinate staff)

७.२ संचालकांचे प्रकार (Types of Directors)

१) पहिले संचालक : कंपनीच्या पहिल्या संचालकाची नेमणूक कंपनीचे प्रवर्तक नियमावलीतील तरतुदीनुसार करतात. साधारणत: त्यांच्या नावाचा उल्लेख नियमावलीत असतो. जर नियमावलीत नावांचा उल्लेख नसेल तर घटनापत्रकावर सह्या करणाऱ्यांना कंपनीचे प्रथम संचालक मानले जाते. असे संचालक कंपनीत पाहिल्या वार्षिक सर्वसाधारण सभेपर्यंत राहतात.

२) जादा संचालक (Additional Directors) : नियमावलीने अधिकार दिला असल्यास संचालक मंडळ जादा (अतिरिक्त) संचालक नेमू शकतात. अतिरिक्त संचालकाला पुढील वार्षिक सर्वसाधारण सभेत निवृत्त व्हावे लागते. अशा संचालकांना इतर संचालकाप्रमाणेच सर्व अधिकार असतात.

३) पर्यायी संचालक (Alternate Directors) : नियमावलीने अधिकार दिलेला असल्यास विशिष्ट परिस्थितीत पर्यायी संचालक नेमता येतात; जर एखादा संचालक ३ महिन्यांपेक्षा अधिक कालावधीसाठी बाहेरगावी गेला असल्यास त्याच्या जागी पर्यायी संचालक नेमता येतो. अशा संचालकाला मूळ संचालक परत आल्यावर संचालकपद सोडावे लागते.

४) तांत्रिक संचालक (Technical Director) : ज्या संचालकाला तांत्रिक स्वरूपाचे काम सोपविले जाते, त्यांना 'तांत्रिक संचालक' म्हणता येईल. अशा संचालकाला आपल्या तांत्रिक शिक्षणामुळे, अनुभव व विशेषज्ञानामुळे असे काम दिले जाते.

५) कायमस्वरूपी संचालक : ज्या संचालकांना आळीपाळीने निवृत्त होण्याचा नियम लागू होत नाही अशा संचालकांना कायम संचालक असे म्हणतात. असे संचालक आजीवन किंवा कायद्यातील तरतुदीनुसार दीर्घकाळासाठी नेमले जातात. (उदा. २० वर्षे, २५ वर्षे याप्रमाणे)

६) व्यवस्थापकीय संचालक : प्रत्येक सार्वजनिक व खासगी कंपनीला, ज्यांचे भांडवल ५ कोटी रुपयांपेक्षा अधिक आहे. त्यांना व्यवस्थापकीय संपादक अथवा पूर्ण वेळ संचालक अथवा व्यवस्थापक नेमावा लागतो. व्यवस्थापकीय संचालकाला कंपनीचे दैनंदिन कामकाज सांभाळावे लागते.

७) नामनिर्देशित संचालक (Nominee Directors) : वित्तसंस्था किंवा धनको, जर त्यांनी कंपनीला कर्जपुरवठा केलेला असेल तर आपला संचालक नेमू शकतात. अशा संचालकाला आळीपाळीने निवृत्त व्हावे लागत नाही.

८) पूर्णवेळ संचालक (Wholetime Directors) : कंपनीला कामकाजासाठी पूर्णवेळ संचालक नेमता येतो. ज्या खासगी व सार्वजनिक कंपन्यांचे भाग-भांडवल ५ कोटी रुपयांपेक्षा अधिक आहे. अशा कंपनीला पूर्ण वेळ संचालक नेमावा लागतो. संचालक मंडळाच्या सभेत पूर्ण वेळ संचालकाची नेमणूक करता येते.

९) अकार्यकारी संचालक (Non-Executive Directors) : अकार्यकारी संचालक साधारणत: पेशेवाईक व्यक्ती असतात. नियुक्त संचालक सर्वज्ञ असतीलच असे नाही. म्हणून सल्ला घेण्यासाठी ते त्या त्या क्षेत्रातील तज्ज्ञ व्यक्तीला संचालक नेमू शकतात. असे संचालक बोलविल्यानंतर येतात व आपला सल्ला देतात. त्याबद्दल त्यांना मानधन दिले जाते.

१०) सरकारनियुक्त संचालक : कंपनीत गैरकारभार चालला आहे किंवा दडपशाही आहे अशा स्वरूपाचा जर एखाद्या सभासदाने केंद्र सरकारकडे अर्ज केला तर त्याची चौकशी करण्यासाठी केंद्र सरकार कंपनीवर संचालक नेमते. अशी नेमणूक ३ वर्षांसाठी असू शकते. केंद्र सरकारने नेमलेल्या संचालकाला आळीपाळीने निवृत्ती होण्याचा नियम लागू होत नाही.

११) नैमित्तिक जागेवर संचालक नियुक्ती : एखाद्या संचालकाला कार्यकाळ संपण्यापूर्वीच मृत्यू, निवृत्ती, पदमुक्ती, पदत्याग इत्यादी कारणांमुळे जर संचालकांची जागा मोकळी झाली तर त्या जागी नवीन संचालक नेमण्याचा अधिकार संचालक मंडळाला आहे. अशा संचालकांची मुदत पूर्वीच्या संचालकाइतकीच असते.

१२) आळीपाळीने निवृत्त होणारे संचालक : नियमावलीत वेगळी तरतूद नसेल तर प्रत्येक सर्वसाधारण सभेत काही संचालकांना आळीपाळीने निवृत्त व्हावे लागते. एकूण संचालक संख्येच्या $\frac{२}{३}$ संचालकांपैकी संचालक आळीपाळीने निवृत्त होण्यास पात्र असतात. ज्यांचा कार्यकाळ अधिक झाला आहे, अशा संचालकांना आधी निवृत्त व्हावे लागते; परंतु सर्वच संचालक एकाच दिवशी निवडले गेले असल्याने ते एकमेकांच्या संमतीने किंवा चिठ्ठ्या टाकून कोणी निवृत्त व्हायचे ते ठरवितात.

७.३ संचालक (Directors)

प्रस्तावना

कंपनी ही कायद्याने निर्माण केलेली कृत्रिम व्यक्ती असते. एखाद्या व्यक्तीप्रमाणे ती स्वत: व्यवस्थापन करू शकत नाही. कंपनीची मालकी भागधारकाकडे असते; परंतु कंपनीचे व्यवस्थापन इतरांकडून केले जाते. कंपनीच्या बाबतीत मालकी व व्यवस्थापनात असणारी ही फारकत कंपनी व्यवस्थापनाचे प्रमुख वैशिष्ट्य सांगता येईल. कंपनीत व्यवस्थापन भागधारकांनी निवडून दिलेल्या प्रतिनिधीमार्फत म्हणजेच संचालक मंडळाकडून केले जाते. भागधारक कंपनीचे खरे मालक असले तरी भागधारकांना खालील कारणांमुळे कंपनीचे व्यवस्थापन करणे जमत नाही :

१. भागधारकांची मोठी संख्या (Very Large Membership) : सार्वजनिक कंपनीत कमाल सभासदसंख्येवर बंधन नसते. त्यामुळे कितीही भागधारक कंपनीत असू शकतात. अशा असंख्य भागधारकांकडून कार्यक्षम व्यवस्थापन होणे शक्य नसते.

२. विखुरलेले भागधारक (Wide Distribution of Membership) : कंपनीचे भागधारक संपूर्ण देशभर विखुरलेले असतात. कधी कधी ते परदेशातही असू शकतात. त्यामुळे विस्तीर्ण अशा भौगोलिक क्षेत्रावर विखुरलेले हे भागधारक कंपनीच्या दैनंदिन कामकाजात लक्ष घालण्यासाठी एकत्र जमणे अशक्य असते. त्यात त्यांचा पैसा व वेळ दोन्ही खर्च होतात. त्यामुळे व्यवस्थापनासाठी ते संचालक मंडळ निवडून देतात.

३. बदलते भागधारक (Lack of Countinvity in Membership) : सार्वजनिक कंपनीच्या भागांचे हस्तांतर करता येत असल्यामुळे बरेच भागधारक आपले भाग इतरांना विकत असतात. संक्रमणामुळेही भागधारक बदलतात. त्यामुळे या सतत बदलामुळे नवीन भागधारक कंपनीशी परिचित राहू शकत नाही व व्यवस्थापन करू शकत नाही.

४. उदासीन भागधारक (Uninterested Members) : बरेच भागधारक कंपनीच्या व्यवस्थापनात भाग घेण्याबाबत उदासीन असतात; कारण त्यांना भागात गुंतविलेली रक्कम आपले भाग विकून केव्हाही वसूल करता येते. लाभांश मिळाला नाही तर ते आपले भाग विकून टाकतात; म्हणून व्यवस्थापनाबाबत ते उदासीन असतात.

५. तज्ज्ञ व्यवस्थापनाची गरज (Specialised and Efficient Management) : अलीकडे व्यवसाय मोठ्या प्रमाणावर केला जातो. मोठ्या प्रमाणावरील व्यवसायाचे व्यवस्थापन करण्यासाठी तज्ज्ञ व योग्य पात्रता असलेल्या व्यक्तींची गरज असते. भागधारक बरेचदा शिकलेलेही नसतात. त्यामुळे कार्यक्षम व्यवस्थापन देऊ शकत नाही.

संचालक : अर्थ व व्याख्या

कंपनी कायद्याच्या कलम २ (३४) नुसार, संचालकाचे पद धारण करणाऱ्या व्यक्तीला 'संचालक' म्हटले जाते. मग व्यावहारिकदृष्ट्या तिला कोणत्याही नावाने ओळखले जाते.

(section 2 (34) of the Company Act, defines director as 'any pession occupning the position of director, by whatever name called'.)

जॉर्ज जेसाच्या मतानुसार 'संचालकांना कधी विश्वास किंवा व्यावसायिक विश्वास किंवा व्यावसायिक विश्वाला तर कधी व्यवस्थापकांचे भागीदार म्हटले जाते. त्यांना तुम्ही कोणत्या नावाने संबोधता हे महत्त्वाचे नसून तुम्ही दीर्घकाळापासून त्यांचे जे स्थान समजता ते म्हणजे व्यावसायिक व्यक्ती होय की, जे स्वत:च्या व भागधारकांच्या फायद्यासाठी कंपनीचा कारभार पाहतात.'

कंपनी व्यवस्थापन, पर्यवेक्षण, संचालन अंतिम मार्गदर्शन करण्यासाठी कंपनीच्या सभासदांनी आपल्यातूनच निवडून दिलेल्या प्रतिनिधींना 'संचालक' असे म्हणतात. ज्या व्यक्तीच्या सूचनेप्रमाणे संचालक मंडळाला कृती करण्याची सवय झालेली असते. त्या व्यक्तीलासुद्धा 'संचालक' म्हटले जाईल. (Any person in attendance with whose ineractions or intractions the Board of Director of a company is alcustomed to act shell be deened to be a director of the company)

थोडक्यात, संचालकांचे स्थान विभूषित करणारी व्यक्ती, मग त्या व्यक्तीला कोणत्याही नावाने संबोधले जावो संचालकच ठरते. तसेच ज्या व्यक्तीच्या सूचनेप्रमाणे संचालक मंडळ कार्य करीत असेल त्या व्यक्तीलाही संचालक समजले जाईल, असे कायद्यात म्हटले आहे.

संचालकांना सामूहिकरीत्या 'संचालक मंडळ' (Body of Director) किंवा फक्त मंडळ (Board) असे म्हणतात. कंपनी कायद्याच्या कलम २(१०) संचालक म्हणून काम करता येते. म्हणजेच कोणत्याही नोंदणीकृत संस्थेला संघटनेला किंवा भागीदारी संस्थेला संचालक पदावर नेमता येणार नाही.

७.३.१ संचालकांचे कायदेशीर स्थान (Legal Position of Director)

कंपनीच्या व्यवस्थापनात संचालकांचे नेमके कोणते स्थान आहे, यासंबंधीचा उल्लेख कंपनी कायद्यात नाही. न्यायालयाने दिलेल्या विविध निर्णयात संचालकांना कंपनीचे प्रतिनिधी, विश्वस्त व व्यवस्थापकीय भागीदार इत्यादी नावांनी संबोधण्यात आले आहे. खरे पाहता संचालकांची स्थिती अशी आहे की, ते एकाच वेळी कंपनीचे प्रतिनिधी, विश्वस्त व व्यवस्थापकीय भागीदार असतात. खालील स्पष्टीकरणावरून संचालकांच्या वास्तव स्थानाची आपल्याला कल्पना येऊ शकेल.

१) संचालकाचे प्रतिनिधी म्हणून (As Agent) : कंपनीला कायद्याने निर्माण केलेली कृत्रिम व्यक्ती म्हटले जाते. त्यामुळे ते स्वत: कोणतेही कार्य करू शकत नाही; म्हणून कंपनीला आपली कामे कोणत्या तरी मानवी मध्यस्थांमार्फत करावी लागतात. कंपनीचे संचालक कंपनीचे प्रतिनिधी म्हणून काम करतात. त्यामुळे कंपनी आणि संचालक यांच्यातील परस्परसंबंध प्रमुख (Principal) आणि प्रतिनिधी (agent) यांच्यातील संबंधांमध्ये असतात. कंपनी कायदा घटनापत्रक आणि नियमावली यांनी ते कंपनीवर बंधनकारक ठरतात. परंतु, त्यांनी अधिकारबाह्य कामे केल्यास त्याबद्दल ते जबाबदार असतात.

२) कंपनीचे विश्वस्त (As Trustees) : विश्वस्ताप्रमाणे संचालकांना कंपनीच्या हितासाठी कार्य करावे लागते. विश्वस्ताप्रमाणे कंपनीची मालमत्ता व संपत्ती संचालकांच्या ताब्यात असते. त्यांना त्या

मालमत्तेचे रक्षण करावे लागते. त्याचा उपयोग कंपनीच्या हितासाठी करावा लागतो. त्या कंपनीच्या संपत्तीचा वापर करताना त्यांना वैयक्तिक नफा मिळविता येत नाही. संचालकांना अनेक अधिकार असतात. परंतु, या अधिकाराचा उपयोग त्यांनी कंपनीच्या हितासाठीच करावा अशी अपेक्षा असते. त्यांनी त्यांच्या अधिकाराचा दुरुपयोग केल्यास ते कंपनीला जबाबदार ठरतात.

३) व्यवस्थापकीय भागीदार (As Managing Partners) : कंपनीच्या कारभाराचे कुशल व्यवस्थापन करण्यासाठी भागधारकांच्या वतीने कंपनीच्या कारभाराचे व्यवस्थापन कार्य सांभाळण्याची जबाबदारी त्यांच्यावर टाकलेली असते.

वरील चर्चेवरून आपणास असे आढळून येते की, संचालकास कंपनीच्या व्यवस्थापनात विविध भूमिका (three-fold) आहेत. या विविध भूमिका म्हणजे प्रतिनिधी विश्वस्त व व्यवस्थापकीय भागीदार असे असले तरी ते पूर्णपणे प्रतिनिधी, पूर्णपणे विश्वस्त व पूर्णपणे व्यवस्थापकीय भागीदार म्हणून कार्य करीत नाही. त्यांच्या कार्यात प्रतिनिधी विश्वस्त व व्यवस्थापकीय भागीदार या सर्वांची वैशिष्ट्ये आढळून येतात. त्रयस्थांशी व्यवहार करताना ते कंपनीचे प्रतिनिधी असतात. विश्वस्ताप्रमाणे ते कंपनीच्या मालमत्तेचे व संपत्तीचे संरक्षण करतात आणि व्यवस्थापकीय भागीदाराप्रमाणे ते कंपनीच्या मालमत्तेचा उपयोग कंपनीच्या हितासाठीच व कंपनीसाठी अधिकाधिक नफा मिळवण्याचा प्रयत्न करतात. या संदर्भात न्या. जेसल यांनी म्हटले आहे की, संचालकांना तुम्ही विश्वस्त म्हणा की प्रतिनिधी हे महत्त्वाचे नाही. त्यांचे खरे स्थान समजण्यासाठी आपण हे लक्षात ठेवावे की, संचालक ही व्यावसायिक माणसे आहेत आणि कंपनीचे व्यवस्थापन ते स्वत:च्या व भागधारकांच्या हितासाठी करीत असतात.

७.३.२ संचालक कोण होऊ शकतो ? (Qualification & Disqualification of Directors)

केवळ नैसर्गिक व्यक्तीच फक्त कंपनीच्या संचालक होऊ शकतात. कंपनी संस्था, संघटना कंपनीचा संचालक होऊ शकत नाही. यापेक्षा कोणत्याही जास्त पात्रतेच्या अटी कंपनीने कायद्याने ठेवलेल्या नाहीत. मात्र, अपात्रतेच्या तरतुदीप्रमाणे कंपनी कायद्याच्या कलम १६४ मध्ये नमूद करण्यात आल्या आहेत. त्या तरतुदीप्रमाणे अपात्र ठरणारी कोणीही व्यक्ती कंपनीच्या संचालकपदी नेमली जाऊ शकत नाही.

७.३.३ संचालकाची पात्रता

कंपनी कायद्यातील तरतुदीनुसार संचालकाच्या पात्रतेबाबत पुढील बाबी सांगता येतील.

१) संचालकपदी फक्त व्यक्तींचीच नेमणूक करता येते. एखाद्या भागीदारी संस्थेची किंवा संयुक्त भांडवली संस्थेची संचालक म्हणून नेमणूक करता येणार नाही.

२) संचालकपदी काम करण्यास मान्यता देणाऱ्या व्यक्तींची नावे कंपनीने नोंदणी अधिकाऱ्याकडे सादर केली पाहिजेत.

३) संचालकपदी काम करण्यास मान्यता देणाऱ्या व्यक्तींनी कंपनीकडे आपली लेखी संमती दिली पाहिजे व ही लेखी संमती कंपनीने नोंदणी अधिकाऱ्याकडे सादर केली पाहिजे.

४) कंपनी कायद्याची तरतुदीनुसार कंपनीच्या संचालकांनी कंपनीकडून किमान पात्रता भाग खरेदी करण्याचा व त्यावरील सर्व हप्ते भरण्याचा लेखी करार कंपनीशी केला पाहिजे. या कराराची एक प्रत कंपनीने नोंदणी अधिकाऱ्याकडे सादर केली पाहिजे.

५) कंपनीच्या पहिल्या संचालकांनी माहितीपत्रक नोंदणी अधिकाऱ्याकडे दाखल करण्यापूर्वी व प्रसिद्ध करण्यापूर्वी त्यावर सह्या केल्या पाहिजेत.

६) सार्वजनिक कंपनीने एकाच ठरावाद्वारे सर्व संचालकांची नेमणूक करू नये. प्रत्येक संचालकांच्या नेमणुकीसाठी स्वतंत्र ठराव संमत केला पाहिजे. मात्र, सर्वसाधारण सभेत सभासदांनी एकमताने ठराव संमत करून एकापेक्षा जास्त संचालकांच्या नेमणुका एकाच ठरावाने करता येईल, असा निर्णय घेतल्यास प्रत्येक संचालकांच्या नेमणुकीसाठी स्वतंत्र ठराव संमत करण्याची गरज नसते.

७) सार्वजनिक कंपनीच्या एका संचालकास एकाच वेळी २० कंपन्यांपेक्षा अधिक कंपन्यांचे संचालकपद स्वीकारता येणार नाही.

८) सार्वजनिक कंपनीच्या संचालकास त्याच्या वयाच्या ६५ व्या वर्षापर्यंत संचालकपदावर राहता येईल.

९) संचालकपदाच्या निवडणुकीस उभे राहणाऱ्या व्यक्तीने वार्षिक सर्वसाधारण सभेच्या तारखेपूर्वी किमान १४ दिवस अगोदर त्यासंबंधीचा अर्ज कंपनीकडे सादर केला पाहिजे. त्या अर्जावर अनुमोदकाची सही असली पाहिजे.

७.३.४ संचालकाची अपात्रता (कलम १६४)

संचालक कोण होऊ शकत नाही ?

१) न्यायालयाने ती व्यक्ती मानसिक समतोल गेलेली अशी ठरविलेली असेल तर,

२) जर ती व्यक्ती न्यायालयाने नादार ठरविलेली असल्यास व अद्यापही ती नादारीच्या अवस्थेतून मुक्त झाल्याचे जाहीर केले गेले असल्यास,

३) न्यायालयाने आपल्याला नादार म्हणून जाहीर करावे असा एखाद्या व्यक्तीने न्यायालयाकडे अर्ज केला असल्यास,

४) जर त्या व्यक्तीस न्यायालयाने नैतिक अधःपतनाच्या गुन्ह्यासाठी दोषी ठरवून सहा महिन्यांची किंवा त्यापेक्षा जास्त मुदतीची तुरुंगवासाची शिक्षा दिलेली असल्यास आणि त्या शिक्षेची मुदत संपून ५ वर्षांचा कालावधी उलटलेला नसल्यास,

५) त्या व्यक्तीने भागांवर मागविलेली रक्कम द्यावयाच्या मुदतीनंतरही ६ महिने उलटले असले तरी रक्कम भरलेली नसल्यास,

६) कंपनी व्यवस्थापन अथवा प्रवर्तन यामध्ये फसवणुकीच्या वर्तनाबद्दल न्यायालयाने त्या व्यक्तीची संचालक म्हणून नेमणूक केली जाण्यास तिला अपात्र ठरविले असल्यास.

या तरतुदींवरून एक गोष्ट स्पष्ट होते, ती म्हणजे संचालकांच्या नेमणुकीसाठी कंपनी कायद्याने केलेल्या तरतुदी या नकारात्मक आहेत. **संचालकास कोणती पात्रता आवश्यक आहे, याबाबत कायद्यात अन्य काहीही तरतुदी नाहीत.**

वरील तरतुदी सर्व प्रकारच्या कंपन्यांना लागू होतात. मात्र, सार्वजनिक कंपनीच्या दुय्यम नसलेल्या खासगी कंपन्या आपल्या नियमावलीत तरतूद करून संचालकांच्या पात्रतेसाठी आणखी अटी ठेवू शकतात. मात्र, वर उल्लेख केलेल्या कोणत्याही तरतुदींपासून या कंपनीस सुटका करून घेता येत नाही. उदा.आपले संचालक पदवीधरच असावेत अशी तरतूद खाजगी कंपनी (सार्वजनिक कंपनीची दुय्यम नसलेली) आपल्या नियमावलीत करू शकेल. मात्र, नादार व्यक्ती कंपनीची संचालक होऊ शकेल अशी तरतूद करू शकणार नाही.

पात्रता भाग

कंपनीच्या संचालकाने संचालकपदास पात्र होण्यासाठी कंपनीमध्ये भाग विकत घेतलेच पाहिजेत, अशी कोणतीही तरतूद कंपनी कायद्यात करण्यात आलेली नाही. याबाबत योग्य त्या तरतुदी कंपनीने आपल्या नियमावलीत करावयाचे असतात. नियमावलीत तरतुदी नसल्यास एखादी सभासद नसलेली व्यक्तीदेखील कंपनीची संचालक म्हणून नेमली जाऊ शकेल. संचालकांची संख्या - संचालकांची कमीत कमी व जास्तीत जास्त संख्या ही नियमावलीत नमूद केलेली असते. मात्र, कमीत कमी संख्या ही सार्वजनिक कंपनीत ३ आणि खाजगी कंपनीत २ असावीच लागते. सार्वजनिक कंपनीची दुय्यम कंपनी असलेल्या खाजगी कंपन्यांचादेखील समावेश करण्यात येतो. म्हणजेच अशा कंपन्यांतदेखील कमीत कमी संचालकसंख्या हीदेखील दोन इतकी असावी लागते.

जास्तीत जास्त संचालकसंख्येवर कंपनी कायद्याच्या कोणत्याही मर्यादा नाहीत. प्रत्येक नियमावलीत असणाऱ्या तरतुदीप्रमाणे ही मर्यादा ठरत असते. मात्र, सार्वजनिक कंपनीत (अथवा तिची दुय्यम कंपनी) संचालकांची संख्या वाढवावयची असल्यास आणि तिच्याही वर जात असल्यास केंद्र सरकारची परवानगी घेणे आवश्यक आहे.

आपल्या नियमावलीतील या चौकटीत कंपनी संचालकांची संख्या कमी-जास्त करत असते. त्याचप्रमाणे गरज पडल्यास नियमावलीतदेखील बदल करण्यास कंपनीस स्वातंत्र्य असते.

७.३.५ संचालकाची नेमणूक (Appointment of Directors) -(कलम १५२)

संचालकाची नेमणूक हा सर्वसाधारणपणे कंपनीच्या सभासदांचाच अधिकार असला तरीदेखील कंपनी कायद्याप्रमाणे संचालकांची नेमणूक ही अन्य प्रकारेसुद्धा केली जाऊ शकते. संचालकांची नेमणूक करण्याबाबत पुढील तरतुदी आहेत-

(१) पहिल्या संचालकांची नेमणूक (Appointment of First Directors) : कंपनीचे पहिले संचालक नियमावलीमधून नेमले जातात. कंपनीची नोंद होत असताना संचालकांची नावे नमूद केली जातात. नियमावली सादर न करता अथवा नियमावलीत संचालकांची नावे नमूद केली जातात. नियमावली सादर न करता अथवा नियमावलीत संचालकांची नावे नमूद न करता जर कंपनीची नोंदणी करण्यात आली असेल तर कंपनीच्या घटनापत्रकांवर सह्या करणारेच कंपनीचे पहिले. संचालक (त्यापैकी नैसर्गिक व्यक्तीच फक्त) समजले जातात. अर्थात, कंपनीच्या पहिल्या वार्षिक सर्वसाधारण सभेत पहिल्या सर्व संचालकांना निवृत्त व्हावे लागते.

(२) नंतरच्या संचालकांची नेमणूक (Appointment of Subsequnt Directors) : कंपनीचे संचालक नेमण्याचा अधिकार हा सर्वसाधारपणे कंपनीच्या सभासदांचा आहे असे मानले जाते. कंपनी कायद्याने सभासदांच्या या हक्काच्या जपणुकीसाठी पुढील तरतुदी केल्या आहेत.

सार्वजनिक कंपनीत (अथवा तिच्या दुय्यम बनलेल्या खासगी कंपनीत) सर्वसाधारण सभेत एकूण संचालकांपैकी २/३ संचालकांना चक्राकार पद्धतीने निवृत्त व्हावे लागते. उरलेले संचालक हे अन्य पद्धतीने व कितीही मुदतीकरता नेमले जाऊ शकतात. निवृत्त संचालक पुनर्नेमणुकीसाठी पात्र असतात. अर्थात, सर्वच संचालक प्रत्येक वार्षिक सर्वसाधारण सभेच्या वेळी निवृत्त होण्याबाबत कंपनी आपल्या नियमावलीत तरतूद करू शकते.

वरील निवृत्तीस पात्र असणाऱ्या संचालकांपैकी किमान १/३ संचालकांना दरवर्षी वार्षिक सर्वसाधारण सभेच्या वेळी निवृत्त व्हावे लागते. म्हणजेच त्यापैकी प्रत्येक संचालक तीन वर्षांतून एकदा निवृत्त होत असतो. निवृत्त होणाऱ्या संचालकांच्या जागी नेमणूक करण्याचा अथवा जागा रिकामी ठेवण्याचा अधिकार सर्वसाधारण सभेसच असतो.

जर एकाच दिवशी नेमणूक झालेल्या संचालकांची संख्या ही निवृत्तीस पात्र असणाऱ्या एकूण संचालकांच्या १/३ संख्येपेक्षा जास्त होत असेल तर कोणी प्रथम निवृत्त व्हावयाचे, असा प्रश्न क्वचित निर्माण होईल. अशा वेळी परस्परसमजुतीने अथवा चिठ्ठ्या टाकून याबाबतचा निर्णय केला जातो.

जर ठरलेल्या वेळी वार्षिक सर्वसाधारण सभा होऊ शकत नाही तर कायद्याप्रमाणे त्या मुदतीत वार्षिक सर्वसाधारण सभा घेणे आवश्यक आहे. त्या दिवशी निवृत्तीस पात्र असणाऱ्यांपैकी १/३ संचालक आपोआप निवृत्त होतात.

निवृत्त होणारे संचालक हे पुनर्नेमणुकीसाठी पात्र असतात; जर त्या जागी नव्या व्यक्तीस नेमावयाचे असेल तर कंपनीस किमान १४ दिवसांची पूर्वसूचना देणे आवश्यक असते व कंपनीनेही सभासदांना किमान ७ दिवसांची पूर्वसूचना देणे आवश्यक असते.

निवृत्तीमुळे निर्माण झालेली रिकामी जागा त्याच सभेत भरली पाहिजे अथवा ती जागा रिकामीच ठेवण्याचा स्पष्ट निर्णय घेतला गेला पाहिजे; जर त्यापैकी काहीच केले गेले नाही तर ती सभा एका आठवड्यासाठी स्थगित केली जाते.

एका आठवड्यानंतर पुन्हा त्याच ठिकाणी त्याच वेळी सभा भरविली पाहिजे. त्या सभेत नेमणुकीबाबत निर्णय घेतला जातो; जर त्याही सभेत याबाबत काहीच निर्णय होऊ शकला नाही तर निवृत्त होणाऱ्या संचालकाचीच त्या जागी नेमणूक झाल्याचे समजले जाते. अर्थात, पुढीलपैकी कोणत्याही परिस्थितीत मात्र ही नेमणूक झाल्याचे मानले जात नाही.

(१) ती जागा रिकामी ठेवण्याचा निर्णय घेतला गेला असल्यास.
(२) पुनर्नेमणुकीचा ठराव फेटाळला गेला आल्यास.
(३) निवृत्त होणाऱ्या संचालकाने पुनर्नेमणुकीबाबात अनिच्छा व्यक्त केली असल्यास.
(४) संबंधित संचालक हा कंपनी कायद्यातील अपात्रतेच्या तरतुदीप्रमाणे संचालकपदी नेमला जाण्यास अपात्र ठरला असल्यास.

संचालक मंडळाकडून नेमणूक

कंपनीमध्ये संचालक नेमण्याचा अधिकार हा संचालक मंडळादेखील असतो. अर्थात, नियमावलीमधील तरतुदीप्रमाणे हा अधिकार गाजवला जाऊ शकतो. जेव्हा संचालक नेमण्याची गरज तातडीची असेल व सर्वसाधारण सभेपर्यंत थांबण्यापेक्षा त्या आधी नेमणूक करणेच संचालक मंडळास अधिक श्रेयस्कर वाटत असेल तर संचालक मंडळास निर्णय घेण्याचा अधिकार असावा, अशा हेतूनेच या तरतुदी करण्यात आल्या आहेत. याबाबतच्या तरतुदी पुढीलप्रमाणे –

(१) संचालकाची नैमित्तिक रिकामी जागा भरणे (कलम १६१) **(Casual Vacancy) :** जर संचालकाची जागा मृत्यूमुळे, राजीनामा दिल्यामुळे किंवा निवृत्ती व्यतिरिक्तच्या कोणत्याही कारणाने रिकामी झाली तर ही रिकामी जागा भरून काढण्यासाठी संचालक मंडळ ठराव करून नेमणूक करू शकते. अर्थात, मूळ संचालकांच्या मुदतीइतकीच या संचालकांची मुदत असते.

(२) अतिरक्त संचालक (Additional Director) (कलम १६१) : नियमावलीतील तरतूद असल्यास कंपनीमध्ये अतिरक्त संचालक नेमण्याचा अधिकार संचालक मंडळास असतो. अर्थात, एकूण संचालकांची संख्या नियमावलीतील संचालकसंख्येहून अधिक होता कामा नये. अतिरिक्त संचालकांना त्यांच्या नेमणुकीनंतर होणाऱ्या पहिल्या वार्षिक सर्वसाधारण सभेत निवृत्त व्हावे लागते.

(३) पर्यायी संचालक (Alternate Director) (कलम १६१) : कोणीही संचालक ज्या राज्यात संचालक मंडळाच्या सभा सर्वसाधारणपणे होतात त्या राज्याच्या बाहेर किमान तीन महिन्यांसाठी गेला असेल तर त्याच्या जागी पर्यायी संचालक नेमण्याचा अधिकार संचालक मंडळास तशी नियमावलीत तरतूद असल्यास मिळू शकतो. मूळ संचालक राज्यात परत येईपर्यंत पर्यायी संचालक संचालकपदी राहू शकतो; परंतु मूळ संचालकाच्या संचालकपदाची मुदत त्या आधीच संपत असेल तर पर्यायी संचालकपदाची मुदतही तेव्हाच संपते. (कलम ३१३)

(४) केंद्र सरकारकडून नेमणूक : कंपनी सभासदांच्या हक्कांची पायमल्ली होत असेल अथवा कंपनीमधील कारभार गैरपद्धतीने चालविला जात असेल तर केंद्र सरकार स्वतःच्या इच्छेने अथवा किमान शंभर सभासदांच्या किंवा कंपनीमधील एकूण मतांपैकी १/१० मताधिकार धारण करणाऱ्या सभासदांच्या विनंतीवरून योग्य वाटतील तितके संचालक नेमू शकते. मात्र, या संचालकांची मुदत ही तीन वर्षांपेक्षा जास्त असू शकत नाही. मात्र, त्याआधी केंद्र सरकारला योग्य ती चौकशी करावी लागते.

(५) धनको अगर अन्य संस्थांकडून नेमणूक : कंपनी आपल्या व्यवसायासाठी जेव्हा कर्ज उभारत असते त्या वेळी धनको आपल्या कर्जाच्या सुरक्षिततेसाठी कंपनीच्या संचालक मंडळावर नेमणूक करण्याचे अधिकार (कर्जासाठी करार करत असतानाच) मिळवतात. संबंधित संचालक कंपनीचा व्यवसाय हा धनकोच्या हितसंबंधांना बाधा पोहोचेल अशा पद्धतीने चालविला जात नाही याची जबाबदारी घेत असतो. तोच कंपनीच्या कर्जरोखेधारकांनादेखील अशा प्रकारे संचालकांची नेमणूक करण्याचे अधिकार करारानुसार मिळू शकतात किंवा कंपनीचे काही मोठे ग्राहक किंवा पुरवठादारसुद्धा कंपनीच्या संचालक मंडळावर काही संचालकांची नेमणूक करण्याचे अधिकार करारानुसार मिळू शकतात. अर्थात, सार्वजनिक कंपनीमध्ये अशा प्रकारे नेमल्या गेलेल्या संचालकाची संख्या एकूण संचालकाच्या संख्येच्या एकतृतीयांशपेक्षा अधिक असता कामा नये, हे आपण यापूर्वीच पाहिले आहे.

(६) प्रमाणशीर प्रतिनिधित्वाच्या आधारावर संचालकांची नेमणूक (कलम १६३) (Appointment of Directors by Proportional Representative) : कंपनीच्या संचालकांची नेमणूक दोन पद्धतींनी करता येते. त्यापैकी पहिल्या पद्धतीला 'बहुमत प्रणाली' आणि दुसऱ्या पद्धतीला 'प्रमाणशीर प्रतिनिधित्व प्रणाली' असे म्हणतात. बहुमत प्रणालीनुसार कंपनीचे ५१% मतदान धारण करणाऱ्या भागधारकांचे प्रतिनिधित्व प्रत्येक वेळी संचालक म्हणून निवडून येतात. अनामत भागधारकांना संचालक मंडळावर आपले प्रतिनिधी पाठविण्याची संधी कधीच मिळत नाही. अनामत असणाऱ्या भागधारकांनादेखील संचालक मंडळावर आपले प्रतिनिधी निवडून देता यावेत म्हणून कंपनी कायद्याने प्रमाणशीर प्रतिनिधित्वाच्या आधारावर संचालकांची नेमणूक करण्याच्या पद्धतीची तरतूद करून ठेवली आहे.

(७) आजारी औद्योगिक कंपनी कायदा १९८५ नुसार विशेष संचालकांची नेमणूक (Under SICA Special Provision) 1985 : १९८५ च्या सिका (SICA) कायद्याच्या कलम १६ ते ४४ अनुसार

व १९९४ मध्ये केलेल्या दुरुस्तीनंतर जर सिका कायद्यान्वये BIER (Board of Industrial and Financial Representation) स्थापन झालेले असेल व त्या औद्योगिक कंपनीत चौकशी करण्याची गरज भासली तर BIER एक किंवा अधिक व्यक्तींची 'विशेष संचालक' म्हणून नेमणूक करू शकते. हे विशेष संचालक कंपनीचे आर्थिक हितसंबंधाचे अथवा सार्वजनिक हिताचे रक्षण करतात. BIER ने नेमलेल्या संचालकांना पात्रता भागांची, वयोमर्यादेची पदच्युत कलमासंबंधी इत्यादी अटी लागू होणार नाही.

७.३.६ संचालकाने काम स्वीकारणे (Assignment of office by the Director)

सदर कलमानुसार संचालकाने कार्यभार सांभाळणे यावर बंदी घालण्यात आली. हे कलम सर्व कंपन्यांना लागू करण्यात आले आहे. कंपनी कायदा लागू झाल्यानंतर कंपनीच्या एखाद्या संचालकाने कार्य स्वीकारले असेल तर ते रद्दबातल समजले जाईल. (Void) सर्वोच्च न्यायालयाने 'काम स्वीकारणे' व नेमणूक यामध्ये फरक करण्यात आला आहे. एखादा संचालक जर आजीवन संचालक असेल व नियमावलीने त्याला मृत्यूनंतर आपला वारसदार नेमण्याचा अधिकार दिला असेल तर असे काम स्वीकारणे अशा बंदीमध्ये येणार नाही.

७.३.७ संचालकांची संख्या (Numbers of Directors) (कलम १४९)

कंपनी कायद्याच्या कलम १४९ नुसार, प्रत्येक सार्वजनिक कंपनीला (कलम १४९(१) (अ)) नुसार बनलेल्या सार्वजनिक कंपनी व्यतिरिक्त) कमीत कमी ३ संचालक असावे आणि खासगी कंपनीला २ संचालक असावेत. १३/१२/२००० पासून प्रत्येक सार्वजनिक कंपनीमध्ये, जिचे वसूल झालेले भागभांडवल ५ कोटी किंवा त्यापेक्षा अधिक आहे आणि लघु भागधारकांची संख्या १००० किंवा अधिक आहे, लघु भागधारक आपल्यातून एखाद्याची नेमणूक संचालक मंडळावर करू शकतात.

लघु भागधारक म्हणजे ज्याच्याकडे रु. २०,००० किंवा त्यापेक्षा कमी किमतीचे भाग आहेत असे भागधारक होय.

कंपनीला काही संचालक 'कायम संचालक' म्हणून नेमता येतात; असे कायम संचालक नेमलेले असल्यास त्यांची लेखी संमती घेऊन ती नोंदणी अधिकाऱ्याकडे सादर करावी लागते. इतर संचालकांना संचालक होण्यापूर्वी, 'आपण संचालक म्हणून काम करण्यास तयार आहोत' असे लेखी निवेदन कंपनीला द्यावे लागते. संचालकांच्या संस्थेसंबंधी वरीलप्रमाणे वैधानिक मर्यादा (सार्वजनिक कंपनीच्या बाबतीत ३ आणि खासगी कंपनीच्या बाबतीत २) लक्षात ठेवून संचालकांच्या संख्येबाबत योग्य ती तरतूद कंपनीच्या नियमावलीत केलेली असते. संचालकांची संख्या कमी – जास्त करण्याचा अधिकार भागधारकांना आहे. आपल्या सभेत साधारण ठराव मंजूर करत संचालकांच्या संस्थेत बदल करता येतो. परंतु, संचालकांची संख्या १२ पेक्षा जास्त करावयाची असल्यास त्याला केंद्र सरकारची पूर्वसंमती घेणे आवश्यक आहे. ही तरतूद सरकारी कंपनी आणि जी खासगी कंपनी सार्वजनिक कंपनीची दुय्यम (साहाय्यक) कंपनी नाही अशांना लागू नाही.

७.३.८ संचालकपदांची संख्या (कलम १६५) (Number of Directorships)

एका व्यक्तीने किती संचालकपदी एका वेळी असावे, याबाबत कंपनी कायद्याने काही तरतुदी केल्या आहेत. कंपनीच्या व्यवस्थापनात लक्ष घालता यावे, आर्थिक सत्तेचे केंद्रीकरण मर्यादेबाहेर जाऊ नये म्हणून इ. उद्देश यामागे आहे. कोणतीही व्यक्ती एका वेळेस १५ पेक्षा अधिक संचालकपदावर असू शकत नाही; जर

१६ वे संचालकपद तिने स्वीकारले तर १६ व्या संचालकपदाच्या नेमणुकीपासून १५ दिवसांच्या आत त्या व्यक्तीस कोणत्याही एका संचालकपदाचा त्याग करणे आवश्यक आहे. अन्यथा, १६ व्या दिवसापासून तिचे १६ वे संचालकपद आपोआप संपुष्टात येते.

मात्र, वरील तरतुदीमध्ये संचालकपदांची संख्या मोजताना पुढील संचालकपदांचा विचार केला जात नाही. ही संचालकपदे मोजली जात नाही.

(१) सार्वजनिक कंपनीची दुय्यम नसलेली कंपनी अथवा धारक नसलेली खासगी कंपनी यामधली संचालकपदे,
(२) अमर्यादित कंपन्यांमधील संचालकपदे,
(३) नफ्यासाठी न चालणाऱ्या अथवा लाभांश वाटण्यास बंदी घातलेल्या कंपन्या यामधील संचालकपदे,
(४) पर्यायी संचालकपदे.

७.३.९ संचालकाचे पद रिकामे (रिक्त) होणे (कलम १६७) (Vacation of Office by Directors)

पुढील परिस्थितीत संचालकाचे पद आपोआप (Automatic) रिक्त झाले असे समजण्यात येईल.

१) एखाद्या संचालकाने आपल्या नेमणुकीनंतर २ महिन्यांच्या आत पात्रता भाग खरेदी केली नसतील तर,
२) एखाद्या संचालकाने हप्तेमागणीची रक्कम ठरवून दिलेल्या मुदतीच्या शेवटच्या तारखेनंतर ६ महिन्यांच्या आत भरली नसेल तर,
३) एखाद्या संचालकाने आपल्याजवळील पात्रता भाग विकून टाकले असतील तर,
४) एखाद्या संचालकाला दिवाळखोर म्हणून घोषित केले असेल तर किंवा त्याने दिवाळखोरांसाठी न्यायालयात अर्ज केला असेल तर,
५) एखादा संचालक विकृत/वेडा आहे असे न्यायालयाने ठरविल्यास,
६) भागधारकांच्या सर्वसाधारण सभेत मंजुरी न मिळविताच त्याने कंपनीत लाभाचे पद (office of profit) स्वीकारले असेल तर,
७) कंपनीशी होणाऱ्या एखाद्या करारात त्याचे हितसबंध गुंतलेले असल्यास व ते त्याने उघड केले नसल्यास,
८) एखादा संचालक परवानगी न घेता संचालक मंडळाच्या लागोपाठच्या तीन सभांना गैरहजर राहिला असेल किंवा सतत ३ महिने संचालक मंडळाच्या एकाही सभेस हजर राहिला नसेल तर,
९) केंद्र सरकारची मान्यता नसताना त्याने स्वत:साठी किंवा ज्या संस्थेत तो भागीदार आहे अशा भागीदारी संस्थेने अथवा ज्या खासगी कंपनीत तो संचालक आहे अशा खासगी कंपनीने संबंधित कंपनीकडून कर्ज घेतले असल्यास अथवा कर्जासाठी हमी स्वीकारली असल्यास,
१०) एखाद्या नैतिक गुन्ह्याबद्दल त्याला दोषी धरून जर ६ महिने किंवा त्यापेक्षा अधिक काळासाठी त्याला तुरुंगवासाची शिक्षा झाली असेल तर,
११) धोकेबाजी किंवा विश्वासघाताचे कृत्य केल्यामुळे न्यायालयाने त्याला संचालकपद स्वीकारण्यास अपात्र ठरविले असल्यास,
१२) कायद्यातील तरतुदींचा भंग करून त्याने कंपनीशी करार केला असल्यास वरील कारणांशिवाय अन्य कारणांवरून संचालकाने आपले पद सोडून देण्यासाठी कंपनीच्या नियमावलीत तशा प्रकारची स्पष्ट तरतूद असली पाहिजे. संचालकाचे पद रिक्त झाल्यावरही त्या जागेवर कार्य करीत राहणाऱ्या व्यक्तीला दर दिवशी रु. ५००/- प्रमाणे दंड आकारण्यात येईल.

७.३.१० संचालकांना काढून टाकणे किंवा संचालकांची पदच्युती (Removal of Director) (कलम १६९)

कोणत्याही व्यक्तीला संचालकपदावरून पुढीलप्रमाणे काढून टाकता येईल :

(१) भागधारकांनी काढून टाकणे (Removal by Shareholder) : कंपनी कायद्याने सभासदांना कंपनीच्या कोणत्याही संचालकाला संचालकपदावरून काढून टाकण्याचा अधिकार दिलेला आहे. त्यानुसार, संचालकांचा कार्यकाळ संपण्यापूर्वी त्याला काढून टाकता येते. अर्थात, अशा वेळी कंपनीच्या सर्वसाधारण सभेत तसा ठराव मंजूर करून घ्यावा लागतो. साधारण ठराव मंजूर करून भागधारक संचालकाला केव्हाही काढून टाकू शकतात.

कोणत्याही संचालकाला संचालकपदावरून काढून टाकण्यासाठी वार्षिक सर्वसाधारण सभेपूर्वी प्रथम एक विशेष सूचना सभेपूर्वी २ दिवस आधी कंपनीकडे पाठवून द्यावी. 'सभेत विशिष्ट संचालकाला संचालकपदावरून काढून टाकण्याचा प्रस्ताव मांडणार आहोत.' कायद्यातील तरतुदीप्रमाणे विशिष्ट सूचना कंपनीला मिळताच कंपनीने त्या सूचनेची प्रत संबंधित संचालकाला पाठवून द्यावी. त्या संबंधित संचालकाला आपले काही म्हणणे आपल्या बचावासाठी मांडावयाचे असल्यास त्याचे म्हणणे ऐकून घेतले पाहिजे. सभेपूर्वी त्याने जर लेखी निवेदन कंपनीकडे सादर केले तर त्या निवेदनाच्या प्रती सर्व सभासदांना पाठवून दिल्या पाहिजे. थोडक्यात, कंपनीच्या सभासदांना मुदतीपूर्वी संचालकांना काढता येते. त्यासाठी त्यांना सभेपूर्वी १४ दिवसांची विशेष सूचना द्यावी लागते व सभेत साधारण ठराव मंजूर करावा लागतो. एकदा काढून टाकलेल्या संचालकाला पुन्हा संचालकाच्या पदावर नियुक्त करता येत नाही. मात्र, सभासदांना खालील प्रकारच्या संचालकाला काढता येत नाही –

(अ) केंद्र सरकारने नियुक्त केलेले संचालक.

(ब) १ एप्रिल १९५२ पूर्वी ज्या संचालकाची नेमणूक सभासदांनी तहहयात मुदतीसाठी केलेली आहे असे खासगी कंपनीचे संचालक.

(क) विशिष्ट व्यक्तिसमूह किंवा संस्था यांनी नेमलेले संचालक. उदा. कर्ज रोखेधारकांनी नेमलेले संचालक.

(ड) कंपनी कायद्यातील तरतुदीप्रमाणे प्रमाणशीर प्रतिनिधी त्याच्याप्रमाणे नियुक्त केलेले संचालक.

(इ) केंद्र सरकारने उद्योग (विकास व नियमन) कायदा १९५१ अंतर्गत नेमलेले संचालक.

(फ) आजारी औद्योगिक कंपनी कायदा १९८५ (SICA - 1985) अंतर्गत नेमलेले विशेष संचालक.

(ग) कंपनी कायदे मंडळाने अंतर्गत नेमलेले संचालक.

(घ) नामनिर्देशित केलेले संचालक (Nominee Directors)

(२) केंद्र सरकारने काढून टाकणे (Removal by Central Government) : एखाद्या संचालकांनी कंपनीच्या कारभारात संचालक म्हणून कार्य करताना आवश्यक तो जागरूकपणा दाखविला नाही किंवा त्याने कंपनीची फसवणूक करण्याचा प्रयत्न केला, असा निर्णय जर राज्यातील वरिष्ठ न्यायालयाने दिला, तर केंद्र सरकार संबंधित संचालकाला एका आदेशाद्वारे संचालकपदावरून काढू शकते. काढून टाकलेल्या संचालकाला कंपनीच्या व्यवस्थापनात पुढील ५ वर्षे कोणतेही अधिकार मिळत नाहीत. अर्थात केंद्र सरकार ही मुदत कमी करू शकते.

(३) न्यायालयाने काढून टाकणे (Removal by Court) : कंपनी कायद्यातील तरतुदीप्रमाणे न्यायालयसुद्धा संचालकांना संचालकपदावरून ५ वर्षे मुदतीसाठी काढू शकते. कंपनीचे काही सभासद कंपनीच्या सर्व किंवा काही संचालकांच्या विरुद्ध खालील कारणांसाठी न्यायालयाकडे दाद मागू शकतात –

(अ) संचालकांनी कंपनीचा कारभार व्यावसायिक तत्त्वावर चालविलेला नाही.

(ब) त्यांनी आपल्या पदाचा उपयोग करून कंपनीची फसवणूक केली किंवा कंपनीचा कारभार अशा पद्धतीने चालविला की जेणेकरून संपूर्ण व्यवसायालाच धोका निर्माण झाला.

(क) संचालक मंडळात विशिष्ट संचालक समूहाची दादागिरी आहे व त्यामुळे संचालक सभासदांशी उद्धटपणे वागतात.

जर न्यायालयाला सभासदांचे म्हणणे योग्य वाटले तर ते संचालकाला संचालकपदावरून ५ वर्षे मुदतीसाठी दूर करू शकते. कंपनीने त्यांना कंपनीच्या व्यवस्थापनात कोणत्याही प्रकारचे स्थान देऊ नये, अशी कायद्यात तरतूद आहे. संचालकाला न्यायालयाने संचालकपदावरून दूर केल्यास त्याबद्दल त्याला कोणत्याही प्रकारची नुकसानभरपाई मिळू शकत नाही.

७.३.११ संचालकाचा राजीनामा (Resignation by a Director) – (कलम १६८)

कंपनीच्या नियमावलीत ठरवून दिलेल्या पद्धतीने कोणत्याही संचालकाला आपल्या पदाचा त्याग करता येईल. नियमावलीत संचालकाच्या पदत्यागाची कार्य पद्धती निर्धारित केली नसल्यास कोणत्याही वेळी कंपनीला उचित सूचना देऊन संचालकाला पदत्याग करता येईल. कंपनी त्याच्या राजीनाम्याचा स्वीकार करते किंवा नाही, या मुद्द्याला काहीच महत्त्व दिले जाणार नाही. एकदा राजीनामा दिल्यावर तो कंपनीच्या परवानगीशिवाय परत घेता येणार नाही.

७.३.१२ पद गमाविल्याबद्दल नुकसानभरपाई (कलम १६९) (Compensation for Loss of Office) :

विशिष्ट परिस्थितीत कंपनीतील संचालकपद अथवा व्यवस्थापकीय संचालकपद अथवा पूर्णवेळ संचालकपद एखाद्या व्यक्तीला सोडावे लागल्यास त्या व्यक्तीला नुकसानभरपाई देण्याची तरतूद भारतीय कंपनी कायद्यामध्ये करण्यात आलेली आहे.

कंपनी कायद्यातील तरतुदीनुसार जर कंपनीने व्यवसायात बदल केला व त्यामुळे कंपनीने अधिकारपदे रद्द केली. त्या व्यक्तींनाच नुकसानभरपाई देता येते. कायद्याने पुढील प्रकारच्या बदलांमुळेच अधिकारपद गमावल्यास त्यांना नुकसानभरपाई देता येते. हे बदल म्हणजे :

अ) एखाद्या कंपनीचे दुसऱ्या कंपनीत विलीनीकरण केल्यामुळे जी कंपनी विलीन झाली त्या कंपनीच्या अधिकारपदावर काम करणाऱ्या व्यक्तींना विलीनीकरणानंतर नव्या रचनेत सामावून घेता आले नाही तर त्या व्यक्तीला नुकसानभरपाई द्यावी लागते.

ब) एखाद्या कंपनीने जर आपल्या व्यवसायाच्या स्वरूपात अथवा प्रकारात बदल केला व त्यामुळे एखाद्या अधिकाऱ्याला पद गमवावे लागले तर त्यांना नुकसानभरपाई द्यावी लागते.

क) जर कंपनीने व्यवस्थापनपद्धतीत बदल केला आणि त्यामुळे अधिकारपद सोडावे लागल्यास त्या व्यक्तीला नुकसानभरपाई द्यावी लागते.

कलम ३१८ प्रमाणे व्यवस्थापकीय संचालक, पूर्णवेळ संचालक किंवा व्यवस्थापकाचे स्थान धारण करणाऱ्या संचालकांना वर नमूद केलेल्या परिस्थितीत पद गमावल्यामुळे नुकसानभरपाई द्यावी लागते किंवा त्यांना मिळू शकते.

नुकसानभरपाई देण्याच्या कमाल रकमेवर कायद्याने मर्यादा घातली आहे. कायद्यातील तरतुदीनुसार कराराप्रमाणे सेवेचा कालावधी ज्या मुदतीअखेर संपणार होता त्या कालावधीपर्यंतचा मोबदला किंवा त्या व्यक्तीचा तीन वर्षांचा मोबदला यांतील जी मुदत कमी असेल त्या मुदतीचा मोबदला पद गमावल्याबद्दल नुकसानभरपाई म्हणून देता येतो. मात्र, एखाद्या व्यक्तीने पद गमावले व त्यानंतर १२ महिन्यांच्या आत जर कंपनीला आपला कारभार गुंडाळावा लागला व कंपनीला सर्व मालमत्ता विकूनदेखील भागधारकांना भाग-भांडवल पूर्ण परत करता आले नाही तर अशा परिस्थितीत त्या अधिकाऱ्याला 'पद गमावले' म्हणून कोणतीही नुकसानभरपाई मिळू शकणार नाही.

अपवाद – पुढील परिस्थितीत पद गमवावे लागल्यास संबंधित अधिकाऱ्याला नुकसानभरपाई द्यावी लागणार नाही :

अ) व्यवस्थापकीय संचालक अथवा पूर्णवेळ संचालकाने कंपनीच्या विलीनीकरणासाठी अथवा एकत्रीकरणासाठी आपल्या पदाचा राजीनामा दिला व पुनर्रचित कंपनीत त्यांनी तेच पद स्वीकारले तर त्यांना नुकसानभरपाई मिळणार नाही.

ब) संचालकाने स्वेच्छेने राजीनामा दिल्यास.

क) जर संचालकाला पद सोडावे लागले असल्यास. उदा. योग्य मुदतीत पात्रता भाग खरेदी न करणे, हप्तेमागणीचे पैसे न भरणे, सलग तीन सभांना गैरहजर राहणे इत्यादी.

ड) न्यायालयाने जर संचालकाला 'फोर्जर' म्हणून व्यवस्थापकीय कार्यात भाग घेण्यास अपात्र ठरविले असल्यास व त्यामुळे त्यांना पद गमवावे लागले असल्यास.

इ) संचालकांच्या निष्काळजीपणामुळे किंवा गैरव्यवस्थापनामुळे त्याला पद गमवावे लागले असल्यास.

फ) संचालकांनी आपले पद समाप्त व्हावे म्हणून प्रत्यक्ष किंवा अप्रत्यक्ष प्रयत्न केले असल्यास व त्यामुळे त्याला पद गमवावे लागले असल्यास.

७.३.१३ लाभपद (कलम १८८) (Office or Place of Profit)

संचालकाने कंपनीमध्ये एखादे लाभदायक पद अथवा जागा स्वीकारण्यावर कंपनी कायद्याने बंधने घातलेली आहेत.

१) विशेष ठराव संमत करून कंपनीने परवानगी दिल्याशिवाय कोणत्याही संचालकाला कंपनीत अथवा तिच्या साहाय्यक कंपनीत लाभदायक पद अथवा जागा स्वीकारता येणार नाही.
कलम ३१४ च्या उपकलम ३ नुसार संचालकाला पात्र असलेल्या मोबदल्याशिवाय जर एखाद्या कामाचा मोबदला मिळत असेल तर संचालकाने लाभदायक पद स्वीकारले असे समजले जाईल. मोबदल्यामध्ये पगार, फी, कमिशन, वेतनेतर लाभ, मोफत निवास इत्यादींचा समावेश होतो.

२) विशेष ठराव संमत केल्याशिवाय पुढे नमूद केलेल्या व्यक्ती कंपनीत लाभदायक पद धारण करू शकत नाही.

अ) संचालकाचा भागीदार अथवा नातेवाईक.

ब) एखादी संस्था की ज्यामध्ये संचालकाचे नातेवाईक अथवा स्वत: संचालक भागीदार आहे.

क) संचालक एखाद्या खासगी कंपनीचा सभासद अथवा संचालक असेल अशी खासगी कंपनी.

ड) ज्यामध्ये कंपनीचा संचालक, संचालक अथवा सभासद असेल अशा खासगी कंपनीचा संचालक अथवा व्यवस्थापक.

जर एखाद्या संचालकाने अथवा त्याच्या सहयोगीने संमतीशिवाय कंपनीत लाभदायक पद स्वीकारले असेल तर त्याला संचालकपद सोडावे लागते. तसेच त्याला मिळालेला लाभ परत करावा लागतो.

७.३.१४ हितसंबंध असलेले संचालक (Interested Director) (कलम १८४)

कंपनीच्या एखाद्या व्यवहारामध्ये/करारामध्ये जर संचालकाचा अथवा त्याच्या नातेवाइकाचे हितसंबंध गुंतलेले असेल तर त्याने ते उघड केले पाहिजे. ज्या संचालकाचा अथवा त्याच्या नातेवाइकाचा कंपनीच्या खरेदी-विक्री पुरवठा इत्यादींमध्ये तसेच कंपनीच्या भागविम्यामध्ये हितसंबंध गुंतलेला असेल तर त्याला अशा करारावर/व्यवहारावर निर्णय होत असताना सभेत उपस्थित राहता येत नाही.

अपवाद ह्न

१) उपलब्ध बाजारपेठेच्या किमतीत खरेदी/विक्री होत असेल तर

२) बँक अथवा विमा कंपन्यांशी नेहमीच्या परिस्थितीत व्यवहार होत असेल तर

३) अर्जंट परिस्थिती असेल तर

७.३.१५ संचालकांचे अधिकार व कर्तव्ये

अ) संचालकाचे अधिकार : कंपनीमधील व्यवस्थापनाचे सर्व अधिकार हे संचालक मंडळाच्या हातात एकवटलेले असतात. म्हणजेच कंपनी कायद्यातील तरतुदीनुसार जे जे करण्यास कंपनी पात्र आहे ते ते सर्व करण्याचा अधिकार संचालक मंडळास मिळालेला असतो. मात्र, जे अधिकार कंपनीने सर्वसाधारण सभेतच वापरले पाहिजेत अशा अधिकारांचा वरील अधिकारात समावेश होत नाही.

पुढील अपवादात्मक स्थितीमध्ये संचालकांच्या निर्णयामध्ये सभासद एकत्रितपणे सर्वसाधारण सभेमधून हस्तक्षेप करू शकतात.

(१) जेव्हा संचालक कंपनीचे हितसंबंध बाजूस ठेवून वैयक्तिक हितसंबंधांसाठी कंपनीत व्यवहार करू लागतात.

(२) जेव्हा संचालक मंडळासमोरील ठरावामध्ये प्रत्येक संचालकाचा हितसंबंध गुंतला असल्याने सर्व संचालक त्या ठरावावर मतदान करण्यास अपात्र ठरले आहेत.

(३) संचालकांची व्यवस्थापन करण्याची इच्छा नाही किंवा त्यांना कृती करणे शक्य नाही.

अर्थात हे लक्षात ठेवले पाहिजे की, संचालकांच्या अधिकाराचा विचार करत असताना संचालक मंडळाच्या एकत्रितपणेच हे अधिकार प्राप्त झालेले असतात. संचालक मंडळाने ठराव करून निर्णय केल्यासच केवळ एखाद्या विशिष्ट संचालकास प्राप्त होतो किंवा संचालकांच्या एखाद्या समितीस प्राप्त होतो.

संचालकांच्या अधिकाराबाबत कायदेशीर तरतुदी

कंपनी कायद्यानुसार, पुढील अधिकार फक्त संचालक मंडळाच्या सभेतच फक्त वापरता येतात. म्हणजेच संचालकांमध्ये ठराव फिरवून व सह्या घेऊन (बैठक न घेता) हे अधिकार प्रत्यक्षात आणता येत नाहीत. याबाबतीत नियमावलीत अन्य काही निर्बंध असतील तर तेही लागू होतात.

(१) भागांवरील रक्कम मागविण्याचा अधिकार,

(२) कर्जरोखे विकण्याचा अधिकार,

(३) कर्जरोख्यांव्यतिरिक्त इतर मार्गाने कर्ज काढण्याचा अधिकार,

(४) कंपनीचे पैसे गुंतविण्याचा अधिकार,

(५) कर्ज देण्याचा अधिकार,

(६) संचालक मंडळावर (तात्पुरती) (Casual) रिकामी जागा भरून काढण्याचा अधिकार संचालक मंडळास आपल्या ठरावान्वये क्र. ३, ४ व ५ च्या अधिकाराचे प्रदान संचालक मंडळाच्या एखाद्या समितीस किंवा व्यवस्थापकीय संचालकास करता येते.

(७) पर्यायी संचालक नेमण्याचा अधिकार तसेच अतिरिक्त संचालक नेमण्याचा अधिकार.

(८) संचालक अगर त्यांचे नातेवाईक यांचे ज्या ठरावात हितसंबंध गुंतलेले आहेत, असे ठराव संमत करणे.

(९) वार्षिक सर्वसाधारण सभेत शिफारस करावयाचा लाभांशदर.

(१०) कंपनीचे पहिले हिशेब तपासनीस नेमणे आणि राजीनाम्याशिवाय अन्य काही कारणाने हिशेब तपासणीसाची जागा रिकामी झाली असल्यास ती भरणे.

पुढील ठरावांवर निर्णय घेण्यासाठी सर्व संचालकांचा (उपस्थित व मतदानास पात्र) एकमताचा ठराव असावा लागतो.

(१) एक किंवा अधिक कंपनीस व्यवस्थापक किंवा व्यवस्थापकीय संचालक म्हणून काम करणाऱ्या व्यक्तीची कंपनी व्यवस्थापक किंवा व्यवस्थापकीय संचालक म्हणून नेमणूक करणे.

(२) एकाच व्यवस्थापनाखाली येणाऱ्या कंपनीत भाग किंवा कर्जरोखे यामध्ये गुंतवणूक करणे.

अंकेक्षण समिती (Audit Committee)

कंपनी कायद्यात २००० साली झालेल्या दुरुस्तीप्रमाणे कलम २९२ (अ) हे नव्याने घालण्यात आले. या कायद्यानुसार १३/०१/२००० पासून उत्कृष्ट कॉर्पोरेट गव्हर्नन्सची उद्दिष्टे प्राप्त करण्यासाठी प्रत्येक सार्वजनिक कंपनीला ज्याचे वसूल भाग भांडवल ५ कोटी रु. किंवा त्यापेक्षा अधिक आहे. एक अंकेक्षण समिती नियुक्त केली पाहिजे. या समितीवर किमान ३ अंकेक्षण समितीवर एकूण संचालकांच्या २/३ संचालक व्यवस्थापकीय किंवा पूर्णवेळ संचालक सोडून असले पाहिजेत.

अंकेक्षण समितीने फक्त बोर्ड जी कामे त्यांना सोपवेल तेवढीच केली पाहिजेत. अंकेक्षण समितीचे सभासद त्यांच्यातूनच एकाची चेअरमन म्हणून निवड करतील. अंकेक्षण समितीची रचना वार्षिक अहवालात दिली पाहिजे.

कंपनीच्या अंकेक्षकाला, अंतर्गत अंकेक्षकाला आणि आर्थिक बाबींशी संबंधित संचालकांना अंकेक्षण समितीच्या सभेला उपस्थित राहता येते, त्यामध्ये भाग घेता येतो; परंतु मतदान करता येत नाही. सरकारला २००३ च्या परिपत्रक क्र. २ नुसार परीक्षण अंकेक्षकाला (Cost auditor) अंकेक्षण समितीचा सभासद होता येणार नाही.

संचालकाच्या अधिकारावरील मर्यादा : सार्वजनिक कंपनीत किंवा तिची दुय्यम असणाऱ्या कंपनीत सभासदांच्या सर्वसाधारण सभेची संमती घेतल्याशिवाय पुढील अधिकारांचा वापर संचालकांना करता येत नाही.

(१) कंपनीची सर्व अगर जवळजवळ सर्व व्यवसाय केंद्र विकणे अगर भाड्याने देणे अथवा त्याचा अन्य कोणत्याही मार्गाने विनियोग करणे.

अर्थात मालमत्ता विकणे अथवा भाड्याने देणे हाच ज्या कंपनीचा प्रमुख व्यवसाय आहे, अशा कंपनीस वरील तरतुदी लागू होत नाही.

(२) संचालकाकडून येणे असलेल्या कर्जाच्या परतफेडीस अधिक मुदत देणे अथवा ते कर्ज माफ करणे.

(३) कंपनीची मालमत्ता सक्तीने ताब्यात घेतल्याने (सरकारला असलेल्या अधिकारान्वये) मिळालेली नुकसानभरपाई विश्वस्त रोख्याव्यतिरिक्त अन्य कोणत्याही रोख्यांमध्ये गुंतविणे.

(४) कंपनीचे वसूल भागभांडवल व मुक्त राखीव निधी यांच्या एकूण रकमेपेक्षा जास्त रकमेचे कर्ज उभारणे. अर्थात, या कर्जात अल्पकालीन बँक कर्जाचा समावेश केला जात नाही. उदा. कॅश क्रेडिट किंवा ज्या कर्जाची परतफेड घेतल्यापासून सहा महिन्यांच्या आत करावयाची आहे, असे कर्ज.

(५) ५०,०००/- रुपये किंवा गेल्या तीन वर्षांतील निव्वळ नफ्याच्या ५% यापैकी मोठ्या असलेल्या रकमेपेक्षा जास्त रकमेची देणगी कंपनीच्या व्यवसायाशी संबंधित नसलेल्या अथवा कर्मचाऱ्यांच्या कल्याणाशी संबंध नसलेल्या अशा धर्मादाय निधीस किंवा अन्य निधीस वर्गणी म्हणून देणे. मात्र, यामधून राष्ट्रीय संरक्षण निधी अथवा केंद्र सरकारने मान्य केलेला अन्य संरक्षणविषयक निधी यांना दिलेल्या वर्गण्यांचा समावेश होत नाही.

वरील अधिकाऱ्यांचा उपयोग संचालक मंडळाने सर्वसाधारण सभेची परवानगी न घेताच केल्यास जोपर्यंत सर्वसाधारण सभेची परवानगी घेतली जात नाही तोपर्यंत कंपनीवर त्यांचा निर्णय बंधनकारक रहात नाही.

वरील तरतुदींच्या मागील उद्देश म्हणजे सभासदांच्या हक्कांचे रक्षण करणे हाच आहे. मात्र, खासगी कंपनीत संचालक मंडळावर प्रत्यक्ष नियंत्रण ठेवणे शक्य असल्याने या तरतुदी त्यांना लागू करण्यात आलेल्या नाहीत. तसेच खासगी कंपनीत सार्वजनिक हितसंबंध फारसे गुंतलेले नसतात, हे गृहीत धरलेले असते.

ब) संचालकांची कर्तव्ये (कलम १६६)

सभासदांच्या वतीने कंपनीचे व्यवस्थापन करण्याची जबाबदारी असणाऱ्या संचालकांच्या कर्तव्यांची यादी करणे कठीण आहे. कंपनीची स्थापना झाल्यापासून कंपनीचे समापन होईपर्यंत कंपनीचे व्यवस्थापन ज्यांच्या हातात असते ते म्हणजे संचालक मंडळ होय. संचालकांच्या कर्तव्याची विभागणी पुढीलप्रमाणे केली जाते.

(१) सर्वसाधारण कायद्यानुसार

अ) कंपनी आणि संचालक यांमधील संबंध हे एकमेकांशी स्वतंत्रपणे करार करणाऱ्या दोन व्यक्तींप्रमाणे नसतात, तर कंपनी ही कृत्रिम कायदेशीर व्यक्ती असल्याने संचालक तिच्या वतीने विचार करतात व निर्णय घेत असतात. मात्र, त्या निर्णयामुळे कंपनी करारांनी बद्ध होत असते, संचालक वैयक्तिकरीत्या बद्ध होत नाहीत; म्हणून कंपनीशी संचालकांचे विश्वासाचे संबंध असतात, तरी वकील आणि पक्षकार संचालकांनी ही जबाबदारी ओळखून आपली निर्णयक्षमता वापरली पाहिजे. एखाद्या सामान्य कर्मचाऱ्यापेक्षा ही जबाबदारी अधिक असते. कोणताही गुप्त नफा त्यांनी घेता कामा नये.

ब) कंपनीच्या व्यवहारात कोणत्याही प्रकारचा निष्काळजीपणा त्यांनी करू नये.

क) कंपनीमधील त्यांच्या सर्व जबाबदाऱ्या, कर्तव्ये संचालकांनी स्वतः पार पाडावयाच्या असतात. त्यांना त्यासाठी प्रतिनिधी नेमता येत नाही.

कंपनी कायद्याखालील कर्तव्ये : कंपनी कायद्याचे प्रत्येक कलम म्हणजे जणू कंपनीच्या संचालकांची जबाबदारी असते. त्याची यादी करण्याची गरज नाही. कंपनी कायद्याच्या कोणत्याही कलमाचा भाग होऊ न देणे कर्तव्याचे असते.

७.३.१६ संचालकांच्या जबाबदाऱ्या

भारतीय कंपनी कायद्यानुसार संचालकांच्या जबाबदाऱ्या पुढीलप्रमाणे आहेत :

(१) अधिकारबाह्य कार्याबद्दल जबाबदारी (Liabilities for Ultra-virus Act) : कंपनीच्या संचालकांनी अधिकारबाह्य कृत्य केले असेल आणि त्यामुळे कंपनीला नुकसान सहन करावे लागले असेल तर अशी नुकसानभरपाई करून देण्यास संचालक जबाबदार आहेत.

(२) निष्काळजीपणाबद्दल जबाबदारी (Liabilities for Negligence) : कंपनीचा कारभार करीत असताना संचालकांनी योग्य ती काळजी घेतली पाहिजे आणि सावधगिरी बाळगली पाहिजे. संचालकांनी आपली कर्तव्ये पार पाडत असताना जर निष्काळजीपणा दाखविला असेल किंवा ढिलाई दाखविली असेल व त्यामुळे कंपनीला नुकसान झाले असेल तर त्या नुकसानीची भरपाई करून देण्याची जबाबदारी संचालकावर राहील.

(३) विश्वासभंगाबद्दल जबाबदारी (Liabilities for Breach of Trunt) : संचालकाच्या कायदेशीर स्थानामध्ये एक स्थान 'कंपनीचे विश्वास' म्हणून असते; म्हणून संचालकांनी कारभार करीत असताना एखादे विश्वासघाताचे कृत्य केले असल्यास किंवा कंपनीच्या व्यवसायापासून गुप्त लाभ मिळविला असल्यास किंवा कंपनीच्या पैशाचा दुरुपयोग केला असल्यास कंपनीला जे काही नुकसान झाले असेल ते भरून देण्याची जबाबदारी संचालकावर राहील.

(४) कर्तव्यभंगाबद्दल जबाबदारी (Liabilities for Misfeasance) : संचालकांनी आपल्या कर्तव्यात जाणूनबुजून दुर्लक्ष केले असल्यास व त्यामुळे कंपनीला नुकसान पोहोचले असल्यास त्यातून निर्माण होणाऱ्या जबाबदारीला कर्तव्यभंगाबद्दल दोषी ठरणाऱ्या संचालकाला कंपनीचे वास्तविक नुकसान भरून देण्यास जबाबदार धरले जाते.

(५) तृतीय पक्षाबाबतची जबाबदारी (Liabilities Towards Third Parties) : संचालकांनी कंपनीच्या वतीने केलेल्या कार्याबद्दल त्यांचे वैयक्तिक दायित्व निर्माण होत नाही. परंतु, संचालकांनी स्वतःच्या नावाने तृतीय पक्षांशी करार केल्यास त्यांचे तृतीय पक्षाबाबत दायित्व निर्माण होते. अशा वेळी तृतीय पक्ष व्यक्तिशः संचालकांवर कंपनीवर किंवा दोहोंवरही खटला भरू शकतात.

(६) फौजदारी स्वरूपाची जबाबदारी (Criminal Liability) : कंपनी कायद्यातील वेगवेगळ्या तरतुदींचे पालन करणे हे संचालकांचे कर्तव्य आहे. त्यांनी या तरतुदींचे पालन कंपनी कायद्याच्या विविध कलमात करण्यात आलेले आहे. या कलमानुसार, संचालकांचे जे दायित्व निर्माण होते, त्याला 'फौजदारी स्वरूपाची जबाबदारी' असे म्हणतात. यातील काही प्रमुख कलमे पुढीलप्रमाणे आहेत –

१) खोटी माहिती असलेले माहितीपत्रक अथवा माहितीपत्रकाऐवजीचे निवेदन सादर केल्यास संचालकांना २ वर्षे कैद किंवा/आणि रु. ५,०००/-पर्यंत शिक्षा.

२) ठराविक मुदतीत ठेवी परत न केल्यास ५ वर्षे कैद आणि दंड.

३) जाणूनबुजून खोटी व दिशाभूल करणारे विधान माहितीपत्रकात दिले असेल की, जेणेकरून त्यामुळे व्यक्ती कंपनीत पैसा गुंतविण्यास प्रोत्साहित होतील तर अशा कृत्याबद्दल ५ वर्षे कैद किंवा/आणि रु. १०,००० पर्यंत दंड ही शिक्षा.

४) लबाडी करून भागप्रमाणपत्राचे नूतनीकरण करणे किंवा दुसरे भाग प्रमाणपत्र देणे : या कृत्याबद्दल ६ महिने कैद किंवा/आणि रु.१०,०००/- पर्यंत दंड ही शिक्षा.

५) दिवाळखोर घोषित व्यक्तीने संचालक म्हणून काम केल्यास किंवा/आणि रु.५,०००/- पर्यंत दंड ही शिक्षा.

६) केंद्र सरकारने अधिकार दिलेल्या व्यक्तीला किंवा नोंदणी अधिकाऱ्याला पुस्तक तपासणीबाबत असहकार्य केल्यास १ वर्षापर्यंत कैद आणि रु. ५,०००/-पर्यंत दंड ही शिक्षा होऊ शकेल.

७) वार्षिक सर्वसाधारण सभेत नफा तोटापत्रक, ताळेबंद इ. सादर करण्यास असमर्थ ठरल्यास ६ महिनेपर्यंत कैद किंवा/आणि रु.१,०००/-पर्यंत दंड.

८) संचालकाच्या अहवालासोबत ताळेबंद न जोडल्यास ६ महिनेपर्यंत कैद किंवा/आणि रु. २,०००/- पर्यंत दंड ही शिक्षा.

९) हिशेब तपासनिसाला माहिती देण्यास टाळाटाळ केल्यास ६ महिने कैद किंवा/आणि रु. ५,०००/- पर्यंत दंड.

१०) संचालकांनी आपले हितसंबंध उघड न केल्यास आणि रु. ५,००० पर्यंत दंड होऊ शकतो.

११) कंपनी कायदे मंडळाने काढून टाकल्यावरदेखील संचालक अथवा व्यवस्थापन म्हणून या कृत्याबद्दल १ वर्षे कैद किंवा / रु. ५०००/- पर्यंत दंड ही शिक्षा.

१२) योग्य ती हिशेबपुस्तके न ठेवल्याबद्दल ६ महिनेपर्यंत शिक्षा किंवा ५०००/- रु. पर्यंत दंड किंवा दोन्ही शिक्षा देऊ शकतात.

वरीलप्रमाणे काही महत्त्वाच्या फौजदारी स्वरूपाच्या जबाबदारीची माहिती देण्याचा प्रयत्न केला आहे. याशिवाय आणखीही काही कृत्यांची यादी आहे. परंतु सर्व देणे शक्य नाही. उत्सुकता असल्यास वाचकांनी कंपनी कायद्यातील 'फौजदारी स्वरूपाची जबाबदारी' हा भाग पाहावा.

७.३.१७ संचालकांना कर्जे (Loans of Directors) (कलम १८५)

कंपनीने आपल्या संचालकांना द्यावयाच्या कर्जासंबंधी कलम १८५ नुसार पुढील निर्बंध घालण्यात आलेले आहेत.

अ) कोणतीही कंपनी केंद्र सरकारच्या परवानगीशिवाय ह्

i) आपल्या संचालकाला अथवा आपल्या सूत्रधारक कंपनीच्या संचालकाला अथवा अशा संचालकांच्या भागीदाराला अथवा नातेवाइकाला.

ii) ज्यात असा संचालक अथवा त्याचा नातेवाईक भागीदार आहे अशा भागीदारी संस्थेला.

iii) असा संचालक ज्या खासगी कंपनीत सभासद अथवा संचालक आहे अशा खासगी कंपनीला.

iv) असा संचालक अथवा एकापेक्षा अधिक संचालक ज्या कंपनीतील सर्वसाधारण सभेत २५% पेक्षा अधिक मताधिकार धारण करतात त्या कंपन्यांना.

v) जी कंपनी व्यवस्थापकीय संचालकांच्या मार्गदर्शनाखाली चालते, अशा कंपन्यांना प्रत्यक्ष किंवा अप्रत्यक्ष कर्ज देणार नाही, कर्जाबद्दल हमी देणार नाही किंवा आश्वासन देणार नाही.

ब) वरील नियम पुढील कंपन्यांना लागू होणार नाही.

i) सार्वजनिक कंपनीची साहाय्यक नसलेली खासगी बँकिंग कंपनी.

ii) सूत्रधारक कंपनीने आपल्या साहाय्यक कंपनीस कर्ज दिले असल्यास ती सूत्रधारक कंपनी.

क) एखाद्या व्यक्तीने वरील तरतुदींचा जाणूनबुजून भंग केल्यास त्याला रु. ५,०००/- पर्यंत दंड किंवा ६ महिने कैद अशी शिक्षा ठोठावण्यात येईल.

७.३.१८ व्यवस्थापकीय मोबदला (Managerial Remuneration) (कलम १९७)

कंपनी कायद्याच्या कलम १९७ च्या अधीन राहून ज्या कंपन्यांना आर्थिक वर्षात नफा (Profit) झालेला आहे. त्यांना एका संचालकाला वेतन, महागाई भत्ता, सुखसोई व सवलती कमिशन आणि इतर भत्ते इत्यादी स्वरूपात मोबदला देता येतो. परंतु, तो निव्वळ नफ्याच्या ५% पेक्षा जास्त असता कामा नये. ज्या ठिकाणी एकापेक्षा अधिक व्यवस्थापकीय व्यक्ती आहेत, त्या ठिकाणी सर्वांना मिळून निव्वळ नफ्याच्या १०% पर्यंत मोबदला देता येतो. परंतु, कोणत्याही परिस्थितीत सर्व व्यवस्थापकीय व्यक्तींचे एकूण मानधन (मोबदला) निव्वळ नफ्याच्या ११% पेक्षा जास्त होऊ नये.

ज्या कंपन्यांना पुरेसा नफा होत नसतो किंवा नफा होत नसतो अशा कंपन्यांना व्यवस्थापकीय मोबदला वर्षाला जास्तीत जास्त रु. २४,००,००० किंवा महिन्याला रु. २,००,००० खालीलप्रमाणे देता येतो.

कंपनीचे प्रभावी भांडवल	मासिक जास्तीत जास्त मोबदला
१) जर १ कोटी रु. पेक्षा कमी असेल तर	रु. ७५,०००
२) १ कोटी रु. पेक्षा जास्त परंतु २५ कोटी रु. पेक्षा कमी	रु. १,००,०००
३) ५ कोटी रु. पेक्षा जास्त परंतु २५ कोटी रु. पेक्षा कमी	रु. १,२५,०००
४) रु. २५ कोटींपेक्षा अधिक परंतु १०० कोटी रु. पेक्षा कमी	रु. १,५०,०००
५) रु. १०० कोटी किंवा अधिक	रु. २,००,०००

व्यवस्थापकीय व्यक्तींना खालीलप्रमाणे सोई-सवलती मिळतील व त्यांचावरील मोबदल्याच्या मर्यादेमध्ये समावेश असणार नाही.

अ) प्रो. फंड अथवा सुपरएन्युऐशन फंडाला किंवा वार्षिकी फंडाला आयकर करमुक्त मर्यादेपर्यंत दिलेले योगदान.

ब) पूर्णवर्ष सेवा केलेल्या व्यक्तीला वर्षाला १/२ महिन्यांच्या पगाराइतकी ग्रॅच्युइटीची रक्कम

क) मुदत संपल्यावर रजेचे रोख रकमेत रूपांतर

वरील सोई-सवलतीशिवाय व्यवस्थापकीय व्यक्तींना (एन.आर.आय.सहित) आणखी खालील सवलती मिळू शकतील व त्यादेखील व्यवस्थापकीय मोबदल्याच्या जास्तीत जास्त मर्यादेच्या रकमेत मोजले जाणार नाहीत.

अ) मुलांचा शिक्षण भत्ता : जर संबंधित व्यक्तीचा मुलगा परदेशात शिक्षण घेत असेल किंवा भारतात शिक्षण घेत असेल तर एका मुलासाठी महिन्याला रु.५,०००/- किंवा प्रत्यक्ष झालेला खर्च जे कमी असेल ते जास्तीत जास्त दोन मुलांसाठी शिक्षण भत्ता म्हणून मंजूर होऊ शकेल.

ब) भारताबाहेर राहणाऱ्या मुलांसाठी किंवा कुटुंबासाठी सुट्टीत येण्याची सवलत : वर्षातून एकदा साध्या वर्गाने किंवा दोन वर्षातून एकदा प्रथम वर्गाने (First Class) विदेशातून आपल्या देशात सुट्टीत येण्यासाठी (जर ते भारतात नसतील तर) त्यांना प्रवासभाडे मिळू शकेल.

क) सुट्टीतील रजाप्रवास सवलत (L.T.C.) : कंपनीने निश्चित केलेल्या दराने सुट्टीला स्वत:ला किंवा कुटुंबाला भारतात कोठेही फिरण्यासाठी प्रवास भाडे मिळू शकेल.

———————————

प्रश्नसंग्रह

अ) थोडक्यात उत्तरे लिहा. (२० शब्दांत)

१) संचालकाची व्याख्या द्या.

२) खासगी कंपनीत व सार्वजनिक कंपनीत किमान व कमाल सभासदसंख्या सांगा.

३) एक संचालक किती कंपन्यांचे संचालकपदे भूषवू शकतो?

४) संचालकाची निवृत्ती म्हणजे काय?

५) एकूण संचालकांपैकी आळीपाळीने किती संचालक दरवर्षी निवृत्त केले जातात?

६) पहिल्या संचालकाची नेमणूक कोण करतो?

ब) संक्षिप्त उत्तरे लिहा. (५० शब्दांत)

१) संचालकाचा अर्थ सांगून संचालकाचे विश्वस्त म्हणून स्थान स्पष्ट करा.

२) संचालकाची संकल्पना स्पष्ट करा. संचालकाची नेमणूक कशी केली जाते?

३) संचालकांना कोण काढू शकतो?

४) संचालकाचे पद कोणकोणत्या परिस्थितीत रिक्त होते?

५) संचालकांच्या मोबदल्याविषयी थोडक्यात माहिती द्या.

क) थोडक्यात उत्तरे लिहा. (१५० शब्दांत)

१) संचालक म्हणजे काय? संचालकांची नेमणूक कशी केली जाते?

२) संचालकाचा अर्थ सांगून त्याचे स्थान स्पष्ट करा.

३) संचालकांचे अधिकार सांगा.

४) संचालकाच्या निवृत्तीबाबत कंपनी कायद्यात असणाऱ्या तरतुदी सांगा.

५) संचालकाच्या मोबदल्याबाबत कंपनी कायद्यात असणाऱ्या तरतुदी सांगा.

६) संचालकांची वैधानिक (Statutom) कर्तव्ये सांगा.

७) संचालकांना कोण काढू शकतो?

ड) सविस्तर उत्तरे लिहा. (३००/५०० शब्दांत)

१) संचालकाची व्याख्या द्या. संचालकाच्या नेमणुकीबाबत कंपनी कायद्यात असलेल्या तरतुदी सांगा.

२) संचालकांची संकल्पना स्पष्ट करा. संचालकांचे स्थान स्पष्ट करून त्याच्या मोबदल्याविषयी तरतुदी सांगा.

३) संचालकांचे अधिकार व कर्तव्ये स्पष्ट करा.

४) संचालक म्हणजे काय? संचालकांना काढून टाकण्याबाबत (Removal) कंपनी कायद्यात असणाऱ्या तरतुदी सांगा.

५) संचालकांची निवृत्ती म्हणजे काय? कंपनी कायद्यातील त्याबाबतच तरतुदी सांगा.

६) संचालक म्हणजे काय? संचालकांचे अधिकार व जबाबदाऱ्या स्पष्ट करा.

प्रकरण ८ — महत्त्वाच्या व्यवस्थापकीय व्यक्ती
(Key Managerial Persons)

८.१ व्यवस्थापकीय संचालक
- ८.१.१ अर्थ
- ८.१.२ व्यवस्थापकीय संचालक व पूर्णवेळ संचालक यांच्या नेमणूकीबाबत तरतुदी
- ८.१.३ अपात्रता
- ८.१.४ कालावधी
- ८.१.५ मोबदला

८.२ व्यवस्थापक
- ८.२.१ अर्थ
- ८.२.२ अपात्रता
- ८.२.३ मोबदला
- ८.२.४ व्यवस्थापकीय संचालक व व्यवस्थापक - फरक

८.३ पूर्ण वेळ संचालक
- ८.३.१ अर्थ
- ८.३.२ व्यवस्थापकीय संचालक व पूर्ण वेळ संचालक- फरक

८.४ उद्योगधंद्यांच्या सामाजिक जबाबदाऱ्या

८.५ कंपनी व्यवस्थापनातील संचालकांचे स्थान/भूमिका

८.६ जुलूम आणि गैरव्यवस्थापन

८.१ व्यवस्थापकीय संचालक (Managing Director)

८.१.१ अर्थ (Managing)

कंपनी कायद्याच्या कलम २(५४) प्रमाणे, व्यवस्थापकीय संचालकांची व्याख्या पुढीलप्रमाणे करण्यात आली आहे. 'कंपनीशी झालेल्या करारानुसार किंवा कंपनीच्या सर्वसाधारण सभेत मंजूर झालेल्या ठरावानुसार

अथवा संचालक मंडळाच्या ठरावानुसार अथवा नियामवलीतील किंवा घटनापत्रकातील तरतुदीनुसार ज्या संचालकास व्यवस्थापनाचे असे भरीव अधिकार देण्यास आलेले असतात की जे अन्यथा त्यास मिळू शकले नसते; अशा संचालकास व्यवस्थापकीय संचालक असे म्हणतात.' तसेच व्यवस्थापकीय संचालक पदावर असणाऱ्या संचालकांचा त्यात समावेश होतो.

वरील व्याख्या दिसावयास जरी अवघड वाटत असली तरी प्रत्यक्षात त्या व्याख्येमधून व्यवस्थापकीय संचालकाची पुढील वैशिष्ट्ये स्पष्ट होतात व ती समजावयाला मात्र अगदी सोपीच आहेत.

१) व्यवस्थापकीय संचालक हा मुळात एक संचालक असावाच लागतो; त्याचे संचालकपद काही कारणाने संपुष्टात आल्यास त्याचे व्यवस्थापकीय संचालकपददेखील आपोआपच संपुष्टात येते.

२) व्यवस्थापकीय संचालकास अन्य संचालकांना मिळणार नाहीत असे व्यवस्थापनाचे भरीव अधिकार असतात. उदा. दैनंदिन व्यवस्थापन करण्यासाठी आवश्यक ते धोरणात्मक निर्णय घेण्याचे अधिकार.

३) त्याची नेमणूक (१) घटनापत्रक, (२) नियमावली, (३) सर्वसाधारण सभेचा ठराव, (४) संचालक मंडळाचा ठराव, (५) कंपनीशी झालेला करार यापैकी कोणत्याही एका मार्गाने केली जाऊ शकते.

४) अशा संचालकास प्रत्यक्ष कोणताही इतर हुद्दा दिला असला तरी त्यास व्यवस्थापकीय संचालक असेच म्हटले जाईल. संचालक मंडळ हे कंपनी व्यवस्थापनात मूलभूत व धोरणात्मक निर्णय घेत असते. परंतु, त्याची अंमलबजावणी करणे किंवा दैनंदिन कामकाजावर नियंत्रण ठेवणे ही कामे संचालक मंडळाने करणे हे कठीणच नव्हे तर अशक्यच आहे. यासाठी संचालक मंडळास व्यवस्थापकीय संचालक नेमण्याची गरज वाटते. व्यवस्थापकीय संचालक हे कार्य करत असतो. सर्वसाधारणपणे याच कामासाठी त्यांची नेमणूक केली जाते; जर कंपनीचा कारभार मोठा असेल तर एकापेक्षा जास्त व्यवस्थापकीय संचालकदेखील एका कंपनीत असू शकतात. त्याबाबत कोणतीही कायदेशीर अडचण नाही.

८.१.२ व्यवस्थापकीय संचालक व पूर्णवेळ संचालक यांच्या नेमणुकीबाबत तरतुदी : (कलम १९६)

सार्वजनिक कंपनीत अथवा सार्वजनिक कंपनीची दुय्यम असणाऱ्या खासगी कंपनीत व्यवस्थापकीय संचालक किंवा पूर्णवेळ संचालक याचा मोबदला नेमणूक याबाबत पुढील तरतुदी लागू होतात –

१) नेमणूक किंवा पुनर्नेमणूक करण्यापूर्वी केंद्र सरकारची परवानगी घेणे आवश्यक असते. मात्र, नव्याने स्थापन झालेल्या कंपनीमध्ये नोंदणी केल्यापासून तीन महिन्यांच्या आत ही परवानगी मिळविणे आवश्यक असते. केंद्र सरकार पुढील मुद्द्यांबाबत पूर्ण समाधान झाल्याशिवाय नेमणुकीस परवानगी देत नाही.

   अ) नेमणूक किंवा पुनर्नेमणूक ही कंपनीच्या हिताची आहे.

   ब) ज्याची नेमणूक होत आहे ती व्यक्ती पात्र व योग्य आहे व अशी नेमणूक सार्वजनिक हिताच्या विरोधी नाही.

   क) नेमणुकीच्या अथवा पुनर्नेमणुकीच्या अटी या योग्य व वाजवी आहेत. केंद्र सरकारला कंपनीने विनंती केल्यापेक्षा कमी कालावधीसाठीदेखील परवानगी देण्याचा अधिकार आहे.

२) केंद्र सरकारने मान्यता दिलेल्या अटींमध्ये बदल करण्याचा अधिकार कंपनीस नसतो. त्यासाठी पुन्हा केंद्र सरकारची परवानगी घेणे आवश्यक असते.

३) नेमणूक किंवा पुनर्नेमणूक ही एक वेळ जास्तीत जास्त पाच वर्षांसाठी केली जाऊ शकते. पुनर्नेमणूक ही आधीच्या नेमणुकीच्या कालावधीतील शेवटच्या दोन वर्षांतच करता येऊ शकते.
उदा. १९७५-८० मूळ नेमणूक पुनर्नेमणूक ही १९७९ च्या आत होऊच शकत नाही.

४) जर एखाद्या व्यवस्थापकीय संचालकास संचालक म्हणून निवृत्त व्हावे लागले तर त्याचे व्यवस्थापकीय संचालकपददेखील त्याबरोबरच संपुष्टात येते. मात्र जर त्याची संचालक म्हणून पुन्हा नेमणूक झाली तर मात्र व्यवस्थापकीय संचालकपदाच्या बदललेल्या कालावधीसाठी तो व्यवस्थापकीय संचालक म्हणून काम करू शकतो. त्यासाठी पुन्हा केंद्र सरकारची परवानगी घेण्याची आवश्यकता नसते.

५) एका व्यवस्थापकीय संचालकास किंवा पूर्ण वेळ संचालकास निव्वळ नफ्याच्या पाच टक्क्यांहून अधिक मोबदला देता येत नाही. सर्व व्यवस्थापकीय किंवा पूर्णवेळ संचालक यांना मिळून निव्वळ नफ्याच्या १० टक्क्यांपेक्षा अधिक मोबदला घेता येत नाही. एकूण व्यवस्थापकीय मोबदल्यावरील ११ टक्के या मर्यादेतच हा मोबदला द्यावयाचा असतो.

६) सार्वजनिक किंवा तिची दुय्यम कंपनी असणाऱ्या खासगी कंपनीमध्ये व्यवस्थापकीय संचालक किंवा व्यवस्थापक असणाऱ्या व्यक्तीस जास्तीत जास्त दोन (ही कंपनी धरून) कंपन्यांत नेमणूक होण्यास त्या कंपनीच्या संचालक मंडळाच्या एकमताचा ठराव व्हावा लागतो. अर्थात पूर्णवेळ संचालक हा एक कंपनीचा पूर्ण सेवक असल्याने त्याच्याबाबत ही शक्यताच उद्भवत नाही.

८.१.३ अपात्रता (Disqualification)

पुढील व्यक्ती पूर्ण वेळ संचालक किवा व्यवस्थापकीय संचालक म्हणून नेमल्या जाण्यास अपात्र समजल्या जातात.

(१) नादार असलेली किंवा पूर्वी कधीही नादार म्हणून जाहीर झालेली व्यक्ती.

(२) ज्याने पूर्वी कधीही आपली देणी देणे निलंबित केले होते किंवा ज्याने पूर्वी कधीही कठीण परिस्थितीमुळे आपल्या देणेकऱ्यांबरोबर कमी रकमेवर तडजोड करार केलेला होता अशी व्यक्ती.

(३) नैतिक अध:पतनाच्या गुन्ह्यासाठी न्यायालयाने दोषी ठरविलेली व्यक्ती (अपात्रतेबद्दलच्या या तरतुदी खासगी कंपनीसदेखील लागू होतात.) फसवणूक करणे हे नैतिक अध:पतन समजले जाते.

८.१.४ व्यवस्थापकीय संचालकाचा कालावधी (Tenure of Appointment)

व्यवस्थापकीय संचालकांच्या नियुक्तीचा कालावधी एका वेळी ५ वर्षांपेक्षा जास्त असू नये. व्यवस्थापकीय संचालकाची पुनर्नियुक्ती करता येते किंवा त्यांना मुदतवाढ देता येते. परंतु प्रत्येक वेळी अशी मुदत ५ वर्षांपेक्षा जास्त असणार नाही. तसेच अशी मुदतवाढ किंवा फेरनेमणूक नियुक्तीच्या दोन वर्षांच्या कालावधीनंतरच असावी. कलम ३१७ च्या तरतुदी खासगी कंपनीला लागू होत नाही. संपूर्ण सरकारी मालकीच्या कंपन्यादेखील यातून वगळण्यात आल्या आहेत.

८.१.५ व्यवस्थापकीय संचालकाचा मोबदला (कलम १९७-१९८)(Remuneration of Managing Director)

व्यवस्थापकीय संचालकाला दरमहा पगाराच्या स्वरूपात किंवा कंपनीच्या नफ्याच्या विशिष्ट टक्के

मानधन देण्यात येते. कधी कधी पगार व नफ्याच्या विशिष्ट टक्के अशी एकत्र रक्कम म्हणूनही मानधन दिले जाते. ज्या वेळी कंपनीच्या नफ्याच्या विशिष्ट टक्के मानधन दिले जाते त्या वेळी मानधनाची रक्कम कंपनीच्या निव्वळ नफ्याच्या ५% पेक्षा अधिक असू नये. निव्वळ नफ्याच्या ५% पेक्षा कमी मानधन देण्यासाठी केंद्र सरकारच्या परवानगीची गरज नाही. ज्या वेळी कंपनीत एकापेक्षा अधिक व्यवस्थापकीय संचालक नेमलेले असतील अशा वेळी केंद्र सरकारच्या परवानागीशिवाय त्यांना निव्वळ नफ्याच्या १०% पर्यंत मानधन देता येते; परंतु कोणत्याही परिस्थितीत सर्व व्यवस्थापकीय व्यक्तींचे एकूण मानधन निव्वळ नफ्याच्या ११% पेक्षा जास्त होणार नाही, याची दक्षता घेणे आवश्यक आहे. तसेच ज्या कंपन्यांना पुरेसा नफा होत नसतो. अशा कंपनीतील व्यवस्थापकीय मोबदला महिन्याला २ लाख किंवा वर्षाला जास्तीत जास्त २४ लाख रुपयांपर्यंत देता येतो.

८.२ व्यवस्थापक

८.२.१ अर्थ (Meaning)

कलम २ (५३) प्रमाणे संचालक मंडळाच्या देखरेख, नियंत्रण व मार्गदर्शनाखाली कंपनीमधील व्यवस्थापनाचे सर्व किंवा जवळजवळ सर्व अधिकार असणारी व्यक्ती म्हणजे व्यवस्थापक. त्यात व्यवस्थापकांच्या पदावर असणाऱ्या संचालकाचादेखील समावेश होतो; मग तो कोणत्याही नावाने ओळखला जात असला तरी व त्याच्याशी कंपनीचा सेवाविषयक करार असला किंवा नसला तरीही.

वरील व्याख्येवरून व्यवस्थापकाची वैशिष्ट्ये पुढीलप्रमाणे -

१) व्यवस्थापकाकडे व्यवस्थापनाचे सर्व अधिकार असतात व तो प्रत्यक्ष संचालक मंडळाच्या नियंत्रणाखालीच काम करतो.

२) व्यवस्थापक हा संचालक असला किंवा नसला तरी फरक पडत नाही. व्यवस्थापकाची नेमणूक, पुनर्नेमणूक, पदसंख्या, कालावधी, मोबदला याबाबत व्यवस्थापकीय संचालकास लागू होणाऱ्या सर्व तरतुदी लागू होतात.

८.२.२ व्यवस्थापकाची अपात्रता (Disqualification)

१) गेल्या पाच वर्षांत नादार म्हणून जाहीर केली गेलेली व्यक्ती.

२) गेल्या पाच वर्षांत आपली कर्जे बुडविलेली व्यक्ती किंवा धनकोबराबर त्यांना कमी रकमेवर तडजोड करावयास लावणारा करार करणारी व्यक्ती.

३) गेल्या पाच वर्षांत नैतिक अध:पतनाच्या गुन्ह्यासाठी दोषी ठरविण्यात आलेली व्यक्ती.

४) वरील अपात्रतेच्या अटींपैकी सर्व किंवा काही अटी केंद्र सरकार अधिकृत राजपत्रात सूचना करून शिथिल करू शकते.

८.२.३ मोबदला (Remuneration of Manager) (कलम १९७-१९८)

व्यवस्थापकाच्या मोबदलाच्या तरतुदी व्यवस्थापकीय संचालकाप्रमाणेच आहे.

८.२.४ व्यवस्थापकीय संचालक आणि व्यवस्थापक यातील फरक

व्यवस्थापकीय संचालक	व्यवस्थापक
१) हा मुळात संचालक असावाच लागतो.	असे बंधन नाही.
२) एका कंपनीत एकापेक्षा जास्त व्यवस्थापकीय संचालक असू शकतात.	एका कंपनीत एकच व्यवस्थापक असतो.
३) व्यवस्थापनाचे भरीव अधिकार असतात. म्हणजेच व्यवस्थापकापेक्षा कमी अधिकार असतात.	व्यवस्थापनाचे संपूर्ण अधिकार असतात.
४) अपात्रतेच्या अटींमध्ये संपूर्ण पूर्वआयुष्याचा विचार केला जातो. तसेच केंद्र सरकार या अटींपैकी कोणतीही अट शिथिल करू शकत नाही.	येथे अपात्रतेच्या अशा लिखित अटीच असतात. फक्त व्यवस्थापक म्हणून नेमणूक होण्यापूर्वीच्या फक्त पाच वर्षांचा विचार केला जातो.

८.३ पूर्णवेळ संचालक (Whole Time Director) (कलम १९६)

८.३.१ अर्थ : कलम २ (९४)

जो संचालक कंपनीचा पूर्णवेळ सेवेत सेवक म्हणून काम करतो, मात्र ज्याच्याकडे कंपनीमधील व्यवस्थापनाचे भरीव असे अधिकार नसतात, अशा संचालकास 'पूर्णवेळ संचालक' म्हणतात. कंपनी कायद्यात पूर्णवेळ संचालक अशी संकल्पना मात्र अनेक वेळा मांडली गेली आहे. कलम १९६ प्रमाणे पूर्णवेळ संचालकांची नेमणूक करण्यासाठी सभासदांच्या सर्वसाधारण सभेत विशेष ठराव करून संमती घ्यावी लागते.

८.३.२ व्यवस्थापकीय संचालक आणि पूर्णवेळ संचालक यातील फरक

व्यवस्थापकीय संचालक	पूर्णवेळ संचालक
१) व्यवस्थापन अधिकार भरीव अधिकार असतात.	भरीव अधिकार नसतात.
२) नेमणुकीसाठी सभासदांची परवानगी लागतेच असे नाही. नियमावली मधील तरतुदीनुसारही नेमणूक होऊ शकते.	सभासदांच्या विशेष ठरावाशिवाय नेमणूक होऊच शकत नाही.
३) पदसंख्या : एका वेळी १ पेक्षा जास्त कंपन्यांमध्ये देखील एक व्यक्ती याच पदावर काम करू शकते.	हा पूर्ण वेळ सेवक असल्याने एकाच कंपनीत पूर्ण वेळ संचालक म्हणून असू शकतो.
४) मुदत : एका वेळी ५ वर्षांसाठीच नेमणूक होऊ शकते.	नेमणूक ही विशिष्ट कालावधीसाठी नसते. त्यावर कोणतेही बंधन नाही.
५) व्यवस्थापक आणि व्यवस्थापकीय परकीय संचालक हे एकाच वेळी एका कंपनीत असू शकत नाही.	असे बंधन नाही.

८.४ उद्योगधंद्यांच्या सामाजिक जबाबदाऱ्या

भारतीय संसदेने अलीकडे कायदे संमत करण्याचा सातत्याने प्रयत्न केलेला आहे. याच मालिकेत संसदेने नुकताच भारतीय कंपनी कायद्यांच्या अंतर्गत येणारा एक कायदा जलद गतीने मंजूर केला आहे. त्यातील एक प्रस्ताव लक्ष वेधून घेणारा आहे. या देशातील उद्योगधंद्यांनी आपल्या निव्वळ नफ्याच्या दोन टक्के निधी उद्योगधंद्यांच्या सामाजिक जबाबदारीच्या (कॉर्पोरेट सोशल रिस्पॉन्सिबिलिटी)तत्त्वावर सामाजिक प्रकल्पांना दिला पाहिजे.

मोठ्या उद्योगधंद्यांनी आपल्या निव्वळ नफ्याच्या दोन टक्के इतका निधी जर सामाजिक जबाबदारी म्हणून दिला नाही तर त्यांना आपण हा निधी का दिला नाही याची कारणे वार्षिक ताळेबंदाच्या अहवालांत द्यावी लागतील. भागधारकांनाही ही कारणे सांगावी लागतील आणि असं केलं नाही तर त्या उद्योगधंद्यास दंड ठोठावला जाईल.

कंजूष किंवा नफ्यामागेच धावणाऱ्या उद्योगधंद्यांना सार्वजनिक जबाबदाऱ्या उचलणे भाग पाडण्यासाठी हा उत्कृष्ट उपाय आहे, असे प्रथमदर्शनी कुणाला नक्कीच वाटू शकेल. परंतु बहुतेक वेळा असे दिसते की आत्मसंतुष्टव्यक्ती अथवा संस्था या बहुधा अकार्यक्षम असतात आणि प्रसंगी भ्रष्टाचारी यंत्रणेतून जे उद्योगधंदे सत्कारणी पैसे खर्च करतात, अशा कंपन्यांना ही नवीन उपाययोजना चांगली ठरण्याऐवजी हा विदारकच ठरेल!

नवीन कायदा करण्याचं साधं, सोपं कारण असावं असं वाटतं. भारताच्या अगणित सामाजिक गरजा आहेत. गेल्या काही दशकांत भारतीय उद्योगधंदे मोठ्या प्रमाणात श्रीमंत झाले आहेत. त्यामुळे आपल्या यशातील काहीभाग समजाला देणं ही त्यांची जबाबदारी आहे. काही युरोपीय राष्ट्रांमध्ये अशी माहिती कायद्याने द्यावी लागते. त्याचा चांगला परिणाम होतो. आपल्याकडेही अनेक पाश्चिमात्य कंपन्यांपेक्षा टाटा उद्योगसमूह, बिर्लाउद्योगसमूह इत्यादी उद्योगसमूहांची लोकोपकारी सेवा अधिक चांगली आहे, नजरेत भरण्यासारखी आहे. २०११ मध्ये एकट्या टाटांनी समाजोपयोगी प्रकल्पांत १७ कोटी डॉलरची गुंतवणूक केली होती.

ऐतिहासिकदृष्ट्या कल्याणकारी प्रकल्प असे वर्णन करता येईल, अशा प्रकल्पांना दिली जाणारी आर्थिक मदत ही गरज म्हणून आणि दातृत्वाचा एक आविष्कार म्हणून सुरू झाली. अनेक उद्योगांनी कुशल आणि सक्षम कर्मचारीवर्ग उपलब्ध व्हावा अशा हेतूनं कारखान्यांच्या परिसरात शाळा काढल्या, रुग्णालये उभारली. कित्येक उद्योगसमूहांनी आपल्या प्रत्येक कारखान्याच्या ठिकाणी आसपास अशा सोयी-सुविधा उभारल्या. असे 'धर्मादाय' प्रकल्प, त्यांना असलेला उद्योगधंद्यांचा आधार आणि आपण समाजाचं देणं लागतो ही भावना या उद्योगांनी जोपासली आणि समाजाला जसा त्यांचा फायदा झाला, तसाच कंपन्यांनाही हा फायदा कार्यक्षमतेच्या रूपात निश्चित झाला.

सरकार पुरवित असलेल्या आधाराविषयी, सरकारच्या उद्दिष्टांविषयी शंका असणारे व्यावसायिक या नवीन कायद्यास वक्रभावाने का होईना, पण पाठिंबा देत आहेत. अकार्यक्षम, भ्रष्टाचारी, सरकारी कर्मचाऱ्यांऐवजी उद्योगधंद्यांना सामाजिक प्रकल्प उभारण्याची जबाबदारी द्यावी, असं पाठिंबा देणाऱ्यांचं म्हणणं आहे. या कायद्याचा पाठपुरावा करणारे मंत्री सचिन पायलट म्हणाले,

'आमचं असं म्हणणं आहे की, सरकारला अशा धर्मादाय, सामाजिक प्रकल्पांपासून दूर ठेवावं. हा तुमचा, उद्योगधंद्यांचा पैसा आहे. या पैशाचा कसा उपयोग करायचा हे तुम्ही ठरवायचं आहे!'

पायलट यांनी पाठपुरावा केलेल्या या कायद्याचा खरंच योग्य, आवश्यक तोच उपयोग होईल का? जाणकरांच्या मते तसं होणार नाही. मग नवीन कायद्याचा हा सगळा खटाटोप व्यर्थ, वाया जाणार का? परंतु

सरकारचं मात्र असं मत आहे की, नवीन कायदा योग्य तो परिणाम साधून व्यवस्थित काम करेल आणि सामाजिक प्रकल्पांवरचा खर्च उद्योगधंदे नक्कीच वाढवतील. सरकारला असा विश्वास वाटतो आहे कारण जर उद्योगधंद्यांनी धर्मादाय किंवा सामाजिक प्रकल्पांवर नफ्याचा वाटा खर्च केला नाही, तर तसं वार्षिक अहवालांमध्ये त्यांना जाहीर करावं लागेल, त्याची कारणं द्यावी लागतील आणि त्यामुळे त्यांची नाचक्की होईल!

जर नवीन कायद्याचा सरकारला अपेक्षित परिणाम झाला; तर वाईटपणा नको म्हणून उद्योगधंदे घाई घाईने कोणत्याही प्रकल्पांवर खर्च करतील. यात गुंतवणुकीतील खर्च करण्याच्या तरतुदीमुळे भांडवल कमी होईल, ज्याची आज देशाला नितांत गरज आहे. तर इतर अनेकांचं मतं आहे की, उद्योगधंद्यांचं मुख्य काम भागधारकांना लाभांश देणं. शक्यता अशी आहे की, त्या लाभांशातूनच उद्योगधंदे समाजिक कारणासाठी पैसाखर्च करतील आणि लाभांश कमी होईल!

अर्थातच लाभांशाचा मुद्दा पटू शकत नाही; कारण नैतिकदृष्ट्या, सामाजिकदृष्ट्या उद्योगधंद्यांनी सामाजिक जबाबदारी घेणं गरजेचं आहे. पण भारतासारख्या देशात इथेच खरी मेख आहे. जवळजवळ तीन चतुर्थांश भारतीय उद्योगधंदे हे ठराविक कुटुंबाच्या मालकीचे आहेत किंवा त्यांचं नियंत्रण त्या कुटुंबाच्या हातात आहे. अशा उद्योगांचे समाजिक कार्य त्यांची नातेवाईक किंवा मित्रमंडळी चालवतात. त्यामुळे या कामाबाबत नातेवाईक व मित्रमंडळी यांना उद्योग जाब विचारू शकत नाहीत. शिवाय ही मंडळीही किती जबाबदारीने सामाजिक देणं फेडतात, हाही वादग्रस्त प्रश्न ठरतो.

उद्योगधंद्यांच्या आर्थिक साहाय्यातून उभे राहिलेले अनेक प्रकल्प हे दुर्दैवाने देशाच्या उद्योगधंदे संस्कृतीच्या (कॉर्पोरेट बिझनेस कल्चर) 'काळ्या' बाजूचे निदर्शक ठरले आहेत. अनेकदा अशा समाजिक प्रकल्पांचा वापर मोठ्या औद्योगिक विकास योजनांना विरोध करणाऱ्याचा राग घालवण्यासाठी, विरोध कमी करण्यासाठी केला जातो किंवा स्थानिक राजकारण्यांची खुशामतखोरी करण्यासाठी या कामांचा उपयोग केला जातो किंवा राजकारणी, उद्योगक्षेत्रातील बडी धेंडं आणि अगदी नोकरशाहीतील महत्त्वाच्या व्यक्तींनाही भरपूर पैसे चारण्यासाठी अशा 'धर्मादाय' प्रकल्पाचा उपयोग होतो. नवीन कायद्यामुळे जर धर्मादाय खर्चामध्ये एकदम फार मोठी वाढ झाली किंवा कंपन्यांना ती करावी लागली, तर या खर्चाच्या नावाखाली जे इतर अनेक ते खचितच महत्त्वाचे खर्च आहेत, आवश्यकही आहे, पण तपासणीवर लक्ष केंद्रित करायला हवं.

उद्योगधंदे किती प्रामाणिकपणे आणि परिणामकारक खर्च करतात याची खात्रीही अग्रक्रमानं करायला हवी. नाहीतर कायद्याप्रमाणे दोन टक्के खर्च करण्याचं हे बंधन पाळलं जाईल का याची शंका वाटते. 'फिनान्शियल टाईम्स' चे भारतातील वार्ताहर जेम्स क्रॅबट्री म्हणतात –

'वाढती पारदर्शकता नक्कीच लोकशाही मार्गाने एकूण सर्वपद्धतीवर लक्ष ठेवेल, अंकुश ठेवेल.' जर सामाजिक प्रकल्पांची जबाबदारी उद्योगधंद्यांनी घेतली, तर पारदर्शकता, जबाबदारी, आणि उत्तरदायित्व कितपत जपले जातात, हा मोठा महत्त्वाचा मुद्दा असेल.

ज्या गोष्टीसाठी सामाजिक जबाबदारी पूर्ण करावयाची आहे. अशा बाबींचा उल्लेख टेबल सह (Schedule VII) मध्ये केलेला आहे. अशा बाबी खालीलप्रमाणे :

१) दारिद्र निमूर्लन करणे.
२) शिक्षण विस्तार करणे.
३) महिला सबलीकरण करणे.
४) सामाजिक समानता निर्माण करणे.

५) बालसंगोपन व आरोग्याची काळजी घेणे.

६) रोग प्रतिबंधक.

७) प्रदूषण रोखणे.

८) व्यावसायिक कौशल्य निर्माण करणे.

९) सामाजिक उद्योग प्रकल्प निर्माण करणे.

१०) पंतप्रधान राष्ट्रीय रिलीफ फंड निर्माण करणे.

११) सामाजिक व आर्थिक विकास करणे.

१२) मागस व अल्पसंख्याक व महिला कल्याणकारी योजना आखणे इ.

८.५ कंपनी व्यवस्थापनातील संचालकांचे स्थान/भूमिका (Position of Directors)

संचालक कंपनीच्या कारभारावर देखरेख व नियंत्रण ठेवतात. कंपनीची ध्येय-धोरणे ठरवितात. योग्य प्रकारे नियोजन व मार्गदर्शन करतात. भागधारकांचे प्रतिनिधी म्हणून कार्य करतात. कंपनीच्या घटनापत्रकातील व नियमावलीतील नियमाप्रमाणे कार्य करतात. इत्यादी विविध कार्यांवरून संचालकांचे कंपनीच्या कारभारात कोणते स्थान आहे, यासंबंधीची माहिती पुढीलप्रमाणे स्पष्ट करता येईल.

संचालकाला कंपनीच्या व्यवस्थापनेत पुढील तीन प्रकारच्या भूमिका कराव्या लागतात.

१) कंपनीचा हस्तक/प्रतिनिधी/अभिकर्ता (as a Agent)

कंपनी ही कायद्याने निर्माण झालेली एक कृत्रिम व्यक्ती असते. त्यामुळे तिला कायदेशीर अस्तित्व प्राप्त होते. या कायदेशीर अस्तित्वामुळे इतर व्यक्तींप्रमाणे कंपनीलाही काही अधिकार प्राप्त होतात. उदा. त्रयस्थ व्यक्तींविरुद्ध कोर्टात दावा दाखल करणे, त्रयस्थांशी करार करणे, इत्यादी.

वरील अधिकार जरी कंपनीला प्राप्त झालेले असले तरी कंपनी स्वतः त्या अधिकाराचा वापर करू शकत नाही; कारण ती एक कृत्रिम व्यक्ती आहे. त्यामुळे या अधिकाराचा वापर कंपनीच्या वतीने संचालक करीत असतात; म्हणून संचालकांना कंपनीचे हस्तक/प्रतिनिधी/अभिकर्ती असे म्हणतात. जेव्हा हे संचालक त्रयस्थांशी कंपनीच्या वतीने करार करतात, तेव्हा त्या कराराची संपूर्ण जबाबदारी ही कंपनीवरच असते. संचालकांवर कोणतीच वैयक्तिक जबाबदारी नसते; म्हणून संचालक हे कंपनीचे हस्तक आहेत असे म्हटले जाते.

कंपनीचा हस्तक या नात्याने संचालकांनी एखाद्या त्रयस्थ व्यक्तीशी केलेले करार हे जर घटनाबाह्य नसतील, तरच ते कंपनीवर बंधनकारक राहतील; परंतु ते जर घटनाबाह्य असतील तर ते कंपनीवर बंधनकारक न राहता संचालकांवर वैयक्तिरीत्या बंधनकारक राहतात.

कंपनीच्या संचालकांच्या कार्याचे मूल्यमापन केले असता त्यांना कंपनीचे हस्तक म्हणणे योग्य होणार नाही; कारण हस्तक या शब्दाचा सर्वसामान्य व्यवहारातील अर्थ नोकर असा होतो आणि संचालक हे नोकराप्रमाणे कार्य करीत नसून कंपनीचे मालक या नात्याने कंपनीची ध्येय-धोरणे ठरविणे, कंपनीवर नियंत्रण ठेवणे, योग्य निर्णय घेणे व घेतलेल्या निर्णयाची अंमलबजावणी करणे इत्यादी कार्य करतात म्हणूनच त्यांना हस्तक म्हणणे योग्य होणार नाही.

२) कंपनीचा विश्वस्त (As a Trusty)

विश्वस्तांच्या कार्यात व संचालकांच्या कार्यात बरेच साम्य असल्यामुळे संचालकांना कंपनीचे विश्वस्त असे म्हणतात. ज्याप्रमाणे विश्वस्ताला आपल्या संपत्तीचे संरक्षण करावे लागते. कंपनीच्या संपत्तीचा उपयोग

कंपनीच्या हितासाठी करावा लागतो. त्यासाठी संचालकांना काही अधिकार दिलेले असतात; परंतु या अधिकारांचा गैरवापर त्यांनी केल्यास किंवा स्वतःचा वैयक्तिक स्वार्थ पूर्ण करण्यासाठी आपल्या अधिकारांचा वापर केल्यास संचालकांना त्याबद्दल कंपनीला रक्कम जमा करावी लागते. थोडक्यात, संचालकांना मिळालेले अधिकार त्यांनी विश्वस्त या नात्याने वापरले पाहिजेत. उदा. भागांचे वाटप करणे, भाग हस्तांतर करणे, भागांवरील रकमेची मागणी करणे इत्यादी कार्य विश्वस्त या नात्याने संचालकांना करावे लागत असल्यामुळेच संचालकांना कंपनीचा विश्वस्त असे म्हटले जाते.

परंतु संचालकांच्या वरील कार्यांचे काटेकोरपणे विचार करता संचालकांना कंपनीचे विश्वस्त म्हणणे उचित किंवा योग्य वाटत नाही; कारण विश्वस्त म्हणजे संपत्तीचे संरक्षण करण्यासाठी नेमलेली व्यक्ती. या व्यक्तीकडे म्हणजेच विश्वस्तांकडे त्या संपत्तीचा किंवा मालमत्तेचा मालकी हक्क असतो. असा मालकी हक्क संचालकांना कंपनीच्या मालमत्तेबाबत प्राप्त झालेला नसतो; कारण कंपनीच्या मालमत्तेचा मालकी हक्क कंपनीच्या सभासदांकडे असतो म्हणूनच संचालकांना विश्वस्त म्हणणे योग्य होणार नाही.

३) कंपनीचा व्यवस्थापकीय किंवा कार्यकारी भागीदार (As a Managing Partner)

कंपनीच्या संचालकांना कंपनीचा व्यवस्थापकीय किंवा कार्यकारी भागीदार असे म्हणतात; कारण संचालकांनी कंपनीचे भाग खरेदी केलेले असतात, तसेच ते कंपनीचे व्यवस्थापन देखील करीत असतात. त्यामुळेच त्यांना व्यवस्थापकीय भागीदार असे म्हणतात.

भागीदार या नात्याने ते इतर भागधारकांप्रमाणे कंपनीला भांडवलाचा पुरवठा करतात, तसेच योग्यप्रकारे व्यवस्थापन करून नफा मिळवितात. निर्माण झालेल्या नफ्यातील काही भाग भागधारक व संचालक यामध्ये वाटला जातो. थोडक्यात, हितसंबंधाचे स्पर्धकापासून संरक्षण करते.

वरील मुद्द्यांचा विचार करता असे म्हणता येईल की, कंपनी संचालकास कंपनीच्या व्यवस्थापनात महत्त्वाच्या तीन भूमिका पार पाडाव्या लागतात -

१) हस्तक म्हणून कंपनीच्या वतीन करार करणे.

२) विश्वस्त म्हणून कंपनीच्या मालमत्तेचे व संपत्तीचे संरक्षण करणे, तर

३) व्यवस्थापकीय भागीदार म्हणून कंपनीच्या मालमत्तेचा उपयोग जास्तीत जास्त नफा मिळविण्यासाठी करणे इत्यादी कार्ये संचालकांना करावी लागतात.

८.६ जुलूम आणि गैरव्यवस्थापन (Oppression and Mismanagement)

८.६.१ प्रस्तावना

कंपनीच्या व्यवसायाबाबतचे महत्त्वाचे आणि धोरणात्मक निर्णय कंपनीचे कंपनीचे सभासद किंवा सभासदांनी निवडून दिलेले प्रतिनिधी म्हणजेच संचालक घेत असतात. कंपनीच्या व्यवसायाबाबतचा कोणताही निर्णय या व्यक्ती सभेत चर्चा, विचारविनिमय करुन मतदानाने घेतात. ज्या निर्णयाच्या बाजूने बहुसंख्य सभासद किंवा संचालक असतात तो निर्णय कंपनीचा निर्णय म्हणून मानला जातो व असा निर्णय सर्व संबंधित व्यक्तींवर बंधनकारक राहतो. म्हणजेच कंपनीची बहुसंख्य मते ज्या व्यक्ती समूहाकडे असतात तो समूह कंपनीच्या व्यवहारावर, व्यवस्थापनावर, व्यवसायावर व पर्यायाने कंपनीवर नियंत्रण ठेवत असतो. बऱ्याच वेळा हे बहुमत असणारे सभासद किंवा संचालक इतर अल्पमत असणाऱ्या सभासदांवर अन्यायकारक ठरेल असे निर्णय घेतात.

त्यामुळे अल्प मत असणाऱ्या सभासदांवर अन्याय होतो. असे बहुमत असणारे सभासद हुकूमशाही, दडपशाही किंवा जुलमी पद्धतीने कंपनीचा व्यवसाय चालवितात, तसेच चुकीच्या किंवा अनिष्ट पद्धतीने कंपनीचा कारभार चालवितात. त्यांच्याकडून कंपनीचे गैरव्यवस्थापन होऊ शकते; म्हणून बहुसंख्य मत असणाऱ्या सभासदांवर नियंत्रण ठेवण्याची गरज भासू लागते.

कंपनी कायद्यातील तरतुदीनुसार त्यांच्यावर नियंत्रण ठेवण्याचे कार्य सरकार करीत असते. सरकार त्यासाठी विविध कायदे तयार करून त्यांच्यावर नियंत्रण ठेवत असते. कंपनी कायद्यातील कलम २४१ ते २४५ मधील तरतुदींनी बहुमतातील सभासदांनी अल्पमतातील सभासदांना अन्यायकारक वागणूक देणे, त्यांच्यावर जुलूम-जबरदस्ती करणे, कंपनीच्या निहताविरुद्ध निर्णय घेणे, सार्वजनिक हितास बाधा येईल असे निर्णय घेणे इत्यादी अनिष्ट गोष्टींवर नियंत्रण ठेवलेले आहे.

कंपनीची दडपशाही किंवा हुकूमशाही तसेच कंपनीचे गैरव्यवस्थापन किंवा गैरकारभार या संकल्पना पुढीलप्रमाणे स्पष्ट करता येतील -

८.६.२ दडपशाही, हुकूमशाही किंवा जुलूम (Oppression)

कंपनीच्या कोणत्याही सभासदाला किंवा सभासदांना कंपनीच्या बहुमतातील सभासदाकडून देण्यात अन्यायपूर्ण किंवा क्रूर वागणूक किंवा अत्याचार म्हणजे जुलूम होय.

व्याख्या

१) 'कोणत्याही सभासदाला किंवा सभासदांना कंपनीच्या बहुमतातील सभासदाकडून देण्यात येणारी अन्यायकारक किंवा क्रूर वागणूक किंवा अत्याचार म्हणजे दडपशाही किंवा हुकूमशाही किंवा जुलूम होय.'

२) 'दडपशाही म्हणजे कंपनीचा कारभार अशा पद्धतीने चालविला आहे की, ज्यामुळे एका सभासदावर किंवा काही सभासदांवर सतत जुलूम होत आहे व कंपनीचा कारभार सार्वजनिक हिताविरुद्ध चालविला जात आहे किंवा कंपनीच्या हिताविरुद्ध चालविला जात आहे.'

थोडक्यात, एका किंवा काही सभासदांना बहुसंख्य सभासदांनी दिलेली अन्यायकारक व क्रूर वागणूक म्हणजे दडपशाही होय.

उदा. अल्पसंख्य सभासदांना लाभांश प्राप्त होण्यापासून वंचित करणे, त्यांचा मतदानाचा हक्क हिरावून घेणे, अल्पसंख्य सभासदांवर जादा आर्थिक बोजा टाकता येईल, अशा रीतीने घटनापत्रकात बदल करणे इत्यादी दडपशाही किंवा हुकूमशाही किंवा जुलूम या संज्ञेमध्ये पुढील कृत्यांचा किंवा बाबींचा समावेश होतो -

१) कोणत्याही सभासदास त्याच्या मतादान अधिकाराचा वापर करता येणार नाही अशी परिस्थिती निर्माण करणे.
२) काही सभासदांचा कंपनीच्या वार्षिक सभेला उपस्थित राहण्याचा अधिकार हिरावून घेणे.
३) कोणत्याही सभासदाला संचालकांच्या निवडणूकप्रक्रियेत सहभागी होता येणार नाही अशी परिस्थिती निर्माण करणे.
४) काही सभासदांचा लाभांशवाटपामध्ये सहभागी होण्याचा अधिकार हिरावून घेणे.
५) काही सभासदांची सभासद नोंदवहीतून नावे नियमबाह्य पद्धतीने काढून टाकणे.
६) कंपनीची निश्चित केलेली उद्दिष्टे साध्य न करणे. त्यासाठी नियमावलीत आवश्यक ते बदल करणे.
७) सभासदांमधील परस्परविरोधी गटांनी आपली वेगवेगळी कार्यालये वेगवेगळ्या ठिकाणी उघडणे.

८) सभासदांमधील परस्परविरोधी गटांनी आपले वेगवेगळे संचालक निवडून आपल्या गटासाठी वेगवेगळ्या सभांचे आयोजन करणे इत्यादी.

वरील सर्व कृत्ये ही बेकायदेशीर किंवा अनिष्ट कृत्ये म्हणून समजली जातात. अशी कृत्ये होऊ नये म्हणून कंपनी कायद्याने नियंत्रण ठेवलेले आहे. दडपशाही, हुकूमशाही किंवा जुलूम या संज्ञेमध्ये पुढील कृत्यांचा किंवा बाबींचा समावेश होत नाही.

१) कंपनीचे धोरण किंवा प्रशासन यामुळे कंपनीचे सभासद व संचालक यांच्यामध्ये निर्माण होणारे मतभेद किंवा वादविवाद.
२) कंपनीचे संचालक व सभासद यांच्यामध्ये असलेले खासगी वैमनस्य.
३) बहुमतातील सभासद व अल्पमतातील सभासद यांच्यामध्ये परस्परांवर असलेला अविश्वास.

कंपनी कायद्यातील तरतुदींप्रमाणे आपल्यावर अन्याय झाला आहे, अशी तक्रार करणाऱ्या भागधारकाला किंवा भागधारकांना आपल्याला अन्यायी, अत्याचारपूर्ण वागणूक मिळालेली आहे, तसेच आपल्यावर कठोर दबाब टाकण्यात आला आहे हे सिद्ध करावे लागते. त्याचप्रमाणे आल्पमतातील भागधारक अर्जदारांना बहुमतातील भागधारकांकडून अन्यायपूर्ण व जुलमी वागणूक मिळाल्याच्या घटना नमूद कराव्या लागतात.

८.६.३ गैरकारभार किंवा गैरव्यवस्थापन (Mismanagement)

कंपनीचा कारभार कंपनीच्या विरोधात किंवा सार्वजनिक हिताच्या विरोधात चालविला जात असेल आणि कंपनीवर नियंत्रण देखरेख ठेवणारे व्यवस्थापन फसवणूक, लाचलुचपत, अफरातफर किंवा अधिकाराचा दुरुपयोग केल्यामुळे दोषी ठरत असतील, तर त्या कृत्यास कंपनीचे गैरव्यवस्थापन किंवा गैरकारभार असे म्हणतात.

व्याख्या

१) 'कंपनीचा कारभार कंपनीच्या किंवा सार्वजनिक हिताच्या विरोधात चालविला जात असेल आणि कंपनीवर नियंत्रण ठेवणारे व्यवस्थापन फसवणूक, लबाडी, अफरातफर अथवा अधिकाराचा दुरुपयोग करीत असतील व त्यामुळे ते दोषी ठरत असतील, तर त्यास गैरकारभार किंवा गैरव्यवस्थापन असे म्हणतात.'
२) 'संचालक मंडळात किंवा व्यवस्थापनात किंवा सभासदांत आमूलाग्र बदल झालेला असल्यास व या बदलामुळे कंपनीचा कारभार कंपनीच्या किंवा सार्वजनिक हिताच्या दृष्टीने योग्य प्रकारे चालविला जात नसेल, तर त्यास गैरकारभार किंवा गैरव्यवस्थापन असे म्हणतात.'

गैरकारभार या संज्ञेत पुढील बाबींचा समावेश होतो :

१) कंपनी संचालकांनी कंपनीच्या पैशाचा अयोग्य पद्धतीने वापर करणे.
२) कंपनी संचालकांनी कंपनीच्या पैशाचा अधिकार बाह्य कार्याकरिता वापर करणे.
३) कंपनी संचालक मंडळाने आपल्या अधिकाराचा किंवा सत्तेचा गैरवापर करणे,
४) कंपनी संचालकांनी कंपनीच्या मालमत्तेची अफरातफर करणे.
५) कंपनी संचालकांनी कंपनीच्या हिताचा विश्वासघात करणे.
६) कंपनी संचालकांनी आपली जबाबदारी योग्य प्रकारे पूर्ण न करणे.

७) कंपनी संचालकांनी कंपनीच्या अस्तित्वाला धोका निर्माण करणे.

८) कंपनी संचालकांनी कंपनीच्या व्यवस्थापनात गोंधळ निर्माण करणे.

वरील सर्व कृत्यांचा समावेश गैरव्यवस्थापन किंवा गैरकारभार या संज्ञेत केला जातो.

कंपनी कायद्यातील कलम २४१ नुसार जुलूम किंवा अन्याय झालेले अल्पसंख्य मतातील सभासद, तसेच होत असलेल्या गैरव्यवस्थापनाबाबत कंपनीचे सभासद न्यायलयाकडे (३१ मे १९९१ पासून कंपनी कायदे मंडळाकडे) जुलूम किंवा हुकूमशाही विरुद्ध, तसेच गैरव्यवस्थापनाविरुद्ध दाद मागू शकतात. मात्र, त्यासाठी त्यांना कंपनी कायदेमंडळाकडे त्याबाबत अर्ज करावा लागतो व आपल्याला अन्यायाची, अत्याचारपूर्ण वागणूक मिळाली आहे व आपल्यावर बहुमतातील सभासदांकडून जुलमी वागणूक मिळाल्याच्या घटना नमूद कराव्या लागतात.

८.६.४ जुलूम व गैरकारभारासंबंधी न्यायालयाकडे दाद मागण्याचा अधिकार असलेल्या व्यक्ती (कलम २४१)

कंपनी कायद्यातील कलम २४१ नुसार पुढील व्यक्तींना जुलूम किंवा दडपशाही व गैर व्यवस्थापनासंबंधी न्यायालयाकडे दाद मागण्याचा अधिकार आहे.

अ) भागभांडवल असलेल्या कंपनीच्या बाबतीत

१) कंपनीचे कमीत कमी १०० सभासद किंवा एकूण सभासदांच्या १/१० सभासद यापैकी कमी असणारे सभासद (संयुक्त सभासद एकच म्हणून अशा प्रसंगी मानला जातो.) किंवा

२) कंपनीच्या विक्रीस काढलेल्या भागभांडवलाच्या किमान १/१० इतके भागभांडवल धारण करणारे सभासद कंपनी कायदे मंडळाकडे दाद मागू शकतात.

ब) भागभांडवल नसलेल्या कंपनीच्या बाबतीत

कंपनीच्या एकूण सभासदाच्या किमान १/५ इतके सभासद कंपनी कायदे मंडळाकडे दाद मागू शकतात.

क) सभासद

जुलूम व गैरव्यवस्थापन याबाबत न्यायालयाकडे दाद मागण्याचा अधिकार केंद्र सरकार कोणत्याही सभासदाला किंवा सभासदांना देऊ शकते. मात्र, त्यासाठी प्रथमतः संबंधित सभासदाने केंद्र सरकारकडे अर्ज करून दाद मागण्याची परवानगी घेतली पाहिजे.

ड) केंद्र सरकार

स्वतः केंद्र सरकार न्यायालयाकडे अर्ज करून कंपनीने किंवा बहुमत असलेल्या सभासदांनी अल्पमत असलेल्या सभासदांवर केलेल्या अन्यायविरुद्ध व जुलूमाविरुद्ध दाद मागू शकते.

कंपनी कायदे मंडळाकडे किंवा न्यायालयाकडे अशा प्रकारे आलेल्या सभासदाच्या अर्जाचा विचार न्यायालय करते, तसेच केंद्र सरकारकडून आलेली निवेदने किंवा योग्य प्रतिनिधीमार्फत मांडण्यात आलेली मते किंवा विचार यांचाही विचार न्यायालय करते व त्यानंतरच त्यावर आदेश देते. मात्र, तत्पूर्वी न्यायालायाने केंद्र सरकारला तशी सूचना देणे आवश्यक आहे.

८.६.५ बहुमताच्या वर्चस्वाचा नियम किंवा बहुसंख्याकांच्या श्रेष्ठत्वाचा नियम

भागधारक हे कंपनीचे मालक असतात; म्हणून कंपनीच्या व्यवहाराबाबत अंतिम निर्णय घेण्याचा व कंपनीच्या कारभारावर नियंत्रण ठेवणारा अधिकार सभासदांना असतो. कंपनी कायदा व नियमावलीतील तरतुदीनुसार कंपनी भागधारक सर्वसाधारण सभेत किंवा विशेष सभेत साधा किंवा विशेष ठराव संमत करून कंपनीच्या व्यवस्थापनासंबंधीचे निर्णय घेत असतात. साधारणतः सर्वसाधारण सभेमध्ये बहुतेक निर्णय बहुमताच्या तत्त्वानुसार घेतले जातात. हे निर्णय अल्पसंख्याक सभासदांवर (ज्यांनी त्या ठरावाच्या विरोधात मतदान केलेले असते.) सभेला गैरहजर असणाऱ्या सभासदांवर, तसेच इतर सर्व सभासदांवर बंधनकारक असतात. म्हणजेच थोडक्यात कंपनीवर बंधनकारक असतात. यालाच बहुमताचे वर्चस्व किंवा बहुमताचे श्रेष्ठत्व असे म्हणतात.

अ) बहुमताच्या वर्चस्वाच्या नियमाचे फायदे
१) या नियमामुळे कंपनीला स्वतंत्र कायदेशीर व्यक्तिमत्त्वाची मान्यता मिळते.
२) या नियमामुळे कंपनीला कारभार करण्यासाठी निर्णय घेणे व कार्यावर नियंत्रण ठेवणे शक्य होते.
३) या नियमामुळे बहुमताची मान्यता नसताना अल्पसंख्याक सभासदांनी केलेले दावे बेकायदेशीर ठरतात.

ब) बहुमताच्या वर्चस्वाच्या नियमाचे अपवाद
पुढील परिस्थितीमध्ये बहुमतातील सभासदांनी घेतलेले निर्णय अल्पसंख्य सभासदांवर बंधनकारक नसतात, तसेच अल्पसंख्याक सभासद त्या निर्णयाविरुद्ध कार्यवाही करु शकतात.

१) कंपनीच्या अधिकार क्षेत्राबाहेरील कार्ये केल्यास
कंपनीचे अधिकार कंपनीचे घटनापत्रक व नियमावलीतील तरतुदींचा भंग करून कंपनीने एखादा निर्णय घेतल्यास किंवा कृती केल्यास तो निर्णय कंपनीवर, तसेच अल्पसंख्याक सभासदांवर बंधनकारक राहत नाही.

२) अपुऱ्या बहुमताने निर्णय घेतल्यास
कंपनी कायद्यानुसार काही निर्णय घेण्यासाठी विशेष ठरावाची आवश्यकता असते. विशेष ठरावासाठी ३/४ बहुमताची आवश्यकता असते. ३/४ इतक्या बहुमताने ठराव संमत न करताच जर तो साध्या बहुमताने संमत केलेला असेल तर तो ठराव किंवा निर्णय अवैध ठरतो. असा ठराव किंवा निर्णय अल्पसंख्यांक सभासदांवर व कंपनीवर बंधनकारक नसतो.

३) बहुसंख्याक सभासदाने अल्पसंख्याक सभासदाची फसवणूक केल्यास
कंपनीमध्ये बहुमत असलेल्या सभासदाचे स्थान विश्वस्तासारखे असते. म्हणून त्यांनी सर्व निर्णय कंपनीच्या हितासाठीच घेतले पाहिजे. स्वतःच्या स्वार्थासाठी घेऊ नयेत; परंतु जर बहुमत असलेल्या सभासदांनी आपल्या अधिकाराचा गैरवापर करू स्वतःचा स्वार्थ साधला असेल, तर त्यास 'अल्पसंख्यांकांची फसवणूक' असे म्हणतात. अशा निर्णयाविरूद्ध अल्पसंख्याक सभासद न्यायालयाकडे दाद मागू शकतात. उदा.बहुसंख्याक सभासदांनी कंपनीची मालमत्ता स्वतःलाच कमी किमतीला विकत घेण्याचा निर्णय घेणे.

४) कंपनीतील एखाद्या सभासदाच्या व्यक्तिगत अधिकारावर अतिक्रमण केल्यास
कंपनी कायद्याने व कंपनी नियमावलीनुसार एखाद्या सभासदाला असणारे व्यक्तिगत अधिकार किंवा हक्क बहुमत असलेल्या सभासदाला आपल्या बहुमताच्या जोरावर हिरावून घेण्याचा निर्णय घेतल्यावर तो निर्णय त्या

सभासदांवर बंधनकारक राहत नाही, तसेच तो सभासद त्या निर्णयाविरुद्ध कंपनी कायदे मंडळाकडे दावा दाखल करू शकतो. उदा. सभेची सूचना मिळविणे, सभेला उपस्थित राहणे, मतदान करणे, लाभांश मिळविणे इत्यादी.

५) कंपनीच्या हिताविरुद्ध निर्णय घेतल्यास

कंपनीच्या हिताचा विचार न करता कंपनीच्या हितास बाधा आणणारा निर्णय बहुमत असलेल्या सभासदांनी घेतल्यास तो निर्णय कंपनीवर, तसेच अल्पसंख्याक सभासदावर बंधनकारक राहत नाही.

६) कंपनी कायद्यातील तरतुदींचा भंग केल्यास

कंपनी कायद्यातील कलम २४१ ते २४५ नुसार अल्पसंख्यांक सभासदांना हुकूमशाही, दडपशाही तसेच गैरकारभाराविरुद्ध कंपनी कायदे मंडळाकडे अर्ज करण्याचा हक्क आहे. या हक्काविरुद्ध जर बहुसंख्याक सभासदांनी निर्णय घेतल्यास तो निर्णय अल्पसंख्याक सभादांवर बंधनकारक राहत नाही.

८.६.६. अल्पसंख्याक सभासदांच्या हिताचे संरक्षण (Protection of Minority)

कंपनी कायद्यामध्ये अल्पसंख्याक सभासदांच्या हिताचे संरक्षण करण्यासाठी अनेक तरतुदी करण्यात आलेल्या आहेत. त्यानुसार सभासदांच्या सर्वसाधारण हक्कांबरोबर अल्पसंख्याक सभासदांच्या हिताचे संरक्षण करून बहुमत व अल्पमत असणाऱ्या सभासदांच्या हक्कांमध्ये समतोल राखण्याचा प्रयत्न केलेला आहे.

अल्पसंख्याक सभासदांना कंपनी कायदा व सर्वसामान्य कायद्यानुसार पुढील प्रकारचे संरक्षण देण्यात आलेले आहे :

१) सर्वसमान्य कायदे (Common Law)

सर्वसामान्य कायद्यात अल्पसंख्य सभासदांना संरक्षण देण्यासाठी पुढील तरतुदी करण्यात आलेल्या आहेत –

१) बहुसंख्याक सभासदांनी बेकायदेशीर किंवा अधिकार कक्षेबाहेरील कार्ये किंवा कृती करू नये.
२) बहुसंख्याक सभासदांनी अल्पसंख्याक सभासदांची फसवणूक करू नये.
३) बहुसंख्याक सभासदांनी अल्पसंख्याक सभासदांच्या वैयक्तिक हक्कास किंवा हितास बाधा आणू नये.
४) अल्पसंख्याक सभासदांना जुलूम, हुकूमशाही व गैरकारभाराविरुद्ध न्यायालयात दाद मागता येईल.
५) बहुसंख्याक सभासदांनी योग्य तो ठराव संमत करावा अन्यथा ते ठराव नियमबाह्य ठरतील व ते कंपनी, तसेच सभासदांवर बंधनकारक राहणार नाहीत.

२) कंपनी कायदा (Company Law)

कंपनी कायद्यानुसार अल्पसंख्य सभासदांना त्यांच्या हिताचे संरक्षण व्हावे म्हणून पुढील अधिकार प्राप्त झालेले आहेत.

१) कंपनी प्रमाणशीर प्रतिनिधी तत्त्वाचा अवलंब करून अल्पसंख्याक सभासदांना कंपनी व्यवस्थापनात प्रतिनिधित्व देऊ शकेल.
२) केंद्र सरकारदेखील कंपनीला प्रमाणाशीर प्रतिनिधीत्वाचा अवलंब करावा, असा आदेश देऊन अल्पसंख्याक सभासदांना कंपनी व्यवस्थापनात प्रतिनिधित्व देऊ शकेल.
३) अल्पसंख्याक सभासद कंपनीच्या कारभारची चौकशी सरकारी निरीक्षकामार्फत करावी म्हणून केंद्र सरकारकडे अर्ज करू शकतात.

४) कंपनीला विक्रीस काढलेल्या भागभांडवलाच्या १०% भागभांडवल धारण करणारे अल्पसंख्याक सभासद वेगवेगळ्या भागामधील फरक रद्द करण्यासाठी न्यायालयाकडे अर्ज करू शकतो.

५) अल्पसंख्याक सभासद कंपनीच्या पुनर्संघटनेची किंवा एकत्रीकरणाची योजनाची तयार करून सादर करू शकतात.

६) अल्पसंख्याक सभासद कंपनीच्या विसर्जनासाठी अर्ज करू शकतात.

८.६.७ जुलूम व गैरव्यवस्थापन यावरील नियंत्रण/प्रतिबंध (Prevention of oppression and mismanagement)

कंपनीमध्ये अल्पसंख्याक सभासदावर होणारा जुलूम किंवा गैरव्यवस्थापन यांना प्रतिबंध करण्यासाठी कंपनी कायद्यातील कलम २४२ नुसार कंपनी कायदे मंडळ व केंद्र सरकार यांना अनेक अधिकार प्राप्त झालेले आहेत ते पुढीलप्रमाणे :

अ) कंपनी कायदे मंडळाचे अधिकार

कंपनीच्या गैरव्यवस्थापनाबाबत व दडपशाही कृतीबाबत अल्पसंख्याक सभासद कंपनी कायदे महामंडळाकडे दाद मागू शकतात. दडपशाही व गैरव्यवस्थापनाबाबतीत आलेल्या तक्रारींचे निवारण करण्याकरिता कंपनी कायदे मंडळाला कलम २४२ नुसार व्यापक अधिकार देण्यात आले आहेत. या अधिकाराचा वापर करून कायदे नंडळ पुढील आदेश देऊ शकते.

१) कंपनीच्या घटनाप्रकारात व नियमावलीत आवश्यक ते बदल करून कंपनीच्या भविष्यकाळातील कारभारावर नियंत्रण ठेवणे.

२) कंपनीच्या एका किंवा काही सभासदांचे भाग इतर सभासदांना किंवा दुसऱ्या कंपनीला खरेदी करण्यास सांगणे.

३) कंपनीला स्वतःचे भाग स्वतःच खरेदी करण्यास सांगून त्या प्रमाणात भागभांडवल कमी करणे.

४) कंपनी आणि संचालक, व्यवस्थापक, कार्यकारी संचालक यांच्यात झालेल्या करारात बदल करणे किंवा करार रद्द करण्यास सांगणे.

५) कंपनी आणि इतर व्यक्तींमधील करारात बदल करणे किंवा करार रद्द करण्यास सांगणे. मात्र, त्यासाठी कायदे मंडळाने संबंधित पक्षकारास ३ महिन्यांची सूचना दिली पाहिजे.

६) सभासदांनी कायदे मंडळाकडे तक्रार अर्ज करण्यापूर्वी कंपनीने केलेले ३ महिन्यांच्या कालावधीमधील व्यवहार रद्द करण्यास सांगणे.

७) कंपनीबाबत इतर न्याय्य व योग्य बाबी विचारात घेऊन कायदे मंडळ निर्णय देऊ शकते.

८) कोणत्याही एका पक्षकाराच्या विनंती अर्जावरून कंपनी कायदे मंडळ कंपनीला मध्यंतरीचा आदेश देऊ शकते.

९) कंपनी कायदे मंडळाने कंपनीच्या घटनापत्रकात व नियमावलीत काही बदल करण्याचा आदेश कंपनीला दिलेला असेल आणि कंपनीला त्या आदेशाला विसंगत ठरेल असा बदल घटनापत्रक व नियमावलीत करून घ्यावयाचा असेल, तर त्यासाठी कंपनीला कायदे मंडळाची परवानगी घ्यावी लागते.

१०) कंपनी कायदे मंडळाच्या आदेशामुळे प्रशासकीय सेवेतील व्यक्तीबरोबरील करारामध्ये बदल झाला असेल किंवा करार रद्द झालेला असेल, तर संबंधित व्यक्तिला आपल्या पदहानीबद्दल किंवा अन्य

नुकसानीबद्दल नुकसान भरपाई मागण्याचा अधिकार राहणार नाही. कंपनी संचालक व्यवस्थापक व कार्यकारी संचालक ज्यांचे करार रद्द करण्यात आलेले असतील त्यांना त्याच पदावर कंपनी कायदे मंडळाच्या आदेशापासून पाच वर्षांपर्यंत नियुक्त करता येणार नाही.

ब) केंद्र सरकारचे अधिकार

केंद्र कायद्याने केंद्र सरकारला कंपनीच्या दडपशाही व गैरव्यवस्थापनाच्या बाबतीत कंपनीमध्ये हस्तक्षेप करून झालेल्या अन्यायाचे निराकरण करण्यासाठी अधिकार दिलेले आहेत. कंपनीचे समहक्क भागधारण करणारे किंवा अग्रहक्क भाग धारण करणारे किमान १०० सभासद किंवा १०% मताधिकार असणारे सभासद जुलूम व गैरकारभाराबद्दल केंद्र सरकारकडे तक्रार अर्ज करू शकतात. असा अर्ज आल्यानंतर केंद्र सरकार आवश्यक ती योग्य चौकशी करू शकते. काही वेळेस केंद्र सरकारला आवश्यक वाटल्यास तक्रार अर्ज आला नसताना देखील केंद्र सरकार स्वतःहून कंपनीच्या कराभाराची चौकशी करू शकते.

कंपनीच्या कारभाराची चौकशी करण्याबाबत, तसेच जुलूम व गैरव्यवस्थापनास आळा बसावा, यासाठी केंद्र सरकारला खालीलप्रमाणे अधिकार प्राप्त झालेले आहेत :

१) संचालक मंडळावर संचालकाची नेमणूक करणे

कंपनीचे संचालक मंडळ हे सभासदावर जुलूम किंवा अन्याय करणारे आहेत किंवा सार्वजनिक हिताच्या विरुद्ध कारभार करणारे आहेत, अशी खात्री केंद्र सरकारची झाल्यास केंद्र सरकार भागधारकांच्या हिताचे, कंपनीच्या हिताचे रक्षण करण्यासाठी आपल्या वतीने संचालक मंडळावर काही व्यक्तींची (संचालकाची) नेमणूक करु शकते. या संचालकाची नियुक्ती एका वेळेस कमाल तीन वर्षांसाठी असेत, या संचालकांना पात्रता भाग धारण करावे लागत नाहीत, तसेच आळीपाळीने निवृत्त होत नाही. या व्यक्ती आपल्या कार्याचा अहवाल केंद्र सरकारकडे पाठवितात.

२) नियमावलीत बदल घडवून आणणे

केंद्र सरकार वरीलप्रमाणे संचालकांची नेमणूक करण्याऐवजी कंपनीला आपल्या नियामावलीत बदल करण्याचा आदेश देते. आदेशानुसार नियमावलीत केलेल्या बदलांमुळे कंपनी संचालकांच्या नेमणूका प्रमाणशीर प्रतिनिधीत्वाच्या नियमानुसार केल्या जातात. त्यामुळे गैरव्यवस्थापनास वाव मिळू शकत नाही.

३) संचालकांना काढून टाकणे

केंद्र सरकार नियुक्त केलेल्या संचालकांना केव्हाही काढू शकते किंवा त्याऐवजी नवीन व्यक्तीची संचालक पदावर नेमणूक करु शकते त्यामुळे साहजिकच गैरव्यवस्थापनावर नियंत्रण राहू शकते.

४) संचालक मंडळातील संभाव्य बदल रोखणे

कंपनीच्या भागाच्या मालकी हक्कात बदल झाल्यास संचालक मंडळात बदल होण्याची शक्यता असते. संचालक मंडळातील असा संभाव्य बदल कंपनीस व भागधारकास घातक असेल, तर केंद्र सरकार संचालक मंडळातील अशा संभाव्य बदलास प्रतिबंध घालते.

५) कंपनीच्या कारभाराची चौकशी करणे

कंपनीचे किमान १०० सभासद किंवा १/१० मताधिकार असणारे सभासद कंपनीच्या कारभाराची चौकशी करण्यासाठी केंद्र सरकारकडे तक्रार अर्ज करू शकतात. असा तक्रार अर्ज फक्त पुढील व्यक्तींनाच करता येतो –

१) कंपनीचे सभासद, २) कंपनीचा नोंदणी अधिकारी, ३) स्वतः कंपनी, ४) कंपनी कायदे मंडळ. या व्यक्ती केंद्र सरकारकडे अर्ज करतात. या अर्जासोबत योग्य तो पुरावा सादर करावा लागतो. या अर्जाच्या अनुषंगाने केंद्र सरकार कंपनीच्या कारभाराची चौकशी करण्यासाठी एका निरीक्षकाची नेमणूक करते. या निरीक्षकाला कंपनीच्या कारभाराची चौकशी करावी लागते. त्यासाठी त्याला केंद्र सरकारने विविध अधिकार प्रदान केलेले असतात.

८.६.८ निरीक्षक (तपासणी अधिकारी)

कंपनी कायद्याच्या तरतुदीनुसार कंपनीतील जुलूम व गैरव्यवस्थापनाबाबत कंपनीच्या गैरव्यवहाराची तपासणी करण्याकरिता केंद्र सरकार एक किंवा अधिक व्यक्तीची तपासणी अधिकारी किंवा निरीक्षक म्हणून नेमणूक करु शकते. केंद्र सरकार खालील परिस्थितीमध्ये कंपनीच्या चौकशीचा आदेश देऊ शकते.

१) कंपनीचा कारभार कपटपूर्वक, अवैध रीतीने चालविण्यात येत आहे असे वाटत असेल तर

२) कंपनीची स्थापना फसवणूक किंवा बेकायदेशीर कारणाकरिता केली असेल तर

३) कंपनीच्या स्थापनेशी संबंधित व्यक्ती कपट, फसवणूक, अफरातफर, गैरव्यवहार करीत असतील तर

४) कंपनीच्या सभासदांना आवश्यक ती माहिती देण्यात कंपनी असमर्थ ठरली असेल, तर केंद्र सरकार कंपनीच्या चौकशीचा आदेश देऊ शकते व त्यासाठी तपासणी अधिकारी किंवा निरीक्षकाची नेमणूक करू शकते. अशा निरीक्षकास केंद्र सरकारमार्फत अनेक अधिकार प्राप्त झालेले असतात.

अ) निरीक्षकाचे अधिकार

१) कंपनीतील संचालक, कार्यकारी संचालक, व्यवस्थापक व इतर व्यक्ती यांची चौकशी करणे.

२) जर कंपनीची दुय्यम कंपनी असेल किंवा शाखा असेल, तर त्या दुय्यम कंपनीची व शाखांची चौकशी करणे.

३) कंपनीची विविध दस्तऐवजे, कागदपत्रे, नोंदपुस्तके पाहणे, अशी दस्तऐवज किंवा कागदपत्रे निरीक्षक आपल्याकडे ६ महिने ठेवू शकतो. आवश्यकता वाटल्यास निरीक्षक दस्तऐवजांची गुन्हा मागणी करू शकतात.

४) कंपनीतील एखाद्या व्यक्तीने आवश्यक ती माहिती न दिल्यास त्या व्यक्तीविरुद्ध कारवाई करणे.

५) कंपनीची आवश्यक ती कागदपत्रे, पुस्तके व नोंदवह्या न्यायालयाच्या मदतीने जप्त करणे.

६) कंपनीच्या कागदपत्रांचा, पुस्तकांचा ताबा प्रथम श्रेणी दंडाधिकाऱ्याकडे व केंद्र सरकारकडे सादर करतो. जर कंपनी दोषी असेल, तर केंद्र सरकार सदर कंपनी विरुद्ध न्यायालयात दावा दाखल करते. स्वतः करते व नंतर हा खर्च न्यायालयाच्या मदतीने पुढीलप्रमाणे वसूल करू शकते :

१) निरीक्षकाच्या अहवालानुसार दोषी असणाऱ्या व्यक्तींकडून वसूल करणे.

२) कंपनीकडून वसूल करणे.

३) निरीक्षकाच्या अहवालानुसार दोषी असणाऱ्या व्यवस्थापकीय व्यक्तींकडून वसूल करणे.

४) ज्या सभासदांच्या विनंती अर्जावरून निरीक्षकाची नेमणूक केली अशा अर्जदार व्यक्तींकडून वसूल करणे.

वरील व्यक्तींकडून जर तपासणी खर्च वसूल न झाल्यास तो खर्च केंद्र सरकार संसदेने उपलब्ध केलेल्या रकमेतून केला जातो.

ब) निरीक्षकाचा अहवाल

कंपनीच्या कारभाराची चौकशी करण्यासाठी केंद्र सरकार निरीक्षकाची नेमणूक करतात, त्यामुळे निरीक्षक केंद्र सरकारच्या आदेशानुसार वेळोवेळी आपले तपासणीचे कार्य करीत असतो; असे तपासणीचे कार्य करीत असताना निरीक्षक केंद्र सरकारकडे आपल्या कार्याचा 'अंतरिम अहवाल' सादर करीत असतो. त्यानंतर निरीक्षक तपासणीचे कार्य पूर्ण झाल्यानंतर आपल्या कार्याचा अंतिम अहवाल केंद्र सरकारला सादर करीत असतो; असा अहवाल हा लेखी स्वरूपात असतो.

निरीक्षकाच्या अंतिम अहवालाची एक प्रत नोंदणी अधिकाऱ्याकडे माहितीकडे पाठविली जाते. निरीक्षकाची नेमणूक जर कंपनी कायदेमंडळाने केलेली असेल, तर निरीक्षकाच्या अहवालाच्या प्रती कंपनी कायदे मंडळाकडे सादर केल्या जातात. त्याचप्रमाणे निरीक्षकाच्या अहवालाच्या प्रती कंपनी संचालक, कार्यकारी संचालक, अर्ज करणारे सभासद आणि इतर संबंधित व्यक्तींना योग्य ते शुल्क घेऊन पाठविल्या जातात.

निरीक्षकाचे काम हे केवळ कंपनीच्या कारभाराची आणि व्यवहारांची शास्त्रशुद्ध व काळजीपूर्वक तपासणी करणे आणि त्याबाबतचा आपला लेखी अहवाल सरकार, कंपनी कायदे मंडळा अर्जदार सभासद, कंपनी व संबंधित व्यक्तींना सादर करणे एवढेच मर्यादित असते. निरीक्षकाने सादर केलेला अहवाल हा अंतिम निर्णय नसतो. कंपनीचा गैरकारभार किंवा गैरव्यवस्थापन याबाबतचा निवाडा देण्याचा अधिकार निरीक्षकाला नसतो. आपल्या चौकशी अहवालाद्वारे निरीक्षक केंद्र सरकारला किंवा कंपनी कायदे मंडळाला कंपनीच्या वस्तुस्थितीची माहिती देत असतात.

अ) फौजदारी गुन्हा दाखल करणे

भारतीय कंपनी कायदा व भारतीय दंड विधान कायद्यानुसार ज्या व्यक्ती दोषी आढळतील, अशा व्यक्तींविरुद्ध फौजदारी स्वरूपाचा गुन्हा केल्याबद्दल दावा दाखल करणे.

ब) न्यायालयाकडे अर्ज करणे

कंपनीच्या विसर्जनाबाबत केंद्र सरकार न्यायालयाकडे अर्ज करू शकते, तसेच कंपनीच्या दडपशाही किंवा अत्याचारी किंवा जुलूम आणि कंपनीचे गैरव्यवस्थापन किंवा गैरकारभाराविरुद्ध आदेश देण्याची विनंती करणे.

क) दावा दाखल करणे

निरीक्षकाच्या अहवालानुसार केंद्र सरकारला असे दिसून आले की, कंपनीच्या मालमत्तेचा दुरुपयोग, अफरातफर, लबाड्या, फसवणूक ज्या व्यक्तींनी केलेली असेल अशा दोषी व्यक्तींकडून नुकसानभारपाई किंवा मालमत्ता वसूल करण्याकरिता कंपनीच्या नावाने न्यायालयात दावा दाखल करणे.

प्रश्नसंग्रह

अ) थोडक्यात उत्तरे लिहा. (२० शब्दांत)

१) व्यवस्थापकीय संचालक कोणाला म्हणावे?

२) पूर्णवेळ संचालकाबद्दल माहिती सांगा.

३) कार्पोरेट सोशल जबाबदारी?

४) निरीक्षकाचा अहवाल स्पष्ट करा.

ब) संक्षिप्त उत्तरे लिहा. (५० शब्दांत)

१) व्यवस्थापकीय संचालकाबाबतच्या तरतुदी सांगा.

२) पूर्णवेळ संचालकाविषयी माहिती द्या.

३) निरीक्षकाचे अधिकार स्पष्ट करा.

४) जुलूम व गैरव्यवस्थापनसंबंधी केंद्र सरकार व न्यायालयाचे अधिकार स्पष्ट करा.

क) थोडक्यात उत्तरे लिहा. (१५० शब्दांत)

१) व्यवस्थापकीय संचालक व पूर्णवेळ संचालक यांतील फरक स्पष्ट करा.

२) संचालक व व्यवस्थापकीय संचालक यांतील फरक स्पष्ट करा.

३) कोणत्या बाबींसाठी व्यावसायिक, सामाजिक जबाबदारी निर्माण होते?

४) जुलूम व गैरव्यवस्थापन याबाबत कंपनी कायद्यातील तरतुदी स्पष्ट करा.

ड) सविस्तर उत्तरे लिहा. (३००/५०० शब्दांत)

१) व्यवस्थापकीय संचालक म्हणजे काय? व्यवस्थापकीय संचालकाबाबत कंपनी कायद्यात असणाऱ्या तरतुदी सांगा.

२) कंपनी संचालकांची भूमिका स्पष्ट करा.

३) जुलूम व गैरव्यवस्थापन म्हणजे काय? जुलूम व गैरव्यवस्थापनात समाविष्ट होणाऱ्या बाबी स्पष्ट करा.

<table>
<tr><td>

प्रकरण

९

</td><td>

कंपनीच्या सभा
(Company Meetings)

</td></tr>
</table>

९.१. कंपनीच्या सभा – १ (जनरल)

९.१.१ सभेचा अर्थ

९.१.२ सभेचे प्रकार

९.१.३ सभेचे नियम/वैध सभेच्या आवश्यक बाबी

९.२ कंपनीच्या सभा – २ (सभासदांच्या सभा)

९.२.१ नियामक/(विधिविहित) सभा

९.२.२ वार्षिक सर्वसाधारण सभा

९.२.३ विशेष सर्वसाधारण सभा

९.२.४ वर्ग सभा

९.३ संचालकांच्या सभा

९.३.१ संचालकांच्या सभेची वारंवारिता

९.३.२ सभेच्या सूचनेचा कालावधी

९.३.३ सभेच्या सूचनेतील तपशील

९.३.४ सभेची कार्यक्रमपत्रिका

९.३.५ गणसंख्या

९.३.६ सभेचा अध्यक्ष

९.३.७ संचालकांचा फिरता ठराव

९.३.८ संचालकांच्या समितीच्या सभा

९.४ फरक

९.४.१ वार्षिक साधारण सभा आणि विशेष साधारण सभा यातील फरक

९.४.२ नियामक सभा आणि सर्वसाधारण सभा

९.४.३ संचालकांच्या सभा व भागधारकांच्या सभा

९.१ कंपनीच्या सभा (जनरल)

९.१.१ सभेचा अर्थ (Meaning)

सभेला इंग्रजीमध्ये (Meeting) मीटिंग हा शब्द "Meata" या शब्दापासून आलेला आहे. Meata हा शब्दाचा अर्थ समोरासमोर असा होतो. सभेसाठी कमीत कमी दोन व्यक्ती असाव्या लागतात.

सभेची व्याख्या पुढीलप्रमाणे करता येईल.

सभा म्हणजे ठराविक ठिकाणी काही महत्त्वाच्या गोष्टींवर/बाबींवर चर्चा करण्यासाठी व त्यात उपस्थित होणाऱ्या मुद्द्यांवर मतप्रदर्शन करून निर्णय घेण्याच्या हेतूने अनेक व्यक्तींनी एकत्र येणे होय.

प्रा. टंडन यांच्या मते, जेव्हा दोन किंवा अधिक व्यक्ती एकत्र येतात व एका किंवा अनेक विषयांवर निर्णय घेतात तेव्हा अशा व्यक्तींची सभा आयोजित झाली असे समजले जाते.''

के. किशोर यांच्या मते, सर्वसामान्य हितसंबंधांशी निगडित बाबींवर विचार करण्यासाठी किमान दोन किंवा अधिक सदस्यांनी पूर्वसूचनेद्वारे एकत्र येणे व निर्णय घेणे म्हणजेच सभा होय.

थोडक्यात, समान हितसंबंध असलेल्या विषयांवर चर्चा करण्यासाठी किंवा अशा विषयांवर आपापले विचार मांडून निर्णय घेण्यासाठी जेव्हा दोन किंवा त्यापेक्षा अधिक व्यक्ती एकत्र जमतात; तेव्हा त्यांच्या बैठकीला सभा असे म्हणतात.

वरील विविध कारणांवरून सभेची वैशिष्ट्ये पुढीलप्रमाणे आढळून येतात.

१) सभेसाठी किमान दोन किंवा अधिक व्यक्तींनी एकत्र येणे आवश्यक आहे.
२) सभेत विविध विषयांवर चर्चा होऊन निर्णय घेतले जातात.
३) सभेतील कामकाज कायदेशीररीत्या होत असल्यामुळे सभेचे निर्णय कायदेशीर व संबंधित पक्षावर बंधनकारक असतात.

९.१.२ सभेचे प्रकार (Kinds of Meetings)

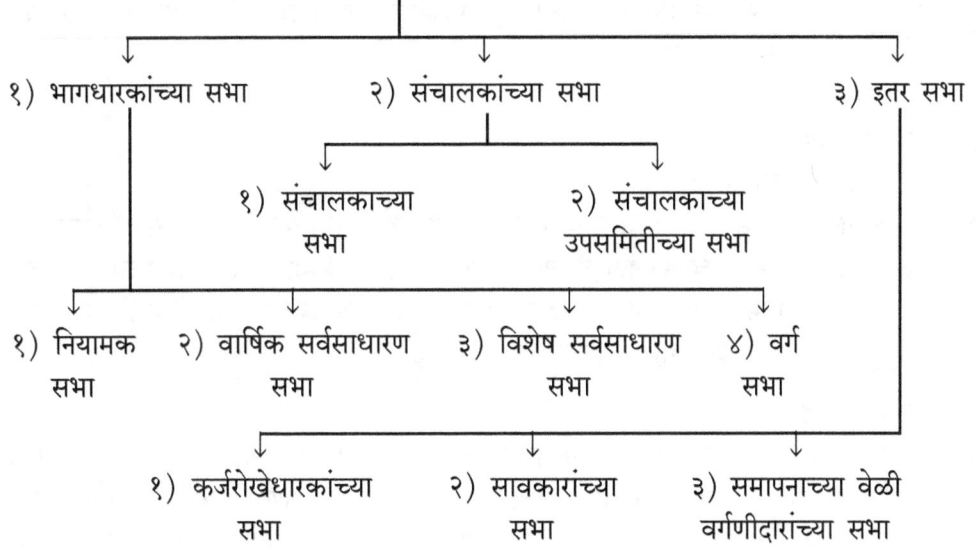

आधी आपण वैध सभेच्या आवश्यक बाबी पाहू व नंतर वरील सभाप्रकार सविस्तर पाहू.

९.१.३ सभेचे नियम/वैध सभेच्या आवश्यक बाबी (Rules or Requisites of Valid Meeting)

प्रस्तावना

कंपनीची स्थापना एका विशिष्ट व्यक्ती समूहाने केलेली असते. या व्यक्तिसमूहाला आपण भागधारक असे म्हणतो. भागधारक हे कंपनीचे मालक असतात. म्हणून कंपनीच्या व्यवस्थापनातील कोणत्याही निर्णयाची अंतिम जबाबदारी त्यांच्यावर असते; पण भागधारकांची संख्या असंख्य असल्याने त्यांना एकाच दिवशी एकत्र येणे थोडे कठीण असते. तथापि, कंपनीच्या महत्त्वाच्या प्रश्नाबाबत त्यांनी एकत्र येऊन, चर्चा करून मगच कंपनीच्या ध्येयधोरणावर निर्णय घ्यावा म्हणून भागधारकांनी निदान वर्षातून एकदा तरी एकत्र येणे आवश्यक आहे. याकरिता त्यांच्या सभेची आवश्यकता आहे. या दृष्टिकोनातून भागधारकांची वर्षातून एकदा तरी सभा घेतली जावी, अशी तरतूद कायद्यात करण्यात आलेली आहे.

भागधारक जरी कंपनीचे खरे मालक असले तरी प्रत्यक्ष व्यवहारात कंपनीचे नियंत्रण करणे आणि व्यवस्थापनावर देखरेख ठेवणे हे कार्य भागधारकांचे प्रतिनिधी संचालक यांच्याकडे असते. भागधारकांची संख्या असंख्य असल्याने ते एकत्र येऊ शकत नाहीत. कंपनीच्या व्यवस्थापनावर नियंत्रण ठेवण्यासाठी व देखरेख करण्यासाठी भागधारक आपले प्रतिनिधी निवडतात. या प्रतिनिधींना आपण 'संचालक' असे म्हणतो. संचालक कंपनीच्या कार्यावर व व्यवस्थापनावर नियंत्रण ठेवतात, देखरेख करतात व कंपनीच्या व्यवहारांबाबत महत्त्वाचे निर्णय घेतात. संचालकांनी आपले कार्य कार्यक्षमपणे करावे म्हणून त्यांच्या सभा वरचेवर घेतल्या जातात . संचालकांची संख्या लहान असल्याने ते शक्य होते. संचालक या अर्थाने कंपनीचे खरे मालक ठरतात व कंपनीच्या व्यवस्थापनासंबंधी ते महत्त्वाचे निर्णय घेतात. त्यासाठी संचालकांना विशिष्ट दिवशी एकत्र येणे व चर्चा करणे आवश्यक असते. त्यासाठी संचालकांच्या सभा आवश्यक असतात. थोडक्यात, आपणाला असे म्हणता येईल की, कंपनीचा कारभार कंपनीच्या अधिकारीवर्गाकडून पाहिला जातो; पण निर्णय घेण्याचे कार्य भागधारक व संचालक करतात. भागधारक व संचालक यांना निर्णय घेता यावे म्हणून सभेची आवश्यकता आहे. म्हणजेच कंपनीच्या व्यवस्थापनात महत्त्वाचे निर्णय सभेमार्फत घेतले जातात. सर्वसाधारणपणे कंपनी ज्या सभांमार्फत निर्णय घेते त्या सभा पुढीलप्रमाणे आहेत :

(१) भागधारकांच्या सभा.
(२) संचालकांच्या सभा.
(३) कर्जरोखेधारकांच्या सभा.

जेव्हा वरील प्रकारच्या सभा घेण्याचा प्रश्न निर्माण होतो, तेव्हा सभा कशा बोलवाव्यात व घ्याव्यात यासंबंधी कायद्यात तरतूद आहे. याची माहिती आपणांस घेणे आवश्यक आहे. वरील वेगवेगळ्या प्रकारच्या सभा घेण्यासंबंधी असणारे नियम सारखेच आहेत; म्हणून आपण प्रथम सभेबाबतच्या तरतुदींचा विचार करणार आहोत. नंतर वेगवेगळ्या प्रकारच्या सभांचा विचार करणार आहोत.

सभा बोलविण्याची पद्धत

कंपनीची कोणतीही सभा योग्य पद्धतीने बोलविणे आणि ती योग्य त्या पद्धतीने चालविणे आवश्यक आहे. म्हणजेच कंपनीने बोलविलेली कोणतीही सभा व त्या सभेने घेतलेले निर्णय कायदेशीर ठरविण्यासाठी ती सभा प्रथम योग्य पद्धतीने बोलाविणे आवश्यक आहे. त्याचप्रमाणे ती सभा योग्य त्या पद्धतीने चालविणे

आवश्यक आहे; जरी कंपनीने आपली सभा कायद्याच्या व नियमावलीच्या तरतुदीप्रमाणे बोलविली असेल आणि चालविली असेल तर ती सभा कायदेशीर ठरते व त्या सभेचे निर्णय कंपनीवर बंधनकारक ठरतात. कंपनीची सभा योग्य त्या पद्धतीने बोलविणे याचा अर्थ असा की, ज्या व्यक्तींना सभेची सूचना देणे आवश्यक आहे; अशा सर्व व्यक्तींना योग्य ती सूचना दिली गेली असेल; तर सभा योग्य त्या पद्धतीने बोलाविण्यात आली असे समजण्यात येते.

कंपनीची सभा बोलविणे व चालविणे

कंपनी कायद्यातील खालील कोणत्या अटी पूर्ण केल्या असता सभा कायदेशीर बोलविली गेली व कशा प्रकारे कामकाज चालविले असता सभेचे काम कायदेशीरपणे चालविले गेले आणि ते सभासदाला कशा प्रकारे बंधनकारक ठरते; याचा अभ्यास या ठिकाणी पुढील टप्प्यातून केला जाणार आहे –

(अ) सभा कायदेशीरपणे बोलविण्याच्या तरतुदी.
(ब) सभेचे कामकाज कायदेशीरपणे चालविण्याच्या तरतुदी.

(अ) सभा कायदेशीरपणे बोलविण्याच्या तरतुदी : सभा कायदेशीरपणे बोलविली गेली आहे; असे ठरविण्याकरिता पुढील अटींची पूर्तता करावी लागते :

(१) सभेची पूर्तता.
(अ) सूचनेची मुदत.
(ब) सूचना देण्याचा अधिकार.
(क) सूचनेतील मजकूर.
(२) सभेची कार्यक्रमपत्रिका.

(१) सभेची पूर्तता/ सूचना (Notice) (कलम १०१) : कंपनीची सभा योग्य त्या व्यक्तींना सूचना देऊन बोलविली जाते. ज्यांना कंपनीच्या सभेला हजर राहण्याचा अधिकार आहे त्यांनाच ही सूचना दिली जाते. सूचना ही नेहमी सभेच्या पूर्वी दिली जाते. सूचनेमुळे सभासद सभेसाठी योग्य ती तयारी करू शकतात. कंपनीने सूचना कशी द्यावी व किती दिवस अगोदर या बाबतीत पुढीलप्रमाणे तरतुदी आहेत –

(अ) सूचनेची मुदत : कंपनीच्या सर्वसाधारण सभेची सूचना २१ दिवस आधी देऊन सभा भरविता येते. म्हणजेच, कंपनीने सर्वसाधारण सभा घ्यावयाची असल्यास किमान २१ दिवस अगोदर त्या सभेची सूचना देणे आवश्यक आहे.

२१ दिवसांपेक्षा कमी मुदतीची पूर्वसूचना देऊन कंपनीच्या भागधारकांची सभा घेता येते. त्याकरिता पुढीलप्रमाणे अटी आहेत– ती सभा वार्षिक सर्वसाधारण सभा असल्यास आणि सर्व सभासदांची संमती असल्यास २१ दिवसांपेक्षा कमी मुदतीची सूचना देऊन वार्षिक सर्वसाधारण सभा बोलविण्यात येते. त्याचप्रमाणे, जर सभा इतर प्रकारची असेल (म्हणजे वार्षिक सर्वसाधारण सभा सोडून इतर सभा) तर ती सभासुद्धा २१ दिवसांपेक्षा कमी मुदतीची सूचना देऊन बोलविता येते; पण त्याकरिता ८५ टक्के भाग भागधारण करणाऱ्या सभासदांची मान्यता हवी. संचालकांच्या सूचनेबाबत कायद्यात काही नियम नाही, पण त्याबाबत योग्य ती तरतूद कंपनीच्या नियमावलीत करता येते.

(ब) सूचना देण्याचा अधिकार : संचालक मंडळाला सूचना देऊन कंपनीची सर्वसाधारण सभा बोलविता येते. संचालक मंडळ योग्य तो ठराव संमत करून सभासदांची वार्षिक सभा किंवा विशेष सभा बोलावू शकतात.

त्याचप्रमाणे, सभासदसुद्धा कित्येकदा संचालकांना 'कंपनीची विशेष सभा' बोलविण्यासंबंधी योग्य ती सूचना किंवा विनंती करू शकतात. कायद्याप्रमाणे वरील विनंतीवरून संचालकांना योग्य ती सूचना तयार करून, ती सभासदांना देऊन कंपनीची विशेष सभा घेण्याचा अधिकार आहे. कंपनीची सूचना अर्थात चिटणिसांकडून पाठविली जाते.

सभेची सूचना कंपनी व्यक्तीशः भागधारकांना देऊ शकते किंवा ती सूचना सभासदांच्या नोंदलेल्या पत्त्यावर पोस्टामार्फत पाठवू शकते. सभासदांचा पत्ता नसल्यास ती सूचना वर्तमानपत्रातील जाहिरातीमार्फत दिली जाते.

(क) सूचनेतील मजकूर : कंपनीने तयार केलेल्या सूचनेत सभेची जागा, दिवस व वेळ, कायद्याची रूपरेषा व माहिती असावी. सभेत विशेष ठराव संमत होणार असल्यास त्याचाही उल्लेख सूचनेत व्हावा.

सभेची सूचना ठरवून दिलेल्या मुदतीत पाठविणे आवश्यक आहे; जर सभेची सूचना वरीलप्रमाणे पाठवून दिली नाही तर त्यास अधिकृत सभा म्हणता येणार नाही; जर सभेची सूचना एखाद्या सभासदाला केवळ नजरचुकीने दिली गेली नाही किंवा सूचना देऊनही गणसंख्येपेक्षा उपस्थिती कमी झाली तर सभा बंद करावी लागेल.

(२) सभेची कार्यक्रमपत्रिका : सभेपुढील कामकाज कोणत्या क्रमाने केले जाईल याची नोंद ज्या कागदपत्रावर असते त्याला 'कार्यक्रमपत्रिका' म्हणतात. कार्यक्रमपत्रिका चिटणीस सभेच्या अध्यक्षांच्या साहाय्याने तयार करतो. या कार्यक्रमपत्रिकेत सभेत केल्या जाणाऱ्या कामकाजाचा कार्यक्रम थोडक्या शब्दात लिहिलेला असतो. त्यावरून सभेत केल्या जाणाऱ्या कामकाजाची कल्पना येते. कार्यक्रमपत्रिकेत प्रथम नेहमीच ठराविक कार्यक्रम घेतला जातो. नंतर महत्त्वाच्या गोष्टींचा उल्लेख असतो. कार्यक्रमपत्रिकेतील कामकाजाचा क्रम बदलण्याचा अधिकार कंपनीच्या अध्यक्षाला आहे. कंपनीच्या दृष्टीने कार्यक्रम योग्य रीतीने संपावा असा क्रम असावा, अशी अपेक्षा असते.

सभेच्या कार्यक्रमपत्रिकेमध्ये, त्या विशिष्ट सभेत कोणते कामकाज क्रमाने केले जाणार आहे, हे भाग घेणाऱ्या व्यक्तींना प्रथम समजते. सभेतील विशिष्ट विषयावर ते आपले विचार व मत मांडण्याच्या दृष्टीने योग्य तो विचार करू शकतात. आवश्यकता वाटल्यास त्यासंबंधी आवश्यक ती माहिती, कागदपत्रे गोळा करू शकतात. त्यासंबंधीचे प्रश्न तयार करू शकतात. त्यामुळे सभेतील अनेक बाबींवर व्यवस्थितपणे चर्चा करून निर्णय घेता येतो. ज्याच्याबाबत विस्तृत चर्चा होणार असेल असे विषय नंतर मांडता येतात. एकमेकांशी संबंधित असणाऱ्या बाबी एकत्रित चर्चेला घेता येतात. तसेच कार्यक्रमपत्रिकेमुळे सभेतील कामकाजात शिस्त निर्माण करता येते व सभासदांच्या चर्चेवर नियंत्रण ठेवता येते.

थोडक्यात, कंपनीची सभा योग्य प्रकारे बोलाविणे याकरिता त्या सभेची सूचना योग्य त्या अधिकाऱ्याने योग्य प्रकारे, योग्य मुदतीपूर्वी, कार्यक्रमपत्रिकेसह सभेशी संबंधित व्यक्तींना दिली म्हणजे कायद्याच्या दृष्टीने सभा योग्य प्रकारे बोलाविली गेली असा अर्थ होतो.

(ब) सभेचे कामकाज कायदेशीरपणे चालविणे : कंपनीच्या कोणत्याही सभेचे कामकाज कायदेशीरपणे चालावे व त्या सभेत घेतलेले निर्णय कायदेशीरपणे ठरावे म्हणून पुढील बाबींची पूर्तता करावी लागते –

(१) सभेची गणसंख्या.

(२) सभेचा अध्यक्ष.

(३) प्रस्ताव व ठराव.

(४) सभेतील मतदान.

(५) सभेतील कामकाजाचे इतिवृत्त.

(१) सभेची गणसंख्या (Quorum) (कलम १०३) : कोणत्याही कंपनीची सभा कायदेशीर होण्यासाठी ती योग्य पद्धतीने बोलाविली पाहिजे व योग्य पद्धतीने संघटित झालेली असली पाहिजे. याच तरतुदीचा विचार करताना आपण असे पाहिले आहे की, कंपनीने सभेची सूचना योग्य प्रकारे दिली तर सभा योग्य प्रकारे बोलावली असे म्हणता येईल. त्याचप्रमाणे कंपनीची सभा योग्य प्रकारे संघटित होण्यासाठी कंपनीच्या सभेत गणसंख्येइतक्या व्यक्ती उपस्थित आहेत आणि त्या सभेचे संचालन करण्यास योग्य ती व्यक्ती अध्यक्ष म्हणून निवडली जाणे आवश्यक आहे. थोडक्यात कंपनीच्या सभेचे कामकाज कायदेशीर होण्याकरिता कंपनीच्या प्रत्येक सभेस किमान सभासदांची हजेरी आवश्यक आहे. कंपनीच्या सभेस किमान हजर असाव्या लागणाऱ्या सभासदसंख्येला उद्देशून 'गणसंख्या' हा शब्द वापरण्यात येतो. म्हणजेच कंपनीच्या सभेचे कामकाज सुरू करण्याकरिता आणि ते कामकाज कायदेशीर ठरविण्याकरिता, कंपनी कायद्याप्रमाणे किंवा नियमावलीप्रमाणे किमान सभासद उपस्थित असणे आवश्यक आहे. त्या किमान सभासदसंख्येला 'गणसंख्या' म्हणतात.

कंपनीच्या सभासदांच्या व संचालकाच्या सभेला आवश्यक असणारी गणसंख्या कंपनीच्या नियमावलीने ठरविणे आवश्यक आहे; जर कंपनीच्या नियमावलीत 'गणसंख्या' दिली नसेल तर ती गणसंख्या कायद्याप्रमाणे ठरविली जाते. या ठिकाणी एक गोष्ट लक्षात ठेवणे आवश्यक आहे, ती ही की, कंपनीच्या नियमावलीतील तरतूद कायद्याच्या किमान गणसंख्येपेक्षा जास्त सभासदांची किमान संख्या ठरवू शकते; पण कायद्यातील गणसंख्येपेक्षा कमी सभासदसंख्या किमान गणसंख्या म्हणून ठरवू शकत नाहीत.

कंपनीच्या प्रत्येक सभेला किमान गणसंख्येइतके सभासद हजर असणे आवश्यक आहे. कंपनीच्या प्रत्येक सभेला किमान गणसंख्येइतके सभासद नसतील तर ती सभा कायदेशीर होत नाही. तसेच त्या सभेचा निर्णय कायदेशीर ठरत नाही. त्याचबरोबर ही किमान गणसंख्या सभेच्या सुरुवातीपासून शेवटपर्यंत असणे आवश्यक आहे; जर काही कारणाने सभेच्या मध्यंतरी, सभासद सभा सोडून गेले आणि सभेच्या सभासदांची संख्या किमान गणसंख्येपेक्षा कमी झाली तर सभा बंद करावी लागते.

कंपनीच्या सभेच्या गणसंख्येबाबत असणाऱ्या तरतुदी पुढीलप्रमाणे आहेत :

अ) कंपनीच्या नियमावलीने सभेसाठी जर गणसंख्या ठरविली नसेल तर सार्वजनिक कंपनीच्या सभासद सभेची किमान गणसंख्या ५ सभासद (हे जातीने हजर असणे आवश्यक आहे.) व खासगी कंपनीच्या बाबतीत २ सभासद (जातीने हजर असणे आवश्यक आहे.) म्हणजेच सार्वजनिक कंपनीच्या सभासदांच्या सभेला किमान ५ सभासद जातीने हजर हवेत व खासगी कंपनीच्या सभासदांच्या सभेला किमान २ सभासद जातीने हजर हवेत तरच सभा घेता येणे शक्य होते.

ब) कंपनीच्या संचालकाच्या सभेत आवश्यक ती गणसंख्या एकूण संचालकाच्या एक तृतीयांश किंवा जादा जी संख्या असेल तितके संचालक उपस्थित असणे आवश्यक आहे.

क) संचालकांची गणसंख्या ठरविताना ती आत्महितनिरपेक्ष असावी. (याबद्दलच्या अधिक माहितीसाठी 'संचालकांची सभा' हा भाग पाहा.)

ड) सभेचे कामकाज करण्यासाठी आवश्यक ती किमान गणसंख्या सभेच्या वेळेत हजर असणे आवश्यक आहे. सभा सुरू होण्याच्या वेळेपासून अर्ध्या तासात जर किमान गणसंख्या जमली नाही आणि ती सभा जर कंपनीने बोलविली असेल तर, ती सभा पुढील आठवड्यात त्याच वेळी, त्याच दिवशी व त्याच ठिकाणी पुन्हा भरवावी लागते व त्या वेळेला ती सभा तहकूब करण्यात आली आहे असे समजण्यात येते. अशा प्रकारे तहकूब करून घेतलेल्या सभेलासुद्धा जर नेमलेल्या वेळेत योग्य ती गणसंख्या,

ठरलेल्या वेळेपासून अर्ध्या तासात जर उपस्थित झाली नाही, तर हजर असलेले सभासद म्हणजे 'योग्य ती गणसंख्या' मानली जाऊन कंपनी आपले कामकाज सुरू करू शकते व निर्णय घेऊ शकते. हे निर्णय कायदेशीर ठरतात आणि गणसंख्या कमी असूनसुद्धा सभा कायदेशीर ठरते.

इ) जर गणसंख्या सभेच्या वेळेपासून अर्ध्या तासापर्यंत उपस्थित नसेल तर आणि सभा जर सभासदांच्या मागणीप्रमाणे बोलाविली असेल, तर ती सभा बरखास्त झाली असे समजावे लागते.

कंपनीच्या प्रत्येक सभेत किमान गणसंख्या हजर आहे किंवा नाही, याची नोंद घेण्याचे काम चिटणिसाला करावे लागते.

(२) सभेचा अध्यक्ष (कलम १०४) : कंपनी कायद्यातील तरतुदीप्रमाणे कंपनीच्या प्रत्येक सभेस अध्यक्ष असणे आवश्यक आहे. अध्यक्षाशिवाय भरणारी सभा कायदेशीर सभा होऊ शकत नाही. सर्वसाधारणपणे अध्यक्षांच्या नेमणुकीबाबत कंपनीच्या नियमावलीत तरतूद केलेल्या असतात. कंपनीच्या सभेचा अध्यक्ष म्हणजेच कंपनीच्या सभेतील कामकाज नियंत्रित करण्यासाठी सभेमध्ये भाग घेणाऱ्या सभासदांनी निवड केलेली व्यक्ती होय. म्हणजेच कंपनीने बोलावलेल्या सभेचे कामकाज कंपनी कायद्यातील तरतुदीप्रमाणे आणि कंपनीच्या नियमावलीप्रमाणे नियंत्रित करण्यासाठी नेमण्यात आलेली व्यक्ती म्हणजे अध्यक्ष होय.

परिशिष्ट 'अ' मध्ये अध्यक्षांच्या नेमणुकीबाबत पुढीलप्रमाणे तरतुदी केलेल्या आहेत.

अ) कंपनीचा अध्यक्ष हा नियमावलीने ठरवलेला असतो किंवा सभेच्या वेळी ठरवला जातो. सर्वसाधारणपणे संचालक मंडळाचा अध्यक्ष हा कंपनीच्या सर्वच समान सभेचा अध्यक्ष असतो.

ब) कंपनीच्या संचालक मंडळावर अध्यक्ष नसल्यास अथवा ती व्यक्ती सभा सुरू होण्याच्या वेळेनंतरच्या १५ मिनिटांत उपस्थित न झाल्यास अगर ती व्यक्ती अध्यक्षपद स्वीकारण्यास नाखूश असल्यास, उपस्थित संचालकांनी त्यांच्यापैकी एकाची नेमणूक अध्यक्ष म्हणून करावी.

क) अध्यक्षांची वरील निवड हात वर करून मतदानपद्धतीने घेतली जाईल.

ड) अध्यक्षांची नेमणूक मत नोंदणीपद्धतीने व्हावी अशी मागणी केल्यास, पहिल्या अध्यक्षाने ताबडतोब मतनोंदणी-पद्धतीने अध्यक्षांची निवड करण्यासंबंधी व्यवस्था करावी. मतनोंदणी पद्धतीने ज्याची निवड होईल ती व्यक्ती सभेचा अध्यक्ष होईल.

अध्यक्षाचे हक्क : सभेच्या अध्यक्षावर सभा व्यवस्थित चालविण्याची अवघड जबाबदारी असते. त्याला सभा सुरू असताना सभासदांच्या भाषणावर नियंत्रण ठेवावे लागते. सभागृहात शिस्त राखावी लागते. कायद्याप्रमाणे व नियमावलीतील तरतुदीप्रमाणे सभेचे संचालन करावे लागते. सभेच्या अध्यक्षाला पुढील हक्क असतात :

सभेच्या अध्यक्षाचे हक्क आणि अधिकार

(१) मागील सभेचे इतिवृत्त सभेने मान्य केले तर त्याला त्यावर सही करून त्यांना अधिकृत मान्यता देण्याचा अधिकार आहे.

(२) सभेतील वेगवेगळ्या विषयांवर शिस्तबद्ध चर्चा व्हावी व त्यावर जास्तीत जास्त सभासदांनी आपले मत प्रदर्शन करावे, या उद्देशाने त्यांना क्रमाक्रमाने मतप्रदर्शन करण्यास वाव देणे.

(३) सभेपुढे येणारे ठराव, प्रस्ताव व त्यांच्यातील सुधारणा यांपैकी कंपनीच्या सभेच्या कार्यक्रमपत्रिकेत काय काय बसते हे ठरविणे.

(४) सभेत बेशिस्तपणे वर्तन करणाऱ्या सभासदांवर योग्य ती कारवाई करणे.

(५) प्रस्ताव व सुधारणा यांच्यावरील चर्चा थांबवू ते मतदानास टाकणे व निर्णय जाहीर करणे.

(६) स्वतःला किंवा सभासदांनी विनंती केल्यावरून आवश्यक वाटल्यास मतमोजणी पद्धतीने निर्णय घेण्याचा आदेश अध्यक्ष देऊ शकतात.

(७) सभेपुढील कोणत्याही विषयावर चर्चा होऊन, त्यावर मतदान घेतले असता ठरावाविरुद्ध आणि ठरावाच्या बाजूने जर समान मते पडली तर त्याला स्वतःचे निर्णायक मत (Casting Vote) देण्याचा अधिकार आहे.

(८) सभेचा अध्यक्ष सभा स्थगित किंवा बरखास्त करू शकतो.

अध्यक्षांची कर्तव्ये

(१) कंपनीची सभा कंपनी कायद्यातील तरतुदीप्रमाणे आणि कंपनीच्या नियमावलीप्रमाणे भरली आहे किंवा नाही हे पाहणे.

(२) कंपनीच्या सभेची सूचना, नियमावलीत किंवा कायद्यातील तरतुदीप्रमाणे 'योग्य मुदती'अगोदर दिली किंवा नाही हे ठरविणे.

(३) कंपनीच्या सभेला प्रारंभ करण्यापूर्वी, सभेला आवश्यक असणारी सभासदांची किमान गणसंख्या हजर आहे किंवा नाही ते ठरविणे.

(४) सभेवर ताबा व नियंत्रण ठेवणे.

(५) सभेपुढे चर्चेसाठी येणाऱ्या प्रत्येक प्रस्तावावर, प्रस्ताव मांडणाऱ्याची, त्याला अनुमोदन देणाऱ्याची सही आहे किंवा नाही हे पाहणे.

(६) सभेत चर्चा केल्या जाणाऱ्या प्रस्तावांचा क्रम लावणे.

(७) सभासदांना आपले मतप्रदर्शन करण्यास वाव देणे. विशेषतः अल्पसंख्याक भागधारक सभासदांना मत मांडण्यास वाव देणे.

(८) सभेमध्ये शिस्त राखणे व सभेतील शिस्त आटोक्याबाहेर जात असेल तर सभा तहकूब किंवा स्थगित करणे.

(९) वेगवेगळ्या ठरावांवर चर्चा करण्यास भागधारकांना प्रोत्साहन देणे व सभासद चर्चा करीत असताना ते विषयांतर करून वेगवेगळ्या विषयाकडे वाहत जात नाहीत, यावर नियंत्रण ठेवणे.

(१०) ठरावावर प्रश्न विचारून सभेचे मत विचारात घेणे; आवश्यकता वाटल्यास किंवा सभासदांनी विनंती केल्यावर ठरावावरील चर्चा थांबविणे, त्यावर मतदान घेणे, निर्णय जाहीर करणे.

(११) स्वतःचे निर्णायक मत देणे.

(१२) ठरावाची तपासणी करण्यासाठी सदस्यांची नेमणूक करणे.

(१३) एखाद्या प्रस्तावावर किंवा ठरावावर घेतला जाणारा निर्णय हा 'मतनोंदणीने' घेतला जावा अशी विनंती एखाद्या सदस्याने केल्यास, त्याप्रमाणे मतनोंदणी-पद्धतीने मतदान करण्याची व्यवस्था करून निर्णय जाहीर करणे.

(१४) नियमभंगाच्या मुद्द्यावर निर्णय देणे.

(१५) वक्त्यांचे क्रम ठरविणे.

निर्णायक मत (Casting Vote) : जर नियमावलीत तरतूद असेल तर सभेच्या अध्यक्षाला निर्णायक मत देण्याचा अधिकार आहे. हे निर्णायक मत सभेच्या अध्यक्षाला स्वतःचे त्याला सदस्य या नात्याने असणारे मत देऊन झाल्यावर देता येते. जर सभेपुढील प्रस्तावावर दोन्ही बाजूंनी समान मते पडली असतील तर त्या प्रस्तावावर निर्णायक मत देण्याचे अधिकार नियमावलीत तरतूद असल्यास अध्यक्षाला देता येते.

वरील तरतुदींचा अर्थ असा की, सभेच्या अध्यक्षाला दोन मते आहेत- (१) सभेचा सदस्य म्हणून त्याला असणारे त्याचे स्वतःचे असे मत. (२) सभेचा अध्यक्ष म्हणून जर नियमावलीने हा अधिकार दिला असेल तरच निर्णायक मत देता येते.

समजा, सभेपुढे एका विषयावर एक चर्चा झाली व तो निर्णयासाठी मतदानात टाकला; या मतदानास समजा सर्वांनी मतदान केले. कंपनीच्या अध्यक्षानेसुद्धा सभासद या नात्याने मतदान केले आणि त्या ठरावावर दोन्ही बाजूंनी (विरोध करणारी आणि ठरावाच्या बाजूने) समान मते पडली तर त्या ठरावाचा निर्णय काय ? कारण दोन्ही बाजूंनी समान मते आहेत. या प्रसंगी त्यावर निर्णय घेता यावा म्हणून नियमावलीच्या आधारे अध्यक्षाला निर्णायक मत देता येते. म्हणजेच जर दोन्ही बाजूंना समान मते पडली तर त्या वेळी आपल्याला दिलेल्या जादा मताच्या अधिकाराचा उपयोग करून त्यावर निर्णय घेणे शक्य होते; म्हणून या मताला 'निर्णायक मत' म्हटलेले आहे. या ठिकाणी एक लक्षात ठेवणे आवश्यक आहे की, ते मत फक्त नियमावलीत तरतूद असेल तरच अध्यक्षाला मिळेल. तसेच ते मत अध्यक्ष स्वतःचे सदस्य म्हणून असलेले मत दिल्यावरच वापरू शकतो.

३) प्रस्ताव व ठराव कंपनीने काय करावे किंवा काय करू नये, याबद्दल निर्णय सभेत घेण्यात येतो. कंपनीच्या सभेतील निर्णयाला 'ठराव' म्हणतात; पण कोणताही निर्णय किंवा ठराव कंपनी एकदम सभेकडून स्वीकारत नाही. प्रथम सभासदाचा ठराव किंवा निर्णय कच्च्या स्वरूपात ठेवण्यात येतो. सभेपुढे कच्च्या स्वरूपात ठेवण्यात आलेल्या या ठरावाला उद्देशून 'प्रस्ताव' हा शब्द वापरण्यात येतो. प्रस्ताव म्हणजेच सभेपुढे कच्च्या स्वरूपात ठेवण्यात आलेला संकल्पित ठराव किंवा कंपनीने घ्यायचा निर्णय या प्रस्तावावर सभेत चर्चा केली जाते व निर्णय घेतला जातो. जेव्हा प्रस्तावावर निर्णय घेतला जातो, म्हणजेच प्रस्ताव स्वीकारला जातो तेव्हा त्यास 'ठराव' असे म्हणतात. प्रस्तावावर दोन्ही बाजूंनी चर्चा केली जाते. त्यात आवश्यक असल्यास बदल व दुरुस्त्या केल्या जातात. सभेने तो प्रस्ताव स्वीकारल्यास 'ठराव' म्हणतात.

प्रस्ताव : (कलम ११४-११७)

'प्रस्ताव म्हणजे कच्च्या स्वरूपातील ठराव होय.' सभेत हा ठराव जसा आहे त्या स्वरूपात म्हणजे मूळ स्वरूपात स्वीकारावा असे बंधन नाही. सभेतील सभासद यात योग्य तो बदल सुचवू शकतात. त्यात दुरुस्ती करू शकतात. हा प्रस्ताव दुरुस्तीसह किंवा बदलांसह स्वीकारला जाऊ शकतो. याउलट, ठराव हा कंपनीचा म्हणजेच सभेचा निर्णय असतो. ठराव म्हणजे सभेने स्वीकारलेला प्रस्ताव होय. सभेमध्ये प्रस्ताव कशा प्रकारे मांडावा याबाबत नियमावलीत तरतूद असतात. सर्वसाधारणपणे प्रस्तावाबाबत असणाऱ्या तरतुदी पुढीलप्रमाणे असतात - (अ) प्रस्ताव हा सूचनेस दिलेल्या विषयांसंबंधी असावा. (ब) प्रस्ताव लेखी असावा, तो होकारार्थी असावा. (क) प्रस्तावावर सूचकाची सही हवी. (ड) नियमावलीतील तरतुदीप्रमाणे त्यावर अनुमोदकाची सही असावी.

सर्वसाधारणपणे प्रस्ताव एकदा दाखल झाल्यावर त्यावर चर्चा सुरू होते व या प्रस्तावाचा ताबा सभेकडे जातो. हा प्रस्ताव सूचकाला सभेच्या संमतीशिवाय मागे घेता येत नाही. प्रत्येक सभासद प्रस्तावावर एकदाच बोलू शकतो. प्रस्तावाचा सूचक मात्र प्रस्तावावर चर्चेच्या प्रारंभी व शेवटी असे दोनदा बोलू शकतो.

प्रस्तावावरील चर्चेमधील अडथळे

सभेमधील प्रस्तावावर चर्चा चालू असताना, सभासद अनेक मार्गाने चर्चेमध्ये अडथळे आणू शकतात. प्रस्तावावर अडथळे आणण्याचे मार्ग पुढीलप्रमाणे आहेत :

(१) प्रस्तावास दुरुस्ती सुचविणे.

(२) औपचारिक प्रस्ताव मांडणे.

(३) हरकतीचा मुद्दा उपस्थित करणे.

(१) प्रस्ताव दुरुस्ती सुचविणे : सभेपुढे मांडण्यात आलेला कोणताही प्रस्ताव सभेने मूळ स्वरूपात जसाच्या तसा स्वीकारावा असे बंधन नाही. सभासद प्रस्तावात दुरुस्ती सुचवू शकतात. प्रस्तावाला दुरुस्ती कशा प्रकारे सुचवावी याबाबतीत नियमावलीत नियम दिलेले असतात. त्याचप्रमाणे, दुरुस्ती सुचविणे आवश्यक आहेत. सर्वसाधारणपणे दुरुस्ती सुचविण्याबाबत असणारे नियम पुढीलप्रमाणे असतात :

(अ) दुरुस्ती लेखी असावी.

(ब) दुरुस्ती होकारार्थी असावी.

(क) ती मूळ प्रस्तावाच्या विरुद्ध असू नये.

(ड) या दुरुस्तीमुळे पूर्वी संमत झालेल्या ठरावाला बाधा येऊ नये.

प्रस्तावाला दुरुस्ती सुचविल्यानंतर, त्या दुरुस्तीचा स्वीकार करून त्यावर चर्चा करावी किंवा करू नये; हे ठरविण्याचा अधिकार अध्यक्षाला आहे. सभेमध्ये प्रस्तावावर दुरुस्ती सुचविण्यासाठी अध्यक्षांची परवानगी लागते. अध्यक्षांनी परवानगी दिल्यास, प्रस्ताव व दुरुस्ती यावर एकदम चर्चेस प्रारंभ होतो व त्यावर मतदान होऊ शकते; जर दुरुस्ती स्वीकारली तर तिचा समावेश मूळ प्रस्तावात केला जातो व त्या प्रस्तावावर नंतर मतदान केले जाते; जर दुरुस्ती संमत झाली नाही तर मूळ प्रस्तावावर मतदान होते. जेव्हा प्रस्तावात अनेक दुरुस्त्या सुचविल्या जातात, तेव्हा त्या दुरुस्तीचे प्रस्ताव त्याच्या नैसर्गिक क्रमानुसार म्हणजेच प्रस्तावाची चर्चा करता ते ज्या भागावर परिणाम करतात, त्यानुसार ते चर्चेत घेतले जातात. सर्वसाधारणपणे, दुरुस्ती स्वीकारण्याकरिता पूर्वसूचना देण्याची आवश्यकता नसते; पण याबाबतीत नियम असा आहे की, जर सभा साधारण ठराव मंजूर करणार असेल तर त्या ठरावाला पूर्वसूचना न देता दुरुस्ती सुचविता येते; पण सभा विशेष ठराव मंजूर करणार असल्यास त्या विशेष ठरावास पूर्वसूचना देऊनच दुरुस्ती सुचविता येते. दुरुस्तीच्या ठरावावर सभासदाला त्याच्या दुरुस्तीवरील चर्चेला नकार देण्याचा अधिकार नसतो. त्याचप्रमाणे दुरुस्तीचा ठराव सभेत मांडल्यावर तो सभेच्या परवानगीशिवाय मागे घेता येत नाही.

(२) औपचारिक प्रस्ताव : सभेमध्ये चालू असलेल्या प्रस्तावावरील चर्चा थांबविण्याच्या उद्देशाने औपचारिक प्रस्ताव मांडला जातो. औपचारिक प्रस्तावाचा व सभेत चर्चिला जात असलेल्या प्रस्तावाचा काहीही संबंध नसतो; म्हणून या प्रस्तावाला 'औपचारिक प्रस्ताव' म्हणतात. औपचारिक प्रस्ताव मांडण्याचा प्रमुख उद्देश म्हणजे सभेत चर्चिला जात असलेल्या मूळ प्रस्तावावरील निर्णय लवकर घेण्यात यावा किंवा त्यावरील निर्णय लांबणीवर टाकावा किंवा त्या प्रस्तावावर सभासदांना अधिक चर्चेस व विचारविनिमयास अवधी मिळावा, यासारख्या अनेक उद्देशाने औपचारिक प्रस्ताव मांडला जातो. औपचारिक प्रस्तावाचा व मूळ प्रस्तावाचा काहीही संबंध नसतो; पण औपचारिक प्रस्ताव मांडून मूळ प्रस्तावावर ताबडतोब मतदान घेता येते किंवा निर्णय पुढे ढकलता येतो. औपचारिक प्रस्तावामुळे मूळ प्रस्तावावरील चर्चा औपचारिक प्रस्तावाप्रमाणे

थांबवावी लागते. औपचारिक प्रस्ताव मांडण्यासाठी पूर्वसूचनेची आवश्यकता नसते व औपचारिक प्रस्ताव सभेत केव्हाही मांडता येतो. औपचारिक प्रस्तावाचे प्रकार पुढीलप्रमाणे :

(अ) पूर्वप्रश्न.

(ब) चर्चा बंद करणे.

(क) कार्यक्रमपत्रिकेतील पुढील कामकाज सुरू करणे.

(ड) चर्चा स्थगित करणे.

(इ) सभा पुढे स्थगित करणे.

(अ) पूर्वप्रश्न : सभेमध्ये जेव्हा एखाद्या प्रस्तावावर पुरेशी चर्चा चालू असते आणि जर एखाद्या भागधारकाला असे वाटते की, प्रस्तावावर पुरेशी चर्चा झाली आहे किंवा प्रस्तावाच्या दुरुस्तीवर पुरेशी चर्चा झाली आहे आणि आता प्रस्तावावरील चर्चा काही कारणासाठी सध्या बंद करावी व निर्णय घेतला जाऊ नये, तर सभासद त्याबाबत पूर्वप्रश्न प्रस्तावाद्वारे त्यावरील चर्चा थांबवू शकतो. म्हणजेच जेव्हा एखाद्या सभासदाला असे वाटते की, सभेने विशिष्ट प्रस्तावावर आता अधिक चर्चा करू नये व त्यावर निर्णय इतक्या घाईने घेऊ नये, तेव्हा तो सभासद त्या प्रस्तावावरील चर्चा 'पूर्वप्रश्न प्रस्ताव'द्वारे थांबवू शकतो. म्हणजेच तो सभासद सभेपुढे पुढील प्रकारचा प्रस्ताव मांडतो. हा प्रश्न सध्या उपस्थित केला जाऊ नये. अर्थात, अशा प्रस्तावास इतर प्रस्तावाप्रमाणे अनुमोदन हवे असते. अशा प्रकारे पूर्वप्रश्न सभेपुढे येतात, अध्यक्षाला प्रथम तो मतास टाकावा लागतो; जर सभेने पूर्वप्रश्न संमत केला तर (सभेने पूर्वप्रश्न मंजूर केला तर) मूळ प्रस्तावावरील चर्चा थांबविली जाऊन कार्यक्रमपत्रिकेवरील दुसऱ्या मुद्द्यावर चर्चेस प्रारंभ केला जातो; जर सभेने पूर्वप्रश्न नामंजूर केला तर अध्यक्षाला मूळ प्रस्ताव ताबडतोब मतदानास टाकावा लागतो.

(ब) चर्चा बंद करणे : एखाद्या प्रस्तावावर खूप चर्चा झाली आहे आणि त्यावर आता सभेने निर्णय घ्यावा, असे जेव्हा एखाद्या सभासदाला वाटते, तेव्हा सभासद चर्चा बंद करून निर्णय घेण्याचा प्रस्ताव मांडू शकतो. म्हणजेच मूळ प्रस्तावावर चर्चा चालू असताना एखादा सभासद उठून असा प्रस्ताव मांडू शकतो की, 'प्रस्तावावरील चर्चा थांबवून त्यावर ताबडतोब निर्णय घ्यावा.' असा औपचारिक प्रस्ताव मांडल्यावर त्याला अनुमोदन मिळणे आवश्यक आहे. जेव्हा वरील चर्चा बंद करण्याचा प्रस्ताव सभेसमोर येतो तेव्हा अध्यक्षाला प्रथम तो मतासाठी घ्यावा लागतो. सभेने चर्चा बंद करण्याचा प्रस्ताव मंजूर केल्यास अध्यक्षाला ताबडतोब मतदान घ्यावे लागते. जेव्हा सभेत चर्चा बंद करण्याचा प्रस्ताव येतो तेव्हा अध्यक्षाला प्रथम तो मतासाठी घ्यावा लागतो. जर सभेने चर्चा बंद करण्याचा ठराव नामंजूर केला तर मूळ प्रस्तावावरील चर्चा पुन्हा सुरू केली जाते.

(क) कार्यक्रमपत्रिकेतील पुढील कामकाज प्रारंभ करणे : जेव्हा एखाद्या सभासदाला असे वाटते की, सभेने मूळ प्रस्तावावरील चर्चा आता थांबवावी व त्यावर निर्णय घेऊ नये व सभेने कार्यक्रमपत्रिकेतील पुढच्या मुद्द्यावर चर्चा करावी, तेव्हा तो सभासद तसा प्रस्ताव सभेपुढे मांडू शकतो. 'सभेने त्या प्रस्तावावरील चर्चा आता थांबवून त्यावर निर्णय न घेता पुढील कामकाजाला सुरुवात करावी' असा ठराव मांडण्याचा उद्देश म्हणजे मूळ ठरावावर विचारविनिमय करण्यासाठी सभासदांना वेळ मिळावा अशी अपेक्षा असते. वरील प्रस्ताव मंजूर झाल्यास सभेला त्या प्रस्तावावरील चर्चा थांबवून कार्यक्रमपत्रिकेतील पुढील मुद्द्यावर चर्चा करावी लागते; जर वरील ठराव नामंजूर केला गेला तर सभा मूळ प्रस्तावावर चर्चेला प्रारंभ करू शकते.

वरील प्रस्ताव व पूर्वप्रश्न प्रस्ताव समान वाटण्याची शक्यता आहे; पण दोन्ही प्रकारच्या प्रस्तावांत फरक

आहे. वरील प्रकारचा प्रस्ताव केव्हाही मांडता येतो आणि ठराव जर नामंजूर झाला तर त्यावर पुढे चर्चेस प्रारंभ केला जातो; पण पूर्वप्रश्नाचा ठराव जर नामंजूर झाला तर नियमाप्रमाणे मूळ प्रस्ताव अध्यक्षाला त्यावर अधिक चर्चा न करता मतास टाकावा लागतो व त्यावर निर्णय घ्यावा लागतो. पूर्व प्रश्नाच्या प्रस्तावावर चर्चा थांबते.

(ड) चर्चा स्थगित करणे : जेव्हा एखाद्या सभासदाला असे वाटते की, विशिष्ट प्रस्तावावर सभासदांनी चर्चा स्थगित करून त्यावर विचारविनिमय व माहिती गोळा करण्यास सभेला वेळ द्यावा तेव्हा तो सभासद त्या प्रस्तावावर चर्चा स्थगित करण्याचा प्रस्ताव मांडू शकतो. या प्रस्तावाला इतर प्रस्तावांप्रमाणे अनुमोदन हवे. सभासद चर्चा स्थगित करण्याचा प्रस्ताव मांडताना त्यावर परत कधी चर्चा करावी याची वेळसुद्धा सुचवू शकतो. त्याने चर्चा स्थगित करण्याच्या मांडलेल्या प्रस्तावाला इतर सभासदांनी दुरुस्ती सुचविण्याचा अधिकार असतो. सभेने चर्चा स्थगित करण्याचा प्रस्ताव मंजूर केल्यास त्या प्रस्तावावर चर्चा व निर्णय मंजुरी घेतलेल्या वेळीच घ्यावी लागते. त्या अगोदर त्यावर निर्णय घेता येत नाही. चर्चा स्थगित करण्याचा ठराव मंजूर होताच सभेला दुसऱ्या कार्यक्रमावर चर्चा करावी लागते; जर सभेने चर्चा स्थगित करण्याचा ठराव नामंजूर केला तर मूळ प्रस्तावावर परत चर्चा करण्याचा अधिकार सभेला असतो.

(इ) सभा स्थगित करणे : सर्वसाधारणपणे बोलावलेली सभा रद्द करता येत नाही किंवा स्थगित करता येत नाही. परंतु काही विशिष्ट प्रसंगी सभा तहकूब किंवा रद्द करून ती परत बोलविण्याचा प्रस्ताव मांडण्याचा अधिकार सभासदांना असतो. थोडक्यात, सभा पुढे ढकलण्याचा अधिकार कंपनीच्या सभासदांना आहे; पण हा अधिकार सभासदांना कंपनीच्या नियमावलीने द्यावा. सर्वसाधारणपणे सभा अनेक कारणांसाठी स्थगित केली जाऊन ती पुन्हा भरविली जाते. उदा. सभेला गणसंख्या पूर्ण नसल्यास सभेत गोंधळ निर्माण झाला असल्यास, सभासदांनी मागणी केल्यास किंवा नियामक सभा सभासदांना तहकूब करता येते. सभेत गोंधळ निर्माण झाल्यास सभा अर्धा तास स्थगित करण्याचा निर्णय अध्यक्ष स्वतः घेऊ शकतो. हा अधिकार त्याला आहे.

(फ) नियमभंगाचा मुद्दा उपस्थित करणे : कंपनीच्या सभेमध्ये चर्चा सुरू असताना आणि सभा सुरू होण्यापूर्वी कंपनीच्या सभासदांना नियमभंगाचा मुद्दा उपस्थित करता येतो. नियमभंगाचा मुद्दा उपस्थित करून सभासद सभेच्या कामकाजात व चर्चेत अडथळा निर्माण करतात. नियमभंगाचा मुद्दा उपस्थित करणे म्हणजे सभेसंबंधी नियमाचा किंवा सभा चालू असताना सभेतील शिष्टाचाराचा भंग केल्याबद्दल सभेच्या कामकाजास हरकत घेणे व सभेचे कामकाज थांबविणे. उदा. जर समजा कंपनीने सभा बोलविली असून त्या सभेमध्ये कंपनीच्या कामाबद्दल चर्चा चालू आहे. सभेचे कामकाज चालू असताना काही सभासद उठून गेले. त्यामुळे सभेला उपस्थित राहिलेल्या सभासदांची संख्या कंपनी कायद्याच्या किंवा नियमावलीच्या तरतुदीपेक्षा कमी झाली म्हणजे गणसंख्या कमी झाली; जर नियमाप्रमाणे सभासद गणसंख्या पुरेशी नसेल तर सभा कामकाज करू शकत नाही; तेव्हा कंपनीचे कामकाज चालू असताना सभासद गणसंख्येसंबंधी हरकतीचा मुद्दा उपस्थित करू शकतो; म्हणजेच तो अध्यक्षाच्या निदर्शनाला असे आणतो की, सभेला आवश्यक ती गणसंख्या नाही. म्हणून सभेने आपले कामकाज स्थगित करावे. अशा प्रकारच्या हरकतीचा मुद्दा उपस्थित केला तर अध्यक्षाला चालू असणारी चर्चा थांबवावी लागते आणि हरकतीचा मुद्दा प्रथम विचारात घेऊन त्यावर प्रथम निर्णय घ्यावा लागतो. अशा प्रकारचा हरकतीचा मुद्दा सभेमध्ये अनेक कारणांसाठी उपस्थित करता येतो. जर सभेमध्ये काही सभासद आपापसांत मोठ्याने चर्चा करित असतील किंवा सभागृहात सभासद बेशिस्तपणे वागत असतील किंवा अपशब्द उच्चारत असतील तरी त्याची दखल हरकतीने घेता येते.

हरकतीचा मुद्दा उपस्थित केल्यावर प्रथम भाषण करीत असलेल्या सभासदाला भाषण थांबविण्याची विनंती अध्यक्षाकडून केली जाते व त्याचप्रमाणे, त्याला भाषण थांबवावे लागते. हरकतीचा मुद्दा प्रथम चर्चेला घेतला जातो. हरकतीच्या मुद्द्याला उत्तर देण्याचे काम अध्यक्षाला करावे लागते. हरकतीच्या मुद्द्याला उत्तर दिल्यावर कार्यक्रमपत्रिकेप्रमाणे कार्यक्रमावर चर्चेस पुन्हा प्रारंभ केला जातो. जर हरकतीचा मुद्दा एखाद्या व्यक्तीच्या वर्तनाबाबत किंवा त्याने उच्चारलेल्या अपशब्दाबद्दल असेल तर त्या व्यक्तीला आपल्या वर्तनाबद्दल किंवा उद्‌गाराबद्दल खुलासा करता येतो; पण हरकतीच्या मुद्द्याबाबत अध्यक्षांनी दिलेला निर्णय हा शेवटचा मानण्यात येतो; तो बंधनकारक असतो. जर अध्यक्षाला हरकतीच्या मुद्द्याला उत्तर देणे कठीण वाटत असेल तर अध्यक्ष आपल्या हाताखालील अधिकाऱ्याचा सल्ला घेऊन निर्णय देऊ शकतो.

ठराव (Resolution)

कंपनीच्या कारभारासंबंधीचे निर्णय कंपनीच्या सभेमध्ये घेण्यात येतात. कंपनीच्या सभेमध्ये घेतलेल्या निर्णयांना 'ठराव' असे म्हणतात. सर्वसाधारणपणे, कंपनीला नित्याचे व्यवहार करताना घ्यावे लागणारे निर्णय कंपनीच्या व्यवस्था संचालक, व्यवस्थापक किंवा चिटणीस हे घेतात. परंतु, कंपनीच्या व्यवहारातील काही महत्त्वाचे निर्णय वरील व्यवस्थापकीय वर्गातील व्यक्तींना घेता येत नाहीत. ते निर्णय घेण्याची जबाबदारी कंपनीच्या सभेवर असते. (कंपनीच्या सभा म्हणजेच संचालकाची सभा किंवा सभासदाची सभा) त्यांना कायद्यातील तरतुदीप्रमाणे वेगवेगळ्या व्यवहाराबाबत निर्णय घ्यावे लागतात. कंपनीच्या सभेतून घेण्यात येणारे निर्णय किंवा ठराव हे कंपनीच्या व्यवस्थापकीय वर्गास बंधनकारक असतात व कंपनीचे व्यवहार त्या ठरावाप्रमाणे केले जातात.

कोणत्याही व्यवहाराबाबत निर्णय घेण्याअगोदर किंवा ठराव संमत करण्याअगोदर प्रथम कंपनीच्या सभेत नियोजित ठराव कच्च्या स्वरूपात मांडण्यात येतो. या कच्च्या स्वरूपातील ठरावाला 'प्रस्ताव किंवा सूचना' असे म्हणतात. सभासदाकडून आलेल्या प्रस्तावावर किंवा कच्च्या ठरावावर सभेत सांगोपांग चर्चा केली जाते. सभासदांना आवश्यक वाटल्यास त्यात योग्य तो बदल केला जातो आणि सभेला हजर असलेल्या सभासदांपैकी बहुसंख्य सभासद कच्चा ठराव स्वीकारण्यास तयार असल्यास कंपनी तो कच्चा ठराव स्वीकारते. कंपनीच्या सभेत संमत झालेल्या कच्च्या ठरावाला किंवा प्रस्तावाला 'ठराव' असे म्हणतात. थोडक्यात, ठराव म्हणजेच सभासदांनी स्वीकारलेला प्रस्ताव असे म्हणता येईल किंवा निर्णायक स्वरूपाचा प्रस्ताव म्हणजे ठराव असे म्हणले तरी फारसे चुकणार नाही.

प्रस्ताव व ठराव : तुलना किंवा फरक

(१) **सूचना – प्रस्ताव, निर्णय – ठराव :** सभेच्या सभासदांनी निर्णय घेण्यासाठी केलेल्या सूचनेला सूचना–प्रस्ताव म्हणतात. सभेमध्ये प्रस्तावावरील चर्चेनंतर घेतलेल्या निर्णयाला निर्णय–ठराव म्हणतात.

(२) **सुरुवात व शेवट :** प्रस्ताव ही ठरावाची सुरुवात असते. ठराव हा प्रस्तावाचा शेवट असतो.

(३) **सूचना व मान्यता :** प्रस्ताव म्हणजे सभेतील सभासदांची सूचना असते. ठराव म्हणजे कंपनीच्या बहुसंख्य सभासदांनी मान्य केलेली सूचना किंवा प्रस्ताव असतो.

(४) **बंधनकारक :** सभासदाचा प्रस्ताव कंपनीवर बंधनकारक नसतो. ठराव कंपनीवर बंधनकारक असतो.

(५) **चर्चा :** प्रस्ताव मांडल्यावर, सभासद उलटसुलट चर्चा करू शकतात. ठराव मंजूर झाल्यावर त्यावर चर्चा होत नाही.

(६) **साधन व साध्य :** प्रस्तावाच्या साहाय्याने कंपनीच्या सभेत ठराव आणता येतो. प्रस्ताव हे ठरावाचे साधन आहे.

ठराव मंजूर करण्याअगोदर तो प्रस्तावाच्या रूपाने प्रथम समोर ठेवण्यात येतो व मग निर्णय घेण्यात येतो. ठराव प्रस्तावाचे साध्य आहे.

ठरावाचे प्रकार (Kinds of Resolution) : कंपनीच्या सभेतून केल्या जाणाऱ्या ठरावाचे पुढीलप्रमाणे वर्गीकरण करता येईल.

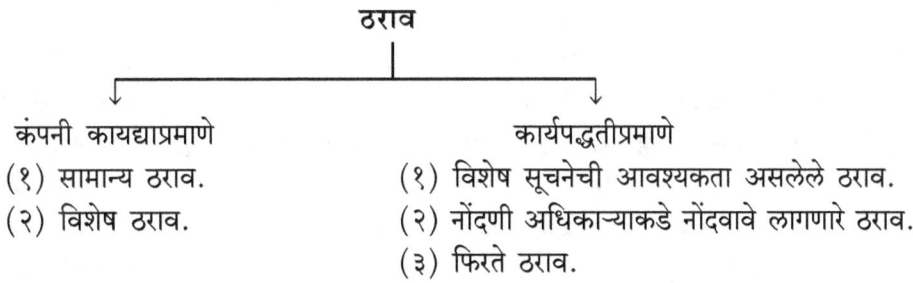

ठराव

कंपनी कायद्याप्रमाणे
(१) सामान्य ठराव.
(२) विशेष ठराव.

कार्यपद्धतीप्रमाणे
(१) विशेष सूचनेची आवश्यकता असलेले ठराव.
(२) नोंदणी अधिकाऱ्याकडे नोंदवावे लागणारे ठराव.
(३) फिरते ठराव.

वरील तक्त्यावरून कंपनीच्या सभेतून केल्या जाणाऱ्या ठरावाचे प्रकार पुढीलप्रमाणे सांगता येतील.
(१) सामान्य ठराव.
(२) विशेष ठराव.
(३) विशेष सूचनेची आवश्यकता असलेले ठराव.
(४) नोंदणी अधिकाऱ्याकडे नोंदवावे लागणारे ठराव.
(५) संचालकाचा फिरता ठराव.

(१) सामान्य ठराव : केवळ साध्या मताधिक्यावर मान्य झालेल्या ठरावाला 'सामान्य ठराव' असे म्हणतात. उदा. समजा, कंपनीच्या सभेला ९ सभासद हजर आहेत. त्या सभेने एका प्रस्तावावर मतदान घेतले. या मतदानात ५ सभासदांनी ठरावाच्या बाजूने व ४ विरुद्ध बाजूने मते दिली तर वरील ठरावात एकच मत जास्त पडले आणि केवळ या एका मताधिक्याने तो प्रस्ताव संमत झाला तर या साध्या मताधिक्यावर संमत झालेल्या ठरावाला 'सामान्य ठराव' असे म्हणतात.

सामान्य ठरावाद्वारे कंपनीच्या सर्वसाधारण सभेच्या कामकाजासंबंधी निर्णय घेण्यात येतात. कंपनी कायद्यातील नियमाप्रमाणे ज्या विषयासाठी विशेष ठरावाची आवश्यकता नसते; त्या विषयासाठी सामान्य ठराव संमत केला जातो. सामान्य ठराव संमत करण्यासाठी कंपनीला पूर्वसूचना देण्याची आवश्यकता नाही. सामान्य ठराव संमत करण्यासाठी पुढील अटी पूर्ण करणे आवश्यक आहे.

सामान्य ठराव हा कंपनीच्या योग्य रीतीने बोलाविलेल्या सभेत हजर असणाऱ्या व मतदानाचा हक्क असणाऱ्या सभासदांनी ठरावाच्या विरुद्ध असलेल्या मतापेक्षा ठरावाच्या बाजूने जास्त मते दिली तर सामान्य ठराव संमत होतो. सामान्य ठराव मंजूर करण्यासाठी आवश्यक असणारे मतदान हे हात वर करून किंवा मतनोंदणी पद्धतीने घेतले जाते.

पुढील विषयावर निर्णय घेण्यासाठी 'सामान्य ठराव' संमत करावा लागतो – (१) नियामक अहवालास संमती देणे. (२) संचालकाचा वार्षिक अहवाल, हिशेबपत्रके यांना मान्यता देणे. (३) संचालक व हिशेब तपासनिसांची नेमणूक करणे. (४) लाभांश जाहीर करणे. (५) संचालकांची मुदतपूर्व पदच्युती व त्या जागेवर नवीन संचालकाची नियुक्ती. (६) भाग भांडवलात बदल. (७) सूट देऊन भाग विक्रीस काढणे. (८) कंपनीच्या

सर्व किंवा व्यवसायाचा काही भाग विकणे. (९) कंपनीचे वसूल भांडवल व राखीव निधी यापेक्षा जास्त रक्कम कर्जाऊ काढणे. (१०) कंपनीच्या रकमेची गुंतवणूक. (११) बोनस भागांचे वाटप इ.

(२) विशेष ठराव : कंपनीच्या सभेत घेतले जाणारे सर्वच निर्णय सामान्य मताधिक्यावर म्हणजेच सामान्य ठराव असत नाही. काही विषयांच्या बाबतीत निर्णय घेण्याकरिता कंपनीच्या बहुसंख्य सभासदांचा पाठिंबा हवा. केवळ मताधिक्य असून चालत नाही; कारण काही निर्णयामुळे कंपनीच्या कारभारावर दीर्घकाळ परिणाम होतात. उदा. कंपनीच्या नावातील बदल, कंपनीच्या व्यवस्थापनातील बदल, नियमावलीतील बदल इ. यासारख्या विषयाबाबत निर्णय घेण्यासाठी केवळ सामान्य ठराव संमत करणे युक्त नसते. म्हणजेच केवळ मताधिक्य असून चालत नाही. यासाठी बहुसंख्य सभासदांचा पाठिंबा हवा असतो. या दृष्टिकोनातून कंपनी कायद्यात 'विशेष ठराव' ची तरतूद करण्यात आलेली आहे. कोणकोणत्या विषयावर निर्णय घेण्यासाठी बहुसंख्य सभासदांची संमती घ्यावी किंवा विशेष ठराव संमत करावा याबाबतची तरतूद कंपनी कायद्यात आहे. त्याबाबतीत निर्णय घेताना कंपनीने विशेष ठराव संमत करावा. अशा विषयाबाबत निर्णय घेताना कंपनीच्या सभेमध्ये बहुसंख्य सभासदांचा पाठिंबा हवा. म्हणजेच विशेष ठराव संमत करावा लागतो.

'विशेष ठराव' म्हणून एखाद्या विषयावर निर्णय घेण्यासाठी कंपनीला पुढील अटी पूर्ण कराव्या लागतात.

१) ज्याबद्दल कंपनी 'विशेष ठराव'द्वारे निर्णय घेणार आहे; त्याबद्दलची स्पष्ट सूचना कंपनीने सभासदांना द्यावी. ही सूचना कंपनीने सभेच्या सूचनेबरोबर किंवा स्वतंत्रपणे सभासदांना सभेपूर्वी किमान २१ दिवस आधी पाठवून द्यावी.

२) ज्या सभेत वरील ठराव संमत होणार आहे. त्या सभेची सूचना कायद्याप्रमाणे सभासदांना देणे आवश्यक आहे.

३) विशेष ठराव संमत होण्यासाठी ठरावाच्या विरुद्ध जितकी मते पडतील त्यापेक्षा कमीत कमी तिप्पट मते ठरावाच्या बाजूने पडली पाहिजेत, म्हणजेच ठराव संमत होण्यासाठी अनुकूल मतदान एकूण मतदानाच्या ७५% हवे, किंवा विशेष ठराव मंजूर होण्याकरिता तीन चतुर्थांश बहुमताची आवश्यकता आहे.

कंपनी कायद्यातील तरतुदीतील वरील अटीप्रमाणे मंजूर झालेल्या विशेष ठरावाची प्रत कंपनीच्या नोंदणी अधिकाऱ्याकडे ठराव मंजूर झाल्यावर १५ दिवसांच्या आत पाठविणे आवश्यक आहे.

या विवेचनाच्या आधारे विशेष ठराव म्हणजे काय, हे थोडक्यात पुढीलप्रमाणे सांगता येईल – 'जो विषय विशेष ठरावाद्वारे मंजूर केला जाणार आहे, असा स्पष्ट उल्लेख आहे व जो ज्या सभेत मंजूर केला जाणार आहे त्या सभेची योग्य ती सूचना दिली आहे आणि वरील सभेत जर तो ठराव तीन चतुर्थांश बहुमताने संमत झाला तर त्या ठरावाला 'विशेष ठराव' म्हणतात. या विशेष ठरावाची नोंदणी अधिकाऱ्याकडे ठरावानंतरच्या ३७ दिवसांत नोंदवावी.'

पुढील विषयांबाबत निर्णय घेण्याकरिता विशेष ठराव संमत करावा लागतो. – (१) कंपनीच्या नावातील बदल. (२) कंपनी कार्यालय एका राज्यातून दुसऱ्या राज्यात हलविणे. (३) घटनापत्रकातील उद्देशात बदल करणे. (४) नियमावलीत बदल करणे. (५) भाग-भांडवल कमी करणे. (६) भांडवलातून भागधारकांना व्याज देणे. (७) संचालकांचा मोबदला वाढविणे. (८) संचालकांना कंपनीत पगारी नोकरी देणे. (९) संचालकांची जबाबदारी अमर्यादित करणे. (१०) काही विशिष्ट व्यक्तींची संचालकपदावर नेमणूक करणे. (११) कंपनीचे स्वखुशीने विसर्जन करणे. (१२) कंपनीच्या व्यवस्थापनाच्या चौकशीसाठी चौकशी अधिकाऱ्यांच्या नेमणुका करणे. (१३) मागणी न केलेल्या भांडवलातून राखीव भांडवल तयार करणे.

सामान्य ठराव व विशेष ठराव : तुलना किंवा फरक

(१) मताधिक्य : सामान्य ठराव मंजूर होण्यासाठी सामान्य बहुमत किंवा मताधिक्य पुरेसे आहे.

विशेष ठराव मंजूर होण्यास बहुसंख्य सभासदांची संमती हवी. विशेष ठराव मंजूर होण्यास एकूण मतदानाच्या ७५% मते ठरावाच्या बाजूने पडावीत. विशेष ठराव मंजूर होण्यासाठी तीन चतुर्थांश बहुमताची आवश्यकता असते.

(२) नोंदणी : नोंदणी अधिकाऱ्याकडे सामान्य ठराव नोंदवावा लागत नाही. विशेष ठराव मंजूर झाल्यावर १५ दिवसांत तो नोंदणी अधिकाऱ्याकडे नोंदवावा लागतो.

(३) पूर्वसूचना : साधा ठराव मंजूर करण्यासाठी पूर्वसूचना द्यावी लागत नाही. ज्या विषयावर विशेष ठरावाद्वारे निर्णय घेतला जाणार आहे, त्याविषयी २१ दिवसांची पूर्वसूचना सर्व सभासदांना द्यावी लागते.

(४) कामकाजाचे स्वरूप : नेहमी घेतले जाणारे निर्णय किंवा प्रत्येक वर्षी करावे लागणारे काम सामान्य ठराव मंजूर करून करता येते.

विशेष स्वरूपाचे काम करण्यासाठी विशेष ठराव मंजूर करावा लागतो. कोणत्या कामासाठी विशेष ठराव मंजूर करावा याचा उल्लेख नियमावलीत किंवा कायद्यात असतो.

साम्य : वरील दोन्ही प्रकारच्या ठरावांबाबत पुढील बाबतीत साम्य आहे – (१) वरील दोन्ही ठराव संमत होण्याकरिता कंपनीची सभा आवश्यक आहे आणि या सभेची कायदेशीर सूचना सभासदांना देणे आवश्यक आहे. (२) सभेतून कोणत्याही प्रकारचा ठराव होण्याकरिता ती सभा कायदेशीररीत्या संघटित व्हावी. (म्हणजेच योग्य तेवढी सभासदसंख्या सभेस हजर हवी व योग्य व्यक्ती सभेच्या अध्यक्षपदावर उपस्थित हवी.) (३) सभेत मतदान करणाऱ्या व्यक्तीस मतदान करण्याचा अधिकार असावा. (४) या सभेत घेतला जाणारा निर्णय हा 'मतदानाने' ठरतो. सभेतील मतदान हात वर करून किंवा मतनोंदणी पद्धती यापैकी कोणत्याही पद्धतीने होऊ शकते. (५) एकूण मतदानात अध्यक्षाला मत देता येते. (६) साधा ठराव व विशेष ठराव यांच्यातील भेद फक्त कंपनीच्या सर्वसाधारण सभेत संमत केल्या जाणाऱ्या ठरावाबाबत आहे. संचालकांच्या सभेतील सर्व निर्णय सामान्य ठराव संमत करून घेतले जातात.

(३) विशेष सूचनेची आवश्यकता असणारे ठराव : भारतीय कंपनी कायदा, २०१३ च्या तरतुदीमुळे वरील नवीन प्रकारचा ठराव अस्तित्वात आला. या कायद्यातील तरतुदीप्रमाणे काही विशिष्ट ठराव मंजूर करण्यापूर्वी कंपनीने विशेष सूचना सभासदांना देणे आवश्यक आहे. कंपनीच्या विशिष्ट विषयाबाबत ठराव मंजूर करण्यापूर्वी, त्या सभासदाने तो संकल्पित ठराव सभेत मांडण्यासाठी, सभेच्या आधी १४ दिवस कंपनीकडे पाठवून द्यावा. संकल्पित ठरावात सभासदांकडून जेव्हा वरीलप्रमाणे ठरावाची सूचना कंपनीला मिळते तेव्हा कंपनीने, त्या ठरावाची सूचना सभेच्या ७ दिवस आधी सर्व सभासदांना द्यावी; जर काही कारणांमुळे सभासदांना सूचना पाठविणे कंपनीला अशक्य झाले तर, त्या ठरावाची सूचना ७ दिवस अगोदर वर्तमानपत्रातून प्रसिद्ध करणे आवश्यक आहे. थोडक्यात, या प्रकारचा ठराव मंजूर करण्यापूर्वी कंपनीला प्रथम सभासदांकडून त्याबद्दलची सूचना मिळावी लागते. विशिष्ट ठराव संमत करण्यापूर्वी त्याबद्दलची योग्य ती सूचना कंपनीच्या सभासदांना द्यावी लागते. सर्वसाधारणपणे पुढील प्रकारच्या विषयांबाबत ठराव मंजूर करण्यापूर्वी विशेष सूचना देणे आवश्यक आहे.

(१) निवृत्त होणाऱ्या हिशेब-तपासनिसाची पुनर्नेमणूक करू नये याबाबतचा ठराव.

(२) निवृत्त होणाऱ्या हिशेब-जुन्या तपासनिसाच्या जागी नवीन हिशेब-तपासनिसाची नेमणूक करण्याबाबतचा ठराव.

(३) संचालकांची मुदत संपण्यापूर्वी त्यास पदच्युत करावे असा ठराव.

(४) ६५ वर्षांपेक्षा जास्त वय असलेल्या व्यक्तीची संचालक म्हणून नियुक्ती करावयाची असल्यास त्याबद्दलचा ठराव.

या ठिकाणी कदाचित आपणाला असे वाटेल की, विशेष सूचना देणे आवश्यक असलेले ठराव मंजूर करण्याकरिता सभेला विशेष ठराव मंजूर करावा लागत असेल; पण हे चूक आहे. कायद्यात फक्त इतकेच सांगितले आहे की, वरील प्रकारचे ठराव मंजूर करण्याअगोदर, सभासदाने व कंपनीने त्या बाबतीत इतर सभासदांना पूर्वसूचना द्यावी. वरील विषयांबाबत निर्णय घेताना योग्य तो ठराव (कायद्यातील तरतुदीप्रमाणे) कंपनीला संमत करावा लागतो; वर आपण दिलेल्या उदाहरणातील पहिले पाच प्रकारचे ठराव संमत करण्याकरिता कंपनीला प्रथम विशेष सूचना द्यावी लागते; पण प्रत्यक्षात जेव्हा ठराव मंजूर करण्याचा प्रश्न येईल; तेव्हा सामान्य ठरावाद्वारे ते मंजूर केले जाऊ शकतात. याउलट, सहाव्या विषयावर ठराव मंजूर करण्याकरिता कंपनीला प्रथम नियमाप्रमाणे योग्य ती विशेष सूचना द्यावी लागते. त्याचप्रमाणे वरील विषयांच्या बाबतीत ठराव मंजूर करण्यासाठी कंपनी सभेत कंपनीला 'विशेष ठराव' संमत करावा लागतो; कारण कायद्यात वरील ठराव फक्त विशेष ठरावानेच संमत होऊ शकतो.

(४) नोंदणी अधिकाऱ्याकडे नोंदणी करावयाचे ठराव : कंपनी कायद्यातील तरतुदीनुसार, कंपनीने केलेले काही करार व ठराव यांची नोंदणी अधिकाऱ्याकडे नोंद करावी लागते. वरील तरतुदीप्रमाणे करार व ठराव यांची नोंदणी करतेवेळी द्यावी लागणारी माहिती पुढीलप्रमाणे आहे –

(१) सर्व विशेष ठराव.

(२) व्यवस्था संचालकांची नेमणूक व पुनर्नेमणूक याबाबत संचालक मंडळाने केलेला ठराव व करार.

(३) सर्व भागधारकांना लागू असलेले परंतु सर्व भागधारकांनी न दिलेले करार व ठराव.

(४) स्वखुशीने विसर्जनासाठी मंजूर केलेले आवश्यक ठराव.

(५) सभासदांनी एकमताने संमत केलेले सर्व ठराव.

(६) ज्या ठरावामुळे कंपनीच्या नियमावलीत बदल होतो, त्या ठरावाच्या छापील प्रती व ठरावाप्रमाणे बदललेली नियमावलीची प्रत नोंदणी अधिकाऱ्याकडे नोंदणी केलेली असणे आवश्यक आहे.

(७) सभासद गैरहजर असूनसुद्धा सर्व सभासदांवर बंधनकारक ठरणारे ठराव.

(८) मर्यादेपेक्षा अधिक कर्ज काढण्याचा अधिकार कंपनीस देणारा ठराव.

(९) वरील ठरावाची नोंदणी ठराव मंजूर झाल्यावर ३० दिवसांच्या आत नोंदणी अधिकाऱ्याकडे नोंदणीसाठी पाठवून द्यावी लागते. कायद्याप्रमाणे वरील ठरावाच्या प्रतीबरोबर कंपनीला ते ठराव मांडण्याबद्दलची माहिती व इतर निवेदनपत्र नोंदणी अधिकाऱ्याकडे पाठवून देणे आवश्यक आहे.

(५) संचालकाचा फिरता ठराव : ठराव मंजूर करण्यासाठी संचालकाची सभा आवश्यक असते. संचालकाच्या सभेला योग्य ती संचालकाची गणसंख्या उपस्थित असावी लागते. सभेला योग्य ती सूचना द्यावी लागते. परंतु, कित्येकदा एखाद्या महत्त्वाच्या विषयावर किंवा बाबीवर तत्काळ निर्णय घेणे आवश्यक असते; पण या विषयावर निर्णय घेण्यास संचालकाच्या सभेला जो अवधी द्यावा लागतो तितका देणे शक्य नसते. त्या

विषयावर ताबडतोब संचालकाचे मतदान घेऊन त्यावर निर्णय घेता यावा म्हणून वेगळ्या प्रकारे संचालक मतदान करून त्यावर तत्काळ निर्णय घेऊ शकतात. हा तत्काळ निर्णय संचालकांची सभा न घेता घेतला जातो.

जेव्हा विशिष्ट विषयावरील ठरावावर मतदान नको असते, त्या विषयाबाबतची माहिती व संकल्पित ठरावाचा नमुना तयार केला जातो व त्याचे परिपत्रक व संबंधित योग्य ती कागदपत्रे भारतातील सर्व संचालकांकडे संमतीसाठी पाठविण्यात येतात. संचालक या ठरावाच्या पत्रिकेवर आपली पसंती किंवा नापसंती दाखविणाऱ्या सह्या करतात; जर ठरावाला अनुकूल सह्या मिळाल्या तर तो ठराव संमत झाला असे मानण्यात येते व त्याची अंमलबजावणी करता येते. थोडक्यात, फिरता ठराव संमत करून घेण्याकरिता संचालकाच्या सभेची आवश्यकता नाही. अशा प्रकारे संमत झालेला हा फिरता ठराव इतर ठरावाइतकाच कंपनीवर बंधनकारक असतो. कंपनीच्या संचालकांना असा फिरता ठराव मंजूर करून निर्णय घेण्याचा अधिकार 'परिशिष्ट अ' मध्ये दिला आहे. तशा प्रकारची तरतूद कंपनीच्या नियमावलीत असते, संचालकाच्या दृष्टीने हिताचे ठरते. संचालकाच्या सभेतील पुढील प्रश्न सोडविण्यासाठी फिरता ठराव मंजूर केला जाऊ शकत नाही.

१) भागावरील मागणी.

२) कर्जरोख्याची विक्री.

३) कर्जरोख्याव्यतिरिक्त इतर मार्गांनी कर्ज उभारणे

४) कंपनीच्या रकमेची गुंतवणूक योग्य रोख्यात करणे

५) कंपनीने दिलेली रक्कम इतरांना कर्जाऊ देणे

अवैध ठराव (Invalid Resolution)

संचालक मंडळाच्या सभेत किंवा वार्षिक सर्वसाधारण सभेत ठराव कायदेशीर होण्यासाठी काही अटींची पूर्तता होणे आवश्यक असते; ती जर झाली नाही तर ठराव बेकायदेशीर ठरतो. साधारण खालील परिस्थितीत संमत झालेले ठराव अवैध (Invalid) समजण्यात येतात.

१) ज्या सभेत ठराव मंजूर करण्यात आला, ती सभा जर योग्य रीतीने बोलविण्यात आली नसेल व योग्य रीतीने संचालित करण्यात आली नसेल तर.

२) जर विशेष ठराव संमत केलेला आहे; परंतु सूचनेत तसा स्पष्ट उल्लेख करावयाचा आहे.

३) जर ठराव प्रामाणिक वाटत नसेल (bonafide) तर आणि काही चुकीचे वाटत असेल तर.

४) जर ठराव घटनापत्रकात नमूद केलेल्या उद्देशाव्यतिरिक्त किंवा कायद्यातील तरतुदींच्या विरोधात मंजूर करण्यात आला असेल तर.

५) जर विशेष ठराव मंजूर करावयाचा असेल; परंतु त्याचा मसुदा (draft) सूचनेसोबत पाठविण्यात आला नसेल तर.

६) जर ठरावातील मतदानात त्रुटी आढळली असेल तर.

७) जर ठराव सूचनेतील कक्षेबाहेर जाऊन संमत केला असेल किंवा कोणत्याही प्रकारे अधिकारात नसेल तर.

(४) सभेतील मतदान (Voting) : कंपनीचे व्यवसायातील महत्त्वाच्या विषयावर निर्णय हे कंपनीच्या सभेतून देण्यात येतात. कंपनीच्या सभेला अनेक सभासद हजर असतात. कोणत्याही विषयावर निर्णय घेण्यापूर्वी त्यावर ते आपले मत मांडतात. चर्चा करताना व नंतर निर्णय घेता यावा यासाठी म्हणून त्याच्यावर मतदान केले जाते. सर्वसाधारणपणे सभेतील सभासदाचे मत पुढीलपैकी कोणत्याही एका पद्धतीने अजमावता येते.

(अ) आवाजी पद्धत.

(ब) विभाजन पद्धत.

(क) हात निर्देश करून मतदान करणे.

(ड) गुप्त मतदान पद्धत

(इ) मतमोजणी पद्धत

भारतीय कंपनी कायद्यात कंपनीच्या सभेतील मतदानाच्या पुढील दोन पद्धतींचा उल्लेख केला आहे –

(१) हाताने निर्देश करून मतदान पद्धती.

(२) मतनोंदणी मतदान पद्धती.

कोणत्याही विषयावर मतदान प्रथमतः हात निर्देश करून घेतले जावे; परंतु जर मतनोंदणी पद्धतीने मतदानाची मागणी केली तर सभेच्या अध्यक्षाने त्या पद्धतीने मतदान घेऊन सभेचा निर्णय जाहीर करावा; जर मतनोंदणी पद्धतीने मतदानाची मागणी केली नाही तर सभेचा निर्णय हा मुख्यतः हात निर्देश करून घेतलेला त्या विषयावरील अंतिम निर्णय समजला जातो. आपण या वेगवेगळ्या मतदानपद्धतींचा थोडक्यात विचार करू –

(अ) आवाजी पद्धत : ज्या वेळी सभेच्या अध्यक्षाला असे वाटते की, विशिष्ट विषयावर मतदान एका बाजूने होणार आहे किंवा जवळजवळ सर्व सभासद एका बाजूने आहेत व त्याला फारच थोड्या सभासदांचा विरोध आहे. हे सभासदांच्या भाषणावरून त्याला समजून येते तेव्हा त्या पद्धतीने मतदान घेतले जाते. या पद्धतीप्रमाणे अध्यक्ष प्रस्तावाला मान्यता देणाऱ्या सभासदांनी 'होय' म्हणावे व विरोध करणाऱ्यांनी 'नाही' म्हणावे असे सुचवतो. (जर 'होय' म्हणणाऱ्यांचा आवाज नाही म्हणणाऱ्यांच्या आवाजापेक्षा जोरात किंवा मोठ्याने आला तर) होय म्हणणाऱ्यांच्या बाजूने मतदान जास्त झाले व प्रस्ताव मंजूर झाला असे अध्यक्ष जाहीर करतो. बऱ्याच वेळा अध्यक्षाकडून नियोजित ठराव वाचून दाखवला जातो व त्यावर सभासदांकडून मतदान करण्याऐवजी त्या नियोजित ठरावाचे टाळ्या वाजवून स्वागत करण्यात येते. त्यावर प्रत्यक्ष मतदान न घेतले जाता तो मंजूर झाल्याचे जाहीर करण्यात येते. ही पद्धत कंपनीच्या सभेतील विषयावर निर्णय घेण्यासाठी वापरली जाते. आवाजी मतदान पद्धतीत अनेक दोष आहेत. उदा. या पद्धतीत प्रत्यक्ष मतदान घेतले जात नाही. मतदान कोणी, कोणत्या बाजूने केले हे समजते. कारण मतदान गुप्त रीतीने होत नाही. त्याचप्रमाणे सभेचे खरे मत समजणे कठीण जाते.

(ब) विभाजन पद्धत : या पद्धतीत सभागृहात दोन भाग पाडण्यात येतात व ठरावाला पाठिंबा देण्यासंबंधीच्या सभासदांनी एका विभागात बसावे व विरोध करणाऱ्यांनी दुसऱ्या विभागात बसावे, अशी विनंती करण्यात येते. सभासद त्याप्रमाणे बसल्यावर अध्यक्ष दोन्ही भागांतील संख्या मोजून निर्णय जाहीर करतो. या मतदानपद्धतीचा वापर लोकसभेत मोठ्या प्रमाणावर केला जातो. कंपनीच्या सभेतील मत अजमावण्याकरिता या पद्धतीचा क्वचितच वापर केला जातो; कारण एक तर मतदान गुप्त राहत नाही. फक्त सभासदांनाच मतदानाच्या वेळी भाग घेता येतो व प्रतिनिधीद्वारा हजर राहणाऱ्या व्यक्तींना या मतदानात भाग घेता येत नाही; तसेच प्रत्येकाला एकच मत असते. त्याशिवाय मतदानसमयी सभासदांना जागा बदलाव्या लागतात, हेही तितकेच खरे आहे.

(क) हात निर्देश करून मतदान करणे (कलम–१०७) : आपण वर स्पष्ट केले आहे की, कंपनी कायद्यातून कंपनीतील सभेचा निर्णय मंजूर करण्याच्या फक्त दोनच पद्धतींना मान्यता दिली आहे. या पद्धती

म्हणजे हात निर्देश करून मतदान करणे. हात निर्देश करून मतदान करणे म्हणजे सभासदांनी सभेतील निर्णयसमयी अध्यक्षाने सूचना केल्यावर आपला हात योग्य समयी वर करून आपले मत प्रदर्शित करणे होय. सर्वसाधारणपणे या पद्धतीचा अवलंब कंपनीच्या सभासदांच्या सर्व सभासदांमध्ये केला जातो. सभेसमोर आलेल्या प्रस्तावावर भरपूर चर्चा झाली असून त्यावर आता निर्णय घेणे जेव्हा आवश्यक आहे, असे अध्यक्षास वाटते किंवा सभासदाने योग्य प्रकारे विनंती केल्यावर अध्यक्ष सभासदांना जे प्रस्तावाला अनुकूल आहेत त्यांना हात वर करण्याची विनंती करतो. सभेच्या अध्यक्षांच्या विनवणीवरून अनुकूल मतदान करणारे सभासद हात वर करून आपली संमती किंवा मत देतात. त्यांची मोजणी केली जाते. त्यानंतर ज्यांचा प्रस्तावाला विरोध आहे त्यांना हात वर करून आपले मत प्रदर्शित करण्याची विनंती केली जाते. त्यानुसार, हात वर केल्यावर त्यांची मोजणी केली जाते. अशा प्रकारे विशिष्ट प्रस्तावाला सभासदाने हात वर उंचावून आपले नोंदवलेले अनुकूल व प्रतिकूल मत यांचा विचार केला जाऊन तो ठराव मंजूर झाल्याचे किंवा फेटाळण्यात आल्याचे जाहीर करण्यात येते. हात निर्देश करून मतदान करण्याच्या या मतदानपद्धतीत प्रत्येक सभासदाला एकदाच मतदान करण्याचा अधिकार असतो. ते फक्त ठरावाच्या बाजूने किंवा विरुद्ध बाजूने मतदान करू शकतात. हात निर्देश करून मतदान करण्याची पद्धत अत्यंत साधी व सोपी असली तरी या पद्धतीत पुढील दोष आहेत –

या मतदान पद्धतीतील दोष

(अ) मतदान उघड होते. म्हणून कोणी, कोणत्या बाजूने मतदान केले हे समजते. ते गुप्त राहत नाही.

(ब) प्रत्येक सभासदाला एकच मत देण्याचा अधिकार असतो. थोडक्यात, सभासदांनी धारण केलेल्या भागाचा व त्याला देत असलेल्या मतदानाच्या अधिकाराचा काही एक संबंध नाही. ज्याने कंपनीचा एकच भाग विकत घेतला आहे, त्याला एक मत प्राप्त होते. त्याचप्रमाणे ज्याने हजार भाग विकत घेतलेत किंवा धारण केलेत त्यालासुद्धा फक्त एकच मत नोंदविता येते. वास्तविक पाहता, कंपनी कायद्यातील तरतुदीप्रमाणे सभासदाने जितके भाग विकत घेतलेत किंवा धारण केलेत तितकी मते देण्याचा अधिकार सभासदाला प्राप्त होतो. उदा. जर सभासदाने एक भाग विकत घेतला तर त्याला (मतनोंदणी–पद्धतीप्रमाणे) प्रस्तावावर एकच मत नोंदवता येते; जर सभासदाने एक हजार भाग विकत घेतले असतील तर त्याला प्रस्तावावर कायद्याप्रमाणे एक हजार मते नोंदविता येतात. हा फायदा हात निर्देश करून मतदान घेतले तर सभासदाला मिळत नाही.

(क) या पद्धतीत प्रतिनिधीद्वारा मतदान करणाऱ्या व्यक्तींना मतदानात भाग घेता येत नाही, किंवा प्रतिनिधीद्वारा मतदान करता येत नाही. (प्रतिनिधीद्वारा मतदान म्हणजे काय, या विषयाची चर्चा याच प्रकरणात पुढे आहे.)

(ड) गुप्त मतदान–पद्धत : आवाजी मतदान किंवा विभागणी मतदान किंवा हात निर्देश करून मतदान या तिन्ही प्रकारांच्या मतदानपद्धतीत अनेक दोष आहेत. त्यांतील प्रमुख दोष म्हणजे मतदान गुप्त राहत नाही. सभासदाने मत कोणत्या बाजूला दिले आहे, हे दुसऱ्याला समजते; म्हणून कित्येकदा राजकारण किंवा निवडणुकीत वापरण्यात येणाऱ्या गुप्त मतदानपद्धतीचा वापर कंपनीच्या सभेतील निर्णयावर मतदान घेताना करता येतो. ज्या कंपनीचा उद्देश व्यवसाय करून नफा मिळविणे हा प्रामुख्याने नसतो, अशा कंपन्यांतून संचालकाच्या निवडणुकीसाठी या पद्धतीचा अवलंब करण्यात येतो. अर्थात, या पद्धतीत मतदान करताना प्रत्येक सभासदाला एक मतपत्रिका देण्यात येते. प्रत्येकाला एकच मत देण्याचा अधिकार असतो. सभासद आपले मत मतपत्रिकेवर नोंदवून ती पत्रिका पेटीत टाकतो. मतदान पूर्ण झाल्यावर मतपत्रिकेवरील मताची मोजणी करता येते व निर्णय

जाहीर करण्यात येतो. या पद्धतीमुळे मतदान गुप्त राहते; पण या पद्धतीतील मुख्य दोष म्हणजे सभासदाला त्याने भाग धारण केलेल्या संख्येच्या प्रमाणात मत देण्याचा अधिकार मिळत नाही. प्रत्येकाला एकच मत असते आणि प्रतिनिधीद्वारे मतदान करता येत नाही.

(इ) मतदान नोंदणीपद्धत : मतनोंदणी पद्धतीत प्रत्येक सभासदाला मतपत्रिका देण्यात येते. गुप्त मतदानपद्धतीत मताची नोंदणी केली जाऊन त्यावरील निर्णय जाहीर केला जातो. परंतु, मतनोंदणी पद्धतीत व गुप्त मतदान पद्धतीत खूप महत्त्वाचा फरक आहे. मतनोंदणी पद्धतीतील प्रत्येक सभासदाला एक मतपत्रिका देण्यात येते व प्रत्येक सभासदाला त्याने धारण केलेल्या भागांच्या संख्येतील मते या विषयावर किंवा प्रस्तावावर देता येतात. उदा. गुप्त मतदान किंवा हात वर करून मत देताना प्रत्येकाला एकच मत असते; पण जेव्हा मतनोंदणी पद्धतीने मतदान केले जाते, तेव्हा समजा, 'अ' ने दहा भाग विकत घेतले असतील तर त्याला दहा मते देण्याचा अधिकार असतो. 'ब' ने शंभर भाग धारण केले असतील तर त्याला शंभर मते देण्याचा अधिकार प्राप्त होतो. थोडक्यात, मतनोंदणी पद्धतीत हजर असलेल्या सभासदांना त्यांच्याजवळच्या प्रत्येक भागाला एक मत देण्याचा अधिकार प्राप्त होतो व त्याचप्रमाणे मतदान केल्यावर ठरणारे बहुमत म्हणजे कंपनीचा निर्णय मानण्यात येतो. कंपनीने मतनोंदणी पद्धतीने मतदान करताना प्रत्येक सभासदाला किती मते देता येईल, याबद्दल कंपनीचे योग्य ते नियम कंपनीच्या नियमावलीत असतात. मतनोंदणी पद्धतीने मतदानाची मागणी करताच प्रत्येक सभासदाला नियमावलीच्या तरतुदीप्रमाणे (म्हणजेच धारण केलेल्या प्रत्येक भागाला एक मत देण्याचा अधिकार किंवा त्यांनी भागावर भरणा केलेल्या रकमेच्या प्रमाणात त्यांना मत देण्याचा अधिकार असतो, अशी तरतूद कंपनीच्या नियमावलीत होते.) या पद्धतीत गुप्तपणे मतदान करता येते.

(१) मतदान गुप्त असते.

(२) प्रत्येक सभासदाला त्याने जितके भाग नोंद केले असतील तितकी मते देता येतात.

(३) प्रतिनिधीद्वारे मतदान करणाऱ्यांना मतदानात भाग घेणे शक्य असते व ते मतदान करू शकतात.

मतनोंदणी पद्धत – मतदानाचे फायदे : मतनोंदणी पद्धतीत मतदानात पुढील फायदे आहेत.

१) या मतदानपद्धतीत सभासदाच्या प्रतिनिधींना मतदान करता येते. याचाच अर्थ असा की, जे सभासद सभेला हजर राहू शकत नाहीत. त्यांना पण त्यांच्या गैरहजेरीत मतदान आपल्या प्रतिनिधीद्वारे करण्याचा हक्क प्राप्त होतो.

२) या पद्धतीत सभासदाला त्याने धारण केलेल्या भागांच्या प्रमाणात मते मिळतात. हा निर्देश करून मत अजमावण्याच्या पद्धतीतील एक प्रमुख दोष म्हणजे प्रत्येक सभासदाला एकच मत असते; पण जेव्हा मतनोंदणी पद्धतीत मतदान घेण्यात येते तेव्हा प्रत्येक सभासदाला त्याने जितके भाग धारण केले तेवढी मते देण्याचा अधिकार प्राप्त होतो.

३) मतनोंदणी पद्धतीतील मतदान गुप्त पद्धतीने होत असते; म्हणून मतदान आपले मत निर्भयपणे देऊ शकतो.

मतनोंदणी पद्धत व कंपनी कायदा : मतनोंदणी पद्धतीत मतदान कसे घेतले जावे, या बाबतीत कंपनी कायद्यात ज्या तरतुदी केल्या आहेत; त्या पुढीलप्रमाणे आहेत–

मतनोंदणी पद्धतीचे मतदान घेण्याची मागणी करण्याचा अधिकार : कंपनीच्या सभेतील विषयावर किंवा प्रस्तावावर मतनोंदणी पद्धतीत मतदान घेतले जावे, अशी मागणी करण्यासंबंधी कायद्यात काही तरतुदी

करण्यात आल्या आहेत. या तरतुदी पुढीलप्रमाणे आहेत-

१) मतनोंदणी पद्धतीने मतदान केले जावे, या संबंधीची मागणी सभासदांना केव्हाही करता येते. विशेषत: जेव्हा एखाद्या विषयावर किंवा प्रस्तावावर चर्चा पूर्ण झाली असून त्यावर हात वर करून मतदान घेतले आहे, तेव्हा या प्रस्तावावरील 'हात वर करून' सभासदांनी प्रदर्शित केलेल्या मताचा निकाल जाहीर करण्याअगोदर किंवा निकाल जाहीर केल्यानंतरसुद्धा मतनोंदणी पद्धतीने निर्णय घ्यावा, अशी विनंती करता येते.

२) मतनोंदणी पद्धतीने मतदान व्हावे असे ठरविण्याचा अधिकार अध्यक्षाला आहे.

३) अध्यक्षाने मतनोंदणी पद्धतीने मतदान घ्यावे, अशी मागणी सार्वजनिक कंपनीत कोणत्याही पाच सभासदांना करता येते. मात्र, त्या सभासदांना मतदानाचा अधिकार हवा किंवा ते व्यक्तिशः किंवा प्रतिनिधीच्या स्वरूपात हजर असावेत.

४) खासगी कंपनीतील सभासदसंख्या सातपेक्षा कमी असल्यास एक सभासद व उपस्थित सभासदसंख्या सातपेक्षा जास्त असल्यास किमान दोन सभासद मतनोंदणी पद्धतीने मतदान करावे याबद्दलची मागणी करू शकतात.

५) ज्या कोणत्याही एक किंवा अधिक सभासदांच्या ताब्यात एकूण मताच्या १० टक्केपेक्षा जास्त मते आहेत त्यांना 'मतनोंदणी' मतदानाची मागणी करता येते.

६) ज्या कोणत्याही एक किंवा अधिक सभासदांच्या एकूण मताचा अधिकार असलेल्या, भाग भांडवलापैकी किमान रु. ५०,००० वसूल भाग भांडवल असेल तर त्यांना 'मतनोंदणी' मतदानाची मागता येते.

मतनोंदणी कधी घ्यावी ? मतनोंदणी पद्धतीने मतदान घेतले जाऊन निर्णय घ्यावा, अशी मागणी येताच मतनोंदणी मतदान घेण्यासंबंधी तरतूद पुढीलप्रमाणे आहे :

१) सभेच्या तहकुबीबद्दल मतनोंदणीप्रमाणे मतदान घेण्याची मागणी करताच ताबडतोब मतदान घेऊन निर्णय घ्यावा.

२) अध्यक्षाच्या निवडणुकीसंबंधी मतनोंदणीप्रमाणे मतदान घेऊन निर्णय घेण्याची मागणी करताच मतदान ताबडतोब घ्यावे.

३) इतर ठरावांवरील मतदान अध्यक्षांच्या सूचनेप्रमाणे घ्यावे; परंतु मतदान मागणीपासून ४८ तासांच्या आत हे मतदान घेतले पाहिजे.

मतनोंदणी मतदानपद्धती

१) कंपनीने मतनोंदणी पद्धतीने मतदान घेऊन निर्णय कसा घ्यावा, या बाबतीतले नियम व पद्धत यांचे वर्णन कंपनीच्या नियमावलीत ठरवून दिलेले असते. त्याचप्रमाणे मतनोंदणी पद्धतीने मतदान अध्यक्षाने घ्यावे अशी अपेक्षा असते; जर यदाकदाचित कंपनीच्या नियमावलीत मतनोंदणीसंबंधी 'नियम व पद्धती' यांचे वर्णन नसेल तर पद्धत ठरविण्याचा अधिकार कंपनी कायद्याने अध्यक्षाला दिलेला आहे.

२) मतनोंदणी पद्धतीने मतदान करण्याकरिता कंपनीच्या चिटणिसाला छापील पत्रिका तयार कराव्या लागतात. सर्वसाधारणपणे वेगवेगळ्या प्रकारच्या भागधारकांसाठी (उदा. 'अ' वर्ग सामान्य भागधारक 'ब' वर्ग सामान्य भागधारक, अग्रहक्क भागधारक) वेगवेगळ्या रंगांची मतपत्रिका तयार करण्यात आलेली असते. या मतपत्रिका वेगवेगळ्या भागधारकांना मतदानासाठी देण्यात येतात. या मतपत्रिका भरण्याची (म्हणजे मतदान करण्याची) जबाबदारी भागधारकांवर असते. या मतपत्रिकेतील रिकाम्या

जागा भागधारकाला भराव्या लागतात. म्हणजेच सभासदाने किंवा भागधारकाने या मतपत्रिकेत आपले नाव, धारण केलेल्या भागांची संख्या, भागाचा प्रकार, प्रतिनिधी असल्यास स्वतःचे नाव, प्रस्तावाच्या बाजूने दिलेली मते, विरोधी दिलेली मते इत्यादी माहिती भरावी लागते व मतपत्रिकेवर सही करावी लागते.

३) मतदान पूर्ण झाल्यावर मतांची छाननी करण्याकरिता अध्यक्ष दोन व्यक्तींची नेमणूक करतो. या दोन व्यक्तींपैकी एकजण सभेत हजर असलेला सभासद असावा.

४) या व्यक्तींनी मतांची मोजणी व तपासणी करण्याच्या कामावर देखरेख ठेवावी लागते. मतपत्रिकेतील मतांची मोजणी करण्याअगोदर अपूर्ण भरलेल्या मतपत्रिका, चुकीची माहिती भरलेल्या मतपत्रिका प्रथम रद्द केल्या जातात. त्यानंतर मतांची मोजणी केली जाऊन निर्णय सभेच्या अध्यक्षाला कळविला जातो.

५) वरील अहवाल जेव्हा सभेच्या अध्यक्षाला कळविला जातो, तेव्हा मतदानाचा टाकलेला प्रस्ताव सभेने स्वीकारला किंवा फेटाळला याचा निर्णय सभेच्या अध्यक्षाकडून जाहीर केला जातो.

६) मतनोंदणी पद्धतीने मतदान घेऊन अध्यक्षाने जो निर्णय जाहीर केला आहे. तो निर्णय सभेचा अंतिम निर्णय समजण्यात येतो.

(फ) टपालाद्वारे मतदान (कलम ११०) : कंपनी कायद्यात २०१३ साली करण्यात आलेल्या दुरुस्तीनुसार, कलम ११० (फ) नव्याने घालण्यात आले. या कायद्यानुसार भागधारकांना कंपनीच्या निर्णयप्रक्रियेस सक्रिय सहभाग घेता यावा आणि चांगल्या कॉर्पोरेट गव्हर्नन्ससाठी जे सभासद वार्षिक सर्वसाधारण सभेत उपस्थित राहू शकत नाहीत, त्यांना निर्णयप्रक्रियेत सहभागी होता यावे म्हणून 'टपालाद्वारे मतदान' करण्याची सुविधा त्यांना उपलब्ध करून देण्यात आली.

कलम ११० नुसार, ज्या कंपनीची भाग बाजार नोंद करण्यात आली आहे; अशा कंपन्यांच्या बाबतीत केंद्र सरकारने ९ विशेष कामकाजाच्या बाबतीत (उदा. उद्देश कलमात बदल भागांची पुनर्खरेदी इत्यादी) फक्त टपालाद्वारेच मतदान घेऊन निर्णय घ्यावा असे म्हटले आहे. यासाठी चिटणिसाने प्रत्येक भागधारकाला रजिस्टर पोस्टाने (पोचपावतीसह) कच्चा ठराव व त्याची कारणे यासह पाठवून भागधारकाने तीस दिवसांच्या आत आपला होकार/नकार कंपनीला लेखी कळविणे आवश्यक आहे. त्यासाठी कंपनीने तिकीट लावून भागधारकांना पाकीट आधीच पाठविले पाहिजे, अशा टपालाद्वारे आलेल्या होकार/नकारावरून जर ठरावाच्या बाजूने बहुमत (५१% किंवा अधिक) म्हणजेच होकारार्थी संमती आढळली तर तो ठराव सर्वसाधारण सभेत मंजूर झाला असे समजण्यात येते.

(ज) यंत्र मशिनद्वारे मतदान (कलम – १०८) : कंपनी कायदा २०१३ च्या कलम १०८ नुसार सभासदाला यंत्र मशिनद्वारे मतदान करता येते. यंत्र मशिनवरील बटन दाबून आपले मत 'होय' अथवा 'नाही' असे नोंदवता येते.

प्रतिनिधी (कलम १०५)

सर्वसाधारणपणे मतदान करण्याकरिता मतदान करणारी व्यक्ती प्रत्यक्षपणे हजर असणे आवश्यक असते. कोणतीही व्यक्ती गैरहजेरीत आपले मत नोंदवून मतदान करू शकत नाही. या सर्वसाधारण नियमाला कंपनी सभेतील मतदान अपवाद आहे.

कंपनीच्या कारभारासंबंधी महत्त्वाचा निर्णय कंपनीच्या सभासदांच्या सभेत घेण्यात येतो. परंतु, कंपनीचे

सर्वच सभासद कंपनीच्या सभेला अनेक कारणाने हजर राहू शकत नाहीत. उदा. सभासद देशाच्या कानाकोपऱ्यात विखुरलेले असतात. ते कंपनीच्या सभास्थानापासून दूर असतात. केवळ सभेसाठी खर्च करून येणे त्यांना अशक्य व अनावश्यक वाटते. इतर कामामुळे त्यांना सभेला हजर राहणे अशक्य होते; जर सभासद गैरहजर असेल तर त्याला मतदानात भाग घेऊन मतदान करण्याचा अधिकार बजावता येत नाही, असे वाटते; पण कंपनी कायद्यातील तरतुदीप्रमाणे असे गैरहजर असणारे सभासदसुद्धा मतदानाचा हक्क बजावू शकतात. गैरहजर सभासद आपला प्रतिनिधी नेमून त्यांच्यामार्फत मतदानाचा हक्क बजावू शकतात. प्रतिनिधींमार्फत मतदान करण्याचा हा अधिकार फक्त कंपनीच्या सभेतील सभासदांना कंपनी कायद्यातील तरतुदीमुळे प्राप्त झालेला आहे. जेव्हा कंपनीचा सभासद आपला प्रतिनिधी नेमतो तेव्हा त्या व्यक्तीला किंवा प्रतिनिधीला कंपनीच्या सभेला उपस्थित राहण्याचा आणि अनुपस्थित सभासदाचे प्रतिनिधित्व करण्याचा व त्याच्या वतीने मतदान करण्याचा अधिकार प्राप्त होतो. या ठिकाणी एक लक्षात ठेवणे आवश्यक आहे की, प्रतिनिधी फक्त मतनोंदणी पद्धतीने मतदान घेतले असताना मतदान करू शकतात. इतर पद्धतीने मतदान केले जात असल्यास त्यांना मतदान करता येत नाही. त्याचप्रमाणे प्रतिनिधीला फक्त मतदानच करता येते. त्याला चर्चेत भाग घेता येत नाही. प्रस्ताव मांडता येत नाही किंवा प्रस्तावाला अनुमोदन देता येत नाही.

प्रतिनिधित्व मतदानाचे नियम कंपनी कायद्यात पुढीलप्रमाणे दिलेले आहेत :

१) प्रतिनिधी नेमणूक केल्याबद्दलचे पत्र कंपनीच्या नियमावलीप्रमाणे किंवा कायद्यात नमूद केलेल्या नमुन्याप्रमाणे असावे.

२) प्रतिनिधीच्या नेमणुकीच्या पत्रावर योग्य त्या रकमेचा स्टॅम्प हवा व त्यावर मूळ सभासदाची सही हवी.

३) प्रतिनिधीच्या नेमणुकीचे पत्र वरीलप्रमाणे सर्व बाबतीत परिपूर्ण करून सभेपूर्वी किमान ४८ तास अगोदर कंपनीच्या कार्यालयात दाखल केले जावेत. प्रत्येक सभेला वेगळा प्रतिनिधी असावा.

४) सभासदाचे प्रतिनिधित्व करणारी व्यक्ती ही कंपनीची सभासद असलीच पाहिजे, असा दंडक नाही.

५) सार्वजनिक कंपनीचा सभासद एका सभेसाठी अनेक प्रतिनिधींची नेमणूक करू शकतो.

६) कंपनीच्या सभेत प्रतिनिधीला भाषण करता येत नाही; पण जर कंपनीच्या नियमावलीत तरतूद असेल तर त्याला भाषण करता येते किंवा भाग घेता येतो.

७) प्रतिनिधीला फक्त मतनोंदणी पद्धतीने केल्या जाणाऱ्या मतदानात भाग घेता येतो. इतर पद्धतीने मतदान केले असता त्याला मतदान करता येत नाही.

८) कंपनीचा कोणताही सभासद कंपनीला तीन दिवसांची पूर्वसूचना देऊन कंपनीकडे आलेल्या प्रतिनिधी पत्राची छाननी करू शकतो.

९) कंपनीस सभासदाने सभेसंबंधी पाठविलेल्या सूचनेप्रमाणे पुढील आशयाचा मजकूर असणे आवश्यक आहे. 'प्रत्येक सभासदाला प्रतिनिधी नेमण्याचा अधिकार आहे. नेमलेला प्रतिनिधी हा कंपनीचा सभासद असणे आवश्यक आहे. या प्रतिनिधीला मतदान करण्याचा अधिकार आहे.'

१०) भाग भांडवल नसलेल्या कंपनीतील सभासदांनी प्रतिनिधी फक्त कंपनीच्या नियमावलीत तरतूद असेल तरच नेमता येतो.

११) कोणत्याही परिस्थितीत कंपनीच्या खर्चाने एखाद्या व्यक्तीला प्रतिनिधी म्हणून पाठवण्याच्या संदर्भात निमंत्रण पाठवू नये. तसे निमंत्रण पाठवल्यास तो गुन्हा ठरेल व कसूरदार व्यक्तीस रुपये १०,०००/- पर्यंत दंड होईल.

(५) इतिवृत्त (Minutes)

इतिवृत्ताचा अर्थ (Meaning of Minutes) :

सर्वसाधारणपणे एखादी गोष्ट स्मृतीमध्ये ठेवण्यासाठी केलेली नोंद म्हणजे टिपण होय. संयुक्त भांडवली संस्थेच्या विविध सभांमध्ये निरनिराळ्या प्रकारची कामे केली जातात किंवा निर्णय घेतले जातात. या कामकाजाची किंवा निर्णयाची लेखी नोंद ठेवली जाते. त्यालाच 'टिपण किंवा इतिवृत्त' असे म्हटले जाते. कंपनीच्या सभांमध्ये जे ठराव मंजूर केले जातात, ती कंपनी तसेच भागधारकावर बंधनकारक असतात. तिऱ्हाईत व्यक्ती किंवा हिशेबतपासनीस इत्यादीसुद्धा कंपनीतील सभांच्या ठरावाकडे लेखी पुराव्याच्या दृष्टीने पाहतात. त्यामुळे ठरावांना अधिकृतता प्राप्त होण्यासाठी याची नोंद केली जाते. या निर्णयावर किंवा ठरावावर सभेच्या अध्यक्षांची सही असते. त्यामुळे ते प्रसंगी कोर्टात पुरावा म्हणून सादर करता येतात; अशा तऱ्हेने सभेतील विविध कामकाजाची लेखी स्वरूपात नोंद करणे म्हणजे टिपण किंवा इतिवृत्त होय. इतिवृत्ताच्या स्वरूपाचे खालील व्याख्येच्या आधारे अधिक चांगले स्पष्टीकरण होते.

१) सभेच्या कार्यवाहीची किंवा कामाजाची अधिकृत नोंद म्हणजे इतिवृत्त होय. – *बी. एन. टंडन.*
Official records of the proceedings of a meeting are called the minutes of the meeting.
- B. N. Tandon.

२) सभेच्या कारवाईचा लेखी वृत्तान्त म्हणजे इतिवृत्त होय. – *एम. सी. के. नांबियार*
The Minutes of a meeting are written record of the meeting. *- M. C. K. Nambiyar.*

३) कंपनीच्या सभामधून घेतलेल्या निर्णयाची संक्षिप्त अधिकृत आणि खरी नोंद म्हणजे इतिवृत्त होय.
– *एम. सी. कूचल*
The term minutes means a concise and accurate official record or the decisions taken at the meeting. *- M. C. Kuchal*

वरील व्याख्यांच्या आधारे इतिवृत्ताची वैशिष्ट्ये पुढीलप्रमाणे सांगता येतील –

१) इतिवृत्त सभेतील कामकाजाचा किंवा निर्णयाचा खराखुरा सारांश असते.
२) इतिवृत्त नेहमी लेखी स्वरूपात असते.
३) इतिवृत्तावर सभेच्या अध्यक्षाची सही असल्यामुळे ती अधिकृत समजली जातात. वेळप्रसंगी कोर्टात पुरावा म्हणूनही ती सादर केली जातात.
४) इतिवृत्तात सभेतील कामकाजाचे संक्षिप्त वितरण किंवा माहिती दिलेली असते. इतिवृत्त तयार करण्याची जबाबदारी सहसा चिटणिसावर सोपविलेली असते.

इतिवृत्तांचे प्रकार (Types of Minutes)

भागधारक, संचालक व कर्जरोखेधारकांच्या सभा वेळोवेळी घेण्यात येत असून, या सभेतील कामकाजांचे लेखी टिपण तयार करण्यात येते. हे टिपण पुढील दोन पद्धतींनी लिहिण्यात येते.

१) वर्णनात्मक इतिवृत्त. २) ठरावात्मक इतिवृत्त.

१) वर्णनात्मक इतिवृत्त (Minutes of Narration)

वर्णनात्मक इतिवृत्त वर्णनात्मक स्वरूपाची असतात. वर्णनात्मक इतिवृत्तामध्ये सभेत जी चर्चा झाली तिच्याबद्दल सविस्तर माहिती इतिवृत्तात दिलेली असते. सभेत एखादा प्रस्ताव मांडल्यानंतर त्यावर चर्चा होते.

मतदान घेण्यात आले असेल तर मतदानांची कोणती पद्धत वापरली, संचालकांचा अहवाल, हिशेब तपासनिसाचा अहवाल, लाभांश वितरण इ. सर्व बाबींची माहिती वर्णनात्मक अहवालात दिलेली असते. वर्णनात्मक अहवालाचा नमुना पुढीलप्रमाणे आहे.

कंपनीचे नाव
सभेची तारीख व वेळ

.... भरलेल्या .... व्या वार्षिक सभेचे टिपण

उपस्थिती

(१)

(२)

(३)

(४)

(५)

(६)

इतर उपस्थित व्यक्ती :

(१) सभेची सूचना.

(२) हिशेब तपासनिसांचा अहवाल.

(३) संचालकांचा अहवाल.

(४) अध्यक्षीय भाषण.

(५) लाभांश वितरण.

(६) निवडणूक–मतदानपद्धती.

(७) नेमणूक किंवा पुनर्नेमणूक.

(८) आभार

ठिकाण ....

तारीख ....

सही

(१) सभेचा अध्यक्ष

(२) चिटणीस

(२) ठरावात्मक इतिवृत्त (Minutes of Resolution) :

ज्या वेळी टिपण-वहीत सभेत मंजूर केलेले ठराव लिहिलेले असतात; पण ठरावांची विस्तृत माहिती दिलेली नसते, अशा टिपणांना 'ठरावात्मक इतिवृत्त' असे म्हणतात. ठरावात्मक टिपणात सभेत मंजूर झालेले ठराव क्रमवार लिहिण्यात येतात. सभेत ठरावांवर झालेल्या चर्चेचा किंवा संभाषणाचा टिपणात अजिबात उल्लेख करण्यात येत नाही. थोडक्यात या प्रकारात इतिवृत्त वहीत इतिवृत्ताचा उल्लेख पुढीलप्रमाणे असतो.

अनु. नंबर	इतिवृत्ताचा विषय	सूचक व अनुमोदकांची नावे	इतिवृत्ताचा तपशील
१	२	३	४

इतिवृत्तातील मजकूर (Contents of Minutes)

इतिवृत्तामध्ये कोणत्या प्रकारची माहिती असावी याचा ठराविक नमुना नाही, तरी पण भागधारक, संचालक व इतर प्रकारच्या सभांचे टिपण दृष्टीसमोर ठेवल्यास त्यामध्ये पुढील प्रकारची माहिती असणे गरजेचे आहे.

(१) कंपनीचे नाव.

(२) सभेचे नाव, प्रकार व स्वरूप.

(३) सभेची जागा, वेळ व तारीख.

(४) सभेत उपस्थित असणाऱ्या व्यक्तींची नावे.

(५) सभापती किंवा अध्यक्षाचे नाव.

(६) चिटणिसाचे नाव.

(७) संचालकांची नावे.

(८) निमंत्रित व्यक्तींची नावे. उदा. हिशेब तपासनीस, कायदेशीर सल्लागार व इतर संबंधित व्यक्ती.

(९) टिपण क्रमांक.

(१०) टिपणांचा विषय.

(११) सभेत मंजूर झालेले विषय व ठराव.

(१२) ठरावास संमती देणाऱ्यांची नावे.

(१३) अधिकारी व कर्मचाऱ्यांच्या नेमणुका.

(१४) महत्त्वाच्या किंवा खास ठरावाच्या बाजूने व विरोधी मतांची संख्या.

(१५) सभासदांचे आक्षेप व त्यावर सभापतींचा निर्णय.

(१६) चिटणीस व अध्यक्षाची सही.

टीप : वार्षिक सर्वसाधारण सभेत अनेक सभासद उपस्थित असतात. त्यामुळे सभेला हजर असणाऱ्या सभासदांची नावे इतिवृत्ताच्या शेवटी स्वतंत्र यादीच्या स्वरूपात जोडली जातात.

इतिवृत्तासंबंधी चिटणिसाची कर्तव्ये (Secretarial Duties Regarding Minutes)

सभेचे इतिवृत्त लिहिण्याची जबाबदारी चिटणिसाची असते. सभा सुरू असताना सभेतील कामकाजाचे इतिवृत्त चिटणीस लिहीत असतो. सभा संपल्यानंतर सभेचे इतिवृत्त कमीत कमी वेळात लिहिले पाहिजे. इतिवृत्त हे सभेतील कामकाजाची संपूर्ण माहिती देणारे असावे. ते संक्षिप्त व सत्य घटनांवर आधारित असावे. म्हणूनच चिटणिसाला इतिवृत्त लिहीत असताना अधिक काळजी घ्यावी लागते. चिटणिसाची इतिवृत्ताबाबतची कर्तव्ये पुढीलप्रमाणे आहेत –

(१) चिटणिसाने भागधारक, संचालक, संचालकांची उपसमिती इत्यादी सभांची टिपणे संबंधित पुस्तकात लिहिली पाहिजेत.

(२) सभेतील कामकाजाचा पूर्ण वृत्तान्त टिपणात देण्याचा चिटणिसाने प्रयत्न केला पाहिजे. सभेत उपस्थित असणाऱ्या सर्व व्यक्तींची नावे इतिवृत्तांत समाविष्ट पाहिजेत.

(३) सभेचे इतिवृत्त, इतिवृत्त वहीतच लिहिणे. इतर कोणत्याही वहीत किंवा कागदांवर लिहू नये.
(४) इतिवृत्त वहीतील प्रत्येक पृष्ठाला स्वतंत्रपणे क्रमांक देण्यात आला पाहिजे.
(५) सभा सुरू झाल्यानंतर मागील सभेचे इतिवृत्त सभेसमोर वाचून दाखविणे व त्यावर सभापतीची सही घेतली किंवा नाही ही खात्री करून घेणे.
(६) टिपण किंवा इतिवृत्त ज्या ठिकाणी संपते, अशा प्रत्येक ठिकाणी अध्यक्षाची सही घेतली असून संबंधित तारीख लिहिली आहे ही खात्री करणे.
(७) सभा संपल्यानंतर ३० दिवसांच्या आत सभेचे इतिवृत्त टिपण-वहीत लिहिण्याची जबाबदारी चिटणिसाची आहे.
(८) इतिवृत्त लिहिताना एखाद्या व्यक्तीची किंवा कंपनीची बदनामी होणार नाही, ही काळजी घेणे.

इतिवृत्ताबाबतच्या कायदेशीर किंवा वैधानिक बाबी (Legal or Statutory Provisions Regarding the Minutes)

कंपनी कायद्यामध्ये, इतिवृत्तामध्ये अधिकृतता किंवा वैधता यावी म्हणून खालील बाबी पूर्ण करणे आवश्यक आहे.

(१) कंपनीने भागधारकांची, संचालकांची, कर्जरोखेधारकांची, तसेच उपसमित्यांच्या सभांची इतिवृत्ते इतिवृत्तवहीत लिहिलेली पाहिजेत. प्रत्येक प्रकारच्या सभेचे इतिवृत्त स्वतंत्र पुस्तकात लिहिले पाहिजे. थोडक्यात एकाच टिपण-वहीत विविध सभांची टिपणे लिहू नये.
(२) संचालकांच्या उपसमित्यांच्या सभांना हजर असणाऱ्या संचालकांची नावे इतिवृत्तपुस्तकात लिहिण्यात आली पाहिजे.
(३) प्रत्येक इतिवृत्त सभा संपल्यापासून ३० दिवसांच्या आत इतिवृत्तपुस्तक लिहिण्यात आली पाहिजे.
(४) इतिवृत्त पुस्तकाची बांधणी सुबक असावी. इतिवृत्त पुस्तकाच्या प्रत्येक पानाला क्रमांक देणे आवश्यक आहे.
(५) इतिवृत्त वहीच्या लिहिलेल्या प्रत्येक पानावर व शेवटच्या पानावर सभेच्या अध्यक्षाची सही असणे आवश्यक आहे.
(६) इतिवृत्तवहीत मध्येच कोणतेही पान चिटकविलेले नसावे. इतिवृत्तवहीत पाने चिटकविणे किंवा जोडणे हे बेकायदेशीर समजले जाते.
(७) कंपनीतील सर्व अधिकाऱ्यांच्या नेमणुकीचा किंवा पुनर्नेमणुकीचा तपशील टिपण-वहीत असला पाहिजे.
(८) संचालकांच्या सभेत ठरावाच्या विरोधात काही संचालकांनी मतदान केले असेल तर त्याची माहिती इतिवृत्तवहीत लिहिली पाहिजे.
(९) सभेच्या अध्यक्षांनी इतिवृत्तावर सही केल्यानंतर त्यामध्ये कोणताही बदल करू नये.
(१०) इतिवृत्तवही किंवा इतिवृत्त कंपनीच्या नोंदविलेल्या कार्यालयात ठेवण्यात आले पाहिजे. वरील तरतुदींचा भंग करणाऱ्या व्यक्तीला ५० रु. पर्यंत दंड करता येतो.
(११) कंपनीच्या सभासदांना विनामूल्य इतिवृत्ताची पाहणी करता येते. सर्वसाधारण सभेच्या इतिवृत्ताची प्रत सभासदाला १०० शब्दाला १ रुपया या दराने उपलब्ध करून देता येते.
(१२) कोणत्याही सभेचे इतिवृत्त लिहून झाल्यानंतर पुढील सभेत ते सभेच्या अध्यक्षांच्या सहीने कायम केले पाहिजे.

इतिवृत्ताची तपासणी (Inspection of Minutes)

कंपनी कायद्यामध्ये इतिवृत्ताच्या तपासणीच्या संदर्भात पुढील तरतुदी आहेत.

(१) भागधारकांच्या सभेचे टिपण कंपनीच्या नोंदविलेल्या कार्यालयात, भागधारकांच्या तपासणीसाठी ठेवण्यात आले पाहिजे. ते कामकाजाच्या वेळेत कमीत कमी २ तासांपर्यंत कार्यालयात ठेवण्यात आले पाहिजे.

(२) एखाद्या सभासदाने इतिवृत्ताची सत्यप्रत्र (True Copy) मागितली असेल तर १०० शब्दाला एक रुपया याप्रमाणे शुल्क घेऊन ती सदस्यांना देता येते. सभासदाने सत्यप्रतीची मागणी केल्यास ती मागणी केल्यापासून ७ दिवसांच्या आत सभासदाला दिली पाहिजे.

(३) कंपनीने इतिवृत्ताची तपासणी करू देण्याबाबत नकार दिला असेल किंवा ठराविक मुदतीत त्याची सभासदाला सत्यप्रत दिली नसेल तर या गुन्ह्यात जबाबदार असलेल्या प्रत्येक अधिकाऱ्याला ५०० रु. पर्यंत दंडाची शिक्षा देता येते.

(४) इतिवृत्ताची तपासणी करण्यास कंपनीने नकार दिल्यास इतिवृत्ताची तपासणी करण्याबाबतचा किंवा त्याची सत्यप्रत देण्याचा कोर्ट आदेश देऊ शकते.

सभा तहकूब करणे (Adjournment of Meeting)

सर्वसामान्यपणे एकदा बोलाविलेली सभा रद्द करता येत नाही; परंतु काही विशिष्ट प्रसंगी सभा तहकूब करून ती परत बोलाविण्याचा प्रस्ताव मांडण्याचा अधिकार सभासदांना आहे. परंतु, हा अधिकार सभासदांना कंपनीच्या नियमावलीने दिलेला असावा.

सभा तहकूब करणे म्हणजे सभेचे कामकाज थांबविणे होय. त्या वेळी सभा होत नाही. परंतु, त्याच ठिकाणी, त्याच दिवशी व त्याच वेळी पुढील आठवड्यात ही सभा बोलविली जाते. म्हणजेच सभेचे कामकाज होऊ शकत नसेल तर ती पुढील आठवड्यात घेण्यात येते त्यालाच सभा तहकूब झाली असे म्हणतात. सभा तहकूब होण्यासाठी पुढील कारणे जबाबदार असतात –

(१) सभेच्या सुरुवातीपासूनच किमान गणसंख्या हजर नसणे.

(२) सभेचे कामकाज चालू असताना गणसंख्या कमी होत जाणे.

(३) सभासदाला आवश्यक माहिती मिळेपर्यंत सभा तहकूब करता येते.

(४) सभेतील गोंधळामुळे सभेचे कामकाज चालू ठेवणे शक्य नसल्यास.

(५) अर्धा तास वाट पाहूनही गणसंख्या पूर्ण होत नसल्यास सभेच्या अध्यक्षाला सभा तहकूब करता येते.

तहकूब झालेली सभा पुढील आठवड्यात स्थळ, वेळ, दिवस पूर्वीच्या सभेप्रमाणे कायम ठेवून बोलाविली जाते. यासाठी सदस्यांना नव्याने सूचना देण्याची गरज नसते. तहकूब झालेली सभा पुन्हा सुरू झाल्यानंतर गणपूर्तीसाठी आवश्यक संख्या अपुरी असली तरी सभेचे कामकाज थांबविले जात नाही. कारण, एकदा गणसंख्येअभावी तहकूब करण्यात आलेली सभा पुन्हा गणपूर्तीअभावी स्थगित केली जात नाही.

सभा पुढे ढकलणे (Postponement of Meeting) : सभा पुढे ढकलणे म्हणजे प्रत्यक्षात सभेच्या कामकाजाला प्रारंभ होत नाही. सभेची तारीख येण्यापूर्वीच किंवा सभेला सुरुवात होण्यापूर्वीच सर्व सभासदांना सभा पुढे ढकलण्यासाठी सभा तहकूब करता येते. साधारणपणे, एखादी सभा घेताना सर्व कायदेशीर तरतुदींचे पालन होत असेल तर ती पुढे ढकलली जात नाही. मात्र, कंपनीच्या नियमावलीत तरतूद असेल किंवा त्याकरिता प्रथम सभा बोलवितात व नंतर ती तहकूब करतात.

सभा तहकूब करणे व सभा पुढे ढकलणे यातील फरक :

सभा तहकूब करणे (Adjounment of Meeting)	**सभा पुढे ढकलणे** (Postponement of Meeting)
१) सभा तहकुबी हा नेहमीचाच विषय असतो.	१) सभा पुढे ढकलणे हा नेहमीचा विषय नसतो.
२) सभा तहकूब केली म्हणजे नियमांचे उल्लंघन होत नाही.	२) स्पष्टीकरणाअभावी सभा पुढे ढकलणे म्हणजे नियमांचे उल्लंघन ठरत असते.
३) सभेचे कामकाज सुरू असतानाच सभा तहकूब करता येते.	३) सभा सुरू होण्यापूर्वी सभा पुढे ढकलता येते.
४) सभा सुरू झाल्यानंतर ती कोणत्याही वेळी तहकूब करता येते.	४) सभा सुरू झाल्यानंतर ती कोणत्याही कारणास्तव पुढे ढकलता येत नाही.
५) सभेच्या अध्यक्षाला सभा तहकूब करण्याचे अधिकार असतात.	५) सभेच्या अध्यक्षाला सभा पुढे ढकलण्याचा अधिकार नसतो.
६) तहकूब झालेली सभा पुन्हा बोलाविण्यासाठी सूचना देण्याची गरज नसते.	६) सभा पुढे ढकलल्यानंतर संबंधितांना पुन्हा आगाऊ सूचना द्यावी लागते.
७) तहकूब सभा पुन्हा सुरू झाल्यानंतर त्या सभेला गणसंख्येची आवश्यकता नसते.	७) पुढे ढकललेली सभा पुन्हा सुरू होताना त्या सभेला गणसंख्येची आवश्यकता असते.
८) तहकूब झालेल्या सभेचे कामकाज पुन्हा सुरू झाल्यानंतर पूर्वीच्याच कार्यक्रम- पत्रिकेतील राहिलेल्या विषयांचे कामकाज पूर्ण करण्यात येते.	८) सभा पुढे ढकलल्यानंतर त्या सभेसाठी नवीन कार्यक्रमपत्रिका तयार करावी लागते.
९) तहकूब झालेल्या सभेत नवीन कामकाज करण्यात येत नाही.	९) पुढे ढकललेली सभा ही नव्यानेच सुरू होत असल्यामुळे नवीन कामकाज होते.
१०) तहकूब झालेली सभा पुढील आठवड्यात त्याच दिवशी, त्याच वेळी व त्याच ठिकाणी घेणे आवश्यक असते.	१०) पुढे ढकलण्यात आलेल्या सभेच्या संदर्भात अशा प्रकारचे बंधन नसते.

९.२ सभासदांच्या सभा (Meetings of Members)

कंपनीचे भागधारक कंपनीचे मालक असल्यामुळे त्याला कंपनीच्या व्यवस्थापनात अत्यंत महत्त्वाचे स्थान आहे. परंतु, भागधारक विखुरलेले असल्यामुळे व ते कंपनीच्या दैनंदिन कामकाजात भाग घेत नसल्यामुळे त्यांना कंपनीच्या धोरणात्मक स्वरूपाचे निर्णय घेण्यासाठी सभासदांच्या विविध सभांना हजर राहण्याचा अधिकार आहे. कंपनी कायद्यातही भागधारकांच्या सभेबाबत विविध कलमांमध्ये उल्लेख केलेला आहे. या

सभांचे प्रकार पुढीलप्रमाणे आहेत -

सभासदांच्या सभा

१) नियामक सभा

२) वार्षिक सर्वसाधारण सभा

३) विशेष सर्वसाधारण सभा

४) वर्ग सभा

या विविध सभेबाबत थोडक्यात माहिती पाहू.

९.२.१ नियामक (विधिविहित) सभा (Statutory Meeting)

प्रस्तावना (Introduction) : कंपनी कायद्यातील तरतुदीप्रमाणे प्रत्येक सार्वजनिक कंपनीला व्यवसाय प्रारंभ करण्याचा दाखला मिळाल्यावर कंपनीच्या भागधारकांची सर्वसाधारण सभा दाखला मिळाल्यावर एक महिन्यावर एक महिन्यानंतर पण सहा महिन्यांच्या आत घ्यावी लागते. ही सभा घेण्याबाबतची सक्ती नवीन स्थापन होणाऱ्या सार्वजनिक कंपनीवरच आहे. खासगी कंपन्यांनी स्थापनेनंतर वरील प्रकारची सभा वरील मुदतीत घेण्याची सक्ती कायद्यात नाही. प्रत्येक नवीन सार्वजनिक कंपनीवर, कायद्यातील तरतुदीप्रमाणे ही सभा घेण्याची सक्ती आहे; म्हणून या सभेला नियामक सभा किंवा विधिविहित सभा असे म्हणतात. थोडक्यात, नियामक सभा किंवा विधिविहित सभा म्हणजे कंपनी कायद्यातील तरतुदीप्रमाणे कंपनीच्या सभासदांची भरलेली पहिली अधिकृत सर्वसाधारण सभा होय. नियामक सभा कंपनीच्या संपूर्ण कारकिर्दीत फक्त एकदाच होते; कारण त्याच कंपनीची स्थापना पुन्हा होत नाही.

सभेचा उद्देश (Object)

कंपनीला व्यवसाय प्रारंभ प्रमाणपत्र मिळाल्यावर कंपनीने कंपनीच्या भागधारकांची एक सर्वसाधारण सभा ठराविक मुदतीत घ्यावी, अशी तरतूद करण्यात आली आहे. कंपनीची ही नियामक सभा कोणत्या उद्देशाने घेतली जाते, याचा विचार करणे आवश्यक आहे.

(१) सभासदांना कंपनीच्या स्थापनेबाबत व भविष्यकाळातील योजनांबद्दल कल्पना देणे : कंपनीच्या स्थापनेची मूळ कल्पना संयोजकांची असते. संयोजक आपल्या इतर सहकाऱ्यांच्या साहाय्याने कंपनीची स्थापना करण्याचे कार्य करतो. कंपनीच्या स्थापनेसंबंधी, योजनेसंबंधी माहिती फक्त त्यांनाच असते. कंपनीची नोंदणी झाल्यावर कंपनीचा कारभार कंपनीच्या नियमावलीत केलेल्या संचालक मंडळाच्या हातात येतो. संचालक मंडळ उद्देशपत्रक तयार करून भागभांडवल जमा करावयाच्या कामाला लागते. कंपनी आपला नियोजित उद्देश सफल व्हावा म्हणून अनेक व्यक्तींशी, संस्थांशी करार करते. नोंदणी अधिकाऱ्यांकडून व्यवसायप्रारंभ प्रमाणपत्र मिळविते. संचालक मंडळाने किंवा कंपनीने स्थापनेपासूनचे काम व किती प्रगती केली आहे, याची माहिती फक्त संचालक मंडळाला किंवा फक्त काहीच व्यक्तींना असते. वास्तविक सार्वजनिक कंपनीला आवश्यक असणारे भांडवल असंख्य भागधारकांकडून मिळत असते. त्यांच्यामुळे कंपनीस व्यवसाय करता येणे शक्य होते. भागधारक हे कंपनीचे खरेखुरे मालक असतात. मालक या नात्याने त्यांना कंपनीची स्थापना कशी झाली, त्यांनी गुंतविलेल्या पैशाचा वापर करण्याच्या दृष्टीने कंपनीने कितपत प्रगती केली, याची माहिती असणे आवश्यक असते; पण त्यांना याबद्दलची माहिती अपुरी असते. कंपनीच्या उद्देशपत्रकातून मिळणारी माहिती पूर्ण नसते. त्यातून थोडीफार माहिती

मिळू शकते; पण प्रत्यक्षात कंपनीने किती प्रगती केली आहे, याची यथार्थ माहिती मिळतेच असे नाही. त्याचप्रमाणे, भविष्यकाळात कंपनीची काय योजना आहे, कंपनीच्या स्थापनेबाबत त्यांच्या काही शंका असल्यास त्यांचे समाधान होणे आवश्यक असते. वरील सर्व उद्देश सफल व्हावेत म्हणून कंपनी कायद्याने प्रत्येक सार्वजनिक कंपनीवर असे बंधन टाकले आहे की, कंपनीला व्यवसाय प्रमाणपत्र मिळाल्यावर १ महिन्यानंतर पण ६ महिन्यांच्या आत कायद्यातील नियमाप्रमाणे भागधारकांची एक सभा घेणे आवश्यक आहे. या सभेत त्यांनी सभासदांना कंपनीच्या स्थापनेसंबंधी, कंपनीने स्थापनेनंतर केलेल्या प्रगतीविषयी आणि भविष्यकाळातील योजनेसंबंधी माहिती देणे आवश्यक आहे. ही सभा कंपनी कायद्यातील तरतुदीप्रमाणे घेणे सक्तीचे असल्याने या सभेला विधिविहित म्हणजे कायदेशीर सभा किंवा नियामक म्हणजे नियमाप्रमाणे होणारी सभा असे म्हणतात.

(२) कंपनीचा नफा : कंपनीचे भाग विकत घेताना भागधारकांची अशी अपेक्षा असते की, कंपनीने त्यांच्याकडून भागभांडवलाच्या स्वरूपात गोळा केलेली रक्कम योग्य प्रकारे वापरून नफा मिळवावा व त्यांना त्या नफ्याचा भाग लाभांशरूपाने मिळावा; पण त्याने गुंतवलेला पैसा लाभदायक आहे किंवा नाही, त्याच्या कंपनीचा नफा, त्याला मिळणारा लाभांश व त्याचे भविष्यकाळात प्रमाण काय असू शकेल यासंबंधीची माहिती त्याला हवी असते. वरील माहिती त्याला या सभेतील अहवालावरून मिळू शकते.

(३) कंपनीच्या प्रवर्तकांनी केलेल्या प्राथमिक करारांची माहिती देणे : कंपनीच्या स्थापनेसंबंधीची मूळ कल्पना प्रवर्तकांची असते. प्रवर्तक आपल्या कल्पनेला साकार स्वरूप देता यावे म्हणून नियोजित कंपनीच्या वतीने अनेक व्यक्ती व संस्था यांच्याशी देण्याघेण्यासंबंधी करार करीत असतो. कंपनीच्या स्थापनेनंतर कंपनीचा कारभार संचालक मंडळाच्या हाती येतो. संचालक मंडळ कंपनीला व्यवसाय प्रारंभ प्रमाणपत्र मिळताच कंपनीला व्यवसाय प्रारंभ करणे सोपे जावे म्हणून अनेक व्यक्तींबरोबर व संस्थांबरोबर कंपनी व्यवसायाच्या संदर्भात करार करीत असते. कंपनीने केलेल्या कराराची माहिती भागधारकांना मालक या नात्याने असणे आवश्यक असते.

(४) प्राथमिक खर्चाची कल्पना देणे : कंपनीची स्थापना करणे म्हणजे खर्चाचे काम आहे. कंपनीच्या स्थापनेपूर्वी प्रवर्तकाला त्यांची कल्पना व्यवहार्य आहे किंवा नाही, यासाठी तज्ज्ञ व्यक्तींचा सल्ला घ्यावा लागतो. कंपनी स्थापनेपूर्वी त्याला नवीन प्रकारच्या यंत्राची छोटी प्रतिकृती करून यंत्राच्या यशस्वितेबद्दल खात्री करून घ्यावी लागते. कंपनीला आवश्यक असणारे दस्तऐवज (उदा. घटनापत्रक, नियमावली) तयार केल्याची फी व नोंदणी करतेवेळी नोंदणी फी द्यावी लागते. प्रवर्तकाने कंपनीची स्थापना केलेली असते त्याबद्दल मोबदला देणे आवश्यक असते. वरील सर्व प्राथमिक खर्च कंपनीने भरून द्यावा अशी अपेक्षा प्रवर्तकाची असते. त्याचप्रमाणे कंपनीच्या स्थापनेनंतर संचालकांना इतर अनेक प्रकारचा खर्च व्यवसाय प्रमाणपत्र मिळविण्याच्या दृष्टीने करावा लागतो. उदा. माहितीपत्रक काढणे व वाटणे इ. यासारख्या वरील सर्व खर्चाला प्राथमिक खर्च म्हणतात. तो किती आहे हे कंपनीच्या मालकांना, भागधारकांना माहिती असणे आवश्यक आहे.

(५) नियामक अहवालाला मान्यता देणे : नियामक सभेपूर्वी प्रत्येक कंपनीने नियामक अहवाल तयार करावा व तो प्रत्येक सभासदाला नियामक सभेपूर्वी सभेच्या सूचनेबरोबर पाठवून द्यावा अशी अट आहे. या नियामक अहवालात कंपनीला एकूण भाग भांडवलाची विक्री करून किती भांडवल मिळाले आहे व कंपनीने वेगवेगळ्या बाबींवर किती खर्च केला आहे, याचा तपशील असतो. नियामक सभेत या अहवालावर सभासद चर्चा करू शकतात. नियामक सभेने या अहवालाला मान्यता द्यावी, अशीसुद्धा अट कायद्यात आहे. त्या दृष्टीने नियामक सभा महत्त्वाची आहे.

(६) सभासद नोंदणीपुस्तक तयार करणे व तपासणीसाठी खुले ठेवणे : कंपनीने आपल्या भागांची विक्री केल्यावर ज्या व्यक्तींनी भाग खरेदी केलेले आहेत, त्यांची नावे कंपनीने सभासद नोंदणीपुस्तकात नोंद करणे आवश्यक असते. सभासद नोंदणीपुस्तक, कंपनीचे नियामक सभेपूर्वी लिहून ते पुरे करावे व सभेपूर्वी ते सभासदांच्या तपासणीसाठी खुले ठेवावे अशी अट कायद्यात आहे. वरील अट टाकण्यामागचा कायद्याचा उद्देश असा आहे की, नियामक सभेला येणाऱ्या प्रत्येक सभासदाला वरील नोंदणीपुस्तक पाहून काही कल्पना येऊ शकेल. उदा. कंपनीने एकूण किती भाग-भांडवल विक्रीस काढले व त्यापैकी किती भाग-भांडवल खरेदी करण्यात आलेले आहे. कंपनीला कोणत्या भागधारकाकडून किती रक्कम मिळाली आहे. इतर भागधारकांची नावे काय आहेत. संचालकांनी पात्रता भाग खरेदी करून त्यावरची योग्य रक्कम कंपनीला दिली आहे किंवा नाही हे समजणे सोपे जाते.

नियामक सभा : अर्थ आणि महत्त्व (Meaning and Importance)

'भागभांडवल असणाऱ्या भागांनी किंवा हमीने मर्यादित असलेल्या प्रत्येक सार्वजनिक कंपनीस व्यवसाय सुरू करण्यास ती कंपनी ज्या दिवशी पात्र झालेली असेल त्या दिवसापासून एक महिन्यानंतर व सहा महिन्यांच्या आत आपल्या सभासदांची सर्वसाधारण सभा बोलवावी लागते. त्या सभेला नियामक सभा (Statutory Meeting) असे म्हणतात.'

कंपनीला उत्पादन प्रारंभ करण्याचे प्रमाणपत्र मिळाल्यानंतर एक महिन्यात व जास्तीत जास्त सहा महिन्यांत ही सभा बोलावणे आवश्यक असते. (कलम १६५ नुसार)

वरील कलमानुसार कोणत्या कंपन्यांना सभा बोलावण्याची आवश्यकता असते-

(१) खासगी कंपन्या.

(२) मर्यादित दायित्व असलेल्या सार्वजनिक कंपन्या.

(३) भाग व हमीने मर्यादित असलेल्या कंपन्या.

वैधानिक किंवा नियामक सभेची वैशिष्ट्ये

(अ) कंपनीच्या स्थापनेनंतर होणारी सभासदांची ही पहिलीच सर्वसाधारण सभा असते.

(ब) भाग भांडवल असणाऱ्या व सभासदांची जबाबदारी हमीने किंवा भागांनी मर्यादित असणाऱ्या प्रत्येक सार्वजनिक कंपनीस ही सभा बोलावण्याचे बंधन असते. म्हणजे भाग भांडवल नसणाऱ्या सभासदांची जबाबदारी अमर्यादित असणाऱ्या व खासगी कंपनीवर अशी सभा बोलावण्याचे बंधन नसते.

(क) कंपनीला व्यवसाय सुरू करण्याचे प्रमाणपत्र मिळाल्यापासून एक महिन्यानंतर पण सहा महिन्यांच्या आत सभा बोलवावी लागते.

(ड) कंपनीच्या आयुष्यात नियामक सभा फक्त एकदाच बोलावली जाते.

(इ) कंपनीच्या प्रवर्तन व स्थापनेच्या कार्यात प्रवर्तकांनी व संचालक मंडळाने जी कार्ये केलेली असतात त्याबद्दल सभासदांना या सभेत माहिती दिली जाते.

(ई) ही माहिती नियामक अहवालामध्ये दिलेली असते - वाटप केलेल्या भागांची संख्या, त्यातून कंपनीला मिळालेली एकूण रोख रक्कम, अहवालापूर्वी सात दिवस अगोदरचा जमा-खर्चाचा आढावा, संचालक, चिटणीस, हिशेबतपासनीस आदींची नावे, पत्ते, व्यवसाय आदी माहिती सभेपुढे मंजुरीसाठी ठेवण्यात येत असणाऱ्या करारांचा तपशील, भागविक्रीच्या विम्याबद्दलचा करार किती रकमेपर्यंत वापरला गेला त्याबाबतची माहिती, संचालक, व्यवस्था-संचालक, चिटणीस, व्यवस्थापक आदींकडून भागापोटी येणे असणाऱ्या

रकमांबद्दल तपशील, भागांच्या विक्रीसाठी संचालक किंवा कंपनीच्या अन्य अधिकाऱ्यांना देण्यात यावयाची दलाली किंवा अन्य मोबदला - याबाबतची माहिती नियामक अहवालात दिलेली असते.

(ए) नियामक अहवाल सभासदांपुढे मांडला जातो. त्यावर चर्चा करून सभासद त्याला मंजुरी देत असतात. हा अहवाल सभेच्या सूचनेबरोबर सभासदांकडे सभेपूर्वी २१ दिवस अगोदर पाठवावा लागतो, तसेच तो सभासदांकडे पाठविल्यावर त्याची एक प्रत कंपनीच्या नोंदणी अधिकाऱ्याकडे दाखल करावी लागते.

(ऐ) कंपनीच्या सर्व सभासदांची यादी तयार केली जाते. त्यात त्यांची नावे, पत्ते, व्यवसाय, त्यांनी खरेदी केलेल्या भागांची संख्या आदी माहिती नोंदविली जाते. नियामक सभेच्या वेळी सभेचा अध्यक्ष ती यादी सभेपुढे सादर करतो व तपासणीसाठी खुली करतो. सभा चालू असताना सभासद या यादीची तपासणी करू शकतात.

नियामक सभेबाबत कायद्यातील तरतुदी (Statutory Provisions)

(१) प्रत्येक सार्वजनिक कंपनीला व्यवसाय प्रारंभ प्रमाणपत्र मिळाल्यापासून १ महिन्यानंतर पण ६ महिन्यांच्या आत कंपनीच्या सभासदांची पहिली सर्वसाधारण सभा घेणे आवश्यक आहे. या सभेलाच नियामक सभा असे म्हणतात.

(२) नियामक सभेची सूचना प्रत्येक सभासदाला २१ दिवस अगोदर देणे आवश्यक आहे. या सूचनेसोबत प्रत्येक सभासदाला कायद्यातील तरतुदीप्रमाणे 'नियामक अहवाल' कंपनीने सभासदांना सभेपूर्वी २१ दिवस अगोदर पाठविणे.

(३) कंपनीने तयार केलेल्या नियामक अहवालाची एक प्रत कंपनीच्या नोंदणी अधिकाऱ्याकडे सभेपूर्वी पाठविणे आवश्यक आहे. त्यावर दोन संचालकांच्या सह्या असाव्यात. (कंपनीने व्यवस्था-संचालक नेमला असल्यास एक सही व्यवस्था-संचालकांची असावी.)

(४) जर नियामक सभा कंपनीने वरील मुदतीत घेतली नाही तर संबंधित अधिकारी कायद्यातील तरतुदीप्रमाणे दंडास पात्र ठरतात.

नियामक अहवाल (Statutory Report)

प्रत्येक सार्वजनिक कंपनीने व्यवसाय प्रारंभ प्रमाणपत्र मिळाल्यानंतर ठराविक मुदतीत 'नियामक सभा' घेणे आवश्यक आहे. प्रत्येक कंपनीने सभेपूर्वी २१ दिवस आधी पाठवायला हवा. नियामक सभेत या नियामक अहवालावर चर्चा होते. या नियामक सभेत सभासद या नियामक अहवालाला मान्यता देतात. कंपनीने तयार केलेला नियामक अहवाल कायद्याने ठरवून दिलेल्या नमुन्याबरहुकूम तयार करावा लागतो. त्यातील माहिती खरी असल्याबद्दल किमान दोन संचालकांच्या (व्यवस्था-संचालक असल्यास तो या दोन्हीतील एक असणे आवश्यक आहे.) सह्या या नियामक अहवालावर हव्यात. या अहवालात भागवाटप करून जमा झालेले भांडवल व त्याची गुंतवणूक वगैरे माहिती असते आणि हिशेबाबद्दलची माहिती सत्य असल्याबद्दलचा हिशेब तपासनिसाचा अहवाल असतो. या अहवालात वरील हिशेबाशिवाय कंपनीने अहवालाच्या तारखेपर्यंत केलेली प्रगती, कंपनीचे पहिले संचालक व हिशेब तपासनीस वगैरे माहिती असते. कंपनीच्या नियामक अहवालासंबंधी तरतुदी पुढीलप्रमाणे आहेत -

(१) नियामक अहवाल सभेपूर्वी २१ दिवस अगोदर भागधारकांना उपलब्ध करून देणे आवश्यक आहे.

(२) नियामक अहवालावर किमान दोन संचालकांच्या सह्या हव्यात. (त्यातील एक सही व्यवस्था संचालक नेमला असेल तर त्याची हवी.)

(३) नियामक अहवालाची एक प्रत नोंदणी अधिकाऱ्याला पाठविणे आवश्यक आहे.

(४) नियामक अहवालात कंपनीला भागभांडवलाची विक्री करून मिळालेले भांडवल व अहवाल तयार करणाऱ्या अगोदरच्या ७ दिवसांपर्यंतच्या व्यवहारांच्या जमा-खर्चाचा तपशील हिशेब तपासनीसाच्या सहीनिशी असावा.

(५) कंपनीच्या नियामक अहवालात पुढील माहिती असावी – (अ) कंपनीने वाटप केलेल्या भागांबद्दलची सर्व माहिती (ब) भागविक्रीपासून कंपनीला मिळालेली एकूण रक्कम. (क) अहवाल तयार करण्यापूर्वीच्या ७ दिवसांपर्यंत कंपनीने केलेल्या सर्व व्यवहारांच्या जमाखर्चाची माहिती. (ड) प्राथमिक खर्चाची रक्कम. (इ) कंपनीने भाग व विक्रीसाठी दिलेले किंवा द्यावयाचे कमिशन. (ई) कर्जरोख्यांची विक्री करून कंपनीने उभ्या केलेल्या रकमेची माहिती. (उ) कंपनीने संचालक, व्यवस्था संचालक, हिशेब तपासनीस, व्यवस्थापक यांची नावे, पत्ते, व्यवसाय इ. माहिती. (ऊ) कंपनीचे करार किंवा पूर्वी केलेल्या करारांतील अटी बदलल्या असल्यास व त्या बदलास सभासदांची मान्यता हवी असल्यास त्या करारांची माहिती व तपशील. (ए) कंपनीने केलेल्या भागविमा कराराची माहिती. (ऐ) कंपनीच्या संचालकाने विकत घेतलेल्या भागांवरची काही रक्कम येणे असल्यास त्याबद्दलची माहिती. (ओ) कंपनीच्या संचालकांना भाग किंवा कर्जरोखे विक्रीबद्दल जर काही कमिशन दिले असेल तर त्याची माहिती.

वरील माहिती असणारा अहवाल तयार करून झाल्यावर त्यावर दोन संचालक व हिशेब तपासनीस यांची सही असणे आवश्यक आहे. अहवालाची प्रत नोंदणी अधिकाऱ्याकडे नोंदणे आवश्यक आहे.

नियामक सभेतील कामकाज पद्धत (Procedure)

कंपनी कायद्यातील तरतुदीप्रमाणे नियामक सभेसंबंधी सभासदांना पुढील अधिकार प्राप्त होतात –

(१) चर्चा करण्याचा अधिकार : कंपनीच्या सभासदांना कायद्यातील तरतुदीप्रमाणे नियामक अहवाल सभेपूर्वी २१ दिवस अगोदर पाठवावा लागतो. सभासद या अहवालाचे परीक्षण करू शकतात. त्यांना या अहवालातून निर्माण झालेल्या किंवा कंपनी स्थापनेसंबंधीच्या किंवा इतर कोणत्याही विषयावर मोकळेपणाने चर्चा करण्याचा अधिकार आहे. वरील प्रकारच्या कोणत्याही प्रश्नावर चर्चा करण्यासाठी कंपनीला पूर्वसूचना देण्याची आवश्यकता नाही.

(२) सभा तहकूब करणे : नियामक सभासदांना कंपनीच्या नियामक अहवालावर किंवा कंपनीच्या स्थापनेच्या संदर्भात चर्चा करण्याचा अधिकार आहे; पण या सभेत सभासदांना कोणताही प्रस्ताव मांडून तो ठराव म्हणून मंजूर करण्याच्या मार्गात अनेक अडचणी आहेत. कारण कायद्यातील तरतुदीप्रमाणे सभासदांना कोणताही प्रस्ताव किंवा ठराव या नियामक सभेत मंजूर करावयाचा असल्यास त्यासाठी किमान २१ दिवसांची सूचना द्यावी लागते; जर समजा सभासदांना नियामक सभेत ठराव मंजूर करावयाचा असेल तर तहकूब करावयाचा ठराव मोडणे. सभा तहकुबीचा ठराव मंजूर झाल्यास त्या मुदतीच्या नंतर भरणाऱ्या नियामक सभेच्या विचारासाठी योग्य तो प्रस्ताव पाठवून देता येतो. हा प्रस्ताव नंतर भरणाऱ्या सभेपुढे ठेवून मंजूर करण्यात येतो. आपणाला असे म्हणता येईल की, वरीलप्रमाणे सभा तहकूब झाल्यानंतर भरणारी सभा हीसुद्धा कायद्याप्रमाणे नियामक सभा ठरते.

(३) सभासद यादी तपासण्याचा हक्क : नियामक सभेच्या समयी कंपनीने भागधारकांची यादी करणे आवश्यक आहे. या यादीत सभासदाचे नाव, पत्ता, व्यवसाय, धारण केलेले भाग, भागांवर भरणा केलेली रक्कम

वगैरे सर्व माहितीनिशी पूर्ण अशी यादी तयार करावी लागते. ही यादी नियामक सभेच्या पूर्वी आणि सभा चालू असताना केव्हाही तपासण्याचा अधिकार सभासदांना असतो.

(४) सभा भरविण्यासंबंधीचा अधिकार : नियामक सभा प्रत्येक सार्वजनिक कंपनीने भरविणे सक्तीचे आहे. जर एखाद्या सार्वजनिक कंपनीने वरील नियमाप्रमाणे मुदतीत सभा भरविली नाही तर सभासदांना कंपनीविरुद्ध ट्रॅव्यूनलकडे दाद मागता येते. व्यवसाय प्रारंभ प्रमाणपत्र मिळाल्यापासून ६ महिन्यांच्या आत जर कंपनीच्या संचालकांनी नियामक सभा बोलविली नाही किंवा नियामक अहवाल नोंदणी अधिकाऱ्याकडे दाखल केली नाही तर कंपनी विसर्जित करावी, असा अर्ज न्यायालयाकडे करण्याचा अधिकार सभासदांना आहे. नियामक सभा घेण्याची मुदत संपल्यानंतर १४ दिवसांनी असा अर्ज न्यायालयाकडे सादर करणे आवश्यक आहे.

न्यायालयाकडे वरील प्रकारचा अर्ज सुरुवातीला येताच न्यायालय कंपनीला 'सभा का घेतली नाही या संबंधीचे कारण दाखवा' अशी नोटीस पाठविते. कंपनीला आपण सभा का घेऊ शकलो नाही याचे उत्तर द्यावे लागते. कंपनीने दिलेले उत्तर न्यायालयाला योग्य वाटल्यास, न्यायालय कंपनीला विशिष्ट मुदतीत नियामक अहवाल तयार करून पाठविण्यासंबंधी व सभा घेण्यासंबंधी योग्य ती मुदत वाढवून देऊ शकते. कंपनीने दिलेले कारण न्यायालयाला समाधानकारक न वाटल्यास ट्रॅव्यूनल कंपनीच्या समापनासंबंधी योग्य तो आदेश देऊ शकते.

नियामक सभा वरील तरतुदीप्रमाणे न भरविल्यास किंवा त्यासंबंधीच्या तरतुदींची पूर्तता न केल्यास, कायद्यातील तरतुदीप्रमाणे प्रत्येक संचालक किंवा कंपनीचा जबाबदार अधिकारी रु. ५,०००/- पर्यंत दंडास पात्र ठरतो.

नियामक सभा व चिटणिसाची कर्तव्ये

कंपनीची स्थापना झाल्यानंतर सभासदांची भरलेली पहिली सभा म्हणजे 'नियामक' सभा होय. ही सभा भरविण्याची सार्वजनिक कंपनीवर सक्ती आहे. ही सभा सभासदांच्या दृष्टीने महत्त्वाची आहे. या सभेसंबंधी चिटणिसाची कर्तव्ये पुढीलप्रमाणे आहेत : (अ) नियामक सभेपूर्वीची कर्तव्ये. (ब) सभा चालू असताना व नंतर करावी लागणारी कामे.

(अ) नियामक सभेपूर्वीची कर्तव्ये

(१) कंपनीला व्यवसाय प्रारंभ प्रमाणपत्र मिळताच, कंपनी कायद्याने निश्चित केलेल्या नमुन्यात नियामक अहवाल तयार करावा लागतो व तो संचालक मंडळापुढे विचारार्थ व संमतीसाठी ठेवावा लागतो.

(२) नियामक अहवालामधील भागांची वाटणी, भागांवर जमा झालेले पैसे व इतर हिशेब यांवर हिशेब तपासनिसाचे प्रमाणपत्र घेणे व त्याचा अहवाल संचालक मंडळापुढे ठेवणे.

(३) नियामक अहवाल संचालकांनी मंजूर केल्यास त्यावर दोन संचालकांच्या सह्या घेणे.

(४) वरीलप्रमाणे मंजूर व स्वाक्षरी झालेला नियामक अहवाल तसेच नियामक सभेची सूचना छापून घेऊन त्या दोन्हींची एकेक प्रत प्रत्येक सभासदाला सभेपूर्वी किमान २१ दिवस आधी पाठविणे.

(५) नियामक अहवालाची एक प्रत नोंदणी अधिकाऱ्याकडे पाठविणे.

(६) नियामक सभेपूर्वी कंपनीच्या सर्व सभासदांची नावे, पत्ते, व्यवसाय, धारण केलेले भाग, भरणा केलेली रक्कम, येणे रक्कम इत्यादी सविस्तर माहिती देणारी यादी तयार करणे. ही यादी सभेच्या सुरुवातीला कंपनीच्या सभासदांना तपासण्यासाठी खुली ठेवावी लागते.

(७) नियामक सभेसाठी आवश्यक व नंतर करावी लागणारी कामे :

(१) सभा सुरू होण्यापूर्वी किमान गणसंख्या सभेला हजर आहे किंवा नाही, याची खात्री करून घेणे.

(२) कंपनीच्या नियामक सभेच्या प्रारंभी कंपनीच्या नियामक सभेच्या सूचनेचे व नियामक अहवालाचे वाचन करणे.

(३) सभेच्या कामकाजाची टिपणे घेण्याची व्यवस्था करणे.

(४) सभेत सभासदांनी विचारलेली माहिती अध्यक्षांची परवानगी घेऊन सभासदांना देणे.

(५) अध्यक्षाला आवश्यक असणारी माहिती पुरविणे.

९.२.२ वार्षिक सर्वसाधारण सभा (Annual General Meeting) (कलम –९६)

प्रस्तावना (Introduction)

कंपनी कायद्यातील तरतुदीप्रमाणे कंपनीने दरवर्षी सर्वसाधारण सभा भरविणे आवश्यक आहे. सभासदांची वार्षिक साधारण सभा सभासदांच्या दृष्टिकोनातून महत्त्वाची आहे. भागधारक हे कंपनीचे 'मालक' असतात. ते आपल्यातून प्रतिनिधी निवडतात व त्यांच्यामार्फत कंपनीचा कारभार पशहिला जातो. या प्रतिनिधींनी केलेल्या कार्याचे मूल्यमापन करण्यासाठी वार्षिक सर्वसाधारण सभा बोलवणे आवश्यक आहे.

वार्षिक सर्वसाधारण सभेमुळे सभासद कंपनीच्या कार्याच्या प्रगतीचा आढावा घेऊ शकतात व कंपनीच्या कारभाराबाबत आपले मत मांडू शकतात. वरील उद्देश सफल व्हावा म्हणून कंपनी कायद्याने प्रत्येक कंपनीवर वार्षिक सर्वसाधारण सभा घेण्याची सक्ती केली आहे. वार्षिक सर्वसाधारण सभा भरविण्याचे उद्देश पुढीलप्रमाणे आहेत –

(१) कंपनीचे अहवालाचा आढावा घेणे : प्रत्येक वर्षी कंपनीने केलेल्या कामाचा व प्रगतीचा अहवाल संचालकांना वर्ष संपताच प्रसिद्ध करावा लागतो. हा अहवाल कंपनीच्या सभासदांना सभेपूर्वी पाठवून द्यावा लागतो. या कार्यक्रमात अहवालाबरोबर कंपनीची हिशेबपत्रकेही द्यावी लागतात. प्रत्येक सभासदाला वरील अहवालाचे परीक्षण करता येते व त्यावर योग्य ते मत कंपनीच्या सर्वसाधारण सभेत प्रकट करता येते; तसेच कंपनीच्या कारभाराबाबत योग्य त्या सूचना करता येतात.

(२) कंपनीच्या कार्याचा आढावा घेणे : संचालकांनी केलेल्या कामकाजाचे मूल्यमापन करणे, त्यांच्यावर अप्रत्यक्षपणे नियंत्रण ठेवणे आवश्यक असते; म्हणून प्रत्येक वर्षी कंपनीच्या कार्याचा आढावा घेण्यासाठी कंपनीच्या संचालकांनी केलेल्या कार्याचे मूल्यमापन करण्यासाठी वार्षिक सर्वसाधारण सभा आवश्यक आहे.

(३) संचालकांची निवड : प्रत्यक्ष कंपनीचा कारभार कंपनीच्या संचालकांच्या हाती असतो. त्यांना कायद्यातील तरतुदीप्रमाणे कंपनीचे सर्व अधिकार प्राप्त होतात व त्या अधिकारांमुळे ते अनियंत्रितपणे वागू शकतात किंवा अधिकाराचा गैरवापर करू शकतात. त्यांच्यावर योग्य ते नियंत्रण राहावे म्हणून कंपनी कायद्याने अशी तरतूद केली आहे की, प्रत्येक वर्षी सभासदांच्या सभेवेळी संचालकांनी क्रमाक्रमाने निवृत्त व्हावे. त्याचा परिणाम सभासद आपल्याला नको असल्यास संचालकांच्या जागी नवे संचालक निवडू शकतात.

(४) हिशेब तपासनिसाची निवड : सभासदांनी पुरविलेल्या भांडवलाच्या साहाय्याने व्यवसाय करण्याचे काम संचालक करतात. अर्थात, हा व्यवसाय कंपनीच्या नावाने चालत असतो. सभासदांमार्फत गोळा झालेली

रक्कम खर्च करण्याचे कार्य संचालक करतात. ही खर्च केलेली रक्कम योग्य कारणांसाठी आहे किंवा नाही व त्याबाबतचे हिशेब योग्य रितीने ठेवलेले आहेत किंवा नाही, यावर देखरेख ठेवण्यासाठी कंपनी कायद्यातील तरतुदीप्रमाणे हिशेब तपासनीस नेमावा लागतो. कंपनीचा हिशेब कंपनीच्या वार्षिक सभेमध्ये सादर करतो. त्याची नेमणूक दरवर्षी वार्षिक सभेत करावी, अशी तरतूद कायद्यात आहे. म्हणजेच जर एखाद्या वर्षी हिशेब तपासनिसाचे काम समाधानकारक झाले नाही तर सभासद त्याचे जागी दुसरा हिशेब तपासनीस नेमू शकतात.

(५) सभासदांच्या संमतीने कंपनीला करावी लागणारी कार्ये : संचालकांना कंपनीचा कारभार पाहण्याचे बरेच अधिकार दिलेले असतात; पण काही कामे कंपनीच्या सभासदांच्या सभेतच करावी लागतात. ही कामे करण्याचा निर्णय संचालकांना आपल्या अधिकारकक्षेत घेता येत नाही. तो निर्णय फक्त कंपनीच्या सभासदांच्या सभेतच घेता येतो. उदा. लाभांश जाहीर करणे, भांडवलात वाढ किंवा कपात करणे, कंपनीचा कारभार गुंडाळणे किंवा कंपनी विकणे इ. याविषयी कंपनीच्या सभासदांच्या सभेतच योग्य तो निर्णय घ्यावा लागतो. त्याच्या बाबतीत संचालक निर्णय घेऊ शकत नाहीत. म्हणून सभासदांची सभा भरवावी लागते.

वरील विवेचनावरून आपणांस असे दिसून येते की, सभासदांना कंपनीच्या आर्थिक व व्यावसायिक प्रगतीची कल्पना देणे व कंपनीच्या कारभारावर नियंत्रण ठेवण्यास त्यांना एकत्रित आणणे यासाठी वार्षिक सर्वसाधारण सभेची जरुरी आहे.

वार्षिक सभा बोलावण्याबाबतचे नियम (Statutory Provisions)

कंपनीने वार्षिक सर्वसाधारण सभा कशा प्रकारे बोलवावी, याविषयी पुढीलप्रमाणे तरतुदी केलेल्या आहेत –

(१) प्रत्येक कंपनीने वार्षिक सर्वसाधारण सभा दरसाल भरविणे आवश्यक आहे.

(२) या वार्षिक सर्वसाधारण सभेची सूचना सभेच्या २१ दिवस आधी प्रत्येक सभासदाला देणे आवश्यक आहे.

(३) कंपनीने सभासदांना दिलेल्या या सूचनेत ती सभा वार्षिक सर्वसाधारण सभा आहे. याचा उल्लेख प्रामुख्याने असावा.

(४) कंपनीची पहिली वार्षिक सर्वसाधारण सभा कंपनीची स्थापना झाल्यानंतर १८ महिन्यांच्या आत भरविणे आवश्यक आहे.

(५) त्यानंतरच्या वार्षिक सभा कंपनीने आपले हिशेबाचे वर्ष संपल्यावर ६ महिन्यांच्या आत भरविणे जरूर आहे.

(६) कंपनीच्या दोन वार्षिक सर्वसाधारण सभांमधील अंतर १५ महिन्यांपेक्षा जास्त असू नये.

(७) विशेष परिस्थितीत नोंदणी अधिकारी वार्षिक सभा भरविण्याची मुदत ३ महिन्यांनी वाढवून देऊ शकतो.

(८) कंपनीच्या वार्षिक सभेचा दिवस हा सार्वजनिक सुट्टीचा दिवस असू नये. कंपनीची सभा नेहमीच्या कामकाजाच्या तासात व नेहमीच्या ठिकाणी घेतली जावी.

(९) कंपनीचे हिशेब तपासनीस, मृत वा दिवाळखोर सभासदांचे वारस यांना वार्षिक सभेसंबंधीची लेखी सूचना सभेच्या किमान २१ दिवस अगोदर पाठविली पाहिजे. मतदानाचा हक्क असणाऱ्या सभासदांनी एकमताने ही २१ दिवसांची मुदत कमी केली तर अशी कमी मुदतीची सूचना ग्राह्य समजली जाते. स्वतंत्र खासगी कंपनी आपल्या वार्षिक सभेच्या मुदतीबद्दल स्वतःचे नियम बनवू शकते.

वार्षिक सभेच्या सूचनेबरोबर संचालकांचा अहवाल, अंकेक्षकाने तपासलेली वार्षिक हिशेबपत्रके, ताळेबंद आणि त्याचा अहवाल यांच्या प्रती सभासदांना पाठविल्या पाहिजेत.

वार्षिक सर्वसाधारण सभेत होणारे कामकाज

कंपनीच्या वार्षिक सर्वसाधारण सभेत पुढील दोन प्रकारचे कामकाज केले जाते

(अ) साधारण कामकाज

(ब) विशेष कामकाज

(अ) साधारण कामकाज : वार्षिक सर्वसाधारण सभेची सूचना, संचालकांचा अहवाल वार्षिक जमा-खर्चाची प्रत हिशेब तपासनिसाचा अहवाल हे सर्व सभासदांना सभेपूर्वी २१ दिवस पाठविणे आवश्यक आहे, हे आपण वर पाहिलेच आहे. सभासदाच्या वार्षिक सर्वसाधारण सभेत वरील अहवालांना मंजुरी घेतली जाते. वार्षिक सर्वसाधारण सभेत पुढील कामकाज केले जाते.

(१) संचालकांचा अहवाल मंजूर करणे.

(२) कंपनीचा वार्षिक जमा-खर्च, नफा-तोटापत्रक, ताळेबंद यांना मंजुरी देणे.

(३) कंपनीच्या हिशेब तपासनिसांचा अहवाल मंजूर करणे.

(४) निवृत झालेल्या संचालकांच्या जागी नवीन संचालकाची निवड करणे.

(५) कंपनीच्या हिशेब तपासनिसांची नेमणूक करणे व त्याचे वेतन ठरविणे.

(६) कंपनीच्या भागांवरील लाभांश जाहीर करणे.

वरील कामकाज कंपनीच्या वार्षिक सभेत करावे लागते. हे काम ठराविक स्वरूपाचे असते; म्हणून या सभेला सर्वसाधारण सभा असे म्हणतात आणि त्याच कारणासाठी साधारण ठराव मंजूर करून निर्णय घेता येतो.

(ब) विशेष कामकाज : वर नमूद केलेल्या सर्वसाधारण कामकाजापेक्षा, वेगळ्या विषयावर निर्णय घ्यावयाचा असल्यास त्याला 'विशेष कामकाज' म्हणतात. या ठिकाणी एक गोष्ट लक्षात ठेवणे आवश्यक आहे की, साधारण सभेतही कंपनी विशेष कामकाज करू शकते. उदा. कंपनीच्या भागभांडवलात बदल करणे, भांडवलात वाढ करणे, बोनस भाग वाटणे इ.

हे विशेष कामकाज करण्यासाठी कंपनीला विशेष ठराव मंजूर करण्याचे कारण नाही. कंपनीने कोणत्या प्रकारच्या ठरावाने मंजुरी घ्यावी हे कायद्याने किंवा नियमावलीने ठरविलेले असते. तसा ठराव मंजूर करून कंपनीला कामकाज करता येते. उदा. भांडवलात बदल करण्यासाठी विशेष ठराव मंजूर करावा लागतो, तर भांडवलात वाढ करण्याकरिता साधारण ठराव मंजूर करूनही ते वाढविता येते.

वार्षिक सर्वसाधारण सभेच्या बाबतीत कंपनी चिटणिसाचे कार्य (Secretarial Work Relation to Annual General Meeting)

सभेपूर्वी

(१) कंपनीचे आर्थिक वर्ष संपल्याबरोबर संपूर्ण कंपनीचे (विविध शाखा व दुय्यम कंपन्यांसह) नफा-तोटा पत्रक व ताळेबंद तयार करून देणे.

(२) संचालक मंडळाची अशा हिशेबपत्रकाला मंजुरी मिळविणे व ताळेबंद नफा-तोटा पत्रक यावर सह्या करणाऱ्या संचालकांची नावे निश्चित करणे.

(३) संचालक मंडळाने मंजूर केलेला ताळेबंद व नफा-तोटा पत्रक यावर संबंधित संचालकांच्या सह्या घेणे.

(४) त्यानंतर ताळेबंद व नफा-तोटा पत्रक हिशेब तपासनिसाकडून तपासून घेऊन त्यांचे प्रमाणपत्रे मिळवणे.

(५) अध्यक्षांच्या सल्ल्याने संचालकांचा अहवाल तयार करणे.

(६) खालील कामकाज निश्चित करण्यासाठी संचालक मंडळाची बैठक बोलविणे.

(अ) चिटणिसाने तयार केलेल्या संचालकांच्या अहवालावर स्वाक्षऱ्या घेणे.

(ब) वार्षिक सभेमधील कामकाजासंबंधी प्रस्तावना संचालक मंडळांची संमती मिळविणे.

(क) वार्षिक सभेमध्ये समहक्काचे भाग व अग्रहक्कांचे भाग यावर द्यावयाच्या लाभांशाच्या दरांना सभासदांची संमती मिळविण्यासाठी प्रस्ताव तयार करणे.

(ड) वार्षिक सर्वसाधारण सभेचा दिवस निश्चित करणे आणि सभेची सूचना संचालकांचा अहवाल, प्रातिनिधीपत्रक, प्रवेशपत्रिका, हिशेब तपासनिसाचा अहवाल इत्यादींची छपाई करवून घेण्यासाठी चिटणिसाला अधिकार देणे.

(इ) स्वतंत्र लाभांश खाते सुरू करण्याबाबत कंपनीच्या बँकेला अधिकार देणे.

(ई) सभासद नोंदवही व भाग हस्तांतर नोंदवही बंद ठेवण्यासाठी चिटणिसाला आवश्यक ते अधिकार देणे. त्याचप्रमाणे ही नोंद पुस्तके बंद ठेवण्यासंबंधी वर्तमानपत्रात सूचना देण्याचे, लाभांश यादी तयार करण्याचे काम चिटणिसावर सोपविणे.

(फ) वार्षिक सभेचा वृत्तान्त प्रसिद्ध करावयाचा किंवा नाही यावर निर्णय घेऊन तो प्रसिद्ध करावयाचे ठरल्यास त्यास तो कोणत्या वर्तमानपत्रात प्रसिद्ध करावयाचा हे ठरविणे.

(७) कंपनीच्या भागांची नोंद भाग बाजारात (Stock Exchange) केलेली असली तर संचालक मंडळाचा लाभांशदर ठरविणाऱ्या सभेची तारीख त्यांना कळविणे. त्याचप्रमाणे, अशी संचालक मंडळाची सभा झाल्यावर लाभांशाच्या बाबतीत घेतलेले निर्णय कळविणे.

(८) सभेची सूचना, नफा-तोटा पत्रक ताळेबंद, संचालकांचा अहवाल, प्रतिनिधीपत्रक, प्रवेशपत्रक, लाभांश सूचना इत्यादींची छपाई करण्यासंबंधी व्यवस्था करणे.

(९) सभासदांना व हिशेब तपासनिसाला २१ दिवस आधी सभेची सूचना व इतर संबंधित कागदपत्र मिळण्यासाठी (Under Certificate of Posting) पद्धतीने सभेच्या किमान २५ दिवस आधी पोस्टाने रवाना करणे. त्याचप्रमाणे सभेची सूचना वर्तमानपत्रातही प्रसिद्ध करणे. तसेच भागबाजाराकडे (Stock Exchange) माहितीसाठी सभेची सूचना पाठविणे.

(१०) भाग हस्तांतर नोंदवही बंद ठेवणे. त्याला वर्तमानपत्रात प्रसिद्धी देणे व लाभांशवाटपाची पूर्वतयारी म्हणून लाभांश यादी व लाभांश अधिपत्रे (Dividend Warrants) तयार करणे.

(११) संचालक मंडळाच्या मदतीने सभेची कार्यक्रमपत्रिका (Agenda) व अध्यक्षांचे भाषण तयार करणे.

(१२) कंपनीकडे आलेल्या प्रतिनिधी पत्रकांची (Proxie) छाननी करून वैध प्रतिनिधीची प्रतिनिधी नोंदवहीमध्ये (Proxie Registered) नोंद करणे.

(१३) खालील कागदपत्रे वार्षिक सर्वसाधारण सभेच्या वेळी उपलब्ध करण्यासाठी तयार करणे.

(१) हजेरी पुस्तक (Attendance Book)

(२) इतिवृत्त नोंदवही (Minutes Book)

(३) प्रतिनिधी नोंदवही (Proxy of Register)

(४) सभासद नोंदवही (Register of member)

(५) कंपनीचे अद्ययावत घटनापत्रक व नियमावली.

(६) मतमोजणीचे कोरे कागद.

(७) संचालकांनी धारण केलेल्या भागांची नोंदवही (Register of Share holding of Director's) इत्यादी.

(१४) सभागृहामध्ये सभासदांची व इतरांची आसन व्यवस्था करणे.

सभा चालू असताना

(१) प्रवेशद्वारी प्रवेशपत्रिका गोळा करण्याची व्यवस्था करून अनधिकृत व्यक्तींना सभागृहात प्रवेश करण्यास प्रतिबंध करणे.

(२) गणसंख्या (Quorum) उपस्थित आहे किंवा नाही, हे ठरविण्यासाठी अध्यक्षाला मदत करणे.

(३) अध्यक्षांच्या संमतीने सभेची सूचना सभागृहात वाचून दाखविणे.

(४) आवश्यक ठरल्यास संचालकांचा अहवाल व हिशेब तपासनिसांचा अहवाल वाचून दाखविणे.

(५) सभेच्या कामकाजाच्या संदर्भात उपस्थित होणाऱ्या मुद्द्यांबाबत अध्यक्षांना सल्ला देणे व मतनोंदणीची (Poll) मागणी तिची कार्यवाही करण्याबाबत अध्यक्षांना मदत करणे.

(६) सभा चालू असताना कामकाजाविषयी व संमत ठरविण्याविषयी टिपणे (Notes) घेणे.

सभा संपल्यानंतर

(१) आवश्यक वाटल्यास वृत्तपत्रांना माहिती पुरविणे.

(२) सभेचे इतिवृत्त (Minutes) सभा संपल्यावर ३० दिवसांच्या आत तयार करून त्यावर अध्यक्षांची स्वाक्षरी घेणे.

(३) संचालकांच्या नोंदवहीतही आवश्यक ते फेरफार करून सभेनंतर ३० दिवसांच्या आत नोंदणी अधिकाऱ्याकडे कळविणे.

(४) संचालकांना व हिशेब तपासनिसाला नियुक्ती व पुनर्नियुक्तीची पत्रे पाठविणे.

(५) ताळेबंद, नफा-तोटा पत्रक, विशेष ठराव, एकमताने संमत झालेल्या ठराव यांची माहिती सभा संपल्यावर ३० दिवसांच्या आत नोंदणी अधिकाऱ्याकडे पाठविणे.

(६) लाभांश जाहीर झाल्यावर ४२ दिवसांच्या आत लाभांश अधिपत्रे (Dividend Warrants) सभासदांकडे रवाना करणे.

(७) सभा संपल्यावर ६० दिवसांच्या आत आवश्यक त्या शुल्कासह कंपनीविषयीची वार्षिक विवरण नोंदणी अधिकाऱ्याकडे सादर करणे.

वरीलप्रमाणे वार्षिक सर्वसाधारण सभेविषयी चिटणिसाची कार्ये आहेत.

संचालक मंडळाचा अहवाल

कंपनीच्या वर्षभराच्या कामकाजाची माहिती सभासद व इतर संबंधितांना करून देण्यासाठी ताळेबंदाला जोडून संचालक मंडळाचा अहवाल सभेच्या सूचनेसमवेत सभासदांकडे पाठविला जातो.

अध्यक्षाचे भाषण (Chairman's Speech) : प्रत्येक वार्षिक सर्वसाधारण सभेच्या सुरुवातीला कंपनीचा अध्यक्ष प्रास्ताविक भाषण करतो. हे भाषण चिटणिसाच्या मदतीने तयार केलेले असते. कंपनी कायद्यामध्ये याबद्दल तरतूद नसली तरी अशी प्रथा रूढ झालेली आहे. वर्षभरात कंपनीने केलेले कार्य व प्रगती

यांचा आढावा या भाषणामध्ये घेतला जातो. कंपनीला इष्ट ध्येय गाठणे शक्य झाले नसल्यास त्याची कारणमीमांसा केली जाते. जागतिक व देशांतर्गत आर्थिक क्षेत्रामध्ये घडलेल्या घटना व निर्णय व त्याचे उद्योगधंद्यांवर होणारे परिणाम, सरकारी धोरण व त्यामुळे कंपनीच्या व्यवसायात निर्माण होणाऱ्या समस्या, वर्षभरातील अभिनंदनपर घटना व दुःखद घटना, कंपनीची पुढील वाटचाल इत्यादी मुद्द्यांचा समावेश या भाषणामध्ये असतो. अध्यक्षीय भाषणाच्या छापील प्रती सभासदांना सभेच्या वेळी वाटण्यात येतात.

९.२.३ विशेष सर्वसाधारण सभा (Extra Ordinary General Meeting) (कलम-१००)

प्रस्तावना

कंपनीचा कारभार करण्याचा आणि त्यासंबंधी योग्य तो निर्णय घेण्याचा अधिकार संचालकांकडे असतो. संचालक मंडळाकडे असणारे अधिकारपण मर्यादित आहेत. काही बाबतीत निर्णय घेण्यास संचालक मंडळास अधिकार नसतो. उदा. कंपनीच्या नियमावलीत बदल करणे, कंपनीच्या भागभांडवलात वाढ करणे किंवा कपात करणे; बोनस भागांचे वाटप करणे; कंपनीला नवीन व्यवसाय चालू करण्यास परवानगी देणे; वसूल भांडवल व मुक्तनिधीपेक्षा जास्त कर्ज काढण्यास कंपनीला परवानगी देणे; कंपनीला मालमत्ता विकण्यास किंवा विकत घेण्यास परवानगी देणे इ. बाबतीत निर्णय संचालक मंडळाला घेता येत नाही. वरील निर्णय कंपनीला फक्त सभासदांच्या सभेतच घेता येतात. कंपनीला आपण वर नमूद केलेल्या विषयांबाबत निर्णय घ्यावयाचा असल्यास सभासदांच्या वार्षिक सभेपर्यंत थांबणे संचालकांना योग्य वाटत नाही, तेव्हा या परिस्थितीत मार्ग म्हणजे कंपनी किंवा संचालक वरील प्रश्नावर विचार करण्याकरिता सभासदांची खास किंवा विशेष सर्वसाधारण सभा बोलवितात. या सभेस संचालक त्यांना महत्त्वाच्या वाटणाऱ्या नियमांवरच निर्णय घेऊन अंमलबजावणी करू शकतात. या सभेस इतर म्हणजे वार्षिक किंवा नियामक सभेप्रमाणे ठराविक काम करावे, असे कायदेशीर बंधन नसते व ती केव्हा घ्यावी याचेही बंधन नसते; म्हणूनच नियामक व वार्षिक सर्वसाधारण सभा सोडून कंपनीच्या भागधारकांच्या सभेस विशेष सर्वसाधारण सभा असे म्हणतात. विशेष सर्वसाधारण सभेत होणारे काम वार्षिक सभेतील किंवा नियामक सभेतील कामकाजाप्रमाणे ठराविक साच्यातील नसते. विशेष सर्वसाधारण सभेत नेहमी विशेष कामकाज केले जाते.

या विशेष सर्वसाधारण सभेतील निर्णय घेण्याकरिता विशेष ठराव आवश्यक आहे असे समजू नये. कामकाज मंजुरी करण्याकरिता आवश्यक असणारा ठराव कायद्याप्रमाणे असू शकतो.

उदा. नियमावलीतील बदल करण्याकरिता नेहमीच विशिष्ट ठराव मंजूर करावा लागतो. त्याचप्रमाणे भांडवलात वाढ करण्याकरिता साधारण ठराव चालतो. मग हा ठराव विशेष सभेत आला तरी त्याकरिता साधारण ठराव पुरेसा आहे.

विशेष सर्वसाधारण सभा बोलाविण्याचा अधिकार

कंपनीची विशेष सर्वसाधारण सभा बोलाविण्याचा अधिकार पुढील व्यक्तींना आहे.

१) संचालक : कंपनीच्या नियमावलीतील संचालक मंडळाला कंपनीची विशेष सर्वसाधारण सभा बोलविण्याचा अधिकार आहे. संचालक या अधिकाराचा योग्य तो वापर करून सभासदांची विशेष सर्वसाधारण सभा बोलावू शकतो. या संचालकांना अशी सभा बोलावण्याकरिता योग्य तो ठराव संचालकाच्या सभेत प्रथम मंजूर करावा लागतो.

२) सभासदाच्या मागणीप्रमाणे संचालकांनी घेतलेली विशेष सर्वसाधारण सभा : विशेष सर्वसाधारण सभा बोलविण्याचा अधिकार कंपनी कायद्यातील तरतुदीप्रमाणे कंपनीच्या सभासदांना पण आहे. या तरतुदीप्रमाणे सभासद पुढील अटींची पूर्तता करून सभासदाची विशेष सर्वसाधारण सभा बोलावू शकतात. या अटी पुढीलप्रमाणे आहेत –

अ) विशेष सर्वसाधारण सभेची मागणी करणाऱ्या सभासदांनी वैयक्तिकरीत्या किंवा सामुदायिकपणे कंपनीच्या एकूण वसूल भाग भांडवलापैकी १/१० भाग भांडवल धारण करणे आवश्यक आहे. (जर वरीलप्रमाणे १/१० भांडवल एका सभासदाने धारण केले असले तरीही त्यालासुद्धा विशेष सर्वसाधारण सभेची मागणी करता येते.)

ब) जर कंपनीचे भांडवल नसेल तर, विशेष सर्वसाधारण सभेची मागणी ज्या सभासदांजवळ वैयक्तिकरीत्या किंवा सामूहिकरीत्या कंपनीच्या एकूण मतांच्या १/१० मते आहेत, अशा सभासदांना करता येते. एका सभासदाला १/१० मते देण्याचा अधिकार असल्यास त्यालासुद्धा विशेष सर्वसाधारण सभेची मागणी करता येते.

क) ज्या सभासदांनी विशेष सर्वसाधारण सभेची मागणी केली आहे, त्या सभासदांनी कंपनीकडे तशी लेखी मागणी करणे आवश्यक आहे. त्याचे विशेष सर्वसाधारण सभा बोलविण्याविषयीचे मागणीपत्र लेखी हवे. ते कंपनीच्या कार्यालयात दाखल करणे आवश्यक आहे.

ड) सभासदाचे विशेष सर्वसाधारण सभेचे मागणीपत्र कंपनीला मिळताच कंपनीच्या संचालकांनी मागणीपत्र दाखल केल्याच्या ८२ दिवसांत विशेष सर्वसाधारण सभा बोलविणे आवश्यक आहे.

इ) या सभेत सभासदांनी नमूद केलेल्या विषयावरच विचार करून निर्णय घेतला जाईल व इतर विषयांचा विचार केला जाणार नाही.

३) सभेची मागणी करणाऱ्या सभासदांची सभा बोलाविणे : कंपनी कायद्यातील तरतुदीप्रमाणे कंपनीची विशेष सर्वसाधारण सभा सभासदांना कित्येकदा बोलावता येते. समजा, विशेष सर्वसाधारण सभा बोलाविण्यासंबंधीचे मागणीपत्र सर्व बाबतीत परिपूर्ण केले आणि सभा बोलाविण्याची विनंती संचालकांना करण्यात आली आणि असे असूनसुद्धा कंपनीची विशेष सर्वसाधारण सभा संचालकांनी बोलाविली नसल्यास कंपनीची विशेष सर्वसाधारण सभा बोलाविण्याचा अधिकार ज्या सभासदांनी सभेची मागणी केली आहे त्यांना प्राप्त होतो. हा अधिकार त्यांना पुढील परिस्थितीत प्राप्त होतो :

अ) त्यांनी कंपनीची विशेष सर्वसाधारण सभेची मागणी करणारे पत्र कंपनीच्या कार्यालयात दाखल करावे व कंपनीने विशेष सर्वसाधारण सभेची सूचना मागणीपत्र मिळाल्यापासून २१ दिवसांत द्यावे व विशेष सर्वसाधारण सभा मागणीपत्र मिळाल्यापासून ४५ तासांत घ्यावे; जर वरीलप्रमाणे सूचना मिळाली नाही व ४५ दिवसांत सभा घेतली नाही तर सभा बोलविण्याचा व भरविण्याचा अधिकार मागणी करणाऱ्या सभासदांना प्राप्त होतो.

ब) सभासदांनी वरीलप्रमाणे सभा बोलविण्याचा अधिकार फक्त त्यांनी मागणीपत्र दाखल केलेल्या दिवसापासून नंतर ३ महिन्यांपर्यंतच प्राप्त होतो. म्हणजेच नंतर सभासदांना सभा घ्यावयाचीच असल्यास ते स्वतः कंपनीच्या सभासदांची सभा बोलावू शकतात; पण ही सभा त्यांना मागणीपत्र दाखल केलेल्या दिवसापासूनच्या ३ महिन्यांत घ्यावी लागेल.

क) या सभेचा येणारा खर्च त्यांना कंपनीकडून वसूल करण्याचा अधिकार प्राप्त होतो. हा खर्च कंपनी नंतर अपराधी अथवा जबाबदार असलेल्या अधिकाऱ्याकडून वसूल करू शकते.

४) कंपनी कायदे मंडळाच्या आदेशानुसार सभा बोलविणे : कंपनीचा विशेष सर्वसाधारण सभा बोलावण्याचा अधिकार कायद्याने कंपनी कायदे मंडळाला दिलेला आहे. या तरतुदीप्रमाणे, एखादा संचालक अथवा सभासद कंपनी कायदे मंडळाकडे कंपनीने विशेष सर्वसाधारण सभा बोलवावी म्हणून काही कारण देऊ शकतो. या मंडळाला सभेचे कारण योग्य वाटल्यास कायदे मंडळ कंपनीला योग्य आदेश देऊ शकते.

विशेष सर्वसाधारण सभा बोलाविण्याची पद्धत (Manner of Calling Meeting)

१) विशेष सर्वसाधारण सभेची सूचना प्रत्येक सभासदाला सभेपूर्वी २१ दिवस आधी पाठविणे आवश्यक आहे.

२) सभेच्या सूचनेत सभेचा दिवस, वेळ, तारीख यांची माहिती हवी. त्याचप्रमाणे त्या सभेमध्ये केल्या जाणाऱ्या व मंजूर केला जाणार आहे त्या विषयाची माहिती, पार्श्वभूमी यासंबंधीची माहिती देणारे टिपण सूचनेबरोबर असावे.

३) ज्या विषयावर ठराव मंजूर केला जाणार आहे त्या विषयाची माहिती, पार्श्वभूमी, यासंबंधीची माहिती देणारे टिपण सूचनेबरोबर असावे.

४) संचालक मंडळाचा अध्यक्ष हा सभेचा अध्यक्ष असतो व ही सभा कंपनीच्या नोंदविलेल्या कार्यालयात होते.

५) ही सभा सभासदांनी बोलाविली असल्यास सभासदांना ही सभा कोठेही त्यांच्या सोईप्रमाणे व कोणत्याही सभासदांच्या अध्यक्षतेखाली भरविता येते.

विश्लेषणात्मक विधान (Explantory Statement)

विशेष सर्वसाधारण सभेच्या सूचनेमध्ये विश्लेषणात्मक विधानाचा समावेश केलेला असला पाहिजे, अशी कायद्यामध्ये तरतूद आहे. या विधानाचा मुख्य उद्देश सभेच्या सभासदांना सभेमध्ये संमत करावयाच्या ठरावांचा पाठपुरावा करण्यासंबंधीची पूर्वसूचना मिळावी हा होय. सभेमध्ये चर्चा करावयाच्या प्रत्येक विशेष घटकांसंबंधी असे विधान असणे आवश्यक आहे.

'कंपनीच्या' वार्षिक सर्वसाधारण सभेमध्ये चर्चिल्या जाणाऱ्या सर्वसाधारण घटकांव्यतिरिक्त इतर सर्व घटक 'विशेष' मानले जातात. कंपनीच्या विशेष सर्वसाधारण सभेमध्ये चर्चिले जाणारे सर्वच घटक विशेष मानले जातात.

विश्लेषणात्मक विधानामध्ये 'विशेष' घटकांसंबंधीच्या सर्व महत्त्वाच्या बाबींचा समावेश असला पाहिजे. त्यामध्ये त्या घटकांचे स्वरूप त्याचबरोबर एखाद्या संचालकांचे अथवा व्यवस्थापकाचे त्यामध्ये हितसंबंध गुंतलेले असतील तर त्याचाही समावेश केलेला असला पाहिजे.

जर विशेष घटकांशी संबंधित असणाऱ्या कागदपत्रांना अथवा दस्तऐवजांना सभेतील सभासदांची मान्यता मिळवणे आवश्यक असेल तर ते दस्तऐवज कोठे आणि केव्हा उपलब्ध असतील, यासंबंधीची माहिती विश्लेषणात्मक विधानात दिलेली असली पाहिजे विश्लेषणात्मक विधानाला सभेच्या अध्यक्षाची मान्यता असणे अत्यावशक असते.

विश्लेषणात्मक विधानाशी संबंधित असणाऱ्या घटकांचा संबंध जर त्रयस्थ कंपनीशी असेल आणि त्या

त्रयस्थ कंपनीमध्ये मूळ कंपनीच्या संचालकांचे हितसंबंध २०% पेक्षा जास्त असतील तर त्यासंबंधीचा उल्लेख विश्लेषणात्मक विधानात केला पाहिजे.

विशेष सर्वसाधारण सभेच्या संदर्भात कंपनी चिटणिसाचे कार्य (Secretarial Work Relating to Extra Ordinary General Meeting)

सभेपूर्वी

१) संचालक मंडळातर्फे अशी सभा बोलविली जाणार असेल तर चिटणीस संचालक मंडळाला अशा सभेची आवश्यकता पटवून देऊन त्याबाबत सल्ला देतो. अध्यक्षांशी विचारविनिमय करून सभा बोलविणे व सभेची जागा, वेळ, दिवस, कार्यक्रमपत्रिका इत्यादी निश्चित करणे.

२) सभासदांकडून अशा सभेची मागणी आल्यास त्याबद्दल निर्णय घेण्यासाठी अध्यक्षांच्या सल्ल्याने संचालक मंडळाची सभा बोलाविणे संचालक मंडळाने अशी सभा घ्यावयाचे ठरविल्यास नियोजित ठराव स्पष्टीकरण निवेदन तयार करणे.

३) सभेची सूचना तयार करणे. याबाबतीत खालील मुद्द्यांकडे त्याला लक्ष द्यावे लागते.

अ) मागणी केलेली सभा असल्यास सभेच्या सूचनेमध्ये तसा उल्लेख करणे.

ब) सभेपुढील ठरावाचा साधा/विशेष ठराव.

क) ठरावाचे स्वरूप साधा/विशेष ठराव.

ड) स्पष्टीकरणात्मक निवेदनात सर्व आवश्यक माहिती समाविष्ट करणे.

४) सभेची सूचना, स्पष्टीकरणात्मक निवेदन, प्रतिनिधीपत्राचा अर्ज, प्रवेशपत्रिका इत्यादी छापून देणे.

५) सभेपूर्वी किमान २१ दिवस आधी सर्व सभासदांना त्यांच्या नोंदविलेल्या पत्त्यांवर सभेची सूचना, स्पष्टीकरणात्मक निवेदन, प्रतिनिधी पत्राचा अर्ज इ. पोस्टाने रवाना करणे आणि सभेची सूचना वर्तमानपत्रात प्रसिद्ध करणे.

६) अध्यक्षाच्या मदतीने सभेची कार्यक्रमपत्रिका तयार करणे.

७) प्रतिनिधी नेमणुकीच्या अर्जावरून त्यांची यादी तयार करणे व मतनोंदणीची व्यवस्था करणे.

सभा चालू असताना

१) सभागृहाच्या प्रवेशद्वाराशी प्रवेशपत्रे ताब्यात घेण्याची व्यवस्था करणे.

२) गणसंख्या उपस्थित आहे याची खात्री करणे व सभेची सूचना वाचून दाखविणे.

३) अध्यक्षांच्या सूचनेनुसार आवश्यक ते कागदपत्र सभेपुढे सादर करणे व खुलासा देणे.

सभेनंतर

१) सभा संपल्यावर ३० दिवसांच्या आत सभेचे इतिवृत्त (Minuted) तयार करून ते अध्यक्षाकडून मंजूर करून घेणे व त्यावर त्यांची सही घेणे.

२) सभेमध्ये काही विशेष ठराव मंजूर केलेले असतील तर सभा संपल्यावर ३० दिवसांच्या आत अशा ठरावांच्या प्रती नोंदणी अधिकाऱ्यांकडे दाखल करणे.

३) सभेत घटनापत्रक अथवा नियमावलीत जर काही बदल करण्यात आले असतील तर सुधारित घटनापत्रक व नियमावलीची प्रत सभा संपल्यापासून ३ महिन्यांच्या आत नोंदणी अधिकाऱ्याकडे दाखल करणे.

४) सभेत मंजूर झालेल्या ठरावांची प्रत्यक्ष अंमलबजावणी करणे.

९.२.४ वर्ग सभा (Class Meetings)

वर्ग सभा अर्थ (Meaning of Class Meeting) : कंपनीच्या भागधारकांच्या विविध सभा आयोजित केल्या जातात. उदा. नियामक सभा, वार्षिक सर्वसाधारण सभा, विशेष सर्वसाधारण सभा इत्यादी. या सर्व सभांना सर्वसाधारण सभा म्हणून ओळखले जाते; कंपनी विविध प्रकारे भाग विकू शकते. उदा. सामान्य भाग, अग्रहक्काचे भाग इत्यादी. या सर्व भागधारकांचे अधिकार व हक्क नेहमीच सारखेच असतात असे नाही. त्यामुळे भागधारकांचे अधिकार व सवलतींच्या आधारावरही भागांचे वर्गीकरण केले जाते. साधारणपणे समान अधिकार व सवलती असणारे भाग एका गटात वर्गीकृत करण्यात येतात. त्यामुळे कंपनीत भागधारकांचे विविध वर्ग किंवा गट निर्माण होतात. ज्या वेळी विशिष्ट गट किंवा वर्गाची सभा आयोजित केली जाते तिलाच सभासदांची वर्गसभा म्हणून ओळखली जाते. ती विशिष्ट वर्गाची सभा असल्यामुळे तिला सर्वसाधारण सभा असे म्हटले जात नाही.

सभासदांच्या वर्ग सभेची आवश्यकता : कंपनीच्या विविध प्रकारच्या सभासदांना कंपनीची नियमावली व घटनापत्रकाप्रमाणे अधिकार मिळालेले असतात. सभासदांच्या या अधिकारात बदल करता येतात. तरीपण एका वर्गातील सभासदांच्या अधिकारात बदल करताना दुसऱ्या वर्गातील सभासदांच्या अधिकारावर वाईट परिणाम होऊ नये ही काळजी घ्यावी लागते. याचाच अर्थ असा की, विशिष्ट वर्गातील सभासदांच्या अधिकार व सवलतींमध्ये बदल करण्यासाठी वर्गसभा भरविण्याची आवश्यकता आहे. या सभेत ज्या सभासदांच्या हितसंबंधांवर परिणाम होणारे असेल तसेच सभासद सभेला हजर राहतात. ज्या सभासदांच्या हितसंबंधांवर परिणाम होत नाही अशा सभासदांना सभेला हजर राहण्याची गरज नसते. उदा.

१) कंपनीने १० वर्षे मुदतीचे परतफेडीच्या अग्रहक्काचे भाग विकलेले आहेत. परंतु, कंपनीला गेल्या ५ वर्षांपासून मोठ्या प्रमाणावर नफा होत असल्यामुळे कंपनी परतफेडीच्या अग्रहक्काच्या भागांचे भांडवल परत करू इच्छिते. अशा वेळी फक्त वरील प्रकारच्याच भागधारकांची सभा आयोजित केली जाईल; इतर भागधारकांना या सभेला हजर राहण्याची आवश्यकता नाही.

२) समजा, कंपनीने १२% अग्रहक्काचे भाग विकलेले आहेत. परंतु, कंपनीला सतत तोटा होत आहे. त्यामुळे या भागधारकांना १२% लाभांश देणे कंपनीला शक्य नाही; म्हणून अशा भागधारकांची वर्ग सभा आयोजित करून त्यांच्या लाभांशाच्या दरात कपात केली जाते. थोडक्यात, ज्या वेळी भागधारकांच्या हितसंबंधांवर परिणाम होणार असेल अशाच वेळी भागधारकांची वर्गसभा आयोजित केली जाते.

वर्ग सभा भरविण्याचा कालावधी व तारीख : कंपनीला सभासदांची वर्ग सभा भरविण्याचा अधिकार आहे. ज्या वेळी सभासदांच्या अधिकारामध्ये बदल करावयाचा आहे अशा वेळी कंपनी स्वत: पुढाकार घेऊन भागधारकांची वर्ग सभा आयोजित करते. विशिष्ट प्रकारचे भाग घेतलेल्या सभासदांच्या हितसंबंधांवर परिणाम होणार असेल तर ज्यांनी कंपनीचे विशिष्ट प्रकारचे भाग त्या विशिष्ट भागांच्या १/१० टक्क्यांपेक्षा जास्त घेतलेले आहेत या भागधारकांना न्यायालयाच्या मदतीने वर्ग सभा आयोजित करता येते. कंपनीतील विशिष्ट प्रकारचे भाग घेतलेल्या भागधारकांच्या बाबतीत काही धोरणात्मक किंवा संघटनात्मक बदल करण्यासाठी भागधारकांची वर्ग सभा आयोजित केली जाते. याशिवाय कंपनीच्या विसर्जनाचे वेळीसुद्धा विशिष्ट प्रकारच्या भागधारकांची सभा घेऊन त्यांची देणी देण्याबाबतचा विचार केला जातो.

सभासदांची वर्ग सभा केव्हा, कोठे व कोणत्या तारखेला घ्यावयाची याबद्दलचा निर्णय संचालक मंडळ

घेते. कंपनीच्या नियमावलीत वर्ग सभा भरविण्याबद्दलच्या तरतुदी दिलेल्या असतात. सभासदांची वर्ग सभा भरविण्यासाठी त्यांना २१ दिवस अगोदर सभेची सूचना पाठविली जाते. सभेच्या सूचनेत सभेची वेळ, ठिकाण याबाबी दिलेल्या असतातच; पण त्याचबरोबर ही वर्ग सभा आहे असा उल्लेख तिच्यामध्ये असावा. सभेत कोणत्या बाबींच्या संदर्भात निर्णय होणार आहे त्याचीही माहिती सूचनेत देण्यात आली पाहिजे.

सभासदांच्या सभेसंबंधी कायदेशीर तरतुदी (Statutory Provisions Relating to Class Meeting)

विशिष्ट प्रकारच्या भागधारकांच्या सभेला वर्ग सभा संबोधण्यात येते. या सभेसंबंधी कायदेशीर तरतुदी पुढीलप्रमाणे आहेत.

१) विशिष्ट प्रकारच्या भागधारकांच्या अधिकार व सवलतीमध्ये बदल करण्यासंबंधी आवश्यक तरतुदी घटनापत्रक व नियमावलीमध्ये केलेल्या असाव्यात. त्यात तरतुदी केलेल्या नसतील तर भागधारकांच्या अधिकारात बदल करता येणार नाहीत.

२) सभासदांच्या अधिकारात बदल करण्यासाठी सभासदांच्या वर्ग सभेत विशेष ठराव मंजूर करावा लागतो. विशेष ठरावाच्या बाजूने ७५% किंवा त्यापेक्षा अधिक मतदान असणे आवश्यक आहे. मात्र, १९५६ चा कंपनी कायदा अस्तित्वात येण्यापूर्वी ज्या कंपन्या स्थापन झालेल्या होत्या त्यांनी सभासदांच्या अधिकारात बदल करण्यासाठी सामान्य ठरावाबाबतचा नियम केलेला असेल व त्याचा कंपनीच्या घटनापत्रक व नियमावलीत उल्लेख केलेला असेल तर भागधारकांचे अधिकार बदलण्यासाठी सामान्य ठराव म्हणजेच फक्त बहुमताची गरज असते.

३) सभासदांच्या वर्ग सभेत सभासदांच्या अधिकारात केलेला बदल भागधारकांच्या हितसंबंधाविरोधी असेल तर कंपनीच्या त्या विशिष्ट भागांपैकी १०% किंवा जास्त भाग घेतलेल्या भागधारकांना वर्गसभेत ठराव मंजूर केल्यापासून २१ दिवसांचे आत न्यायालयाकडे अर्ज सादर करता येतो. असा अर्ज न्यायालयाकडे सादर केल्यानंतर भागधारकांच्या अधिकारातील बदलाला स्थगिती दिली जाते. त्यानंतर अर्जावर न्यायालय विचार करून निर्णय देते. खरोखरच भागधारकांच्या अधिकारातील बदलाला स्थगिती दिली जाते. त्यानंतर अर्जावर न्यायालय विचार करून निर्णय दिला जातो. मात्र, हितसंबंधाला बाधा येत नसेल तर विरोधी निर्णयसुद्धा दिला जातो.

४) वरील सर्व बाबींशिवाय सर्वसाधारण सभा बोलाविण्याचे नियम सभासदांच्या वर्ग सभेला लागू होतात. त्यानुसार, वर्ग सभेला हजर राहण्याचा अधिकार असलेल्या प्रत्येक सभासदाला वर्ग सभेची पूर्वसूचना २१ दिवस अगोदर देण्यात आली पाहिजे. या सूचनेत सभेचे स्थळ, दिनांक, वेळ, उद्देश इत्यादी माहिती देण्यात आली पाहिजे. मात्र वर्ग सभेला हजर राहण्याचा अधिकार असलेल्या सभासदांनी एकमताने ठरविल्यास २१ दिवसांपेक्षा कमी मुदतीची सूचना देऊनही वर्ग सभा भरविता येते. सभेच्या कार्यक्रमपत्रिकेत ज्या अधिकारामध्ये हजर असावी याचाही उल्लेख नियमावलीत केलेला असावा व त्याचेही पालन होणे आवश्यक आहे. या सभेने घेतलेले सर्व निर्णय कायदेशीर व्हावेत या उद्देशाने सभेला योग्य व्यक्तीची अध्यक्ष म्हणून नियुक्ती केली पाहिजे. सभेत योग्य पद्धतीने मतदान घेऊन नि:पक्षपातीपणे निर्णय जाहीर केला पाहिजे. तसेच सभा संपल्यानंतर तिची टिपणे तयार करण्यात आली पाहिजेत.

९.३ संचालकांच्या सभा (Board Meetings) (कलम – १७३)

कंपनीच्या सर्व संचालकांना संयुक्तपणे संचालक मंडळ (Board of Directors) किंवा मंडळ (Board) असे म्हटले जाते. एखाद्या संचालकाकडे किंवा संचालक मंडळाच्या समितीकडे काही कामकाज सोपविले असल्यास ते सोडून इतर बाबतीत संचालकांना आपले कामकाज संचालक मंडळाच्या सभेमार्फत पार पाडावे लागते. कंपनीचे घटनापत्रक आणि नियमावली यातील तरतुदीनुसार संचालकाकडे सोपवलेले सर्व कामकाज अशा सभा बोलावून करावे लागते. संचालकांना आपले अधिकार संचालक सभेमध्येच वापरता येतात. वैयक्तिकरीत्या नव्हे.

९.३.१ संचालकांच्या सभेची वारंवारिता (Board Meetings)

संचालकांच्या सभा वारंवार बोलवाव्या लागतात. कंपनीच्या दृष्टीने संचालकांच्या सभा सर्वांत जास्त महत्त्वाच्या असतात. कंपनीचा कारभार आणि धोरण याविषयी सर्व निर्णय प्रथमत: संचालकांच्या सभेमध्येच घेतले जातात. ज्या निर्णयांना सभासदांच्या वार्षिक सर्वसाधारण सभेमध्ये मंजुरी मिळणे आवश्यक असते अशा निर्णयांच्या बाबतीतही संचालक सभांमध्ये प्रथम निर्णय घेतला जातो.

संचालकांच्या सभा कायदेशीररीत्या बंधनकारक ठरण्यासाठी, इतर सभाप्रमाणेच योग्य प्रकारे बोलाविल्या व भरविल्या गेल्या पाहिजेत. कंपनी कायदा आणि कंपनीची नियमावली व कंपनी कायद्याचे तक्ता 'अ' यामधील सर्व तरतुदींचे पालन करून संचालकाच्या सभांना कायदेशीर स्वरूप प्राप्त करून देता येते. संचालक मंडळाच्या सभा जरुरीप्रमाणे बोलविल्या जातात. सर्वसाधारणपणे महिन्यातून एकदा संचालक मंडळाची सभा भरविण्याचा प्रघात आहे. अर्थात, कंपनीचा व्यवसाय छोटा असेल तर कामकाज असेल तेव्हाच अशा सभा भरविल्या जातात. कंपनी कायद्यातील तरतुदीनुसार, संचालक मंडळाच्या सभा प्रत्येक तीन महिन्यांतून किमान एकदा आणि वर्षातून किमान चार वेळा भरविल्या गेल्या पाहिजेत. अर्थात, केंद्र सरकार आपल्या राजपत्रामध्ये official gazette सूचना देऊन काही विशिष्ट वर्गातील कंपन्यांना ही तरतूद बंधनकारक नाही असे जाहीर करू शकते. संचालकांची जी सभा बोलाविली गेली होती परंतु, गणसंख्येअभावी जी होऊ शकली नाही ती सभा संचालकांच्या ज्या कमीत कमी सभा बोलवावयाच्या असतात त्यामध्ये मोजली जाते.

संचालकांना आपल्या संघांच्या बाबतीत योग्य नियम बनविण्याचा पूर्ण अधिकार असतो. कोणत्याही संचालकाने मागणी केल्यास कंपनीच्या कार्यकारी संचालकाने, व्यवस्थापकाने किंवा चिटणिसाने अशी सभा बोलाविली पाहिजे. सर्व संचालकांना सभेची योग्य सूचना पाठविली गेलेली असेल सर्व संचालक उपस्थित असतील आणि सर्व संचालकांनी कायदेशीर तरतुदीच्या बाबतीत सवलती दिल्या तर संचालकांच्या सभा कोठेही अगदी औपचारिक स्वरूपातसुद्धा होऊ शकतात.

संचालक मंडळ सभेची सूचना : तात्पुरत्या भारताबाहेर असणाऱ्या संचालकास भारतातील त्यांच्या नेहमीच्या पत्त्यावर आणि भारतातील सर्व संचालकांना संचालक मंडळाच्या सभेची लेखी सूचना पाठविली गेली पाहिजे. नाही तर संबंधित कंपनी अधिकाऱ्याला रु. १०० पर्यंत दंड होऊ शकतो; आपण सभेला उपस्थित राहू शकणार नाही अशी एखाद्या संचालकाने पूर्वसूचना दिलेली असली तरी त्याला सभेची सूचना पाठवावी लागते.

असे असले तरी खालील परिस्थितीमध्ये एखादा काही किंवा सर्व संचालकांना सूचना मिळाली नाही या सबबीवर सभा बेकायदेशीर ठरविता येत नाही.

१) ज्या वेळी संचालक सभेला हजर असतात व नोटीस न मिळाल्याबद्दल तक्रार करीत नाहीत.

२) अनुपस्थित संचालक सूचना न मिळाल्याबद्दल तक्रार करीत नाही तसेच सभेनंतरच्या सभेत वृत्तान्त कायम करतानाही तो आक्षेप घेत नाही.

३) विशिष्ट कालावधीनंतर (उदा. महिन्यातून एकदा) विशिष्ट दिवशी (वेळेला) व ठिकाणी सभा बोलाविल्या जातील, अशी तरतूद कंपनीच्या नियमावलीत असल्यास –

४) सर्व संचालक एकत्र जमलेले असतील व त्यांनी एकमताने सभा भरविण्याचे ठरविले तर.

९.३.२ सभेच्या सूचनेचा कालावधी (Length of The Notice)

कंपनी नियमावलीत विशिष्ट दिवसांची सूचना दिली जावी अशी तरतूद नसेल तर वाजवी काळाची (Reasonable Time) सूचना दिली जाते. योग्य सूचना दिली गेली नाही तर सभेचे कामकाज बेकायदेशीर ठरते व संबंधित कंपनी अधिकारी रु.१०० पर्यंत दंडास पात्र ठरतो.

९.३.३ सभेच्या सूचनेतील तपशील (Contents of Notice)

संचालक मंडळाच्या सभेच्या सूचनेमध्ये सभेचा दिवस, वेळ व ठिकाण याविषयी उल्लेख असावा. सभा कामकाजाच्या दिवशी व कामकाजाच्या नेहमीच्या वेळेमध्ये भरवावी लागते. कंपनी कायदा आणि कंपनी या नियमावली यामध्ये खास तरतूद नसेल त्या वेळी सूचनेमध्ये सभेतील नियोजित कामकाजाबद्दल माहिती देण्याची गरज नसते. उदा. कंपनी कायद्यामध्ये खालील कामकाजाच्या बाबतीत सूचनेमध्ये उल्लेख असणे आवश्यक आहे.

अ) दुसऱ्या एखाद्या कंपनीचा व्यवस्थापकीय संचालक म्हणून काम करीत असलेल्या व्यक्तीचा व्यवस्थापक किंवा व्यवस्थापकीय संचालक म्हणून नेमणूक करणे.

ब) दुसऱ्या एखाद्या कंपनीचा व्यवस्थापक म्हणून काम करणाऱ्या व्यक्तीची कंपनीचा व्यवस्थापक किंवा व्यवस्थापकीय संचालक म्हणून नेमणूक करणे.

क) इतर कंपन्यांचे भाग खरेदी करणे.

९.३.४ संचालक मंडळ सभेची कार्यक्रमपत्रिका (Agenda of The Board Meeting)

सभेपुढे असलेल्या कामकाजाची माहिती देणारे निवेदन म्हणजे कार्यक्रमपत्रिका होय. सभेपुढील विषय व त्यांचा क्रम याविषयी कार्यक्रमपत्रिकेत माहिती दिलेली असते. सभेमध्ये या विषयांच्या ठरवून दिलेल्या क्रमाने विचार व्हावा असा संकेत असला तरी सर्व संचालक एकमताने संमती देऊन विषयांची व्याप्ती व क्रम यामध्ये बदल करू शकतात. सर्वसाधारण स्वरूपाचे विषय प्रथमत: व त्यानंतर विशेष स्वरूपाचे कामकाज अशा पद्धतीने कार्यक्रमपत्रिका तयार केली जाते. कंपनी कायद्यानुसार, संचालकांना कार्यक्रमपत्रिका पाठविणे बंधनकारक नसले तरी सर्वसाधारणपणे अशी कार्यक्रमपत्रिका पाठविण्याचा प्रघात आहे.

९.३.५ गणसंख्या (Quorum) (कलम–१७४)

सभा कायदेशीर ठरण्यासाठी जितके किमान संचालक सभेला उपस्थित असणे आवश्यक असते त्या संचालकांच्या संख्येला 'गणसंख्या' असे म्हणतात. गणसंख्येबद्दल कंपनीच्या नियमावलीत तरतूद केलेली असते, नसल्यास कंपनी कायद्यातील तरतूद बंधनकारक ठरते. कंपनी कायदा कलम २८७ अन्वये संचालक

मंडळाच्या सभेला एकूण संचालक संख्येच्या १/३ किंवा २ संचालक यापैकी जी संख्या मोठी असेल तितके संचालक 'गणसंख्या' म्हणून समजले जातात. संचालकांची एखादी जागा तात्पुरती रिकामी असल्यास तिचा एकूण संचालक- संख्या योजताना विचार करावयाचा नसतो. तसेच अपूर्णांकात संख्या येत असेल तर ती पूर्ण केली जाते. उदा. एकूण संचालकसंख्या १० असेल तर १ या संख्येचा १/३ म्हणजे ३ १/३ इतकी संख्या होते. यातील १/३ अपूर्णांकाबद्दल १ ही पूर्ण संख्या जास्त गणसंख्या ३+१=४ अशी समजली जाते.

गणसंख्या हजर नसताना सभा भरविल्यास ती कायदेशीर मानली जात नाही. तसेच गणसंख्या सभेच्या सुरुवातीपासून सभेच्या शेवटापर्यंत असावी लागते.

तसेच अशी गणसंख्या हितसंबंध गुंतलेले नाहीत अशा (Disinterested) संचालकांची असली पाहिजे. म्हणजेच संचालक मंडळाच्या सभेपुढे असलेल्या कामकाजाशी ज्या संचालकांचा प्रत्यक्षपणे किंवा अप्रत्यक्षपणे हितसंबंध गुंतलेला आहे, अशा संचालकांना वगळूनच गणसंख्या विचारात घ्यावी लागते. सभेपुढे कामकाजामध्ये प्रत्यक्ष वा अप्रत्यक्षपणे हितसंबंध गुंतलेले संचालक सभेतील चर्चा व निर्णय म्हणजेच मतदान यामध्ये भाग घेऊ शकत नाहीत. तसेच सभेच्या इतिवृत्तामध्ये असे हितसंबंध असलेले संचालक व त्यांचा हितसंबंध याविषयी माहिती नोंदवावी लागते. ज्या प्रस्तावामध्ये एखाद्या संचालकाचा हितसंबंध गुंतलेला असतो त्या प्रस्तावाची चर्चा व मतदान चालू असताना संचालकाला सभेत हजर राहता येत नाही. मनमोकळी चर्चा होऊन नि:पक्षपातीपणाने संचालक मंडळाला अशा प्रस्तावावर निर्णय घेणे शक्य होते.

सभेपुढील कामकाजामध्ये हितसंबंध गुंतलेल्या संचालकांची संख्या एकूण संचालक संख्येच्या २/३ किंवा अधिक असले तर उरलेले स्वार्थनिरपेक्ष (Disinterested) व हजर असलेले संचालक किंवा दोन यांपैकी जी संख्या मोठी असेल ती संख्या अशा सभेची गणसंख्या मानली जाते.

९.३.६ सभेचा अध्यक्ष (Chairman of the Board meeting)

संचालक मंडळाच्या प्रत्येक सभेला अध्यक्ष असावा लागतो. पहिल्या सभेत अध्यक्ष ठरविला जातो. अध्यक्षाच्या गैरहजेरीत उपाध्यक्ष व दोघेही गैरहजर असल्यास सभेला हजर असलेल्या संचालकांपैकी एका संचालकाची त्या सभेपुरती अध्यक्ष म्हणून हजर संचालकातर्फे निवड केली जाते. सभेच्या ठरलेल्या वेळी अध्यक्षाने हजर असले पाहिजे. ठरलेल्या वेळेनंतर पाच मिनिटांपर्यंत सभेचा अध्यक्ष हजर न झाल्यास उपस्थित संचालकांपैकी कोणत्याही एका संचालकाची अध्यक्ष म्हणून निवड केली जाऊ शकते. सभेच्या मतदानप्रसंगी एका संचालकाची अध्यक्ष म्हणून निवड केली जाऊ शकते. तिच्या मतदानप्रसंगी एखाद्या प्रस्तावावर समान मते पडली तर सभेचा अध्यक्ष निर्णायक मत (Casting Vote) देऊ शकतो. (कंपनी कायदा तक्ता अ नियम क्रमांक ७६)

९.३.७ संचालकांचा फिरता ठराव (Resolution By Circulation) (कलम-१७५)

सामान्यपणे कंपनीचे व्यवस्थापन व कारभारासंबंधीचे ठराव संचालकांच्या सभेत मंजूर केले जातात; पण ज्या वेळी एखाद्या महत्त्वाच्या मुद्द्यावर निर्णय घ्यावयाचा असतो व संचालकांची सभा भरविण्यासाठी पुरेसा कालावधी नसतो; अशा वेळी विशिष्ट प्रस्ताव सर्व संचालकांना पाठविण्यात येतो व प्रस्तावाच्या बाजूने किंवा विरोधात सह्या करण्याचे सुचविले जाते. हा प्रस्ताव संचालकांकडे पोस्टाने किंवा प्रत्यक्षपणे पाठविला जातो. त्यानंतर प्रस्तावावरील निर्णय जाहीर केला जातो. अशा रीतीने हा प्रस्ताव सर्व संचालकांकडे फिरवून परत केल्यामुळे त्याला 'फिरता ठराव' असे म्हणतात.

संचालकांचा फिरता ठराव संमत करून घेण्यासाठी पुढील बाबींची पूर्तता होणे आवश्यक आहे.

अ) सदर ठरावाचा मसुदा सर्व संचालकांकडे त्यांच्या पत्त्यावर पाठविला पाहिजे.

ब) संचालकांकडे ठराव पाठविताना त्यांच्या संदर्भात असणारी सर्व कागदपत्रे ठरावासोबत पाठविण्यात आली पाहिजेत.

क) भारतात असलेल्या संचालकांची संख्या संचालक मंडळाच्या सभेसाठी आवश्यक असणाऱ्या गणसंख्येएवढी असली पाहजे.

मात्र, पुढील प्रकारचे कामकाज करण्यासाठी संचालकांचा फिरता ठराव चालत नाही.

१) भागावरील रकमेची मागणी करणे.

२) कर्जरोख्यांच्या विक्रीचा ठराव संमत करणे.

३) इतर मार्गांनी कर्ज घेणे.

४) कंपनीचा निधी दुसरीकडे गुंतविणे.

५) कंपनीमध्ये कार्यकारी किंवा व्यवस्थापकीय संचालकाची नियुक्ती करणे.

६) संचालकपदाच्या रिक्त जागेवर संचालकाची नियुक्ती करणे इत्यादी.

९.३.८ संचालकांच्या समितीच्या सभा (Committee Meeting of Board)

कंपनीच्या व्यवस्थापनात धोरणात्मक स्वरूपाचे निर्णय घेण्यासाठी संचालक मंडळांच्या सभा घेण्यात येतात; परंतु कंपनीचे संचालक अत्यंत कार्यमग्न असल्यामुळे त्यांना सहसा वेळ नसतो. त्यामुळे कंपनीला नेहमीचे कामकाज करण्यासाठी सर्व संचालक एकत्र न येता म्हणजेच संचालक मंडळाची सभा न घेता, संचालकालपैकी काही संचालकांची उपसमिती एखाद्या महत्त्वाच्या विषयावर चर्चा करून निर्णय किंवा अहवाल सादर करण्यास सांगितले जाते. उदा. भागवाटप, भागांचे हस्तांतरण, भागजप्ती इ.

नियमावलीत उपसमितीच्या निर्मितीच्या संदर्भात तरतुदी केलेल्या असतात. उपसमिती स्थायी अथवा अस्थायी स्वरूपाची असू शकते. सोपविलेले कामकाज पूर्ण झाल्यावर ती बरखास्त केली जाते. साधारणत: मोठ्या कंपनीत कामकाजासाठी उपसमिती निर्माण केली जाते. उपसमितीच्या सभा घेण्याबाबतचे निर्णय संचालक सभेप्रमाणेच आहेत. चिटणीस उपसमितीला मदत करतो.

संचालक मंडळाच्या सभांच्या बाबतीत चिटणिसाचे कार्य (Secretarial Work Relating to Board Meetings)

सभा बोलाविण्याबाबत

१) सभेची वेळ व ठिकाण आधीच्या सभेत ठरविलेले नसेल तर अध्यक्षांच्या सल्ल्याने किंवा एखाद्या संचालकाच्या मागणीनुसार निश्चित करणे.

२) अध्यक्षांच्या सल्ल्याने सभेची सूचना व कार्यक्रमपत्रिका तयार करणे.

३) सर्व संचालकांना सभेची सूचना व कार्यक्रमपत्रिका पाठविणे.

४) कंपनीचा प्रमुख हिशेबनीस, शाखा व्यवस्थापक, हिशेब तपासनीस, कायदेशीर सल्लागार यांना आवश्यकतेनुसार सभेला हजर राहण्यासाठी निमंत्रणपत्रे पाठविणे.

५) अद्ययावत हिशेबपत्रके, वित्तीय व व्यापारी विवरणे, अहवाल इ. तयार करून ठेवणे.

६) आवश्यक ते कागदपत्र, करारपत्र, हस्तांतरपत्रे इ. तयार ठेवणे; कारण सभेमध्ये अशा कागदपत्रांवर संचालकांच्या सह्या व कंपनीची मुद्रा उमटविण्याचे काम केले जाते.

७) विशेष स्वरूपाचे कामकाज असल्यास त्यासंबंधी सर्व विवरणे, अहवाल इ. तयार करणे.

८) संचालकांचे हजेरीपुस्तक (Attendance book) तयार ठेवणे.

९) कंपनीचे इतिवृत्ताचे नोंदपुस्तक (Minutes Book) घटनात्मक व नियमावली यांच्या प्रती, गेल्या वर्षीचे हिशेबपत्रक आणि इतर अनुषंगिक कागदपत्रे तयार ठेवणे.

१०) आवश्यक असल्यास संचालकांच्या निवास व भोजनाची व्यवस्था तयार ठेवणे, तसेच सभेची बैठकव्यवस्था करणे इ.

सभा चालू असताना

१) संचालक हजेरीपुस्तकामध्ये हजर असलेल्या संचालकांच्या व मुद्दाम निमंत्रित केलेल्या व्यक्तींच्या सह्या घेणे.

२) गणसंख्या निश्चित करण्यात अध्यक्षाला मदत करणे. विशेषत: हितसंबंधी संचालकांची (Interested Director) इतिवृत्तांत नोंद करण्यासाठी नावे ठरवून, हितनिरपेक्ष गणसंख्या ठरविण्यात अध्यक्षाला मदत करणे.

३) अध्यक्षांनी सुचविल्यास सभेची सूचना व गेल्या सभेचे इतिवृत्त सभेमध्ये वाचून दाखविणे. इतिवृत्तास सभेची मंजुरी मिळाल्यावर त्यावर अध्यक्षाची सही देणे.

४) एखाद्या संचालकाने सभेला उपस्थित राहणे शक्य नसल्याचे कळविलेले असल्यास त्याची सभासदांना माहिती देणे. इतिवृत्तात नोंद करण्यासाठी त्याची दखल घेणे.

५) हितसंबंध स्पष्ट करणारे निवेदन एखाद्या संचालकाचे असेल तर त्याची माहिती देणे.

६) एखाद्या मुद्द्याबाबत अध्यक्षाला माहिती, सल्ला देणे व खुलासा करणे.

७) सभा चालू असताना कामकाजाच्या पूर्ण नोंदी घेण्याची व्यवस्था करणे.

८) नियमावलीतील तरतुदीनुसार संचालकांना सभेला हजर राहण्याबद्दलचा भत्ता देण्याची व्यवस्था करणे.

सभा संपल्यावर

१) सभा चालू असताना त्याने व अध्यक्षाने तयार केलेल्या टाचणावरून (Notes) सभेचे इतिवृत्त तयार करणे.

२) संचालक मंडळाने घेतलेल्या निर्णयांची अंमलबजावणी करणे.

३) विक्रेत्यांशी केलेल्या प्राथमिक करारांना मान्यता देणे.

४) पुढील सभेची तारीख ठरविणे.

९.४ फरक

अ) वार्षिक सभा व विशेष सभा

ब) नियमाक सभा व सर्व साधारण सभा

क) संचलिक सभा व भागधारकांच्या सभा

९.४.१ वार्षिक साधारण सभा आणि विशेष साधारण सभा यातील फरक

मुद्दा	वार्षिक साधारण सभा	विशेष साधारण सभा
१) अर्थ	कायद्यातील तरतुदींप्रमाणे कंपनीचे आर्थिक वर्ष संपल्यावर दरवर्षी कंपनीच्या सभासदांची घेतल्या जाणाऱ्या सभेला वार्षिक सभा म्हणतात.	विशेष साधारण सभा कंपनी कायद्यातील तरतुदींप्रमाणे कंपनीला कधीही घेता येते. एखाद्या महत्त्वाच्या प्रश्नावर निर्णय घेण्यासाठी कंपनीच्या सभासदांची विशेष सभा कधीही घेता येते.
२) कायद्यातील मजकूर	प्रत्येक कंपनीने आर्थिक वर्ष संपल्यावर ठराविक मुदतीत वार्षिक सभा भरविणे कायद्याने सक्तीचे आहे.	विशेष साधारण सभा ठराविक मुदतीनंतर कंपनीने भरवावी अशी सक्ती कायद्याने केलेली नाही. विशेष साधारण सभा बोलाविणे ऐच्छिक आहे.
३) केव्हा व किती घेतली जाते	वार्षिक सभा दरवर्षी घेणे सक्तीचे आहे. कंपनीचे आर्थिक वर्ष संपल्यानंतरच्या सहा महिन्यांच्या आत वार्षिक सभासदांची सभा भरविणे कायद्याने सक्तीचे आहे. वार्षिक सभा वर्षातून एकदाच घेतली जाते.	विशेष साधारण सभा दोन वार्षिक सभांमधील काळात केव्हाही व कितीही वेळा घेता येते. गरज नसल्यास विशेष सभा घेण्याचे कंपनी टाळू शकते. विशेष सभा घ्यावी अशी सक्ती कंपनीवर नाही.
४) उद्देश	वार्षिक सभा भरविण्यामागचा उद्देश म्हणजे वर्षभरात कंपनीने केलेल्या कार्याचा वृत्तान्त सभासदांना देणे, कंपनीचे हिशेब मंजूर करून घेणे, संचालकांची निवड करणे, हिशेब तपासनिसाची नेमणूक करणे, लाभांश जाहीर करणे व इतर विशेष स्वरूपाचे कामकाज करणे असा आहे.	काही प्रश्नांबाबत कंपनीच्या सभासदांची ताबडतोब मंजुरी घ्यावी लागते. उदा. नियमावलीत दुरुस्त्या करणे, घटनापत्रकात बदल करणे, यासारख्या कारणासाठी विशेष सभा बोलाविता येते.
५) सभा कोणाकडून बोलाविली जाते.	वार्षिक साधारण सभा कंपनीच्या संचालक मंडळाकडून बोलाविली जाते आणि भरविली जाते.	विशेष साधारण सभा कंपनीचे संचालक मंडळ किंवा १/१० मताधिकार असणारे सभासद बोलावू शकतात. त्याचप्रमाणे सभासदांच्या अर्जाप्रमाणे न्यायालय वा नोंदणी अधिकारी विशेष सभा बोलावू शकतो.
६) कामकाजाचे स्वरूप	वार्षिक साधारण सभेत साधारण स्वरूपाचे कामकाज व विशेष स्वरूपाचे कामकाज अशा दोन्ही प्रकारचे कामकाज करता येते.	विशेष साधारण सभेत फक्त विशेष स्वरूपाचे कामकाज करता येते.

९.४.२ नियामक सभा आणि सर्वसाधारण सभा

मुद्दा	नियामक सभा	वार्षिक सर्वसाधारण सभा
१) अर्थ	सार्वजनिक कंपनीला व्यवसाय प्रारंभ प्रमाणपत्र मिळाल्यापासून १ महिन्याच्या नंतर पण ६ महिन्यांच्या आत कंपनी कायद्याप्रमाणे घ्यावी लागणारी कंपनीच्या सभासदांची पहिली सभा म्हणजे नियामक सभा होय.	कंपनी कायद्यातील तरतुदींप्रमाणे प्रत्येक कंपनीला आर्थिक वर्ष संपल्यावर दर वर्षी घ्याव्या लागणाऱ्या कंपनीच्या सभासदांच्या सभेला सर्वसाधारण /वार्षिक सभा म्हणतात.
२) सभा केव्हा व किती वेळा बोलाविली जाते.	नियामक सभा व्यवसाय प्रारंभ प्रमाणपत्र मिळाल्यापासून एक महिन्यानंतर पण सहा महिन्यांच्या आत कंपनीच्या सभासदांची सभा बोलवावी लागते. एकाच कंपनीची स्थापना एकदाच होते, वरचेवर होत नसल्याने नियामक सभादेखील कंपनीच्या आयुष्यात एकदाच होते.	कंपनीची पहिली वार्षिक सभा कंपनीची स्थापना झाल्यानंतर ६ महिन्यांच्या आत भरविणे आवश्यक आहे. त्यानंतरच्या वार्षिक सभा कंपनीने आपले आर्थिक वर्ष संपल्यानंतर ६ महिन्यांच्या आत भरविणे आवश्यक आहे; पण दोन वार्षिक सभांमधील अंतर १५ महिन्यांपेक्षा जास्त असू नये. वार्षिक सभा दरवर्षी बोलाविली जाते.
३) उद्देश	कंपनीची स्थापना कशी झाली तसेच कंपनीच्या स्थापनेपासून कंपनीने केलेली प्रगती कंपनीने गोळा केलेले भांडवल, कंपनीच्या स्थापनेपासूनचा खर्च, कंपनीने केलेले करार इत्यादी बाबतीत सभासदांना माहिती देता यावी म्हणून नियामक सभा बोलाविली जाते. या सभेत नियामक अहवाल सादर केला जातो.	वार्षिक सभा मुख्यत: कंपनीने वर्षभर केलेल्या कार्याचा (व्यवसायाचा) आढावा घेण्याकरिता, तसेच संचालकांचा अहवाल, हिशेब-तपासनिसाचा अहवाल, कंपनीच्या हिशेबांना मान्यता देणे, संचालकांची निवड करणे, हिशेब-तपासनिसाची नेमणूक करणे यांसारखे साधारण कामकाज व इतर विशेष कामकाजा-साठी (उदा. नियमावलीत बदल करणे) वार्षिक सभा बोलविली जाते.
४) शिक्षा	कायद्यातील तरतुदीप्रमाणे नियामक सभा घेतली नाही तर न्यायालय कंपनी विसर्जित करण्याचा आदेश काढू शकते.	कंपनी कायद्यातील तरतुदीप्रमाणे वार्षिक साधारण सभा घेतली नाही तर कंपनीला २,५०० रुपये दंड होऊ शकतो व सभा घेण्याच्या तारखेपासून पुढच्या प्रत्येक दिवसास २५० रुपये दंड होऊ शकतो. सभा नियमाप्रमाणे न बोलाविल्याबद्दल संचालकांना ६ महिन्यांपर्यंत कैद शिक्षा होऊ शकते.

९.४.३ संचालकांच्या सभा व भागधारकांच्या सभा

मुद्दा	भागधारकांच्या सभा	संचालकांच्या सभा
१) अर्थ	कंपनीचे भागधारक कंपनीचे खरेखुरे मालक असतात; कारण त्यांनी कंपनीच्या भागभांडवलात पैसा गुंतविलेला असतो. आपल्या मालकीच्या कंपनीच्या व्यवहारावर नियंत्रण ठेवण्याकरिता, प्रगतीची माहिती घेण्याकरिता व महत्त्वाचे निर्णय घेण्याकरिता मालकांच्या ज्या सभा आयोजित केल्या जातात त्यांना भागधारकांच्या सभा म्हणतात.	संचालकांची निवड सभासदांकडून केली जाते. ते कंपनीचा कारभार एकत्रितपणे येऊन ठराव करून चालवीत असतात; म्हणून भागधारकांच्या प्रतिनिधींच्या सभेस संचालकांची सभा म्हणतात.
२) हेतू/उद्देश	सभासदांच्या वा भागधारकांच्या सभा मुख्यत: कंपनीच्या व्यवसायाची माहिती देण्याकरिता, कंपनीच्या हिशेबांना मान्यता देण्याकरिता, संचालकांची निवड करण्याकरिता, हिशेब-तपासनिसाची नेमणूक करण्याकरिता, लाभांश जाहीर करण्याकरिता आणि इतर महत्त्वाच्या प्रश्नावर निर्णय घेण्याकरिता भरविल्या जातात.	कंपनीच्या दैनंदिन व्यवहारांतील प्रश्नांवर व इतर प्रशासकीय बाबींवर निर्णय घेण्याकरिता संचालकांच्या सभा घेतल्या जातात. उदा. खरेदी-विक्री धोरण ठरविणे, भाग हस्तांतर मंजूर करणे, भागांवरील हप्तेमागणी, जप्ती, भागांची विक्री, कंपनीच्या वतीने करार करणे, अर्ज काढणे, नेमणुका करणे यांसारखी कार्ये संचालकांच्या सभेत केली जातात.
३) प्रकार	नियामक सभा, वार्षिक साधारण सभा, विशेष साधारण सभा व विशिष्ट वर्गाच्या भागधारकांच्या सभा असे भागधारकांच्या सभेचे चार प्रकार आहेत.	संचालकांच्या सभा व संचालकांच्या उपसमितीच्या सभा असे संचालकांच्या सभेचे दोन प्रकार आहेत.
४) सभा केव्हा व किती अंतराने घ्यावी	कंपनी भागधारकांची किमान एक सर्वसाधारण सभा कंपनीने आपले आर्थिक वर्ष संपल्यानंतरच्या ६ महिन्यांच्या आत घ्यावी. त्याचप्रमाणे दोन वार्षिक सभांमधील अंतर १५ महिन्यांपेक्षा जास्त असू नये.	कंपनी कायद्यातील तरतुदीप्रमाणे, संचालकांची सभा किमान ३ महिन्यांतून एकदा होणे आवश्यक आहे. तसेच कायद्यातील तरतुदीप्रमाणे ज्या महिन्यात सभा झाली आहे तो महिना सोडून पुढील दोन महिने पूर्ण होण्याअगोदर दुसरी, उदा. ५ मार्चला संचालक सभा झाली असल्यास ३१ मेपूर्वी पुढची संचालक सभा घ्यावी लागते. या हिशेबाने वर्षात किमान संचालकांच्या ६ सभा होतात.

मुद्दा	भागधारकांच्या सभा	संचालकांच्या सभा
५) गणसंख्या	सार्वजनिक कंपनीच्या सभासदांच्या सभेकरिता किमान ५ व खासगी कंपनीकरिता किमान २ सभासद ही गणसंख्या आहे.	संचालक सभेकरिता किमान २ किंवा एकूण संचालकाच्या १/३ संख्येपैकी जी मोठी आहे तेवढे संचालक गणसंख्या ठरते. संचालकांची गणसंख्या निश्चित करताना हितसंबंध असणारे संचालक विचारात घेऊ नयेत.
६) प्रतिनिधी	भागधारकांच्या सभेला भागधारक किंवा सभासद आपल्याऐवजी आपल्या प्रतिनिधीची नेमणूक करू शकतात.	संचालकांच्या सभेला संचालक आपल्याऐवजी आपला प्रतिनिधी नेमणूक करून पाठवू शकत नाही.
७) मतदान	भागधारकांच्या सभेत जर मतदान मतनोंदणी पद्धतीने घेतले तर प्रत्येक सभासदाला त्याने धारण केलेल्या भागांच्या प्रमाणात मते देता येतात.	संचालकांच्या सभेत प्रत्येक सभासदाला एकच मत असते व हे मत हात वर करूनच नोंदवावे लागते.

प्रश्नसंग्रह

अ) थोडक्यात उत्तरे लिहा. (२० शब्दांत)

१) कंपनीची सभा म्हणजे काय?
२) सभेचा अध्यक्ष म्हणजे काय?
३) नियामक सभा म्हणजे काय?
४) नियामक अहवाल म्हणजे काय?
५) संचालकांची सभा म्हणजे काय?
६) असामान्य सभा म्हणजे काय?
७) वार्षिक सर्वसाधारण सभा म्हणजे काय?
८) प्रतिनिधी म्हणजे काय?
९) प्रस्ताव म्हणजे काय?
१०) ठराव म्हणजे काय?
११) सभेचे टिपण म्हणजे काय?
१२) सभेची गणसंख्या म्हणजे काय?
१३) वर्गसभा म्हणजे काय?
१४) फिरता ठराव म्हणजे काय?

१५) सभेची सूचना म्हणजे काय?
१६) सभेची कार्यक्रमपत्रिका म्हणजे काय?

ब) संक्षिप्त उत्तरे लिहा. (५० शब्दांत)

१) संचालकाच्या सभेसाठी गणसंख्या किती असावी?
२) नियामक सभेचा उद्देश व आवश्यकता सांगा.
३) नियामक अहवालातील चुकांचे परिणाम सांगा.
४) वार्षिक सर्वसाधारण सभा भरविण्याचा कालावधी स्पष्ट करा.
५) वार्षिक सर्वसाधारण सभेची सूचना व उद्देश सांगा.
६) नियामक सभेसंबंधी कायदेशीर तरतुदी सांगा.
७) सभा तहकूब करणे व पुढे ढकलणे म्हणजे काय?
८) वार्षिक सभा भरविण्यात चूक केल्याचा परिणाम सांगा.
९) असामान्य सभा भरविण्यासंबंधी कायदेशीर तरतुदी कोणत्या ?
१०) वर्गसभा भरविण्यासंबंधी कायदेशीर तरतुदी सांगा.
११) संचालकांची सभा कायदेशीर ठरविण्यासाठी आवश्यक असणाऱ्या अटी कोणत्या?
१२) संचालक मंडळाच्या सभेचा अध्यक्ष कसा निवडला जातो ?
१३) वार्षिक सर्वसाधारण सभा भरविण्यासाठी कायदेशीर तरतुदी कोणत्या ?
१४) संचालकांच्या सभेचा अर्थ सांगून दोन सभांतील अंतराची माहिती सांगा.

क) थोडक्यात उत्तरे लिहा. (१५० शब्दांत)

१) सभेचा अध्यक्ष म्हणजे काय? त्याचे अधिकार सांगा.
२) मतदान म्हणजे काय? मतदानाच्या विविध पद्धती कोणत्या?
३) प्रस्ताव म्हणजे काय? प्रस्तावाचे विविध प्रकार सांगा.
४) ठराव म्हणजे काय? ठरावाचे विविध प्रकार सांगा.
५) नियामक सभेचा उद्देश सांगून तिच्या संबंधीच्या कायदेशीर तरतुदींचे वर्णन करा.
६) प्रस्तावातील अडथळे म्हणजे काय? ते कोणकोणत्या प्रकारे निर्णय केले जातात ?
७) सभेच्या इतिवृत्तांसबंधी चिटणिसाची कर्तव्ये सांगा.
८) संचालकांची उपसमिती म्हणजे काय? संचालकांच्या उपसमितीच्या सभेचे वर्णन करा.
९) वार्षिक सर्वसाधारण सभेची आवश्यकता स्पष्ट करून या सभेतील कामकाजाचे वर्णन करा.
१०) संचालक मंडळाच्या सभेतील कामकाजाची माहिती सांगून या सभेची कार्यक्रमपत्रिका तयार करा.
११) असामान्य सभा बोलविण्याचा अधिकार कोणास आहे? ही सभा बोलाविण्यासंबंधी कायदेशीर तरतुदी कोणत्या?

ड) सविस्तर उत्तरे लिहा. (३००/५०० शब्दांत)

१) वैध किंवा कायदेशीर सभेच्या आवश्यक बाबी सांगून 'कंपनीची सभा योग्य तऱ्हेने भरविली पाहिजे व संघटित झाली पाहिजे' या विधानाची चर्चा करा.

२) नियामक सभेची आवश्यकता व हेतूचे स्पष्टीकरण करून या सभेसंबंधी व चिटणिसाची कर्तव्ये थोडक्यात लिहा. नियामक अहवालाचा नमुना तयार करा.

३) संचालकाच्या सभेसंबंधी कायदेशीर तरतुदी स्पष्ट करून तिच्यासंबंधी चिटणिसाची कर्तव्ये लिहा.

४) वार्षिक सर्वसाधारण सभेची आवश्यकता व उद्देश सांगून तिच्यासंबंधी चिटणिसाची कर्तव्ये स्पष्ट करा.

५) सभासदांच्या विविध सभांचे वर्णन करा.

६) असामान्य सभा बोलाविण्याचा अधिकार कोणास आहे ? या सभेच्या कायदेशीर अटी स्पष्ट करून तिच्यासंबंधी चिटणिसाची कर्तव्ये सांगा.

प्रकरण **१०**	**कंपनी तडजोड, व्यवस्था, पुनर्रचना, एकत्रीकरण आणि समापन** **(Compromises Arrangements, Reconstruction,** **Amalgamation and Winding up of a Company)**

१०.१ आजारी कंपन्याचे पुनरूज्जीवन आणि पुनर्वसन

१०.२ तडजोड आणि व्यवस्था

१०.२.१ अर्थ व व्याख्या

१०.२.२ तडजोडीची आवश्यकता

१०.२.३ तडजोडीचे मार्ग

१०.२.४ तडजोड आणि व्यवस्थेसंदर्भात कायदेशीर तरतुदी

१०.२.५ उच्च न्यायालयाचे अधिकार

१०.२.६ तडजोड आणि व्यवस्था योजनेची कार्यपद्धती

१०.२.७ तडजोडीच्या योजनेंतर्गत चिटणिसाची कार्ये

१०.३ पुनर्रचना व एकत्रीकरण

१०.३.१ पुनर्संघटनेचा अर्थ

१०.३.२ भांडवलाचे पुनर्संघटन करण्याची गरज

१०.३.३ कंपनीची पुनर्रचना

१०.३.४ एकत्रीकरण व विलीनीकरण

१०.३.५ पुनर्रचना व एकत्रीकरणाच्या पद्धती

१०.४ कंपनीचे समापन

१०.४.१ अर्थ

१०.४.२ समापनाची कारणे

१०.४.३ समापन आणि विसर्जन-फरक

१०.४.४ समापनाचे प्रकार

१०.४.५ विसर्जकाचे अधिकार व कर्तव्य

१०.१ आजारी कंपन्याचे पुनरूज्जीवन आणि पुनर्वसन

२०१३ च्या कायद्याच्या प्रकरण १९ मध्ये आजारी कंपन्यांच्या पुनरुज्जीवन आणि पुनर्वसनाच्या तरतूदी दिलेल्या आहेत. कुठल्या परिस्थितीत एखाद्या कंपनीला आजारी कंपनी म्हणून घोषित करता येईल याचे तपशील या प्रकरणामध्ये दिले आहेत. कंपनीच्या पुनरुज्जीवनाच्या प्रक्रियेबद्दलही यात माहिती देण्यात आली आहे. हे कलम आजारी कंपन्यांच्या पुनरुज्जीवन आणि पुनर्वसनासाठी सर्वसमावेशक तरतुदी मांडण्याचा प्रयत्न करते, तरीही अनेक तरतुदी उदा. तपशील, कागदपत्रं तसंच पुनरुज्जीवन आणि पुनर्वसनाच्या अर्जाच्या संदर्भातील योजनातील मजकूर इत्यादी गोष्टी अधिनियमांवर सोडून दिल्या असल्यामुळे वेगवेगळा अर्थ काढला जाण्याचीही शक्यता आहे.

या प्रकरणात केवळ औद्योगिक कंपन्यांचाच समावेश नाही तर कंपनीचे एकूण मूल्य ती आजारी कंपनी आहे की नाही हे ठरवण्याशी अप्रस्तूत आहे.

१९८९ चा (SKA) आजारी औद्योगिक कंपनी कायदा हा केवळ औद्योगिक कंपन्यांना लागू होता; तर २०१३ चा कायदा सर्व क्षेत्रातील कंपन्यांच्या पुनरुज्जीवन आणि पुनर्वसनाशी निगडित आहे. एकूण तोटा एकूण मूल्याहून अधिक झाला की कंपनी आता आजारी ठरत नाही; तर कंपनी आपलं कर्ज फेडू शकते का नाही यावर ते अवलंबून आहे. म्हणजेच कंपनी आजारी आहे का नाही, हे ठरवण्यासाठी आता संरक्षित देणेदार, बँका आणि वित्त संस्था यांचा उपयोग केला जातो.

२०१३ चा कायदा पुनरुज्जीवन आणि पुनर्वसनाच्या प्रक्रियेत सर्व भागीदारांना विचारात घेत नाही. ही तरतूद मुख्यतः सुरक्षित देणेदारांनाच केंद्रस्थानी ठेवते. पुनरुज्जीवन आणि पुनर्वसनाच्या वेळेसच हा कायदा असुरक्षित देणेदारांची दखल घेताना दिसतो. २०१३ च्या कायद्याच्या २४३ सेक्शननुसार कंपनीच्या ५०% किंवा त्याहून अधिक शिल्लक कर्जाचे सुरक्षित देणेदारांनी मागणी केल्यावरच एखादी कंपनी 'आजारी कंपनी' म्हणून घोषित होऊ शकते.

मागणीची नोटीस बजावल्यानंतर ३० दिवसांच्या आत कंपनीनं कर्ज फेडलं नाही तर.

देणेदारांचे समाधान होईल इतक्या प्रमाणात कंपनीला कर्ज सुरक्षित करता येत नाही तेव्हा.

कंपनी पुनर्वसन व पुनरुज्जीवन प्रक्रियेस वेग यावा म्हणून कंपनी कायदा २०१३ तहत पुनर्वसन योजना व अंतिम निश्चितीकरण करता यावे याकरता १ वर्ष वेळ दिला जातो.

प्रक्रियेचे विहंगावलोकन

कंपनी स्वतः अथवा (कंपनीचे) सुरक्षित धनको यांनी दाखल केलेल्या अर्जावरून न्यायासनाचे (Tribunal) मत जर कंपनी आजारी आहे असे झाले व न्यायासनास असा विश्वास असेल की ठराविक कालमर्यादेत कंपनीने थकीत येण्याची परतफेड करावी, तर कंपनीला पुरेसा वेळ दिला पाहिजे.

मूल्यमापनानंतर कंपनी आजारी ठरल्यावर कंपनी स्वतः अथवा (कंपनीचे) सुरक्षित धनको, आजारी कंपनीच्या पुनरुज्जीवन व पुनर्वसनासाठी उपाय ठरवले जावेत याकरता न्यायासनाकडे कलम २५४ कंपनी कायदा २०१३ नुसार अर्ज करू शकतात. ह्या अर्जाबरोबर कंपनीच्या चालू मागील आर्थिक वर्षांचा तपासित आर्थिक ताळेबंद, पुनर्वसन व पुनरुज्जीवन करण्यासाठी मसुदा व इतर कागदपत्र असावीत.

अर्ज मिळाल्यानंतर, पुनर्वसन व पुनरुज्जीवनाच्या कारणाकरता, न्यायासनाने सुनावणीसाठीची तारीख सात दिवसांच्या आत निश्चित करावी व अंतरिम प्रशासकाची नेमणूक कलम २५६ अंतर्गत करून, कलम

२५७ तहत कंपनीच्या धनकोंची सभा घ्यावी. काही विशिष्ट परिस्थितीत, न्यायासनाने निर्देशित केलेली कार्ये पार पाडण्याकरता, न्यायासन अंतरिम प्रशासकास कंपनी प्रशासन म्हणून देखील नेमू शकते; म्हणूनच कंपनीचे पुनरुज्जीवन व पुनर्वसन करण्याकरिता करावयाच्या उपायांचा सविस्तर अहवाल तयार करावा. कलम २६९ तहत कार्यान्वित करावयाच्या उपायांचे पर्याय पुढील प्रमाणे होत :

- आर्थिक परिस्थिती.
- व्यवस्थापनात बदल अथवा व्यवस्थापनाचा ताबा.
- आजारी कंपनीचे दुसऱ्या कंपनी सोबत एकत्रीकरण अथवा एकत्रित कंपन्यांचे आजारी कंपनी बरोबर एकत्रीकरण.
- कलम २६२ तहत, न्यायासनासमोर मंजुरीसाठी सादर होणारा मसुदा बनवण्यासाठी कंपनीचे सुरक्षित व असुरक्षित धनको अनुक्रमे एकूण थकीत रकमेच्या ३/४ आणि १/४ प्रमाणात मंजुर करून घ्यावा. परीक्षणानंतर न्यायासन दिलेला मसुदा बदलाशिवाय अथवा बदल करून मंजुर करून शकतो. असा मंजूर झालेला मसुदा कंपनी प्रशासक, आजारी कंपनी आणि कंपनी एकत्रीकरण प्रक्रियेत, समाविष्ट कंपन्यांना सांगितला जातो.

न्यायासनाने दिलेल्या मंजुरीचा असा अर्थ लावला जाईल की, पुनर्बांधणी किंवा एकत्रीकरण किंवा योजनेत नमूद केलेली इतर कुठली कृती यांच्या संदर्भातील योजनेत नमूद केलेल्या सर्व गरजा पूर्ण झाल्या आहेत. आजारी कंपनीनं मंजूर झालेल्या योजनेची प्रत मिळाल्यावर ३० दिवसांच्या आत आरओसीकडे सुपुर्द करावी.

परंतु जर योजना धनकोंनी मान्य केली नाही तर कंपनीचे संचालकांनी १५ दिवसांच्या आत न्यायासनाला अहवाल सादर करावा. न्यायासन आजारी कंपनीचा कारभार गुंडाळण्याची (Winding UP) आदेश देईल. आदेश दिल्यानंतर प्रकरण २० च्या तरतुदीनंतर न्यायासन कंपनी बंद करण्याची प्रक्रिया पार पाडेल.

१०.२ तडजोड आणि व्यवस्था (Compromise and Arrangement)

प्रस्तावना ह्न

कंपनीची आर्थिक परिस्थिती या ना त्या कारणामुळे धोक्यात येत असते. आर्थिक परिस्थिती डबघाईला आल्यावर कंपनी आपली नियमित देणी, कर्जाची परतफेड इत्यादी करू शकत नाही. मालमत्तेवर नेहमीची घसाऱ्याची तरतूद करता येत नाही. बाजारपेठेत मंदीची परिस्थिती निर्माण होणे, आग, अपघात, भूकंप इत्यादी कारणांमुळेही कंपनी प्रचंड नुकसानीत येते. सावकार कंपनीच्या समापनाची मागणी करू लागतात. समापनाची कार्यवाही टाळण्यासाठी अखेरचा प्रयत्न कंपनीला करता यावा म्हणून कंपनी कायद्यात कलम २३० मध्ये 'तडजोड व व्यवस्था' योजनेसंदर्भात तरतुदी करण्यात आल्या आहेत. या योजनेंतर्गत कंपनी आपल्या सावकाराबरोबर, सभासदाबरोबर चर्चा करून एका योजना तयार करते. भागधारकांची संमती मिळवीत न्यायालयाची मान्यता मिळविते आणि समापनापासून कंपनीला वाचविण्याचा प्रयत्न केला जातो.

'तडजोड आणि व्यवस्था' ही योजना जी कंपनी समापनाच्या वाटेवर असते त्या कंपनीला लागू करण्यात येते. ही योजना सर्व कंपन्यांना लागू करता येते.

१०.२.१ अर्थ व व्याख्या

व्याख्या (Definitions) : 'तडजोडीची' व्याख्या कंपनी कायद्यात दिलेली नाही. काही तज्ज्ञांनी तडजोडीची व्याख्या पुढीलप्रमाणे दिली आहे.

कंपनी आणि कंपनीचे सभासद किंवा विशिष्ट प्रकारचे सभासद आणि कंपनी व कंपनीचे सरकार यांनी परस्परातील देणे-घेणे व्यवहार मिटविण्यासाठी केलेला करार म्हणजे तडजोड होय.

"A compromise may include any settlement of a matter at issue between the company and its creditors or member or any class of members."

'तडजोड' म्हणजे कंपनी आणि सावकार किंवा कंपनी आणि सभासद यांनी आपापसातील देण्याघेण्यासंबंधीचे वाद एकमेकांच्या संमतीने मिटविण्याकरिता तयार केलेली योजना होय.

"Compromise means an amicable Settlement of differences by mutual concession by the parties to dispute or difference by agreeing not to try out."

Sneath Vs. Valley Gold Ltd. या न्यायालयीन निवाड्यात 'तडजोड' म्हणजे दोन किंवा अधिक पक्षांनी आपल्या हक्कांच्या संदर्भात असलेले मतभेद संपविण्यासाठी एकत्र येऊन तयार केलेली समेट योजना होय असे म्हटले आहे. यावरून असे दिसून येते की, काहीतरी मतभेद / वाद असल्याशिवाय 'तडजोड' शक्य नाही.

व्यवस्था (रचना) म्हणजे कंपनीच्या लहान लहान दर्शनी किमतीच्या भागांचे एकत्रीकरण किंवा मोठ्या दर्शनी किमतीच्या भागांची लहान लहान दर्शनी किमतीच्या भागात विभागणी करून कंपनीच्या भांडवलाचे पुनर्संघटन करणे होय.

An arrangement includes a reorganisation of the share capital of the company by consolidation of shares of different classes or by division of shares or by both methods.

भागभांडवलाच्या पुनर्संघटनामध्ये कंपनीच्या मालमत्तेचे नवीन कंपनीच्या भागांच्या बदल्यात देणे-घेणे करणे समाविष्ट आहे.

अशा प्रकारे ज्या वेळी सभासदांमध्ये किंवा विशिष्ट वर्गाच्या सभासदांमध्ये किंवा सावकारांमध्ये देण्या-घेण्या संदर्भात वाद असतात त्या वेळी तडजोडीची योजना तयार केली जाते. परंतु ज्या वेळी कोणत्याही स्वरूपाचा वाद नसतो. सभासदांच्या हक्कांमध्ये बदल आवश्यक ठरतो त्या वेळी व्यवस्था योजना तयार केली जाते.

१०.२.२ तडजोडीची आवश्यकता

साधारणत: खालील कारणासाठी कंपनीला आपले भागधारक, कर्जरोखेधारक आणि सावकार यांच्याशी तडजोड करावी लागते.

१) कंपनीला सतत तोटा होत असतो त्या वेळी तो तोटा भरून काढण्यासाठी कंपनीच्या आर्थिक साधनांचे पुनर्संघटन करावे लागते.

२) कंपनीची स्थावर मालमत्ता उदा. इमारत, यंत्रे, कच्चा माल इ. नैसर्गिक आपत्तीमुळे नाश पावली असेल तर कंपनीची मालमत्ता कमी होते. उत्पादनक्षमता कमी होते. कंपनीला व्यवसायात मोठ्या प्रमाणावर नुकसान होते. असे नुकसान भरून काढावे म्हणून आर्थिक पुनर्संघटन करावे लागते.

३) कंपनीची मालमत्ता वापरून वापरून झिजते. तिचे मूल्य कमी होते. तिच्या दुरुस्ती व निगराणीसाठीदेखील पैसा राखून ठेवलेला नसतो. या जुन्या मालमत्तेची योग्य ती किंमत दाखविण्यासाठी कंपनीचे आर्थिक पुनर्संघटन करावे लागते.

वरील कारणांमुळे कंपनीला अपेक्षित उत्पादन, विक्री व नफा मिळविता येत नाही. कंपनीला मोठ्या प्रमाणावर नुकसान होते. कंपनी भागधारकांना लाभांश देऊ शकत नाही. सावकारांचे देणे देऊ शकत नाही व कंपनीला व्यवसाय बंद करण्याची पाळी येते. व्यवसाय बंद न करता काही प्रयत्न करून कंपनी बंद पाडण्यापासून वाचविता येईल काय, या दृष्टीने प्रयत्न केले जातात. या प्रयत्नांमधूनच तडजोडीची योजना हा मार्ग पुढे आला. या योजनेत कंपनी आपल्या सावकारांशी, सभासदांशी घेण्या-देण्यासंदर्भात वाटाघाटी (negotiation) करण्यासाठी तडजोडीची योजना तयार करते व त्याद्वारे आपल्या देण्याचे ओझे (burden) कमी करण्याचा प्रयत्न करते.

१०.२.३ तडजोडीचे मार्ग

कंपनी कायद्याच्या कलम २३० मध्ये खालील तडजोडीच्या योजना दिलेल्या आहेत-

१) कंपनी आपल्या सावकाराबरोबर आणि कर्जरोखेधारकाबरोबर तडजोडीची योजना तयार करते व त्याद्वारे ते कर्जाबद्दल, कर्जावरील थकलेल्या व्याजरकमेबद्दल नवीन भाग घेण्यास संमती देतात. काही वेळेस ते कर्जाच्या मुद्दल रकमेत थकलेल्या व्याजाच्या रकमेबाबतही कंपनीला सूट देतात.

२) कर्जरोखेधारक काही वेळेस आपल्या जुन्या कर्जरोखांबद्दल कमी व्याजाचे नवीन कर्जरोखे स्वीकारायला तयार होतात.

३) अग्रहक्क भागधारक कमी व्याजाचे भाग स्वीकारण्यास तयार होतात, तर काही वेळ ते सामान्य भाग स्वीकारतात. थकलेल्या लाभांश रकमेबाबत ते सूट देतात किंवा त्या मोबदल्यात अंशत: किंवा पूर्णत: नवीन भाग स्वीकारतात.

४) पूर्ण वसूल झालेल्या सामान्य भागांची किंमत कमी करण्यास भागधारक तयार होतात.

५) भागभांडवलाचे पुनर्संघटन करणे.

कंपनी आणि तिचे सावकार, अग्रहक्क भागधारक, कर्जरोखेधारक यांच्याकडे तडजोड व्यवस्था योजना मान्य झाल्यानंतर जुने करार रद्द केले जातात किंवा त्यामध्ये तडजोडीनुसार दुरुस्ती केली जाते. योजनेस न्यायालयाची मान्यता घेतली जाते व मान्य योजना सर्व पक्षांवर (सावकार, भागधारक, कर्जरोखेधारक) बंधनकारक असते. (S. K. Gupta Vs. K. P. Jain 979)

अशा प्रकारे तडजोड/व्यवस्था योजनेद्वारे कंपनी आर्थिक संकटातून बाहेर पडून व्यवस्थितपणे व्यवसाय करू शकते आणि कंपनीचे समापन करण्याची वेळ येत नाही.

१०.२.४ तडजोड आणि व्यवस्थेसंदर्भात कायदेशीर तरतुदी (Statutory Provisions)

१) विशिष्ट प्रकारच्या भागधारकांच्या किंवा सावकारांच्या अथवा कर्जरोखेधारकांच्या सभा कशा प्रकारे बोलवाव्यात व सभेचे कामकाज कसे चालवावे यासंबंधी कंपनी कायद्यामध्ये तरतूद करण्यात आली आहे; जर कंपनीला भागधारक/सावकार/कर्जरोखेधारक यांच्याशी चर्चा करून तडजोडीची योजना तयार करावयाची असेल तर संबंधितांच्या सभा घेण्याचा आदेश न्यायालय आलेल्या अर्जावरून देऊ शकते.

२) विशिष्ट प्रकारच्या भागधारकांच्या (Class) किंवा सावकारांच्या/कर्जरोखेधारकांच्या अधिकारात, हक्कात, कर्तव्यात किंवा देणे-घेणे व्यवहारात बदल करणार असल्या कंपनीने त्या विशिष्ट पक्षाच्या सभा घेऊन त्यांच्या सभेतच त्याबाबत निर्णय घेणे आवश्यक आहे.

३) तडजोडीसाठी बोलविलेल्या सभेत संबंधितांनी तडजोडीच्या योजनेस मान्यता देणे आवश्यक आहे. तडजोडीच्या बाजूने किमान ३/४ लोकांनी (म्हणजे कर्जाच्या बाबतीत कर्जाच्या रकमेच्या ३/४ कर्ज देणाऱ्यांनी व भागांच्या बाबतीत ज्यांनी ३/४ रक्कम भागभांडवलात गुंतविली आहे अशांनी) मान्यता दिली पाहिजे. म्हणजेच अशा रीतीने घेतलेला निर्णय मगच सर्वांवर बंधनकारक ठरू शकतो.

४) तडजोडीसाठी बोलाविलेली सभा गणसंख्येअभावी तहकूब केली असेल तर पुन्हा बोलविलेल्या सभेतही गणसंख्या उपस्थित असणे आवश्यक आहे.

५) न्यायालय 'तडजोड किंवा व्यवस्था' योजना पुढील बाबींची पूर्तता झाल्याचे मान्य करते.

(अ) तडजोडीची योजना योग्य व न्याय्य आहे.

(ब) तडजोडीची योजना प्रत्यक्ष अमलात आणता येऊ शकणारी आहे.

(ड) कंपनीची आर्थिक स्थिती दर्शविणारे पत्रक, हिशेब तपासनिसाचा अहवाल, चौकशी अहवाल इ. न्यायालयाला सादर करण्यात आलेले आहेत.

६) तडजोडीच्या योजनेला मान्यता देणाऱ्या आदेशाची प्रत नोंदणी अधिकाऱ्याला पाठविणे आवश्यक आहे. त्याशिवाय न्यायालयाचा आदेश परिणामकारक (effecitive) ठरत नाही.

७) तडजोडीच्या योजनेला मान्यता देण्याच्या न्यायालयाच्या आदेशाची प्रत त्यानंतर पाठविण्यात येणाऱ्या प्रत्येक घटनापत्रकाच्या प्रती सोबत जोडणे आवश्यक आहे. यामध्ये कसूर (default) करणाऱ्यास शिक्षा होऊ शकते.

८) तडजोड व व्यवस्था योजनेच्या संदर्भात अर्ज न्यायालयाकडे आल्यानंतर न्यायालय कंपनीच्या विरुद्ध सुरू असलेल्या दाव्यास अथवा कारवाईस स्थगिती देऊ शकते.

९) न्यायालयाने दिलेल्या निर्णयाविरुद्ध उच्च न्यायालयात दाद मागता येईल.

१०) तडजोड व व्यवस्था योजनेस मान्यता देणाऱ्या न्यायालयास योजनेच्या अंमलबजावणीवर देखरेख ठेवणे आणि योजनेच्या परिणामकारक अंमलबजावणीसाठी त्यात आवश्यक ते फेरबदल करण्याचा तसेच मार्गदर्शन करण्याचा अधिकार आहे.

११) तडजोडीची योजना सर्व प्रयत्न करूनही समाधानकारकरीत्या कार्यान्वित करणे शक्य नाही, असे न्यायालयाचे ठाम मत झाल्यास न्यायालय स्वत: किंवा कंपनीशी संबंधित कोणत्याही व्यक्तीकडून आलेल्या अर्जावरून कंपनीच्या समाधानाचा आदेश देऊ शकेल

१२) तडजोड आणि व्यवस्था योजनेला मान्यता मिळविण्यासाठी बोलविण्यात आलेल्या सभासद व सावकारांच्या सभेची सूचना तसेच योजनेमध्ये ज्यांचे हितसंबंध गुंतलेले आहेत अशा त्यांच्या हितसंबंधाचे एक विवरणपत्र पाठविण्यात आले पाहिजे. वर्तमानपत्रामध्ये सभेची सूचना प्रसिद्ध करण्यात आली असेल तर त्यामध्ये तडजोड व व्यवस्था योजनेचे संपूर्ण विवरण किंवा हे विवरण सभेच्या वेळी ते कोणत्या ठिकाणी पाहण्यासाठी उपलब्ध होऊ शकतील त्या ठिकाणचा पत्ता नमूद केला पाहिजे.

वरील तरतुदीनुसार सूचना व विवरण यासंबंधीची पूर्तता न केल्यास संबंधित अधिकारी कंपनी रु. ५०००/- पर्यंत दंडाची शिक्षा होण्यास पात्र ठरतात.

कंपनीचे संचालक, व्यवस्थापकीय संचालक अथवा व्यवस्थापक इत्यादी अधिकारी व्यक्तींनी तडजोड व व्यवस्था योजनेसाठी आवश्यक असलेली स्वत:संबंधीची सर्व माहिती कंपनीला दिली पाहिजे. यामध्ये कसूर करणाऱ्या प्रत्येक अधिकाऱ्यास रु.५००/- पर्यंत दंड होऊ शकतो.

एकदा तडजोड व व्यवस्था योजलेला न्यायालयाकडून मान्यता मिळाल्यानंतर त्यामध्ये फेरबदल फक्त न्यायालयाच्या आदेशानेच होऊ शकतो.

१०.२.५ तडजोड आणि व्यवस्थेसंबंधी उच्च न्यायालयाचे अधिकार : (कलम २३१) (Powers of High Court to Approve and Implement Compromise Arrangement)

उच्च न्यायालयाला तडजोड आणि व्यवस्थेची योजना मान्य करण्याचा आणि नाकारण्याचा अधिकार आहेत. हे अधिकार पुढीलप्रमाणे सांगता येतील-

१) दाव्यास स्थगिती देणे : अनुसार कंपनीने जर तडजोड आणि व्यवस्थेसंबंधी न्यायालयामध्ये अर्ज सादर केला असेल तर त्या दाव्याचा अंतिम निकाल लागेपर्यंत तडजोड आणि व्यवस्था योजनेला तहकुबी देण्याचा अधिकार न्यायालयाला आहे.

२) तडजोड अतिव्यवस्थेवर नियंत्रण ठेवणे : कंपनी तडजोड आणि व्यवस्थेसंबंधी अर्ज जर न्यायालयात सादर केला असेल तर त्यावर देखरेख नियंत्रण ठेवण्याचा न्यायालयाला अधिकार आहे.

३) समापनाचा आदेश देणे : जर कंपनीने तडजोड आणि व्यवस्थेसाठी न्यायालयात अर्ज सादर केला असेल व निर्णय देणे न्यायलयाला शक्य नसेल किंवा त्या योजनेत सुधारणा शक्य नसेल तर न्यायालय त्या कंपनीचे समापन (winding up) करण्याचा आदेश देऊ शकते.

४) जर तडजोड व व्यवस्था योजनेला बहुमताने मान्यता दिली नसेल तर सदर योजनेला न्यायालयाने मान्यता देण्याचा प्रश्नच उद्भवत नाही.

५) तडजोड आणि व्यवस्था योजनेच्या संदर्भात जर सभेत चुकीची माहिती देण्यात आली असेल तर न्यायालयाला अशा चुकीची माहिती दिली असे कळल्यानंतर न्यायालय परत सभा घेण्यासाठी कंपनीला आदेश देऊ शकते.

१०.२.६ तडजोड व व्यवस्था योजनेची कार्यपद्धती (Procedure for Compromise and Arrangement)

कंपनी आर्थिक पुनर्संघटनेसाठी भागधारक, सावकार, कर्जरोखेधारक यांच्याशी तडजोड करते. ही तडजोड न्यायालयाकडून मान्य करून घ्यावी लागते. त्याबाबतच्या तरतुदी व कार्यपद्धती पुढीलप्रमाणे सांगता येईल –

१) न्यायालयाकडे अर्ज : कंपनी पुनर्संघटनेसाठी भागधारक, सावकार, कर्जरोखेधारक यांच्याशी तडजोड करतात. त्यासाठी तडजोडीची योजना तयार केली जाते. या व्यक्तीपैकी कोणीही न्यायालयाकडे अर्ज करू शकते. ज्यांनी अर्ज केला आहे ते संबंधितांची सभा बोलवावी म्हणून न्यायालयाकडे अर्ज करतात.

२) सभा बोलाविण्याचा आदेश : न्यायालयाकडे सभा बोलाविण्यासाठी विनंती अर्ज आल्यानंतर न्यायालय अशी सभा बोलाविण्याचा आदेश कंपनीला देते. सभेची तारीख, वेळ, स्थळ, सभेचा अध्यक्ष, सभेची कामकाजपद्धती, मतदान व मतनोंदणी पद्धती यासारख्या सर्व बाबींबाबत न्यायालय मार्गदर्शन करून सभेचे नियमन करीत असते.

३) तडजोडीच्या सभेची सूचना पाठविणे : न्यायालयाने सभा बोलविण्याचा आदेश दिल्यानंतर सभेची सूचना संबंधितांना पाठविली पाहिजे. तसेच वर्तमानपत्रांतूनदेखील सभेची सूचना प्रसिद्ध केली पाहिजे.

सभेच्या सूचनेबरोबर तडजोडीचा मसुदा, तडजोडीच्या अटी व शर्ती यांचा मसुदा संबंधित व्यक्तींना पाठविला जातो. तडजोडीचा परिणाम होऊ शकणाऱ्या सर्वांना सभेची सूचना पाठविली पाहिजे. यात कसूर करणाऱ्या अधिकाऱ्यास शिक्षा होऊ शकते.

४) **तडजोडीस संबंधितांनी मान्यता देणे :** तडजोडीस संबंधित व्यक्तीने स्वत: किंवा त्याच्या प्रतिनिधीमार्फत मान्यता दिली पाहिजे. सामान्यपणे एकूण कर्जाच्या ३/४ कर्ज किंवा एकूण भागभांडवलापैकी ३/४ रक्कम ज्यांनी गुंतविली आहे, त्यांनी जर योजनेला मान्यता दिली तर इतरांनी ती योजना स्वीकारावी अशी न्यायालय त्यांना सक्ती करू शकते.

५) **न्यायालयाची मान्यता :** तडजोडीचा मसुदा सभेने मान्य केल्यावर सभेच्या अध्यक्षाला सभेचा अहवाल, तडजोडीची कागदपत्रे न्यायालयाला सादर करावी लागतात. तडजोडीची योजना व्यवहार्य आहे. कंपनीच्या हिताची आहे, अल्पसंख्याकांवर त्यामुळे अन्याय होणार नाही अशी जर न्यायालयाची खात्री झाली तर न्यायालय तडजोडीच्या योजनेस मान्यता देते. एकदा मान्यता दिल्यावर त्यात न्यायालयाच्या परवानगीशिवाय फेरबदल करता येत नाही. तडजोडीमुळे भागभांडवल कमी होणार असेल तर त्यासाठी परवानगी घेणे आवश्यक आहे.

६) **नोंदणी अधिकाऱ्याकडे योजना सादर करणे :** न्यायालयाने मान्य केलेली तडजोडीची योजना नोंदणी अधिकाऱ्याकडे सादर करावी लागते. त्याशिवाय तडजोडीच्या योजनेची अंमलबजावणी करता येत नाही.

तडजोडीची योजना न्यायालयाच्या आदेशाप्रमाणे संचालक मंडळाला व चिटणिसाला राबवावी लागते.

१०.२.७ तडजोडीच्या योजनेसंदर्भात चिटणिसाची कार्ये (Secretarial Work Relating to Compromise and Arrangement)

१) **संचालकांना मदत करणे :** तडजोडीची योजना तयार करताना चिटणिसाने संचालकांना मदत केली पाहिजे. त्यादृष्टीने कर्जरोखेधारकांकडून, सावकारांकडून किती सूट मिळेल तसेच भागांच्या दर्शनी किमतीत करावे लागणारे बदल, भागधारक/कर्जरोखेधारक यांच्या हक्कात होणारे बदल इत्यादींबाबत सविस्तर योजना तयार करण्यासाठी चिटणिसाने संचालकांना मदत केली पाहिजे.

२) **संचालक मंडळाची सभा बोलाविणे :** तडजोडीच्या योजनेवर विचारविनिमय करून तिला मान्यता मिळविण्यासाठी संचालक मंडळाची सभा चिटणिसाने अध्यक्षाच्या सल्ल्याने बोलाविली पाहिजे.

३) **न्यायालयाकडे अर्ज करणे :** सावकार व सभासद यांच्या सभा बोलाविण्याचा आदेश देण्यात यावा म्हणून न्यायालयाकडे तसा अर्ज चिटणिसाने केला पाहिजे. अर्जासोबत शपथपत्र व तडजोडीच्या योजनेचा मसुदा न्यायालयाकडे पाठविला पाहिजे. न्यायालय सभेची तारीख, वेळ व जागा निश्चित करेल. न्यायालय अध्यक्षांची निवडदेखील करतो, तसेच सभेसाठीची गणसंख्या कार्यपद्धती इत्यादींबाबत मार्गदर्शन करेल.

४) **व्यवस्थापकीय व्यक्तींकडून माहिती मिळविणे :** चिटणिसाने प्रत्येक संचालक व्यवस्थापकीय संचालक

अथवा व्यवस्थापक यांच्याकडून त्यांच्या तडजोडीच्या योजनेतील हितसंबंधाकडून माहिती विचारून घेतली पाहिजे.

५) सूचना व स्पष्टीकरणात्मक निवेदन तयार करणे : कायद्याप्रमाणे आवश्यक असणारे स्पष्टीकरणात्मक निवेदन व सभेची सूचना चिटणिसाने तयार केली पाहिजे.

६) सभेची सूचना पाठविणे : चिटणिसाने सर्व सावकार अथवा सभासदांना स्वत: पोस्टाने सभेची सूचना पाठविली पाहिजे. ही सूचना सभेच्या तारखेपूर्वी किमान २१ दिवस अगोदर त्याला माहीत असलेल्या पत्त्यावर पाठविली पाहिजे. सूचनेसोबत तडजोडीच्या योजनेचा मसुदा, स्पष्टीकरणात्मक निवेदन आणि प्रतिनिधीपत्र पाठविले पाहिजे.

७) सूचना प्रसिद्धीसाठी देणे : चिटणिसाने सभेची सूचना वर्तमानपत्रातून प्रसिद्धीसाठी दिली पाहिजे. सभेच्या नियोजित तारखेपूर्वी किमान २ दिवस अगोदर सूचना वर्तमानपत्रासाठी दिली पाहिजे.

८) सावकारांची यादी तयार करणे : चिटणिसाने सभेला उपस्थित राहण्याचा हक्क असलेल्या सभासदांची अथवा सावकारांची यादी तयार करून त्यांच्या नावापुढे त्यांच्या कर्जाची रक्कम अथवा भागांची रक्कम लिहिली पाहिजे.

९) न्यायालयाच्या आदेशाप्रमाणे सभेची व्यवस्था करणे : चिटणिसाने न्यायालयाच्या आदेशाप्रमाणे सभेची सर्व व्यवस्था केली पाहिजे.

१०) आवश्यक ठराव संमत होईल हे पाहणे : तडजोडीला योजनेला मान्यता मिळविण्यासाठी सभासद अथवा कर्जरोखेधारकांच्या सभेत ३/४ मताधिक्याने ठराव संमत होईल याकडे कटाक्षाने लक्ष दिले पाहिजे. सभेचा निर्णय मतनोंदणी पद्धतीने झाला पाहिजे याकडे लक्ष दिले पाहिजे.

११) न्यायालयाकडे अहवाल पाठविणे : कंपनीची सभा संपल्यावर ७ दिवसांच्या आत चिटणिसाने सभेचा वृत्तान्त, सभेचा ठराव, ठरावाच्या बाजूने व विरोधी झालेले मतदान, सभेत उपस्थित असलेल्यांची नावे व संख्या इ. सर्व तपशील न्यायालयाला सादर करावा लागतो.

१२) नोंदणी अधिकाऱ्याकडे न्यायालयाच्या आदेशाची प्रत पाठविणे : न्यायालयाकडून तडजोडीस मान्यता मिळाल्यानंतर चिटणिसाने न्यायालयाच्या आदेशाची नक्कल प्रत आदेशानंतर १४ दिवसांच्या आत नोंदणी अधिकाऱ्याकडे नोंदवावी लागते.

१३) न्यायालयाच्या आदेशाची प्रत घटनापत्रकासोबत जोडणे : चिटणिसाने आदेशानंतर पाठविण्यात येणाऱ्या प्रत्येक घटनापत्रकासोबत तडजोडीच्या आदेशाची प्रत जोडली पाहिजे.

१४) तडजोडीच्या योजनेची अंमलबजावणी करणे : न्यायलयाने मान्यता दिलेल्या योजनेची प्रत्यक्ष अंमलबजावणी चिटणिसाला करावी लागते. त्यानुसार जुने भाग प्रमाणपत्र, कर्जरोखे प्रमाणपत्र संबंधितांकडून मागवून घेणे आणि ते रद्द करून योजनेनुसार नवीन भाग प्रमाणपत्र व कर्जरोखे संबंधितांना दिले पाहिजे.

१०.३ पुनर्रचना व एकत्रीकरण (Reconstruction and Amalgamation) (कलम २३२)

१०.३.१ पुनर्संघटनाचा अर्थ (Meaning of Reorganisation)

संयुक्त भांडवली संस्थेचे विसर्जन टाळण्यासाठी तिचे अनेकदा पुनर्संघटन केले जाते. पुनर्संघटन करताना कंपनीचे भागधारक, सावकार अथवा कर्जदार व कंपनी यांच्यामध्ये काही तडजोडी केल्या जातात. कंपनीचे विसर्जन टाळण्यासाठी कंपनी कायद्यामध्ये कंपनीच्या पुनर्संघटनेबाबत तरतुदी करण्यात आलेल्या आहेत.

कंपनीचे पुनर्संघटन हा एक विशिष्ट अर्थाने वापरला जातो. हा शब्द प्रामुख्याने कंपनीच्या आर्थिक साधनांचे पुनर्संघटन या अर्थाने वापरला जातो. कंपनीच्या भांडवलाचे पुनर्संघटनात कंपनीचे स्वत:चे भांडवल व कर्जाऊ भांडवल यांच्या रचनेत बदल होत असतो. कंपनी सामान्य भाग व परतफेडीच्या अग्रहक्काच्या भागाशिवाय इतर प्रकारच्या अग्रहक्काच्या भागांची विक्री करून जे भांडवल मिळविते त्याला स्वत:चे भांडवल असे म्हणतात. पुनर्संघटनेमुळे भागधारकांच्या हक्क व अधिकारात बदल केले जातात. भागांच्या किमतीही पूर्वीपेक्षा कमी केल्या जातात. कंपनी, सावकार व कर्जरोखेधारकांकडून जे भांडवल मिळविते त्याला कर्जाऊ भांडवल असे म्हणतात. पुनर्संघटनेमुळे कर्जरोखेधारक व सावकार कंपनीस काही सवलती देतात. उदा. मूळ मुद्दलात कपात करणे, व्याजाचा दर कमी करणे, व्याजाची रक्कम कमी करणे इत्यादी. या बाबींमुळे कर्जरोखेधारक व सावकाराच्या हक्क व अधिकारातही बदल होतात. थोडक्यात पुनर्संघटनेच्या योजनेमुळे भागधारक, सावकार व कर्जरोखेधारकातही हक्क व अधिकारात बदल होऊन कंपनीच्या भांडवलाच्या संदर्भात अनेक तडजोडी केल्या जातात. या तडजोडीमुळे कंपनीतील अतिरिक्त भांडवल कमी केले जाऊन आवश्यक इतके भांडवल ठेवले जाते. त्यामुळे या भांडवलाचा अत्यंत कार्यक्षमतेने वापर होऊन कंपनीचा तोटा कमी करण्यास मदत होते. थोडक्यात पुनर्संघटनेत पूर्वीच्याच कंपनीचे अस्तित्व कायम राहते. जुन्या कंपनीचे विसर्जन होत नाही. त्यात भागधारक व सावकारांना काही प्रमाणात त्याग करावा लागतो.

१०.३.२ भांडवलाचे पुनर्संघटन करण्याची गरज (Need for Reorganisation of Capital)

कंपनीच्या भांडवलाचे पुनर्संघटन करण्याची अनेक कारणे आहेत. या कारणांमुळेच कंपनीच्या भांडवलाचे पुनर्संघटन करण्याची आवश्यकता भासते. पुनर्संघटनेच्या आवश्यकतेची कारणे खालीलप्रमाणे आहेत.

१) **सतत येणारा तोटा :** गेल्या अनेक वर्षांत मंदीमुळे किंवा वस्तूंच्या किमती सतत कमी होत असल्यामुळे कंपनीला सतत तोटा होत असेल तर हा तोटा भरून काढण्यासाठी कंपनीला तिच्या आर्थिक साधनांचे पुनर्संघटन करावे लागते. सततच्या तोट्यामुळे वर्षानुवर्षे कंपनीची आर्थिक स्थिती खालावते. अशा परिस्थितीत आर्थिक बाबींचे पुनर्संघटन करणे आवश्यक बाब ठरते.

२) **नैसर्गिक कारणे :** कधी कधी नैसर्गिक कारणांमुळेही कंपनीचे पुनर्संघटन करावे लागते. उदा. आग, पूर, भूकंप, युद्ध इत्यादी कारणांमुळे कंपनीची यंत्रे, इमारती, कच्चा माल, पक्का माला व इतर मालमत्ता नष्ट होत असेल तर कंपनीची एकूण संपत्ती कमी होते. त्यामळे कंपनीची उत्पादनक्षमता एकदम कमी होते. त्याचा परिणाम म्हणून कंपनीस मोठ्या प्रमाणावर नुकसान सहन करावे लागते. हे नुकसान भरून काढण्यासाठी कंपनीला आर्थिक पुनर्संघटनेशिवाय पर्याय नसतो. थोडक्यात नैसर्गिक कारणामुळे कंपनीची मालमत्ता नष्ट झाल्यास तिला पुनर्संघटन करावे लागते.

३) **शाखा बंद करणे :** कंपनीचा व्याप मोठा असेल तर तिच्या अनेक ठिकाणी शाखा असतात. सर्वच शाखा कार्यक्षमतेने व नफ्यात चालाव्यात ही अपेक्षा असते; पण कधी कधी काही शाखा विशेष प्रयत्न करूनही सतत तोट्यात चालतात. अपयशी शाखांमुळे कंपनीची मालमत्ता कमी होते व त्याचबरोबर तिची उत्पादनक्षमताही कमी होते. त्यामुळे शाखा तोट्यात येतात. तोट्यात चालणाऱ्या शाखांचा इतर शाखांवरही वाईट परिणाम होण्याची शक्यता असते. त्यामुळे कंपनीचे पुनर्संघटन करावे लागते.

४) **घसारा व देखभाल तरतुदीकडे दुर्लक्ष :** कंपनीमध्ये इमारती, यंत्रे किंवा स्थिर मालमत्तेचा सतत वापर केला जातो. हा वापर करत असताना दरवर्षी संपत्ती व मालमत्तेचा घसारा व देखभालीसाठी काही तरतुदी करणे आवश्यक असतात; पण या तरतुदी केल्या जात नाहीत. घसारा व देखभालीसाठी तरतुदी न करता यंत्रे व इमारती सतत वापरल्या जातात. त्यामुळे ताळेबंदातील त्यांच्या किमती वर्षानुवर्षे सारख्या दाखविल्या जातात. वास्तविक घसाऱ्यामुळे त्यांच्या किमती कमी झालेल्या असतात. वेगळ्या शब्दात घसारा न आकारलेल्या सर्व संपत्तीचे अधिमूल्यांकन झालेले असते. जुनाट यंत्रे व इमारती यांचे अधिमूल्यांकन झाल्यामुळे त्यांची उत्पादनक्षमता कमी आहे. अर्थात त्यामुळे तोटा येतो. त्यामुळे कंपनीचे पुनर्संघटन करावे लागते.

थोडक्यात कंपनीला सतत येणाऱ्या तोट्यामुळे कंपनी भागधारकांना अपेक्षित व वेळेवर लाभांश देऊ शकत नाही किंवा सावकारांना त्यांच्या कर्जावरील व्याजही वेळवर दिले जाऊ शकत नाही. इतकेच नव्हे तर सावकार व कर्जदाराची कर्जाची रक्कम व इतर देणीही देण्यास कंपनी असमर्थ ठरते. अशा वेळी कंपनीचे विसर्जन न करता तिचे पुनर्संघटन केले जाते; म्हणजे पुनर्संघटनामुळे कंपनीला विसर्जनापासून वाचविता येते. मात्र पुनर्संघटनासाठी कंपनीला कंपनी कायद्यातील तरतुदी नुसार खालील तडजोडी किंवा योजना तयार कराव्या लागतात.

१) कंपनीचे सावकार व कर्जरोखेधारक कंपनीशी तडजोड करून आपल्या काही अधिकार किंवा हक्कांचा त्याग करण्यास तयार होतात. उदा. कर्जाच्या मुद्दल व व्याजाच्या रकमेत सूट देणे, कर्ज व कर्जरोख्याची रक्कम व त्यावरील व्याजाच्या मोबदल्यात कंपनीचे सामान्य भाग स्वीकारणे, मुद्दल व व्याजाची कमी रक्कम स्वीकारणे इत्यादी.

२) कंपनीचे कर्जरोखेधारक जुन्या कर्जरोख्यांच्या ऐवजी नवीन परंतु कमी व्याजाच्या दराचे कर्जरोखे स्वीकारतात. कधी-कधी पूर्वीची कर्जरोख्यांची मुद्दल रक्कम व थकीत व्याज यांच्या रकमेतही सवलती देऊन कमी किमतीचे कर्जरोखे घेण्यास कर्जरोखेधारक परवानगी देतात.

३) पुनर्संघटनेच्या योजनेत भागधारकांशी भागभांडवलाच्या संदर्भातही तडजोडी केल्या जातात. उदा. अग्रहक्काच्या भागांचे सामान्य भागात रूपांतर करणे, अग्रहक्काच्या भागावरी लाभांशाचा दर कमी करणे, संचयी अग्रहक्काच्या भागांचे असंचयी अग्रहक्काच्या भागात रूपांतर करणे, इत्यादी वरील सर्व योजनांमुळे कंपनीच्या वसूल झालेल्या भांडवलात कपात केली जाते.

४) सामान्य भागधारकाकडून भागाची पूर्ण रक्कम वसूल झालेली असेल तर भागधारकांच्या संमतीने भागाची किंमत कमी करणे. उदा. पूर्वी १०० रु. चा सामान्य भाग असेल व त्यावर भागधारकाने संपूर्ण रक्कम दिलेली असेल तर १०० रु. च्या एका भागाऐवजी १० रुपयांचा एक भाग भागधारकास दिला जाईल. त्यामुळे भांडवलात कपात होऊन संपत्तीची योग्य किंमत दाखविता येते.

५) कंपनीचे भागधारक व सावकार यांच्याशी कंपनीची पुनर्रचना किंवा एकत्रीकरणाच्या दृष्टीने तडजोड करणे.

या तडजोडीमुळे कंपनी कायद्यातील तरतुदीनुसार कंपनीची पुनर्रचना किंवा एकत्रीकरण करणे सोपे होते.

वरील सर्व उपाययोजनेमुळे कंपनीची पुनर्रचना न करता कंपनी संकटातून बाहेर पडू शकते. अशा रीतीने आर्थिक संकटातून बाहेर पडण्यासाठी कंपनी विसर्जन न करता तिचे पुनर्संघटन हा मार्ग अवलंबिला जातो.

१०.३.३ कंपनीची पुनर्रचना (Reconstruction of a Company)

ज्या वेळी कंपनीची आर्थिक साधने इतकी कमी झालेली असतात की तिचे पुनर्संघटन करणे शक्य नसते. अशा वेळी कंपनीपुढे पुढील दोनच मार्ग शिल्लक असतात- (i) कंपनीची पुनर्रचना करणे व (ii) कंपनीचे एकत्रीकरण किंवा विलीनीकरण करणे.

कंपनीची पुनर्रचना (Reconstruction of a company) : पुनर्रचना हा शब्द अत्यंत व्यापक अर्थाने वापरण्यात येतो. पुनर्रचनेमध्ये कंपनीची पुनर्बांधणी, नूतनीकरण किंवा एकत्रीकरण इत्यादी बाबींचा समावेश होतो. ज्या वेळी एखादी कंपनी सतत तोट्यात चालत असेल व तोट्याची रक्कम इतकी जास्त असते की भविष्यात कंपनीचा व्यवसाय सुरू ठेवणे अशक्य होते; म्हणून पूर्वीच्या भागधारकाचे हितसंबंध सुरक्षित व कायम ठेवण्यासाठी कंपनीची पुनर्रचना करावी लागते. पुनर्रचनेमध्ये जुनी कंपनी तिला आपली मालमत्ता व संपत्ती विकता यावी म्हणून स्वेच्छेने स्वत: विसर्जन करते किंवा जुन्या कंपनीचे कोर्टाच्या आदेशानुसार विसर्जन करण्यात येते; व त्यातून नवीन कंपनीची स्थापना करण्यात येते. नवीन कंपनीचा व्यवसाय जुन्याच कंपनीद्वारे केला जाणारा असतो. तसेच नवीन कंपनीचे नाव जुन्याच कंपनीच्या नावासारखे किंवा मिळते-जुळते असते. मात्र, नवीन कंपनीची स्थापना करताना नव्यानेच घटनापत्रक तयार करण्यात येते. त्यामुळे भागधारकांच्या हक्क व अधिकारातही बदल होतो. जुन्या कंपनीची संपूर्ण मालमत्ता, संपत्ती व देणी नवीन कंपनीकडे सुपूर्द केली जाते. तसेच जुने भागधारक नवीन कंपनीचे भागधारक होतात. थोडक्यात ज्या वेळी जुन्या कंपनीचा व्यवसाय विकण्यासाठी नवीन कंपनीची विशेष करून स्थापना केली जाते त्याला पुनर्रचना असे म्हणतात.

"The term 'reconstruction', interatlia, indicates the process which' involves (i) the transfer of undertaking of an existing company to another company, usually incorporated for the purpose. The old company (ii) the carrying on of substantially the same business by the same persons, (iii) the rights of shareholders in the old company are satisfied by their being allotted shares in new company."

कंपनीची पुनर्रचना खालीलपैकी कोणत्याही एका उद्देशाने केली जाते :

१) जेव्हा जुन्या कंपनीचे भागावरील संपूर्ण रक्कम वसूल झालेली असते व कंपनीला आणखी भांडवल उभारावयाचे असते अशा वेळी कंपनीची पुनर्रचना करून जुन्या भागाधारकांना नवीन कंपनीचे अंशत: रक्कम वसूल झालेले (Partly paid shares) भाग दिले जातात. त्यामुळे नवीन कंपनीला भागावरील राहिलेली रक्कम मागविता येते व कंपनीच्या व्यवसायात वाढ करणे शक्य होते.

२) ज्या वेळी नवीन कंपनीला पूर्वीच्या कंपनीच्या व्यवसायाशिवाय वेगळा व्यवसाय किंवा व्यापार करावयाचा असतो व जो व्यवसाय कंपनीच्या उद्देश कलमाव्यतिरिक्त असतो अशा वेळी कंपनीला पुनर्रचनेचा आधार घेता येऊन पूर्वीच्या उद्देश कलमात योग्य तो बदल करून नवीन व्यवसाय सुरू करता येतो. थोडक्यात नवीन कंपनीला नवीन उद्देशाने व्यवसाय सुरू करावयाचा असेल जुन्या कंपनीची पुनर्रचना करता येते.

३) कंपनीच्या घटनापत्रकात बदल करून, जास्तीचे अधिकार व हक्क प्राप्त करण्यासाठी कंपनीच्या पुनर्रचना केली जाते. या पुनर्रचनेमुळे कंपनीची कार्यकक्षा वाढविता येते.

४) जुन्या कंपनीची संपत्ती व मालमत्ता नवीन कंपनीला जास्त रकमेने खरेदी करता यावी म्हणून जुन्या कंपनीची पुनर्रचना केली जाते. पुनर्रचनेमुळे सावकारांशी तडजोड करता येते किंवा कर्जरोख्यांचे भागात रूपांतर करता येते.

५) एखाद्या कंपनीला सतत तोटा होत असेल किंवा आग, पूर, भूकंप इत्यादींसारख्या नैसर्गिक कारणांमुळे कंपनीची संपत्ती नष्ट होत असेल तर नष्ट झालेली संपत्ती कमी करण्यासाठी (written off) कंपनीची पुनर्रचना केली जाते.

६) कंपनीच्या घटनापत्रकातील स्थान किंवा ठिकाण कलमात बदल करण्यासाठी कंपनीची पुनर्रचना करता येते.

७) एखाद्या कंपनीत सततच्या तोट्यामुळे संपत्तीचे अधिमूल्यांकन होते. संपत्तीचा घसारा व इतर आवश्यक तरतुदी न करता संपत्ती वापरली जाते. त्यामुळेही संपत्तीचे अधिमूल्यांकन होते. अधिमूल्यांकनाचे दोष दूर करण्यासाठी कंपनीची पुनर्रचना करावी लागते.

८) कंपनीचे पुनर्संघटन करण्यासाठी तिची पुनर्रचना केली जाते. त्यामुळे भागधारक व सावकाराच्या अधिकारात बदल होतात किंवा काही सुधारणा केल्या जातात. कधी कधी कंपनीची अन्तर्गत पुनर्रचना (Internal Reconstruction) केली जाते. कंपनीचे भागधारक, सावकार व कर्जरोखेधारक भाग किंवा कर्जरोख्यांच्या कमी किंमती स्वीकारण्यास तयार होतात. सावकारही मुद्दल व व्याजात सूट देतात. थोडक्यात कंपनीच्या पुनर्संघटनेसाठीही तिची पुनर्रचना केली जाते.

पुनर्रचनेचे प्रकार (Types of Reconstruction) : कंपनीची पुनर्रचना करताना पुनर्रचनेचे खालील दोन प्रकार लक्षात घ्यावे लागतात.

१) अंतर्गत पुनर्रचना, २) बहिर्गत पुनर्रचना.

१) अंतर्गत पुनर्रचना (Internal Reconstruction) : जेव्हा एखादी कंपनी वर्षानुवर्षे सतत तोट्यात चालत असते. अशा वेळी तिच्या मालमत्तेचे मोठ्या प्रमाणावर अधिमूल्यांकन झालेले असते. मालमत्तेच्या अधिमूल्यांकनांमुळे कंपनीचे वास्तव चित्र प्रगट होत नसते; म्हणूनच कंपनीचा तोटा कमी करून तिच्या संपत्तीचे खरे व वास्तव मूल्यांकन करण्यासाठी कंपनीची अन्तर्गत पुनर्रचना करण्यात येते. अन्तर्गत पुनर्रनेमुळे कंपनीच्या ताळेबंदातील देयता बाजूवरील देणीसुद्धा कमी केल्या जातात. ताळेबंदातील देणी कमी करण्यासाठी भागधारक, सावकार व कर्जरोखेधारकांना काही प्रमाणात त्याग करावा लागतो; कारण त्यांचे भाग किंवा कर्जरोख्यांच्या किमती कमी केल्या जातात.

अन्तर्गत पुनर्रचनेमध्ये कोणत्याही कंपनीचे विसर्जन केले जात नाही किंवा नवीन कंपनीची स्थापना केली जात नाही. ज्या कंपनीला सतत तोटा येत असतो; तिची फक्त पुनर्रचना केली जाते. पुनर्रचनेमुळे कंपनीच्या संपत्तीचे योग्य मूल्यांकन केले जाते. तसेच देणीही कमी होतात; त्यामुळे कंपनीचे वास्तव चित्र उभे करता येते.

२) बहिर्गत किंवा बाह्य पुनर्रचना (External Reconstruction) : ज्या वेळी एखादी कंपनी तोट्यात चालत असते व त्यामुळे तिची आर्थिक स्थिती दिवसेंदिवस नाजूक होत असते; अशा वेळी जुन्या किंवा तोट्यात चालणाऱ्या कंपनीचे विसर्जन करण्यात येते व एक नवीन कंपनी स्वतंत्ररीत्या स्थापन केली जाते.

नवीन कंपनी जुन्या कंपनीची मालमत्ता व देणी यांचे पुनर्मूल्यांकन करते. त्यामुळे अधिमूल्य असलेली मालमत्ता वास्तव मूल्यांवर आणली जाते. थोडक्यात बहिर्गत पुनर्रचनेमध्ये जुन्या कंपनीचे विसर्जन करून एका नवीन कंपनीची स्थापना करून पुनर्रचना केली जाते. त्यामुळे या प्रकाराला बहिर्गत पुनर्रचना असे म्हणतात.

१०.३.४ एकत्रीकरण किवा विलीनीकरण (Amalgamation)

दोन किंवा दोनपेक्षा जास्त कंपन्या एकत्र येणे म्हणजे एकत्रीकरण होय. ज्या वेळी दोन किंवा त्यापेक्षा जास्त अस्तित्वात असलेल्या कंपन्या स्पर्धेवर मात करण्यासाठी किंवा मोठ्या प्रमाणावरील व्यवसायाचे फायदे मिळविण्यासाठी स्वत:चे विसर्जन करून नवीनच कंपनी स्थापन करतात त्यास एकत्रीकरण किंवा विलीनीकरण असे म्हणतात. एकत्रीकरणाच्या योजनेमुळे जुन्या कंपनीचे नाव व स्वतंत्र अस्तित्व विसर्जित केले जाते व जुन्या कंपनीच्या विसर्जनातून नवीनच कंपनी स्थापन केली जाते.

उदा.नव व जीवन या दोन कंपन्यांचे विसर्जन करून नवीनच नवजीवन कंपनी स्थापन करण्यात आल्यास ती एकत्रीकरणामुळे स्थापन झाली असे म्हणता येईल. नवजीवन ही नवीन कंपनी नव व जीवन या दोन्ही कंपन्यांची संपत्ती व मालमत्ता विकत घेते. त्याप्रमाणे जुन्या कंपनीची देणी देण्याचेही मान्य करण्यात येते. बरेचदा जुन्या कंपनीचाच व्यवसाय नवीन कंपनी सुरू ठेवते.

एकत्रीकरणाच्या दुसऱ्या प्रकारात ज्या वेळी एखादी मोठी सक्षम कंपनी दुर्बल कंपनीला आपल्यामध्ये सामावून घेते त्यालाही एकत्रीकरण असे म्हणतात. कधी कधी लहान कंपनी संपूर्णपणे मोठ्या कंपनीत विलीन न होता मोठी कंपनी लहान कंपनीचे ५१% पेक्षा जास्त भाग खरेदी करून लहान कंपनीवर नियंत्रण ठेवते. त्यालाही एकत्रीकरण असे म्हणतात. मात्र, या वेळी लहान कंपनीचे अस्तित्व स्वतंत्र असते; परंतु तिचे नियंत्रण मोठी कंपनी करीत असते.

एकत्रीकरण किंवा विलीनीकरणाचे उद्देश : एकत्रीकरणाचे उद्देश पुढीलप्रमाणे आहेत.

१) ज्या वेळी सारखाच व्यवसाय करणाऱ्या कंपन्यांमध्ये तीव्र व घातक स्पर्धा असते व त्यामुळे दोनही कंपन्यांचे नुकसान होत असते. अशा वेळी दोनही कंपन्या आपसातील स्पर्धा नष्ट करून मक्तेदारी निर्माण करण्यासाठी एकत्रित येतात. म्हणजेच घातक स्पर्धा टाळण्याच्या उद्देशाने एकत्रीकरण केले जाते.

२) एकत्रीकरणामुळे कंपनीला मोठ्या प्रमाणावरील व्यवसायाचे फायदे मिळू शकतात. एकत्रीकरणामुळे व्यवस्थापन खर्च, विपणन खर्च, कच्च्या मालाची खरेदी व इतर अनेक खर्चात बचत करता येते. त्यामुळे कंपन्यांच्या नफ्यात वाढ होते. थोडक्यात खर्चात बचत करून नफ्यात वाढ करण्यासाठी एकत्रीकरण केले जाते.

३) व्यवसायातील प्रगत, शास्त्रीय किंवा तांत्रिक ज्ञानाचा फायदा घेण्यासाठी तसेच कच्च्या मालाच्या पुरवठ्यावर नियंत्रण ठेवण्यासाठीही एकत्रीकरण केले जाते.

४) उद्योगधंद्यांचे वाजीकरण करण्याच्या उद्देशानेही काही कंपन्या एकत्रित येतात. वाजवीकरणाच्या योजनेचा खर्च जास्त असतो; म्हणूनच वाजवीकरणासाठी कंपन्यांचे एकत्रीकरण करण्यात येते.

i) कंपनीची पुनर्रचना व एकत्रीकरण यातील फरक

१) पुनर्रचनेत एखाद्या नवीन कंपनीची विशिष्ट उद्देशाने स्थापना केली जाते. ही नवीन कंपनी जुन्या कंपनीची मालमत्ता व देणी स्वीकारते.

एकत्रीकरणात अस्तित्वात असलेल्या कंपनीचा व्यवसाय खरेदी करण्यासाठी नवीन कंपनी स्थापन केली पाहिजे असे नाही. एखाद्यी बलाढ्य कंपनी दुर्बल कंपनीला सामावून घेते किंवा मोठी कंपनी लहान कंपनीवर तिचे बहुसंख्य भाग खरेदी करून नियंत्रण ठेवू शकते.

२) पुनर्रचनेत जुन्या कंपनीचे अस्तित्व पूर्णपणे नष्ट होते; कारण व त्या कंपनीचे विसर्जन झालेले असते. एकत्रीकरणात जर मोठ्या कंपनीने लहान कंपनीचे ५१% किंवा अधिक भाग खरेदी केले तर मोठी व लहान अशा दोनही कंपन्याचे अस्तित्व कायम राहते. लहान कंपनीला स्वत:चे स्वतंत्र अस्तित्व राहत असल्यामुळे ती स्वत:च्या नावाने व्यवहार करू शकते.

३) पुनर्रचनेत जुन्या कंपनीचे सर्व भागधारक नवीन कंपनीत सामावून घेतले जातात. मात्र, एकत्रीकरणात जुन्या कंपनीचे सर्वच भागधारक सामावून घेतले जातीलच असे नाही. दोन कंपन्या विसर्जन करून नवीन कंपनी स्थापन करण्याच्या योजनेत जुन्या भागधारकाचे अस्तित्व नष्ट होऊ शकते.

ii) पुनर्संघटना व पुनर्रचना यातील फरक

१) पुनर्संघटन हा शब्द संकुचित अर्थाने वापरला जातो. कंपनीचे पुनर्संघटन करताना कंपनी वाचविण्यासाठी वरचेवर प्रयत्न केले जातात, तर पुनर्रचनेत जुन्या कंपन्या बंद करून अत्यंत सखोल किंवा व्यापक प्रयत्न केले जातात.

२) पुनर्संघटनामुळे जुन्या कंपनीचे अस्तित्व नष्ट होत नाही, मात्र पुनर्रचनेमुळे जुन्या कंपनीचे अस्तित्व पूर्णपणे नष्ट होते.

३) कंपनीला सतत तोटा येत असेल तर आर्थिक संकटातून बाहेर काढण्याचा पुनर्संघटन हा प्राथमिक स्वरूपाचा प्रयत्न किंवा उपाय आहे.

४) पुनर्संघटनेत कंपनीला आपला व्यवसाय किंवा कारभार बंद करावा लागत नाही. पुनर्रचनेत जुनी कंपनी स्वत:च्या इच्छेने किंवा कोर्टाच्या आदेशानुसार आपला कारभार किंवा व्यवसाय बंद करते.

५) पुनर्संघटनेत कंपनीचे विसर्जन करावे लागत नाही.
पुनर्रचनेत जुन्या कंपनीचे विसर्जन ही एक आवश्यक बाब असते. तसेच नवीन कंपनीची स्थापना केली जाते.

६) कंपनीचे पुनर्संघटन करताना भागधारक, कर्जरोखेधारक व सावकारांना विविध त्याग करावा लागतो. उदा. भागधारकांना कमी किंमत स्वीकारावी लागते. कर्जरोखेधारकांना किंवा सावकारांना मुद्दल व व्याजात कपात स्वीकारावी लागते.

कंपनीच्या पुनर्रचनेच्या वेळी भागधारक, कर्जरोखेधारक व सावकारांना क्वचित प्रसंगीच त्याग करावा लागतो. त्याच्याशी पुनर्रचनेच्या वेळी तडजोडी करून प्रश्न सोडविले जातात.

१०.३.५ पुनर्रचना व एकत्रीकरणाच्या पद्धती (Methods of Reconstruction & Amalgamation)

पुनर्रचना व एकत्रीकरण्याच्या पद्धती खालीलप्रमाणे आहेत –

१) उद्योगसंस्थेची विक्री करून, २) भागाची विक्री किंवा हस्तांतर करून, ३) सरकारच्या आदेशाप्रमाणे.

१) उद्योगसंस्थेची विक्री करून (By Sale of Undertaking) : कंपनी कायद्यातील तरतुदीनुसार तडजोड करण्याच्या उद्देशाने कंपनीची पुनर्रचना किंवा दोन अधिक कंपन्यांच्या एकत्रीकरणासाठी अर्ज पाठविला असेल व त्यानुसार संबंधित कंपनीतील संपूर्ण किंवा अंशत: संपत्ती व देणी हस्तांतर करण्याच्या प्रस्ताव मांडला

असेल तर न्यायालय तडजोडीबाबत खालील प्रकारच्या तरतुदी करू शकते -

अ) एकत्रीकरणासाठी अर्ज करणाऱ्या कंपनीची संपूर्ण किंवा अंशत: संपत्ती व देणी हस्तांतर स्वीकृत्या कंपनीला देणे किंवा देण्याचा करार करणे.

ब) हस्तांतर स्वीकृत्या कंपनीचे भाग, कर्जरोखे किंवा इतर हितसंबंधाचे हस्तांतर करणाऱ्या कंपनीला वाटप करणे.

क) हस्तांतर स्वीकृत्या किंवा हस्तांतर करणाऱ्या कंपनीतील कायदेशीर दाव्याचे हस्तांतर करणे.

ड) विसर्जन न करता हस्तांतरकर्त्या कंपनीची समाप्ती करणे.

ई) पुनर्रचना किंवा एकत्रीकरणासाठी आवश्यक असणाऱ्या इतर सर्व बाबींची पूर्तता होत आहे; याबद्दल खात्री करणे.

जर एखाद्या कंपनीचे एकत्रीकरणाच्या तडजोडीच्या निमित्ताने विसर्जन होत असेल तर न्यायालय जोपर्यंत कंपनी कायदे मंडळ किंवा नोंदणी अधिकाऱ्याचा अहवाल प्राप्त होत नाही व तडजोड भागधारक किंवा सामान्य लोकांच्या विरोधात नाही, अशी खात्री होईपर्यंत तडजोडीच्या योजनेला मान्यता देत नाही.

एकत्रीकरण व पुनर्रचनेसंबंधी न्यायालयाची कर्तव्ये : एकत्रीकरण किंवा पुनर्रनेच्या संदर्भात न्यायालयाची प्रमुख कर्तव्ये खालीलप्रमाणे आहेत -

अ) एकत्रीकरण व पुनर्रचनेची योजना योग्य किंवा वाजवी आहे किंवा नाही, हे पाहण्याचे कर्तव्य न्यायालयाचे आहे. एकत्रीकरणाची योजना केवळ कंपनीच्या दृष्टिकोनातून फायदेशीर आहे इतके पाहून चालणार नाही. तरी ती योजना दोनही कंपन्यांचे भागधारक, सावकार तसेच लोकहिताप्रीत्यर्थ आहे किंवा नाही हे न्यायालयाला पाहावे लागते.

ब) भागधारकाची इच्छा जाणून घेणे: मधील तरतुदीनुसार कंपनीच्या भागधारकांची एकत्रीकरण किंवा पुनर्रचनेसाठी सहमती आहे किंवा नाही, हे न्यायालयाने विशेष सभा बोलविण्याचा आदेश देऊन जाणून घेतले पाहिजे. भागधारकांनी जरी सामान्य सभेत एकमताने एकत्रीकरणासाठी संमती दिली असली तरी न्यायालयाने विशेष सर्वसाधारण सभा बोलावून भागधारकांची किंवा विलीनकरणाची इच्छा जाणून घेतली पाहिजे, असा निर्णय 'सदर्न ॲटोमेटिव्ह कार्पोरेशन लिमिटेड मद्रास' या कंपनीच्या खटल्यात दिलेला आहे.

क) एकत्रीकरणाची योजना तोट्यात असणाऱ्या कंपनीच्या अडचणी सोडविण्याच्या दृष्टीने आणि व्यापार व व्यवसायाची पुन:स्थापना करण्याच्या दृष्टीने राबविण्यात आलेली आहे हे न्यायालयाला पाहावे लागते.

ड) ज्या कंपन्यांनी कंपनीच्या एकत्रीकरण किंवा पुनर्रचनेसाठी अर्ज केला असेल तर न्यायालयाने त्याची सूचना केंद्र सरकारला दिली पाहिजे; जर केंद्र सरकारकडून या संदर्भात काही हरकती उपस्थित केल्या गेल्या तर न्यायालयाला त्याची नोंद घ्यावी लागते.

अशा तऱ्हेने उद्योगसंस्थेची विक्री करून एकत्रीकरणाची प्रकिया पूर्ण केली जाते.

२) भागाची विक्री किंवा हस्तांतर करून पुनर्रचना किंवा एकत्रीकरण करणे (By Sale of Shares) : भागांची विक्री करून विलीनकरण किंवा एकत्रीकरण करणे ही एकत्रीकरणाची अत्यंत सोपी प्रक्रिया आहे. या पद्धतीत कोणत्याही प्रकारची न्यायालयीन कार्यवाही पूर्ण न करता एकत्रीकरण करता येते. या प्रकारात

व्यवसाय खरेदी करणाऱ्या कंपनीच्या किंवा तिच्यातर्फे व्यक्तींच्या नावे भागाची विक्री व नोंदणी केली जाते. या प्रक्रियेला काही भागधारकांची नाराजी असेल तर नवीन कंपनी जुन्या कंपनीतील भिन्नमतदर्शीय भागधारकांचे भाग खरेदी करू शकते. इतर भागधारकांना भागाची जी किंमत दिली जाते ती किंमत भिन्नमतदर्शीय भागधारकांना स्वीकारावी लागते. भागाच्या विक्रीच्या संदर्भात खालील तरतुदी केलेल्या आहेत.

१) ज्या वेळी एखादी कंपनी आपल्या भागांचे दुसऱ्या कंपनीला हस्तांतर करण्याची योजना तयार करते. त्या वेळी हस्तांतर स्वीकृती (Transferee) कंपनीने हस्तांतर करणाऱ्या कंपनीला (Transferor) भागांच्या विक्रीचा प्रस्ताव पाठविला पाहिजे.

२) हस्तांतर स्वीकृती कंपनीने पाठविलेला भागांच्या विक्रीचा प्रस्ताव हस्तांतर करणाऱ्या कंपनीच्या भागधारकासमोर स्वीकृतीसाठी ठेवण्यात येईल. त्या तारखेपासून चार महिन्यांच्या आत या योजनेला हस्तांतर करणाऱ्या कंपनीतील भागांच्या एकूण किमतीपैकी ९/१० किमतीचे भाग घेतलेल्या भागधारकांनी या प्रस्तावास मान्यता देणे आवश्यक आहे.

३) जर काही भिन्नमतदर्शीय भागधारक असतील तर हस्तांतर स्वीकृती देणारी कंपनी वरील चार महिन्यांची मुदत संपल्यानंतर पुढील दोन महिन्यांच्या आत भिन्नमतदर्शीय भागधारकांचे भाग खरेदी करणार असल्याबद्दलची सूचना त्यांना देते. सूचनेच्या तारखेपासून १ महिन्याच्या आत अशा भागधारकांना त्याचे म्हणणे न्यायालयात मांडता येते. त्यावर न्यायालय विचार करून निर्णय देते; जर हा निर्णय भिन्नमतदर्शीय मतदारांच्या बाजूने दिलेला नसेल तर हस्तांतर स्वीकृती देणारी कंपनी इतर भागधारकांबरोबरच या भागधारकांचेही भाग खरेदी करू शकते.

४) जर हस्तांतर स्वीकृती कंपनीने हस्तांतर करणाऱ्या कंपनीत १/१० पेक्षा जास्त किमतीचे भाग घेतलेले असतील तर वरील भिन्नमतदर्शीय भागधारकांच्या बाबतीत असलेली तरतूद या कंपनीला लागू होणार नाही व त्यामुळे हस्तांतर स्वीकृती कंपनी भिन्नमतदर्शीय भागधारकाचे भाग खरेदी करू शकत नाही. मात्र, खालील बाबी पूर्ण होत असल्यास हस्तांतर स्वीकृती कंपनीस भिन्नमतदर्शीय भागधारकांचे भाग खरेदी करता येतील.

   अ) कंपनीने एकाच प्रकारच्या सर्व भागधारकांना भाग खरेदीच्या बाबतीत सुचविलेल्या तरतुदी सारख्याच असतील व

   ब) कंपनीच्या १/१० भिन्नमतदर्शीय भाग घेणाऱ्यालपैकी ३/४ भागधारकांनी या योजनेस मान्यता दिलेली असेल तर हस्तांतर स्वीकृती देणारी कंपनी भिन्नमतदर्शीय भागधारकांचे भाग खरेदी करू शकते.

५) ज्या वेळी हस्तांतर स्वीकृती कंपनी भाग घेऊन त्याचे पैसे देते त्या वेळी भागांचे हस्तांतर करणारी कंपनी त्या भागाच्या हस्तांतरासाठी नोंद करून घेते.

६) भागांचे हस्तांतर करणाऱ्या कंपनीला भागांची रक्कम मिळाल्यानंतर ती बँकेत स्वतंत्र खात्यात ठेवावी लागते. भागधारकांचा विश्वस्त म्हणून कंपनीला ही रक्कम सांभाळावी लागते व लवकर भागधारकांना नवीन कंपनीचे भाग दिले जातात किंवा हस्तांतर केले जातात.

३) सरकारच्या आदेशाप्रमाणे एकत्रीकरण किंवा राष्ट्रीय हितसंबंध लक्षात घेऊन केलेले एकत्रीकरण व केंद्र सरकारचे अधिकार (Amalgamation of Companies in National Interst and Power of Central Government) : कंपनी कायद्यातील तरतुदीनुसार केंद्र सरकारला दोन किंवा

अधिक कंपन्यांचे राष्ट्रीय हिताच्या दृष्टिकोनातून एकत्रीकरण करणे आवश्यक आहे असे वाटत असेल आणि केंद्र सरकारचे त्या बाबतीत समाधान होत असेल तर अशा कंपन्यांचे राष्ट्रीय हिताच्या दृष्टिकोनालतून केंद्र सरकार एकत्रीकरण करू शकते व दोन्ही कंपन्यांचे अधिकार, हक्क, कर्तव्य, नव्या कंपनीची घटना, संपत्ती, देणी इत्यादीबद्दल, सरकारी आदेशात माहिती देण्यात येते. थोडक्यात राष्ट्रीय हिताच्या दृष्टिकोनातून दोन किंवा अधिक कंपन्यांचे एकत्रीकरण करण्याचा केंद्र सरकारला अधिकार आहे.

केंद्र सरकारला अशा कंपन्यांचे एकत्रीकरण करण्यापूर्वी त्या कंपन्यांचे एकत्रीकरण किंवा पुनर्रचनेची सूचना संबंधित कंपन्यालना पाठविणे आवश्यक आहे. त्यानंतर कंपनीचे भागधारक, सावकार, संचालक, कर्जरोखेधारक सरकारी आदेशावर सूचना पाठवू शकतात. सरकार या सूचनांचाच विचार करून एकत्रीकरणाच्या आदेशात बदल करू शकते. केंद्र सरकारच्या आदेशाप्रमाणे कंपन्यांचे एकत्रीकरण झाल्यास कंपनीचे भागधारक, सावकार व कर्जरोखेधारक यांचे सर्व अधिकार अबाधित राहतात. म्हणजेच त्याचे सर्व अधिकार पूर्वीसारखेच राहतात; त्यात सहसा बदल होत नाही.

अलीकडेच टाटा ऑईल मिल्स कंपनी लिमिटेड Tata Oil Mills Company Ltd. (TOMC) व हिंदुस्थान लिव्हर लिमिटेड Hindustan Lever Ltd. (HLL) या कंपन्यांचे सरकारच्या आदेशाप्रमाणे एकत्रीकरण झालेले आहे. वरील दोनही कंपन्या यूनी लिव्हर (Uni - Lever) (UL) या विदेशी बहुराष्ट्रीय कंपनीच्या साहाय्यक कंपन्या होत्या. वरील दोनही कंपन्या साबण, धुण्याच्या पावडरी, पशुखाद्य इत्यादी बाबींची निर्मिती करीत असत. १९९०-९१ पासून टाटा ऑईल मिल्स् कंपनी लिमिटेडला मोठ्या प्रमाणावर तोटा येत होता; म्हणून या कंपनीचे हिन्दुस्थान लिव्हर लिमिटेड या कंपनीत एकत्रीकरण करण्याच्या प्रस्ताव मांडण्यात आला. या प्रस्तावाला टाटा ऑईल कंपनी लिमिटेडच्या बहुसंख्य भागधारक, संचालक व सावकाराचा पाठिंबा होता.

टाटा ऑईल मिल्स् कंपनी लिमिटेडचा अत्यंत कमी भाग खरेदी केलेल्या दोन भागधारकांनी व दोन कामगार संघटनांनी वरील एकत्रीकरणाच्या योजनेला खालीलप्रमाणे आक्षेप घेतला -

अ) कंपनी कायद्यातील वैधानिक तरतुदींचे पालन करण्यात आलेले नाही.
ब) एम. आर. टी. पी. कायद्यातील अनेक तरतुदींचा या एकत्रीकरणामुळे भंग होतो
क) युनी लिव्हर या बहुराष्ट्रीय कंपनीला टाटा ऑईल मिल्सचे भाग अत्यंत कमी मूल्याने व अग्रहक्काने दिले ही बाब सार्वजनिक हिताच्या विरोधी आहे.

वरील सर्व बाबींचा विचार करून उच्च न्यायालयाने निकाल यूनी लिव्हर कंपनीच्या बाजूने दिला. ''उच्च न्यायालयाच्या निकालात असे नमूद करण्यात आले की, हिन्दुस्थान लिव्हर लिमिटेड या कंपनीने पूर्वीच टाटा ऑईल मिल्स् कंपनी लिमिटेडचे ५१% पेक्षा जास्त भाग घेतलेले होते. हिन्दुस्थान लिव्हर लिमिटेड ही यूनी लिव्हर कंपनीची साहाय्यक कंपनी आहे. त्यामुळे कमी किमतीने भागाचे अग्रहक्काने वाटप करणे हे राष्ट्रीय हिताच्या विरोधात नाही व त्यामुळे कोणत्याही कायदेशीर बाबींचे उल्लंघन होत नाही.'' त्यामुळे वरील केस पुढे सर्वोच्च न्यायालयाकडे दाखल करण्यात आली.

सर्वोच्च न्यायालयात वरील खटल्यावर खालील प्रकारे निर्णय देण्यात आले -

१) हिन्दुस्थान लिव्हर लिमिटेड ही कंपनी यूनी लिव्हर विदेशी कंपनीची साहाय्यक कंपनी असून तिने ५१% पेक्षा जास्त भाग टाटा ऑईल मिल्सचे घेतलेले असल्यामुळे व (FERA) फेरा या कायद्यात नुकतेच बदल झाल्यामुळे राष्ट्रीय हितसंबंधांचे उल्लंघन झालेले नाही.

२) मात्र, पुढे निकालात असेही म्हटले आहे की ग्राहक व कंपनीच्या सेवकांच्या दृष्टीने सार्वजनिक हितसंबंधाला बाधा येते. त्यामुळे काही प्रमाणात सार्वजनिक हितसंबंधाचे उल्लंघन झालेले आहे.

पुढे असे नमूद करण्यात आलेले आहे की, जर सावकार कर्जरोखेधारक व भागधारक यांचे एकत्रीकरणामुळे नुकसान होत असेल तर त्यांनी सरकारने एकत्रीकरण आदेश दिल्यापासून ३० दिवसांचे आत कंपनी कायदे मंडळाकडे (Company Law Board) आपले निवेदन द्यावे. त्यावर कंपनी कायदेमंडळ नुकसानभरपाईचा विचार करून आदेश देईल. त्यामुळेच यापुढे सरकारने कोणत्याही एकत्रीकरणाचा आदेश देण्यापूर्वी –

१) एकत्रीकरणाच्या योजनांचा मसुदा संबंधित कंपन्यांकडे पाठविला पाहिजे व (२) सावकर, कर्जरोखेधारक व भागधारक यांच्याकडून आलेल्या सूचनांचा विचार केल्यानंतरच एकत्रीकरणाचा आदेश काढला पाहिजे, असे सरकारवरही बंधन घालण्यात आलेले आहे.

भिन्नमतदर्शीय भागधारक (Dissenting Share Holders) : कंपनीच्या पुनर्रचनेच्या किंवा एकत्रीकरणाच्या प्रक्रियेत जुन्या कंपनीचे भागधारक नवीन कंपनीचे भागधारक होतात. कधी कधी एखादी लहान कंपनी व मोठी कंपनी सारख्या प्रकारचा व्यवसाय करीत असतात. व्यवसाय सारखाच असल्यामुळे लहान किंवा दुर्बल कंपनी मोठ्या कंपनीत विलीन होते. या विलीनीकरणाच्या योजनेत दुर्बल कंपनीच्या भागधारकांना मोठ्या कंपनीचे भाग दिले जातात. एकत्रीकरणाच्या योजनेत दोन कंपन्यांचे विसर्जन करून एखादी नवीन कंपनी स्थापना केली जाते. पुनर्रचना किंवा एकत्रीकरणाच्या योजनेत बहुसंख्य भागधारकांची योजनेला संमती असते. परंतु काही थोडेसे किंवा अल्प भाग खरेदी केलेले मोजकेच भागधारक एकत्रीकरण किंवा पुनर्रचनेच्या योजनेला विरोध करतात. अशा भागधारकांना भिन्नमतदर्शीय भागधारक म्हणून ओळखले जाते.

कंपनी कायद्यातील तरतुदी नुसार हस्तांतर कंपनीला (Transferee Company) भिन्नमतदर्शीय भागधारकांचे भाग सक्तीने खरेदी करण्याचा अधिकार आहे. हस्तांतरीत कंपनी इतर भागधारकांचे भाग ज्या अटी किंवा किमतीने घेते. त्याच अटी व किमतीला भिन्नमतदर्शीय भागधारकांचे भाग कंपनी खरेदी करते. त्यामुळे भिन्नमतदर्शीय भागधारकांना भागांची जास्त किंमत मिळू शकत नाही. या संदर्भात पुढील तरतुदी करण्यात आलेल्या आहेत.

१) पुनर्रचनेच्या योजनेत भाग हस्तांतर करणाऱ्या कंपनीने, हस्तांतर कंपनीला भागाच्या खरेदीचा प्रस्ताव दिल्यानंतर ४ महिन्यांच्या आत भागाच्या खरेदीबद्दल आपली मान्यता कळविली पाहिजे.

२) हस्तांतर करणाऱ्या कंपनीच्या ९/१० म्हणजे ९०% किंवा त्यापेक्षा जास्त सभासदांनी भाग हस्तांतराच्या योजनेला मान्यता दिली पाहिजे.

३) हस्तांतरक कंपनीने भाग खरेदीच्या योजनेस म्हणजेच भाग हस्तांतरास मान्यता दिल्यानंतर ४ महिन्यांनंतर पुढील ६० दिवस संपल्यानंतर, हस्तांतरीत कंपनी भिन्नमतदर्शीय भागधारकांचे भाग सक्तीने खरेदी करू शकते.

४) हस्तांतरक कंपनीने हस्तांतरीत कंपनीच्या भागधारकांना चुकीची माहिती सांगितली किंवा हस्तांतरक कंपनीची मालमत्ता कमी किमतीला घेतली असे दाखवून दिल्यास न्यायालय या हस्तांतरास मनाई करू शकते.

५) न्यायालयाने मान्यता दिल्यानंतर हस्तांतरीत कंपनीला भिन्नमतदर्शीय भागधारकांचे भाग सक्तीने खरेदी करता येतात. मात्र, इतर भागधारकांसाठी ज्या अटी असतील त्याच अटी भिन्नमतदर्शीय भागधारकांसाठी असल्या पाहिजेत.

६) हस्तांतरक कंपनीला भिन्नमतदर्शीय भागधारकांच्या भाग हस्तांतराद्वारे मिळणारी रक्कम विश्वस्त या नावाने बँकेत स्वतंत्र खाते उघडून त्यात ठेवावी लागते.

थोडक्यात भिन्नमतदर्शीय भागधारकांचे हस्तांतरीत कंपनीला सक्तीने भाग खरेदी करण्याचा अधिकार कंपनी कायद्याने दिलेला आहे.

१०.४ कंपनीचे समापन

१०.४.१ कंपनीचे समापन (कलम–२७१)

कंपनी ही कायद्याने निर्माण केलेली कृत्रिम व्यक्ती आहे. कंपनीला चिरंतन काळ टिकणारे अस्तित्व आहे. या कृत्रिम व्यक्तीला नैसर्गिक मरण नसते. मात्र, एखाद्या कंपनीला आपला व्यवसाय बंद करता यावा किंवा कारभार संपुष्टात आणावा असे वाटत असेल तर कंपनीच्या समापनाची कायद्यात तरतूद आहे. समापन म्हणजे अशी कायदेशीर प्रक्रिया की, ज्यामध्ये कंपनीच्या सर्व मालमत्तेची विक्री केली जाते. कंपनीची देणी भागविली जातात व यानंतर काही रक्कम उरल्यास कंपनीच्या सभासदांमध्ये भांडवलाच्या प्रमाणात वाटली जाते. म्हणजेच कंपनीचा कारभार गुंडाळला जातो. समापनानंतर कंपनीचे अस्तित्व संपुष्टात येते; असे असले तरी समापन म्हणजेच कंपनीचे अस्तित्वच संपते असे मात्र नव्हे. समापनाची प्रक्रिया पूर्ण होईपर्यंत कंपनीचे अस्तित्व चालूच राहते व त्यानंतरदेखील समापनाचा आदेश येईपर्यंत कंपनीचे अस्तित्व संपुष्टात येत नाही. समापनाच्या आदेशानंतर कंपनीचे नाव नोंदणी अधिकाऱ्याकडील नोंदणी पुस्तकातून कंपनीचे नाव काढले जाते व सरकारी राजपत्रात त्यास प्रसिद्धी दिली जाते.

प्रा. गोवर यांनी समापनाची व्याख्या पुढीलप्रमाणे केली आहे :

'कंपनीच्या मालमत्तेची व्यवस्था कंपनीच्या सभासदांच्या व सावकारांच्या हिताच्या दृष्टीने लावून कंपनीच्या आयुष्याचा शेवट करणे म्हणजे समापन होय. कंपनीच्या समापनात कंपनीची मालमत्ता ताब्यात घेऊन ती एकत्रित करणे, सावकारांची देणी देणे, शिल्लक रक्कम सभासदांना तक्त्याच्या अग्रक्रमानुसार वाटणे यासाठी विस्ताराची नियुक्ती करण्यात येते.'

१०.४.२ कंपनीच्या समापनाची कारणे

कंपनीच्या समाप्तिकरणाची कारणे (**Reasons for Winding Up of a Company**)

खालील कारणांसाठी कंपनीची समाप्ती केली जाते –

अ) ज्या उद्देशासाठी किंवा कारणासाठी कंपनीची स्थापना केली जाते तो उद्देश किंवा कारणे संपल्यानंतर.

ब) ज्या उद्देशाने किंवा कारणासाठी कंपनी स्थापन झाली असेल तो उद्देश किंवा ती कारणे पूर्ण करणे अशक्य झाल्यास.

क) कंपनीने आपला व्यवसाय दुसऱ्या कंपनीला विकला असेल किंवा संबंधित कंपनी दुसऱ्या मोठ्या कंपनीत विलीन झाली असेल तर कंपनीला आपल्या व्यवसायाचे समाप्तिकरण करावे लागते.

ड) दिवाळखोरीच्या कायद्यातील तरतुदीनुसार, जेव्हा एखाद्या कंपनीला दिवाळखोर म्हणून घोषित करता येत नाही, मात्र तिला सर्वच आघाड्यांवर आर्थिक नुकसान होत असते व भविष्यात व्यापार सुरू ठेवणे आवश्यक असते; अशा वेळी कंपनीचे समाप्तिकरण करून तिचा व्यवसाय किंवा व्यापार बंद करता येतो.

१०.४.३ कंपनीचे समाप्तिकरण व विसर्जन यातील फरक (Difference Between Winding Up And Dissolution)

कंपनीचे समाप्तिकरण व विसर्जन हे दोन शब्द कंपनीचा कारभार गुंडाळण्याच्या प्रक्रियेत नेहमीच पण अनेकदा समान अर्थाने वापरले जातात. परंतु, कंपनी कायद्यातील तरतुदीचा विचार केल्यास हे दोनही शब्द भिन्न भिन्न अर्थाने वापरले जातात. त्याच्यामधील फरक पुढीलप्रमाणे आहे.

समाप्तिकरण व विसर्जन यातील फरक

फरकाचा मुद्दा	समाप्तिकरण	विसर्जन
१) प्रारंभ व शेवट	कंपनीच्या व्यवसायाचा कारभार गुंडाळण्याच्या दृष्टीने समाप्तिकरण हा पहिला टप्पा म्हणजे प्रारंभ आहे.	कंपनीचे विसर्जन समाप्तिकरणाच्या कार्यवाहीनंतर होते. त्यामुळे विसर्जन हा शेवटचा टप्पा आहे.
२) कंपनीचे अस्तित्व	कंपनीचा व्यवसाय बंद केल्यावर संपत्तीची विक्री करून सावकार व इतरांची देणी दिल्यानंतरही कंपनीचे अस्तित्व संपलेले नसते.	कंपनीचे विसर्जन झाल्यावर नियमावली व कंपनी कायद्यातील तरतुदीनुसार न्यायालयाच्या परवानगीने कंपनीचे आयुष्य किंवा अस्तित्व संपते.
३) अधिकार	कंपनीचे समाप्तिकरण करण्याचा अधिकार कंपनी व न्यायालयाला आहे.	कंपनीचे विसर्जन करण्याचा अधिकार फक्त न्यायालयाला आहे.
४) प्रतिनिधित्व	कंपनीचे समाप्तिकरणात निस्तारक किंवा न्यायालयीन व्यवस्थापक कंपनीचे प्रतिनिधित्व करून तिच्या संपत्ती व देण्यांची विल्हेवाट लावतात.	न्यायालयाने कंपनीच्या विसर्जनाचा आदेश दिल्यानंतर निस्तारक किंवा न्यायालयीन व्यवस्थापकाला कंपनीचे प्रतिनिधित्व करता येत नाही.
५) सावकारांचा अधिकार	समाप्तिकरणाच्या वेळी सावकार आपल्या येणे रकमेबद्दल माहिती देऊन त्यांना ती कंपनीकडून वसूल करण्याचा अधिकार असतो.	कंपनीचे विसर्जन झाल्यानंतर सावकारांना आपल्या येणे रकमेबद्दल कोणताही अधिकार नसतो.
६) तारीख	कंपनीच्या समाप्तिकरणाची तारीख ऐच्छिक समाप्तिकरणात कंपनीचा निस्तारक ठरवितो व ज्या दिवशी किंवा तारखेला सर्व व्यवहार पूर्ण होतात ती समाप्तिकरणाची तारीख गृहीत धरली जाते.	विसर्जनाचा आदेश न्यायालयाने दिलेला असतो. त्यामुळे न्यायालयाने दिलेली तारीख विसर्जनाची तारीख समजली जाते.

१०.४.४ समापनाचे प्रकार (Types/ Modes of Winding Up)

कंपनीचे समापन पुढीलपैकी कोणत्याही एका मार्गाने घडवून आणता येते.

अ) न्यायालयाच्या आदेशाने होणारे समापन (सक्तीचे समापन)

ब) ऐच्छिक समापन – i) सभासदांचे ऐच्छीक समापन, ii) धनकोचे ऐच्छीक समापन

क) न्यायालयाच्या देखरेखीखाली होणारे ऐच्छिक समापन

अ)न्यायालयाच्या आदेशाने होणारे समापन (सक्तीचे समापन) (Winding up by the Tribunal) (कलम २७३)

कंपनी कायद्यात २०१३ साली करण्यात आलेल्या दुसऱ्या दुरुस्तीनुसार, न्यायालय (Court) या शब्दाऐवजी 'ट्रॅब्यूनल' हा शब्द वापरण्यात येऊ लागला. खालील कारणांसाठी ट्रॅब्यूनल समापनाचे आदेश देऊ शकतो. या आदेशानंतर कंपनीचे समापन करावेच लागते. म्हणून याला 'सक्तीने करण्यात येणारे समापन' असेही म्हणतात. ही परिस्थिती कारणे पुढीलप्रमाणे सांगता येतील –

१) विशेष ठराव (Special Resolution)

कंपनीचे सभासद विशेष ठराव संमत करून कंपनीचे समापन करण्याची न्यायालयास विनंती करू शकतात. अर्थात, अशा अर्जानुसार कंपनीचे समापन करावे अथवा नाही, याबाबत निर्णय घेण्याचा अधिकार न्यायालयालाच असतो; जर कंपनीचे समापन सर्वसाधारणपणे सामाजिक हितास बाधा आणणारे असेल तर कंपनीचा विशेष ठराव व अर्ज असूनदेखील कंपनीच्या समापनाची आज्ञा न्यायालय देण्याचे टाळते. सर्वसाधारपणे ज्या वेळी सभासदांना स्वत:हून कंपनीचे समापन करावयाचे असते अशा वेळी स्वेच्छेने होणाऱ्या समापनाचा मार्गच वापरला जात असतो. त्या वेळी न्यायालयाच्या परवानगीचा प्रश्नच उपस्थित होऊ शकत नाही.

२) नियामक सभा न घेणे अथवा नियामक अहवाल सादर न करणे. (Default In Statutory Meeting Report.)

आपण कंपनीच्या सर्वसाधारण सभांचे प्रकार अभ्यासत असताना सांविधिक सभा म्हणजे काय याचा विचार केलेला आहे. भागभांडवल असलेल्या प्रत्येक सार्वजनिक कंपनीला व्यवसाय प्रारंभ दाखला मिळाल्यापासून एक महिन्यानंतर व सहा महिन्यांच्या आत सांविधिक सभा घ्यावीच लागते. वरील कालमर्यादेत सांविधिक सभा न घेतल्यास निबंधक किंवा कंपनीचा कोणीही सभासद न्यायालयाकडे कंपनीच्या समापनासाठी अर्ज करू शकतो. ही सभा घेण्याच्या अंतिम मुदतीपासून १४ दिवसांनंतर असा अर्ज करता येतो; अशा अर्जावर विचार करून कंपनीचे समापन करावे अथवा नाही, याचा निर्णय न्यायालय घेते अथवा कंपनीस वैधानिक सभा घेण्यासाठी मुदत देते.

३) व्यवसाय प्रारंभ करण्याबाबत विलंब अथवा व्यवसाय १ वर्षासाठी बंद ठेवणे.

प्रत्येक सार्वजनिक कंपनीने नोंदणी दाखला मिळाल्यापासून १ वर्षाच्या आत व्यवसाय प्रारंभ दाखला मिळवून व्यवसायास सुरुवात केली पाहिजे. तसेच कोणतीही कंपनी एक वर्ष किंवा त्याहून अधिक काळ आपला व्यवसाय बंद ठेवू शकत नाही. असे घडल्यास निबंधक कंपनीचे समापन करण्याचा आदेश मिळविण्यासाठी केंद्र सरकारची पूर्वपरवानगी घेऊन न्यायालयाकडे अर्ज करू शकतो. कंपनीने याबाबत केलेले समर्थन योग्य वाटल्यास विशिष्ट कालावधीत व्यवसाय सुरू करण्याची मुदतदेखील न्यायालय देऊ शकते.

४) कमीत कमी सभासदसंख्या (Membership Below Minimum Limit)

सार्वजनिक कंपनीची सभासदसंख्या ही कमीत कमी सात आणि खासगी कंपनीची सभासद-संख्या कमीत कमी दोन असणे कंपनी कायद्याने आवश्यक ठरविले आहे. कंपनीची सभासद संख्या यापेक्षा कमी झाल्यास कंपनीच्या समापनाची आज्ञा न्यायालय करू शकते.

५) कर्जफेड करण्याची असमर्थता (Inability To Pay Debts)

कंपनी आपली देणी भागविण्यास असमर्थ ठरल्यास कंपनीचे समापन करण्याची आज्ञा न्यायालय करू शकते. पुढील तीन परिस्थितीमध्ये कंपनी आपल्या कर्जाची परतफेड करण्यास असमर्थ असल्याचे समजले जाते.

१) रु. १,००,०००/- पेक्षा अधिक देणे असलेल्या कोणत्याही सावकाराचे अथवा त्याच्या प्रतिनिधीचे देण्याची मुदत पूर्ण झाल्यावर व मागणी केल्यानंतर तीन आठवड्यांच्या आत ते देणे देण्याबाबत कंपनीने दुर्लक्ष केले असल्यास.

अर्थात, अशा देण्याची रक्कम, कालावधी इ. बाबत कोणताही खराखुरा विवाद असल्यास ही तरतूद लागू होत नाही.

२) एखाद्या धनकोस काही रक्कम द्यावयाच्या बाबत न्यायालयाने कंपनीस केलेल्या आज्ञेची अंमलबजावणी कंपनीने न केल्यास (या ठिकाणी रक्कम कितीही लहान असली तरी चालते.)

३) कंपनी व्यावसायिकदृष्ट्या नादार ठरली असल्यास म्हणजे कंपनीची चालू देणी भागविण्यास कंपनी विशिष्ट परिस्थितीत असमर्थ ठरते. कंपनीकडे भरपूर मालमत्ता असली तरी तिची वसूल होऊ शकणारी किंमतच या ठिकाणी लक्षात घ्यावी लागते.

वरील मुद्द्यांबाबत कंपनीची असमर्थता जरी न्यायालयास पटली असली तरी न्यायालय अन्य धनको व परिस्थिती यांचा विचार करून मगच समापनाची आज्ञा द्यावयाची अथवा असा अर्ज फेटाळून लावायचा निर्णय करते.

६) योग्य व न्याय्य कारण (Just and Equitable Cause)

वर चर्चा केलेल्या कारणाव्यतिरिक्त न्यायालयास योग्य व न्याय्य वाटणाऱ्या अशा कोणत्याही कारणासाठी समापनाची आज्ञा न्यायालयांना देऊ शकतो. उदाहरणार्थ,

१) कंपनी ज्या आधारावरच केवळ व्यवसाय करणार होती ती पेटंट्स मिळू शकली नसतील किंवा जो व्यवसाय कंपनी विकत घेणार होती तो व्यवसाय विकण्यास विकणाऱ्याने नकार दिला असेल,

२) संचालकामध्ये कंपनी व्यवस्थापनास आवश्यक असा किमान एकोपा राहिला नसेल व कंपनीचे व्यवस्थापन अशक्य झाले असेल,

३) बहुसंख्य भागधारकांनी अल्पसंख्य भागधारकांच्या हक्कांची गळचेपी चालू केली असेल,

४) कंपनी बेकायदेशीर व्यवसाय करण्यासाठी स्थापन झाली असल्यास अथवा कंपनीची उद्दिष्टे नंतर बेकायदेशीर ठरली असल्यास,

५) कंपनीचा व्यवसाय तोटा झाल्याशिवाय चालविणेच अशक्य बनले असेल,

६) कंपनी कोणतीही मालमत्ता धारण न करता अथवा व्यवसाय न करता केवळ एक नामधारी अस्तित्व बनली असेल, इत्यादी.

कंपनी कायद्यात २०१३ ला केलेल्या दुसऱ्या दुरुस्तीनुसार, आणखी पुढील तीन कारणांसाठी कंपनीचे समापन करता येते.

७) जर कंपनी सलग ५ वर्षे नोंदणी अधिकाऱ्याकडे वार्षिक हिशेबपत्रके व वार्षिक तपशीलपत्रक दाखल करू शकली नसल्यास.

८) जर कंपनी भागाच्या हितसंबंधाच्या विरोधात काम करीत असल्यास,

९) आजारी कंपनी आपल्याला झालेले नुकसान भरून काढण्यास असमर्थ ठरली असेल व भविष्यात काही सुधारण्यासाठी परिस्थिती नसेल, तर न्यायालय कंपनीचे समापन करण्याचे आदेश देऊ शकते.

कोण अर्ज करू शकतो? (कलम-२७२)

१. कंपनीचे संचालक मंडळ.

२. कंपनीचे धनको.

३. कंपनीचे सभासद.

४. वरीलपैकी कोणीही दोन अथवा तीन संयुक्तपणे.

५. निबंधक.

६. केंद्र सरकारने अधिकार दिलेली कोणीही व्यक्ती.

न्यायालयाकडे अर्ज सादर केल्यानंतर

न्यायालय कंपनीच्या समापनासाठी अर्ज दाखल केल्यानंतर न्यायालय संबंधित अर्जाच्या सुनावणीसाठी तारीख ठरविते. तशी किमान १४ दिवसांची सूचना संबंधित कंपनीला दिली जाते. त्याचबरोबर जाहीर सार्वजनिक सूचनादेखील देण्यात येऊन कंपनीचे धनको व सभासद यांना समापनाच्या आज्ञेबद्दल काही बाजू मांडावयाची असल्यास त्यांना संधी देण्यासाठी अशी जाहीर सूचना दिली जाते. नियोजित तारखेस न्यायालय कंपनी, अर्जदार तसेच अन्य धनको व सभासद यांची बाजू ऐकते.

त्यानंतर न्यायालय पुढीलपैकी कोणताही एक निर्णय घेते.

१) अर्ज फेटाळणे.

२) सुनावणी पुढे ढकलणे.

३) तात्पुरती आज्ञा करणे.

४) समापनाची आज्ञा करणे.

समापन आज्ञेचे परिणाम – न्यायालयाने समापनाची आज्ञा केल्यास त्याचे काही कायदेशीर परिणाम होतात. ते पुढीलप्रमाणे -

१) कंपनी आणि अर्जदार यांनी न्यायालयाने समापनाची आज्ञा केल्यापासून एका महिन्याच्या आत न्यायालयाच्या आज्ञेची एक प्रत कंपन्यांच्या निबंधकाकडे सादर केली पाहिजे. निबंधक ही आज्ञा अधिकृत राजपत्रामधून प्रसिद्ध करतो.

२) समापनाची आज्ञा म्हणजे कंपनीच्या सर्व कर्मचाऱ्यांना व अधिकाऱ्यांना त्यांची सेवा संपुष्टात आल्याचीच सूचना समजण्यात येते. मात्र समापन आज्ञेनंतरही ट्रॅब्यूनलने काही काळ व्यवसाय करण्यास परवानगी दिली असेल तर संबंधित कर्मचाऱ्यांची सेवा संपुष्टात येत नाही.

३) संचालक मंडळाचे अधिकार संपुष्टात येऊन ते अधिकृत परिसमापकास प्राप्त होतात.

४) समापनाच्या आज्ञेची अंमलबजावणी धनको व सभासद यांचे हितसंबंध जपले जातील अशा प्रकारे केली जाते, (जणूकाही धनको व सभासद यांनी समापनासाठी ट्रॅब्यूनलकडे संयुक्तपणे अर्ज केला आहे असे समजून.)

५) अधिकृत परिसमापक हा कंपनीचा परिसमापक होतो. ही नेमणूक स्वतंत्रपणे करण्याची गरज नसते. अधिकृत परिसमापक या पदामुळेच तो संबंधित कंपनीचादेखील परिसमापक बनतो.

६) कंपनीची जी देणी भविष्यात देय होणार असतील ती समापन आज्ञेनंतर ताबडतोब देय बनतात.

७) कंपनीच्या विरुद्ध दावा अथवा कोणतीही कायदेशीर कारवाई ट्रॅब्यूनलच्या परवानगीशिवाय करता येत नाही; जर कंपनीविरुद्ध दावा न्यायालयात चालू असेल तर तोदेखील ट्रॅब्यूनलच्या परवानगीशिवाय पुढे चालविता येत नाही.

८) ज्या ट्रॅब्यूनलने कंपनीच्या समापनाची आज्ञा दिलेली असेल त्या ट्रॅब्यूनलकडे कंपनी विरुद्ध चालू असणारा अथवा त्या वेळी कोणताही नवा दावा वर्ग होतो व त्यावर निर्णय देण्याचा अथवा तो फेटाळून लावण्याचे सर्व अधिकार संबंधित ट्रॅब्यूनलला प्राप्त होतात.

न्यायालयाच्या कंपनीच्या समाप्तिकरणाची कार्यपद्धती (Procedure of Winding Up By the Tribunal)

कंपनीच्या समाप्तीसाठी कंपनी ज्या ट्रॅब्यूनलच्या कक्षेत येते त्या ट्रॅब्यूनलकडे अर्ज करणे आवश्यक आहे. हे न्यायालय जिल्हा न्यायालय, उच्च न्यायालय किंवा सर्वोच्च न्यायालय असू शकते. न्यायालयाकडे कंपनीच्या समाप्तिकरणासाठी जो अर्ज करण्यात येतो त्यात खालील प्रकारची माहिती दिलेली असते.

१) कंपनीचे नाव व तिच्या स्थापनेची तारीख.

२) कंपनीच्या नोंदविलेल्या कार्यालयाचा पत्ता.

३) कंपनीचे वसूल झालेले भांडवल.

४) कंपनीच्या समाप्तिकरणाचा आदेश देण्याबद्दलची प्रार्थना.

५) न्यायालयाने समाप्तिकरणाचा आदेश देण्याबद्दलची प्रार्थना.

६) समाप्तिकरणाच्या समर्थनार्थ योग्य पुरावे व सत्य प्रतिज्ञापत्र.

ज्या तारखेला कंपनी समाप्तिकरणाचा अर्ज ट्रॅब्यूनलकडे दाखल करते, त्या तारखेपासून कंपनीच्या समाप्तिकरणाला प्रारंभ झाला असे समजण्यात येते; जर कंपनीने समाप्तिकरणाबाबत ठराव पास केला असेल तर ज्या तारखेला ठराव झाला त्या तारखेपासून समाप्तिकरणास प्रारंभ असे समजण्यात येते.

ट्रॅब्यूनलकडे कंपनीकडून कंपनीच्या समाप्तिकरणाचा अर्ज मिळाल्यानंतर, ट्रॅब्यूनल समाप्तिकरणाच्या सुनावणीसाठी तारीख ठरविते. या तारखेच्या १४ दिवस अगोदर कंपनीला आर्थिक साहाय्य करणारे धनसाहाय्यक इत्यादींनासुद्धा न्यायालय कंपनीने सक्तीच्या समाप्तिकरणासाठी अर्ज केलेला आहे याची माहिती देते व त्यांना सुनावणीची तारीख कळविते. या तारखेला कंपनी, सावकार व धनसाहाय्यक इत्यादींनी ट्रॅब्यूनलकडे समाप्तिकरणाच्या संदर्भात हजर राहावे असे त्यांना कळविले जाते.

समाप्तिकरणाचा दावा किंवा खटला दाखल केल्यावर न्यायालयाचे अधिकार (ट्रॅब्यूनलचे) (कलम २७३) (Powers of Tribunal on Presentation of the Petition)

ट्रॅब्यूनलकडे एखाद्या कंपनीच्या समाप्तिकरणाच्या संदर्भात अर्ज मिळाल्यानंतर ट्रॅब्यूनल या कंपनीच्या संदर्भात इतर न्यायालयांमध्ये चालू असलेले खटले स्थगित करण्यास सांगते. कारण, संबंधित कंपनीच्या

समापिकरणासाठी न्यायालयाला अर्ज मिळाला आहे असे इतर न्यायालयांना कळविले जाते. तसेच उच्च न्यायालय किंवा सर्वोच्च न्यायालयात या कंपनीच्या संदर्भात एखादा खटला अनिर्णित असेल तर त्यांनाही त्या खटल्यावर स्थगिती देण्याबद्दल सुचविले जाते.

खटला चालू असताना ट्रॅब्यूनलचे अधिकार (Power of Tribunal on Hearing Petition)

खटला चालू असताना ट्रॅब्यूनलला खालील अधिकार आहेत -

१) खर्च किंवा खर्चविरहित खटला संपविणे.

२) अटीसहित किंवा विनाअट खटल्याची तारीख पुढे ढकलणे.

३) न्यायालयाला योग्य वाटेल असा अंतरिम आदेश काढणे.

४) समापिकरणाचा आदेश देणे.

ट्रॅब्यूनलने कंपनीच्या समापिकरणाचा आदेश दिल्यानंतर कंपनीचे सावकार व धनसाहाय्यकांना त्याची सूचना दिली जाते. तसेच कंपनीलासुद्धा समापिकरणाच्या आदेशाची माहिती देऊन तिची बाजू मांडण्याची संधी दिली जाते. सर्व पक्षाचे म्हणणे ऐकून घेतल्यानंतर कंपनीच्या समापिकरणाचा आदेश देण्याबद्दल ट्रॅब्यूनलचे मत झाले असेल तर ट्रॅब्यूनल कंपनीचे समापिकरण करण्यासाठी विसर्जन अधिकाऱ्याची किंवा निस्तारकाची नियुक्ती करते. त्याच वेळी निस्तारकाचे अधिकार, कर्तव्य व मानधनसुद्धा ठरविले जाते.

कंपनीचा निस्तारक व नोंदणी अधिकाऱ्याला कंपनीची समापिकरण्याबद्दलची माहिती दिली जाते. समापिकरणाचा आदेश मिळाल्यानंतर ३० दिवसांच्या आत कंपनी किंवा समापिकरणासाठी अर्ज करणाऱ्या व्यक्तीने कंपनीच्या नोंदणी अधिकाऱ्याकडे ट्रॅब्यूनलकडून मिळालेल्या समाप्तिच्या आदेशाची १ प्रत सादर केली पाहिजे; त्यानंतर नोंदणी अधिकारी त्याची नोंद आपल्याकडील वहीत करून घेतो व त्याची माहिती सरकारी गॅझेट म्हणजेच शासकीय राजपत्रात दिली जाते.

ब) स्वेच्छेने होणारे समापन (ऐच्छीक समापन) (Voluntary Winding Up)

कंपनीचे सभासद किंवा सावकार आपल्या इच्छेने कंपनीच्या समापनाचा निर्णय घेतात, तेव्हा त्यास 'स्वच्छेने होणारे समापन' असे म्हटले जाते. या ठिकाणी सावकार आणि सभासद हे समापनाबाबत निर्णय घेण्यास स्वतंत्र असतात. मात्र, त्यांना केव्हाही आवश्यक वाटल्यास ते न्यायालयास हस्तक्षेप करण्यास विनंती करू शकतात.

स्वेच्छेने होणाऱ्या कंपनीच्या समापनाचा निर्णय पुढील दोन प्रकारे घेतला जाऊ शकतो.

१) पुढीलप्रमाणे कोणतीही एक तरतूद लागू होत असल्यास सभासदांच्या सर्वसाधारण सभेत साधा ठराव करून,

अ) कंपनीच्या नियमावलीत नमूद केलेल्या कंपनीच्या व्यवसायासाठी निश्चित केलेला कालावधी पूर्ण झाल्यास किंवा,

ब) कंपनीच्या नियमावलीत नमूद केल्याप्रमाणे कंपनीचे समापन होण्यासाठी आवश्यक असलेली घटना घडल्यास

२) जेव्हा सभासदांना योग्य वाटेल तेव्हा कधीही विशेष ठराव करून कंपनीच्या समापनाचा निर्णय घेता येतो. यासाठी कोणतेही कारण देण्याची जबाबदारी अगर गरज नसते. वरीलपैकी कोणत्याही प्रकारचा ठराव

केल्यानंतर चौदा दिवसांच्या आत अधिकृत कार्यालय ज्या जिल्ह्यात आहे तेथील महत्त्वाच्या वृत्तपत्रातदेखील तो प्रसिद्ध केला गेला पहिजे.

कंपनी कायद्यानुसार स्वेच्छेने होणारे समापन हे दोन प्रकारचे असू शकते.

१) सभासदांचे स्वेच्छेने होणारे समापन.

२) धनकोचे स्वेच्छेने होणारे समापन.

i) सभासदांचे स्वेच्छेने होणारे समापन

जेव्हा कंपनी आपल्या मालमत्तेमधून आपली देणी भागविण्यास समर्थ असते अशा परिस्थितीतच फक्त सभासदांचे होणारे समापन होऊ शकते. एक मुद्दा या ठिकाणी लक्षात घेतला पाहिजे तो असा की, समापन करण्याचा निर्णय हा मूलत: सभासदांना करावा लागतो. सावकार त्यांच्या सभेत कंपनीच्या समापनाचा एकतर्फी निर्णय घेऊन तो स्वत:च एकतर्फी अमलात आणू शकत नाहीत. न्यायालय वगळता कोणीही सभासदांच्या इच्छेविरुद्ध कंपनीच्या समापनाचा निर्णय सभासदांवर लादू शकणार नाही. समापनाचा निर्णय सभासदांनी घेतल्यानंतर समापन सभासदांच्या नियंत्रणाखाली व्हावे की धनकोंच्या, याबाबत तरतुदीनुसार स्वेच्छेच्या समापनाचे दोन प्रकार केले जातात. समापनाची सुरुवात कोणाच्या इच्छेने होते यानुसार नाही.

स्वेच्छेने होणारे समापन हे सभासदांच्या नियंत्रणाखाली व्हावे असे वाटत असेल तर

१) कंपनीचे सधनतेबद्दलचे निवेदन (डिक्लेरेशन ऑफ सॉलव्हन्सी) ठराविक मुदतीत नोंदणी अधिकाऱ्यांकडे सादर केले पाहिजे. आणि,

२) सुरुवातीस म्हटल्याप्रमाणे समापनाचा निर्णय घेण्यासाठी सभासदांच्या विशेष सर्वसाधारण सभेत साधा किंवा विशेष ठराव केला पाहिजे.

सधनतेबद्दलचे निवेदन (Declaration of Solvency)

कंपनीच्या बहुसंख्य संचालकांनी संचालक मंडळाच्या सभेत वरील निवेदनात मान्यता देऊन सोबत प्रतिज्ञापत्रास ते निबंधकास सादर केले पाहिजे. या निवेदनात संचालकांना असे जाहीर करावे लागते की कंपनीस कोणतीही देणी नाहीत; किंवा देणी असल्यास समापनास सुरुवात झाल्यापासून तीन वर्षांच्या आत त्यांची परतफेड करण्यास कंपनी समर्थ आहे. हे निवेदन कायदेशीरदृष्ट्या वैध व परिणामकारक ठरण्यासाठी पुढील अटींची पूर्तता होणे आवश्यक असते -

अ) सभासदांनी समापनाचा ठराव करण्याच्या आधीच्या पाच आठवड्यांत ते केलेले असले पाहिजे.

ब) ठराव होण्याच्या तारखेच्या आत ते कंपनी निबंधकाकडे दाखल केले पाहिजे.

क) ठरावापूर्वी संपलेल्या कंपनीच्या शेवटच्या आर्थिक वर्षापासून तयार केलेले नफा-तोटा पत्रक व ताळेबंद यांची कंपनीच्या हिशेबतपासनिसाने तपासलेल्या तारखेचे मालमत्ता आणि देणी याबाबतचे निवेदन सोबत जोडलेले असले पाहिजे. सधनतेबद्दलचे निवेदन हे कायद्याच्या दृष्टीने अतिशय महत्त्वाचे मानले गेले आहे. खोटेपणाने असे निवेदन करणारा प्रत्येक संचालक हा सहा महिने सक्तमजुरी आणि ५ हजार रुपयांपर्यंत दंड किंवा दोन्ही अशा शिक्षेस पात्र ठरतो.

सभासदांच्या स्वेच्छेने होणाऱ्या समापनाची पद्धती (कलम ४९० ते ४९७) (Procedure of Members Voluntary Winding up)

१) विसर्जकाची नियुक्ती – समापनाचा ठराव करतानाच त्याच सभेत कंपनीच्या विसर्जकाची (एक किंवा अधिक) नेमणूक केली जाते व त्याचे वेतन ठरविले जाते. एकदा ठरविलेले विसर्जकाचे वेतन न्यायालयाच्या परवानगीनेही वाढविता येत नाही; म्हणूनच कोणत्याही विसर्जकाने त्याचे वेतन ठरविल्याशिवाय पदग्रहण करता कामा नये. सर्वसाधारणपणे, कंपनीच्या चिटणिसालाच विसर्जक म्हणून नेमले जाते. एखाद्या विसर्जकाचा मृत्यू झाल्यास अथवा त्याने राजीनामा दिल्यास उरलेले विसर्जक जोपर्यंत रिकामी झालेली विसर्जकाची जागा भरली जात नाही तोपर्यंत काम करू शकत नाहीत.

२) नोंदणी अधिकाऱ्यास सूचना : विसर्जकाची नेमणूक केल्यापासून अगर त्यात बदल केल्यापासून दहा दिवसांच्या आत कंपनीने नोंदणी अधिकाऱ्यास त्याची सूचना देणे आवश्यक असते. तसेच विसर्जकानेदेखील आपली नेमणूक झाल्यापासून तीस दिवसांच्या आत नोंदणी अधिकाऱ्यास तसे कळवणे आवश्यक असते.

३) संचालक मंडळाचे अधिकार संपुष्टात : कंपनीच्या सर्वसाधारण सभा किंवा कंपनी कायदा यांनी स्वतंत्रपणाने मान्य केल्याशिवाय कंपनीचे संचालक, व्यवस्थापकीय संचालक यांचे सर्व अधिकार संपुष्टात येतात आणि ते विसर्जकास मिळतात.

४) भाग स्वीकारावयाच्या अधिकारावरील मर्यादा : विसर्जक समापन होणाऱ्या कंपनीची मालमत्ता अथवा हितसंबंध विकून, त्यांच्या बदल्यात भागधारकांमध्ये वाटण्यासाठी दुसऱ्या एखाद्या कंपनीचे भाग स्वत:च्या अधिकारात स्वीकारू शकत नाही. त्यासाठी भागधारकांच्या सर्वसाधारण सभेत विशेष ठराव संमत करून घ्यावा लागतो. इतकेच नव्हे तर ज्या सभासदांना हे भाग स्वीकारावयाचे नसतील त्यांच्या भागांवर (परस्परमान्यतेने अथवा लवादामार्फत किंमत ठरवून) योग्य किंमत दिल्याशिवाय विशेष ठराव करूनदेखील हा व्यवहार पूर्ण करता येत नाही.

५) कंपनी नादार झाल्यास सावकाराची सभा : कंपनी आपली देणी स्वत:च्या मालमत्तेमधून भागवू शकेल, असे कंपनीने स्वत: निवेदन दिले असल्यानेच कंपनीचे समापन हे सभासदांचे स्वेच्छेने होणारे समापन बनते हे आपण पाहिले. मात्र जर विसर्जकास असे आढळून आले की, कंपनी आपली देणी स्वत:च्या मालमत्तेमधून भागवू शकत नाही. किंवा सधनतेबद्दलच्या निवेदनात नमूद केलेल्या कालावधीत कंपनी देणी भागविण्यास असमर्थ ठरलेली आहे, तर विसर्जकाने ताबडतोब सावकारांची सभा बोलावून कंपनीची मालमत्ता आणि देणी याबाबतचे निवेदन सभेपुढे ठेवले पाहिजे. त्यानंतर हे समापन सावकारांचे स्वच्छेने होणारे समापन होते.

६) प्रत्येक वर्षअखेर सर्वसाधारण सभा : जर समापन एक वर्षाहून अधिक काळ चालू राहिले तर प्रत्येक वर्ष संपल्यानंतर तीन महिन्यांच्या आत कंपनीच्या सभासदांची सर्वसाधारण सभा बोलावून हिशेब व समापनाच्या कार्य प्रगतीचा आढावा त्यामध्ये सभासदांसमोर विसर्जकाने मांडला पाहिजे.

७) अंतिम सभा आणि विसर्जन : कंपनीच्या सर्व व्यवहाराचे समापन पूर्ण झाल्यानंतर समापक सभासदांची अंतिम सभा बोलवितो. या सभेची सूचना स्थळ, वेळ इत्यादीलसह सभेच्या किमान १ महिना आधी प्रसिद्ध केली पाहिजे. (अधिकृत राजपत्र आणि स्थानिक वृत्तपत्र यातून) या सभेत विसर्जक स्पष्टीकरणासह समापनाचा तपशीलवार हिशेब मांडतो.

वरील सभेनंतर एक आठवड्याच्या आत विसर्जकाने अधिकृत विसर्जक आणि नोंदणी अधिकारी यांच्याकडे समापनाचा अंतिम अहवाल आणि सभेचा अहवाल हे पाठविले पाहिजेत. नोंदणी अधिकारी अहवालांची नोंद करून घेतो, तर अधिकृत विसर्जक अहवालांची छाननी करून न्यायालयाकडे स्वत:च्या अभिप्रायांसह त्यांच्या छाननीसाठी पाठवितो. अधिकृत विसर्जकाच्या अभिप्रायानुसार समापन समाधानकारकपणे पार पाडले गेले असेल तर त्याने न्यायालयास अभिप्राय पाठविल्याची तारीख ही कंपनीच्या विसर्जनाची तारीख समजली जाते. मात्र, अधिकृत विसर्जकाने समापन असमाधानकारक असल्याचा अहवाल पाठविला असल्यास न्यायालय त्यात अधिक चौकशी करण्याचा आदेश देते. त्यानंतर चौकशीचा अहवाल आल्यानंतर चौकशीचा अहवाल न्यायालयास सादर केल्याच्या अगर अन्य योग्य वाटणाऱ्या तारखेपासून कंपनीचे विसर्जन झाल्याची आज्ञा न्यायालय देते.

ii) सावकारांचे स्वेच्छेने होणारे समापन (Creditors Voluntary Winding Up)

वर पाहिल्याप्रमाणे जेव्हा कंपनी आपली देणी स्वत:च्या मालमत्तेमधून भागवू शकत नसेल तेव्हा स्वेच्छेने होणारे समापन हे सावकारांचे स्वेच्छेने होणारे समापन म्हणून ओळखले जाते. अर्थात, जेव्हा न्यायालयाच्या आज्ञेनेच समापन घडून येत असते तेव्हा कंपनी स्वत:ची देणी भागविण्याच्या परिस्थितीत नाही. हा मुद्दा समापनास सावकारांचे स्वेच्छेने होणारे समापन बनवू शकत नाही. कारण, त्या वेळी समापन न्यायालयाच्या आज्ञेनेच घडून येत असते.

कार्यपद्धती (कलम–३०६) (Procedure of Creditor's Voluntary Winding Up)

१) संचालक मंडळ सभासद आणि सावकार यांच्या वेगवेगळ्या सभा बोलविते. या सभा एकाच दिवशी किंवा एकामागोमाग एक अशा रीतीने दोन दिवशी बोलवावयाच्या असतात. दोन्ही सभांच्या सूचना एकाच वेळी अधिकृत राजपत्रात व कंपनीची नोंदणीकृत कचेरी अथवा व्यवसायाचे मुख्य ठिकाण ज्या जिल्ह्यात आहे त्या जिल्ह्यातील किमान दोन वृत्तपत्रांमधून प्रसिद्ध झाल्या पाहिजेत.

२) **वस्तुस्थितीचे निवेदन :** सावकाराच्या सभेत कंपनीच्या आर्थिक स्थितीबाबतचे संपूर्ण निवेदन संचालक मंडळ सादर करते व सोबत देय रकमेसहित सावकारांची यादीदेखील जोडलेली असते. सभेचा अध्यक्ष म्हणून एका संचालकाची नेमणूक करण्यात येते.

३) ठरावाची प्रत नोंदणी अधिकाऱ्याकडे सावकाराच्या सभेत ठराव संमत केल्यापासून दहा दिवसांच्या आत दाखल करावी लागते.

४) **विसर्जकाची नेमणूक :** सावकार आणि सभासद आपापल्या सभांमध्ये विसर्जकाची नेमणूक करतात; जर सभासद आणि सावकार यांनी वेगवेगळ्या व्यक्तींची निवड केली तर सावकारांनी निवडलेली व्यक्ती विसर्जक म्हणून नेमली जाते. मात्र, कोणीही सभासद सावकार किंवा संचालक अशा नेमणुकीस नेमणूक केल्यापासून सात दिवसांच्या आत न्यायालयाकडे अर्ज करून आक्षेप घेऊ शकतो व अधिकृत विसर्जक अगर कंपनीने सुचविलेल्या अगर अन्य कोणा व्यक्तीची नेमणूक करण्याची विनंती करू शकतो.

५) **निरीक्षण समिती :** कंपनीचे सावकार ५ व्यक्तींची निरीक्षण समितीवर नेमणूक करू शकतो. त्यानंतर सभासदांनादेखील ५ जणांची नेमणूक निरीक्षण समितीवर करता येते. सावकारांनी या नेमणुकीस आक्षेप

घेतल्यास न्यायालयास हस्तक्षेप करण्याची विनंती करून याबाबत अंतिम निर्णय घेतला जातो. या समितीची कार्ये न्यायालयाच्या आज्ञेने होणाऱ्या समापनात स्थापन केल्या जाणाऱ्या समितीप्रमाणेच असतात.

६) **विसर्जकाचा मोबदला :** सावकारांच्या सभेत अगर निरीक्षण समितीकडून विसर्जकांचा मोबदला ठरविला जातो. मात्र या दोन्हींकडून मोबदला ठरवला न गेल्यास न्यायालय स्वत:च मोबदला ठरवतो. एकदा ठरविलेला मोबदला कोणत्याही परिस्थितीत वाढविता येत नाही.

७) **संचालकांचे अधिकार :** निरीक्षण समिती अगर धनकोंनी सभेत मान्यता दिल्याशिवाय संचालकांकडे कोणतेही अधिकार राहत नाहीत.

८) **विसर्जकाचे रिकामे पद भरण्याचा अधिकार :** न्यायालयाच्या आज्ञेनुसार विसर्जकाची नेमणूक झालेली नसल्यास, विसर्जकाच्या मृत्यूने अगर राजीनाम्याने रिकाम्या झालेल्या त्याच्या जागेवर सावकार आपल्या सभेत नेमणूक करू शकतात.

९) **भाग स्वीकारण्यावरील मर्यादा :** निरीक्षण समितीच्या अगर न्यायालयाच्या परवानगीशिवाय सावकारांमध्ये देय रकमेबद्दल वाटण्यासाठी विसर्जक कोणत्याही कंपनीचे भाग अगर तत्सम हितसंबंधाचा स्वीकार करू शकत नाही.

१०) सावकार आणि सभासद यांच्या अंतिम सभा सभासदांच्या स्वेच्छेने होणाऱ्या समापनाप्रमाणे विसर्जकाचे दरवर्षीच्या नंतर व समापनाच्या अखेरीस सर्वसाधारण सभा बोलवावयाच्या असतात. फक्त या ठिकाणी सावकार आणि सभासद या दोहोंच्याही सभा घ्याव्या लागतात.

शेवटी विसर्जनाबाबतची प्रक्रियाही सभासदांच्या स्वेच्छेने होणाऱ्या समापनाप्रमाणेच होते.

क) न्यायालयाच्या देखरेखीखाली होणारे ऐच्छिक समापन

सभासदांचे अगर सावकारांचे स्वेच्छेने होणारे समापन सुरू असताना विसर्जक किंवा सावकार किंवा सभासद यांच्यापैकी कोणीही न्यायालयास हस्तक्षेप करण्याची विनंती करू शकतात. त्याची कारणे पुढीलप्रमाणे –

१) विसर्जक मालमत्ता विक्रीबाबत हेळसांड करत असल्यास,

२) विसर्जक भेदभाव करत असल्यास,

३) समापनाच्या नियमांचे पालन होत नसल्यास,

४) बहुसंख्य अल्पसंख्यांची फसवणूक करत असल्यास,

ट्रॅब्यूनल अशा वेळी समापनाच्या बाबत योग्य त्या आज्ञा करते, नवे परिसमापक नेमू शकते. असा अर्ज आल्यावर ट्रॅब्यूनलला ट्रॅब्यूनलच्या आज्ञेने होणाऱ्या समापनात मिळणारे सर्व अधिकार मिळतात. ट्रॅब्यूनलने केलेल्या आज्ञा वगळता स्वेच्छेने होणारेच समापन असल्याप्रमाणे परिसमापकाने आपले कार्य करावयाचे असते. अर्थात, योग्य वाटल्यास ट्रॅब्यूनलच्या आज्ञेने होणाऱ्या समापनासाठीच्या सर्व तरतुदीदेखील ट्रॅब्यूनल लागू करू शकते.

कंपनीचे विसर्जन मात्र न्यायालयाच्या आज्ञेच्या तारखेपासून होते.

१०.४.५ निस्तारक किंवा विसर्जन अधिकारी किंवा शासकीय समापिकर्त्यांचे अधिकार व कर्तव्ये. (Powers And Duties of Official Liquidator)

निस्तारकाचा अर्थ जी व्यक्ती न्यायालयाला कंपनीच्या समापिकरण प्रक्रियेत मदत करते तिला 'निस्तारक किंवा शासकीय समापिकर्ता' असे म्हणतात. निस्तारक किंवा विसर्जन अधिकारी कंपनीची संपत्ती व मालमत्ता यांची विक्री करून त्याचे रोख रकमेत रूपांतर करतो. संपत्तीच्या विक्रीपासून मिळालेल्या रकमेतून प्रथम सावकार व कर्जरोखेधारकांचे देणे दिले जाते व रक्कम शिल्लक राहत असेल तर भागधारकाचे देणे अंशत: किंवा पूर्णत: दिले जाते. शासकीय समापिकर्त्याची खासगी व्यक्तीला नियुक्ती करता येत नाही.

केंद्र सरकार प्रत्येक राज्यात उच्च न्यायालयातून शासकीय समापिकर्त्याची किंवा निस्तारकाची नियुक्ती करते. तसेच जिल्हा न्यायालयाला जोडून असलेले न्यायालयीन व्यवस्थापक हेसुद्धा शासकीय समापिकर्त्याचे कार्य करतात. एखाद्या कंपनीच्या समापिकरणाच्या वेळी प्रथम तात्पुरत्या निस्तारकाची (Provisional Liquidator) नियुक्ती केली जाते. त्याला न्यायालयाकडून समापिकरणाचा आदेश मिळाल्यानंतर निस्तारक म्हणून काम करता येते. कंपनीच्या संचालकांना कंपनीची स्थिती दर्शविणारे विवरण (Statement of Afairs) तयार करावे लागते व ते निस्तारकाकडे कर्जरोखेधारक व भागधारकांना रकमेचे वाटप कसे केले जाते हे दर्शविले जाते. त्यावर कंपनीचे संचालक, चिटणीस व प्रमुख अधिकाऱ्यांच्या सह्या असणे आवश्यक आहे.

निस्तारकाचा अहवाल (Report of Official Liquidator)

निस्तारकाने त्याला कंपनीच्या समापिकरणाचा आदेश मिळाल्यापासून ६ महिन्यांच्या आत किंवा न्यायालयाने वाढवून दिलेल्या मुदतीमध्ये न्यायालयाकडे कंपनीच्या समापिकरणाबाबतचा अहवाल पाठविला पाहिजे. या अहवालात खालील बाबींच्या संदर्भात माहिती असते –

अ) कंपनीचे विक्रीस काढलेले, खपलेले व वसूल झालेले भांडवल.
ब) कंपनीच्या संपत्ती व देयतांची माहिती.
क) कंपनीच्या अपयशाची कारणे.
ड) कंपनीचे प्रवर्तन, स्थापना व व्यापार अगर व्यवसायाबद्दलची माहिती इ.

i) निस्तारकाचे अधिकार (Powers of Liquidator)

निस्तारक किंवा शासकीय समापिकर्त्याला ट्रॅब्यूनलने कंपनीच्या समापिकरणाचा आदेश दिल्यानंतर त्याला कंपनीच्या समापिकरणाबाबत पुढील अधिकार मिळतात. हे अधिकार दोन प्रकारचे आहेत.

अ) ट्रॅब्यूनलच्या परवानगीने प्राप्त होणारे अधिकार
ब) ट्रॅब्यूनलच्या परवानगीशिवाय प्राप्त होणारे अधिकार

अ) ट्रॅब्यूनलच्या परवानगीने प्राप्त होणारे अधिकार

१) कंपनीच्या वतीने न्यायालयात इतरांवर दावा दाखल करणे व इतरांनी दावा दाखल केल्यास कंपनीचा प्रतिनिधी म्हणून खटल्याच्या वेळी प्रतिवादी म्हणून हजर राहणे.
२) कंपनीच्या समापिकरणाच्या वेळी कंपनीचा व्यवसाय काही काळ चालू ठेवणे फायदेशीर ठरेल, असे निस्तारकाला वाटत असेल व त्याने व्यवसाय सुरू ठेवला असेल व अशा वेळी नवीन देणी निर्माण झाली असतील तर ती इतर देणी देण्यापूर्वी देण्याचा अधिकार निस्तारकाला आहे.

३) विसर्जन अधिकाऱ्याला म्हणजेच निस्तारकाला कंपनीची स्थिर व अस्थिर तसेच चल व अचल संपत्ती खासगी कराराने किंवा सार्वजनिक लिलावाद्वारे विकण्याचा अधिकार आहे.

४) निस्तारकाला कंपनीच्या मालमत्तेच्या तारणावर कर्ज घेता येते.

५) निस्तारकाला कंपनीच्या समाप्तिकरणासंबंधी आवश्यक ती कार्य करण्याचा अधिकार आहे. उदा. कंपनीच्या संपत्तीची विल्हेवाट लावणे, सावकाराची देणी देणे, धनसाहाय्यकाकडून रक्कम वसूल करणे इत्यादी.

६) समाप्तिकरणासाठी न्यायालयात हजर राहण्यासाठी वकिलाची नियुक्ती करणे.

७) कंपनीला बोजा ठरलेल्या संपत्तीची विल्हेवाट लावण्याचा विसर्जन अधिकाऱ्याला अधिकार आहे. उदा. अयशस्वी ठरलेल्या कंपनीच्या भागांची विक्री करणे, नुकसानीत आणणारे करार रद्द करणे इत्यादी.

८) सावकारांची पूर्ण रक्कम परत करणे किंवा परतफेडीसाठी त्यांच्याशी तडजोडीचे करार करणे.

९) कंपनीच्या भागावर येणे रक्कम असेल किंवा मागणी हप्ते येणे असतील तर त्याबद्दल तडजोड करणे. तसेच कंपनीला कर्जदाराकडून येणे असलेल्या रकमेबद्दल तडजोड करणे.
वरील सर्व अधिकार न्यायालयाच्या परवानगीनेच वापरता येतात.

ब) ट्रॅब्यूनलच्या परवानगीशिवाय प्राप्त होणारे अधिकार : कंपनीच्या निस्तारकाला काही अधिकार न्यायालयाच्या परवानगीशिवाय वापरता येतात. त्यासाठी न्यायालयाची परवानगी घेण्याची गरज नसते. मात्र, निस्तारणकर्त्यावर न्यायालयाचे नियंत्रण असते. हे अधिकार खालीलप्रमाणे आहेत.

१) कंपनीच्या वतीने व कंपनीच्या नावाने करार करणे, पावत्या देणे व त्यासाठी कंपनीच्या अधिकृत चिन्हांचा वापर करणे.

२) कंपनीने कंपनीच्या नोंदणी अधिकाऱ्याकडे पाठविलेली कागदपत्रे, दस्तऐवज, अहवाल इत्यादींची तपासणी करण्याचा निस्तारकाला अधिकार आहे.

३) एखादा धनसाहाय्यक दिवाळखोर होत असेल व त्याच्याकडे काही रक्कम येणे असेल तर त्याच्या न्यायालयीन व्यवस्थापकाकडून संबंधित रकमेची वसुली करणे.

४) निस्तारकाला कंपन्यांच्या समाप्तिकरणाबाबत एखादी बाब करणे शक्य नसेल तर त्यासाठी निस्तारकाला अधिकृत प्रतिनिधीची (agent) नियुक्ती करता येते.

५) कंपनीच्या वतीने हुंडा, बिले, वचनचिठ्ठ्या इत्यादी स्वीकारणे, काढणे किंवा हस्तांतर करणे.

६) कंपनीने समाप्तिकरणाच्या आदेशाच्या १ वर्षापूर्वी काही आक्षेपार्ह करार केलेले असतील तर निस्तारकाला ते टाळता येतात.

ii) निस्तारकाची कर्तव्ये (Duties of the Liquidator) (कलम-२९०)

शासकीय समाप्तिकर्ता किंवा विसर्जन अधिकाऱ्याला कंपनीच्या समाप्तिकरणाच्या संदर्भात खालील कर्तव्ये पार पाडावी लागतात.

१) कंपनीच्या समाप्तिकरणाची कार्यवाही सुरू करणे : न्यायालयाने कंपनीच्या समाप्तिकरणाचा आदेश दिल्यानंतर न्यायालयाच्या मार्गदर्शक तत्त्वानुसार निस्तारकाला कंपनीच्या विसर्जनासाठी विविध प्रकारची कार्ये करावी लागतात; म्हणजेच त्याला कंपनीच्या समाप्तिकरणाच्या कार्यवाहीस सुरुवात करावी लागते.

२) प्राथमिक स्थितीचा अहवाल न्यायालयास सादर करणे : निस्तारक किंवा समाप्तिकर्त्याची नियुक्ती झाल्यानंतर २१ दिवसांच्या आत कंपनीचे संचालक, व्यवस्थापक व चिटणीस कंपनीच्या आर्थिक

स्थितीचा अहवाल तयार करून तो निस्तारकाकडे पाठवितात. त्यानंतर कंपनीचा निस्तारक कंपनीच्या समाप्तिकरणाच्या संदर्भात प्राथमिक अहवाल तयार करतो. हा अहवाल कोर्टाकडे समाप्तीच्या आदेशापासून ६ महिन्यांच्या आत पाठवावा लागतो.

३) कंपनीच्या संपत्तीचा ताबा घेणे : निस्तारकाने त्याची नियुक्ती झाल्यानंतर कंपनीची सर्व संपत्ती, मालमत्ता, रोख रक्कम, हिशेबपुस्तके, करारपत्रके, नोंदवह्या, दस्तऐवजे इत्यादी ताब्यात घेतली पाहिजेत.

४) सावकार व धनसाहाय्यक यांचे ठराव व देखरेख समितीच्या सूचनांचा विचार करणे : कंपनीचे सावकार व धनसाहाय्यक स्वतंत्रपणे सर्वसाधारण सभा घेऊन समाप्तिकर्त्याच्या कार्याबाबत ठराव मंजूर करू शकतात. हा ठराव प्रामुख्याने धनसाहाय्यकांकडून किती रक्कम वसूल करावी व सावकारांना ती कशा रीतीने देण्यात यावी या संदर्भात असतो. कधी कधी न्यायालय सावकार व धनसाहाय्यकाची देखरेख समिती नियुक्त करते. ही समिती वसूल होणाऱ्या व देणे रकमेबद्दल सूचना करू शकते; जर देखरेख समितीच्या सूचना सावकार व धनसाहाय्यक यांनी केलेले ठराव यांच्यात भिन्नता असेल तर निस्तारणकर्त्याला त्याची दखल घ्यावी लागते.

५) सावकार व धनसाहाय्यकाच्या सभा बोलविणे : सावकार व धनसाहाय्यकाचे विचार किंवा म्हणजे समजावून घेण्यासाठी निस्तारक त्यांची सभा किंवा स्वतंत्र सभा बोलावितो. परंतु १/१० पेक्षा जास्त भागभांडवल धारण केलेल्या सभासदांनी किंवा कंपनीच्या एकूण देण्यासाठी १/१० पेक्षा जास्त रक्कम ज्यांना देणे आहे अशा सावकारांनी लेखी विनंती केली असेल तर निस्तारकाला सावकार व धनसहायाकांची सभा बोलवावीच लागते. तसे त्याच्यावर बंधन आहे.

६) नोंदवह्या ठेवणे : कंपनीची समाप्ती करणाऱ्या समाप्तिकर्त्या अधिकाऱ्याला कायद्यात तरतूद केल्याप्रमाणे नोंदवह्या ठेवाव्या लागतात. त्यात आवश्यक त्या नोंदी व टिपणे ठेवण्याचे काम निस्तारकाचे आहे. कंपनीचे सावकार किंवा धनसाहाय्यक या वह्यांची न्यायालयाच्या परवानगीने पाहणी करू शकतात.

७) जमा-खर्चाचा अहवाल न्यायालयाला सादर करणे : ज्या कंपनीचे विसर्जन होत आहे अशा कंपनीच्या जमा-खर्चाचा अहवाल निस्तारकाला दर सहा महिन्यांनी न्यायालयाकडे सादर करावा लागतो. या अहवालात प्रत्येक सहा महिन्यांत जमा झालेली रक्कम व त्याचा खर्च ठराविक नमुन्यात न्यायालयाला कळवावा लागतो. न्यायालय या जमा-खर्चाची हिशेब तपासनिसाकडून तपासणी करून घेते. प्रत्येक वेळी एक प्रत नोंदणी न्यायालयाकडे पाठविली जाते. न्यायालय त्यापैकी प्रत्येक वेळी अहवालाच्या दोन प्रती न्यायालयाकडे पाठविल्या जातात. न्यायालय त्यापैकी प्रत नोंदणी अधिकाऱ्याकडे पाठविते. ऑडिट केलेल्या हिशेबांची एक प्रत निस्तारकाकडेसुद्धा पाठविण्यात येते. निस्तारक त्या प्रतीच्या सत्यप्रती सावकार व धनसाहाय्यकांना पाठवितो.

अशा रीतीने निस्तारक किंवा समाप्तिकर्त्याला कंपनीच्या समाप्तिकरणाच्या संदर्भात विविध कामे करावी लागतात. वरील कर्तव्याची निस्तारकाने योग्य रीतीने पूर्तता केली नसेल तर सावकार किंवा धनसाहाय्यक केंद्र सरकारकडे निस्तारकाविरुद्ध तक्रार नोंदवितात; अशा तक्रारीवर केंद्र सरकार चौकशी करून योग्य ती कारवाई करते.

देखरेख समितीची नियुक्ती (Appointment of Inspection Committee)

न्यायालय कंपनीच्या समाप्तिकरणाचा आदेश देतानाच किंवा त्यानंतर योग्य वाटेल त्या वेळी निस्तारकाला मदत करण्याच्या दृष्टीने व निस्तारकाच्या कामकाजावर देखरेख ठेवण्यासाठी देखरेख समितीच्या नियुक्तीचा आदेश देते. त्यानुसार देखरेख समितीची नियुक्ती केली जाते. देखरेख समितीची नियुक्ती झाल्यापासून

२ महिन्यांच्या आत सावकारांची सभा घेऊन देखरेख़ समितीवर सावकारांचे प्रतिनिधी असावेत हे ठरविले जाते. सावकारांची सभा झाल्यापासून १४ दिवसांचे आत धनसाहाय्यक (contributrics) सभा घेऊन त्या सभेत त्यांचेही देखरेख समितीवर किती प्रतिनिधी नियुक्त करावेत हे ठरविले जाते. या समितीत सावकार व धनसाहाय्यकांचे जास्तीत जास्त १२ प्रतिनिधी म्हणजेच सभासद घेतले जातात. सावकर व धनसाहाय्यकांच्या सभेत प्रतिनिधी नियुक्त करण्याबद्दल एकमत होत नसेल तर न्यायालय देखरेख समितीवरील सभासदांची सावकार व धनसाहाय्यकांमधून नियुक्ती करते. देखरेख समितीला निस्तारकाने ठेवलेल्या हिशेबांची तपासणी करण्याचा व निस्तारकाला आवश्यकतेनुसार वेळोवेळी सूचना देण्याचा अधिकार आहे.

समाप्तिकरणाचा आदेश दिल्यानंतर ट्रॅब्यूनलचे अधिकार (Powers of the Tribunal After Winding Up Order)

एखाद्या कंपनीच्या समाप्तिकरणाचा आदेश दिल्यानंतर न्यायालयाला कंपनी कायद्यातील तरतुदीनुसार, अनेक व्यापक अधिकार मिळतात. यांनाच सार्वत्रिक किंवा सर्वसामान्य अधिकार असेही म्हणतात, हे अधिकार पुढीलप्रमाणे आहेत –

१) समाप्तिकरणाला स्थगिती देणे : कंपनीचे सावकार, धनसाहाय्यक व निस्तारक यांनी न्यायालयाकडे कंपनीच्या समाप्तिकरणाला स्थगिती देण्यासाठी लेखी अर्ज पाठविला असेल तर न्यायालय या अर्जाचा सार्वजनिक हिताच्या दृष्टीने विचार करते. न्यायालयाला योग्य वाटल्यास कंपनीच्या समाप्तिकरणास कायमची किंवा तात्पुरती स्थगिती देण्यात येते. अशी स्थगिती दिल्यास या आदेशाची एक प्रत न्यायालय नोंदणी अधिकाऱ्याकडे पाठविते.

२) धनसाहाय्यकांची यादी तयार करणे (List of Contributors) : कंपनीच्या समाप्तिकरणाचा आदेश दिल्यानंतर न्यायालयाला धनसाहाय्यकाची (सभासदांची) यादी तयार करण्याचा अधिकार आहे. त्यावरून प्रत्येक सभासदाकडून किती रक्कम मिळाली व मिळवायची आहे, भागाचे दर्शनी मूल्य, सभासदाने घेतलेल्या भागांची संख्या इत्यादी माहिती मिळते. या यादीमुळे निस्तारकाने कोणत्या सभासदाकडून किती रक्कम वसूल करावी असाही आदेश न्यायालय निस्तारकाला देऊ शकतो. कधी कधी न्यायालय धनसाहाय्यकांचे देण्याघेण्याचे व्यवहार मिटविण्यास मदत करते.

३) निस्तारकाकडे कंपनीच्या संपत्ती व मालमत्तेचा ताबा देणे : समाप्तिकरणाच्या आदेशानंतर कंपनीची संपत्ती, मालमत्ता पैसा, हिशेबवह्या, करार, दस्तऐवजे इत्यादींचा ताबा न्यायालयाच्या आदेशानुसार निस्तारकाला मिळतो.

४) भागांवर हप्ता मागणी करण्याचा अधिकार : ज्या वेळी कंपनीची संपत्ती व मालमत्ता विकून सावकाराचे देणे देता येत नसेल व त्याच वेळी सभासदांकडून भागावर हप्ते किंवा हप्ता येणे असेल तर न्यायालय भागधारकांकडून राहिलेली रक्कम मागवून सावकाराचे देणे देण्याबद्दल तरतूद करू शकते.

५) सावकारांच्या यादीत नाव समाविष्ट करणे किंवा गाळणे : कंपनीच्या समाप्तिकरणाच्या आदेशानंतर न्यायालय ज्यांना कंपनी काही रक्कम देणे आहे अशा सावकारांना विशिष्ट मुदतीत त्याच्या रकमेबाबतचे पुरावे सादर करण्यास सांगते. जे सावकार विशिष्ट मुदतीत पुरावे सादर करतात त्यांची नावे यादीत समाविष्ट केली जातात. जे पुरावे सादर करू शकत नाहीत, त्यांना मुदतवाढ दिली जाते किंवा त्याची नावे सावकाराच्या यादीत

समाविष्ट केली जातात. जे पुरावे सादर करू शकत नाहीत त्यांना मुदतवाढ दिली जाते किंवा त्यांची नावे सावकाराच्या यादीतून कमी केली जातात.

६) संशयित व्यक्तींना उपस्थित राहण्याचा आदेश देणे : ज्या व्यक्तींकडे कंपनीची संपत्ती, मालमत्ता, कागदपत्रे, पुस्तके आहेत असे कंपनी अधिकारी किंवा कंपनीचे प्रवर्तन, निर्मिती, व्यापार, व्यवसाय इत्यादींबाबत माहिती असणाऱ्या व्यक्ती किंवा पदाधिकारी तसेच ज्या व्यक्तींकडे कंपनीची थकबाकी आहे अशा सर्व व्यक्तींना न्यायालय आदेश देऊन कोर्टात हजर राहण्याचा आदेश देते. अशा सर्व व्यक्ती, अधिकारी व पदाधिकाऱ्यांकडून शपथेवर सर्व माहिती न्यायालय मिळवते. हे अधिकारी न्यायालयात हजर राहत नसतील तर त्यांना अटक करण्याचा अधिकार न्यायालयाला आहे. थोडक्यात, निस्तारकाला सर्व प्रकारची मदत मिळावी या उद्देशाने कोर्टाला सर्व संशयितांना न्यायालयात हजर राहण्यास सांगण्याचा आदेश देता येतो.

७) जाहीर चौकशी करणे : निस्तारकाने न्यायालयाला अहवाल सादर करून कंपनीच्या एखाद्या अधिकाऱ्याने किंवा पदाधिकाऱ्याने कंपनीच्या प्रवर्तन अथवा स्थापना किंवा इतर व्यवहारात कपटयुक्त व्यवहार केलेले आहेत. असे न्यायालयाच्या निदर्शनास आणून दिले असेल, तर न्यायालय संबंधित व्यक्ती किंवा अधिकाऱ्याला न्यायालयात हजर राहण्याचा आदेश देऊन त्याची जाहीर चौकशी करू शकते.

८) धनसाहाय्यकांना अटक करण्याचा अधिकार : कंपनीचा एखादा किंवा काही धनसाहाय्यक रक्कम देण्याचे किंवा चौकशी टाळण्याच्या उद्देशाने भारताबाहेर जाण्याचा प्रयत्न करीत असेल किंवा त्यांच्या वरील देणे टाळण्याच्या उद्देशाने आपली संपत्ती हस्तांतर करीत असेल तर न्यायालय अशा धनसाहाय्यकाला अटक करण्याचा आदेश देऊ शकते व त्याची मालमत्ता किंवा संपत्ती ताब्यात घेऊ शकते.

९) कंपनीचे समाप्तिकरण पूर्ण झाल्याचे घोषित करण्याचा अधिकार : कंपनीच्या समाप्तिकरणाची कारवाई पूर्ण झाल्यावर किंवा कंपनीची संपत्ती व मालमत्ता अपुरी असल्यामुळे समाप्तिकरणाची प्रक्रिया पूर्ण करणे अशक्य आहे, असे निस्तारकाने न्यायालयाला कळविल्यास व न्यायालयाला ते योग्य व न्याय्य आहे असे वाटल्यास न्यायालय समाप्तिकरणाची कारवाई पूर्ण झाली असे जाहीर करू शकते.

१०) समाप्तिकरणाचा आदेश निरर्थक ठरविणे : न्यायालयाने एखाद्या कंपनीच्या समाप्तिकरणाचा आदेश दिला असेल तर आदेश दिल्यापासून २ वर्षे मुदतीच्या आत तो आदेश निरर्थक ठरविण्याचा म्हणजेच कंपनीचे समाप्तिकरण झाले नाही असे म्हणण्याचा न्यायालयाला अधिकार आहे.

समाप्तिकरणाच्या आदेशाचे परिणाम (Consequesnces of Winding Up Order)

ट्रॅब्यूनलने कंपनीच्या समाप्तिकरणाचा आदेश दिल्यानंतर त्याचे परिणाम खालीलप्रमाणे होतात -

१) न्यायालयाने कंपनीच्या समाप्तिकरणाचा आदेश दिल्याबरोबर कंपनी कायद्यातील तरतुदीनुसार, न्यायालयाने समाप्तिकरणाच्या आदेशाची एक प्रत कंपनीच्या नोंदणी अधिकाऱ्याला व एक प्रत निस्तारकाला पाठविणे आवश्यक आहे.

२) समाप्तिकरणाचा अर्ज करणारी व्यक्ती व कंपनीने न्यायालयाकडून समाप्तिकरणाचा आदेश मिळाल्यापासून ३० दिवसांचे आत नोंदणी अधिकाऱ्याला समाप्तिकरणाच्या आदेशाची १ प्रत पाठविणे आवश्यक आहे. यामध्ये चूक करणाऱ्या प्रत्येक अधिकाऱ्याला प्रत्येक दिवसाला १०० रु. दंड करता येतो.

३) नोंदणी अधिकाऱ्याला कंपनीच्या समाप्तिकरणाच्या आदेशाची प्रत मिळाल्यानंतर नोंदणी अधिकारी त्याची नोंद करून घेतो व त्याची माहिती शासकीय राजपत्रात (गॅझेट) देण्यात येते.

४) कंपनीच्या समाप्तिकरणाच्या आदेशामुळे कंपनीतील अधिकारीवर्ग व सेवकांची सेवा संपुष्टात येते.
५) समाप्तिकरणाच्या आदेशामुळे कंपनीवरील सर्व दाव्यांना किंवा खटल्यांना स्थगिती देण्यात येते.
६) कंपनीच्या विरोधात इतर न्यायालयात दावे सुरू असतील तर ते सर्व दावे कंपनीच्या समाप्तिकरणाची कार्यवाही ज्या न्यायालयात चालू असेल त्या न्यायालयात हस्तांतर केले जातात.
७) कंपनीच्या समाप्तिकरणाचा आदेश कंपनीचे सावकार व धनसाहाय्यकाच्या हिताच्या दृष्टिकोनातून देण्यात आलेले आहेत असे समजण्यात येते.
८) न्यायालयाने नियुक्त केलेल्या निस्तारकाला कंपनीची संपत्ती व मालमत्ता ताब्यात घेता येते.
९) समाप्तिकरणाच्या आदेशामुळे संचालक मंडळाचे सर्व अधिकार संपुष्टात येतात व ते सर्व अधिकार समाप्तिकर्त्या अधिकाऱ्याला मिळतात.
१०) समाप्तिकरणाच्या आदेशाचा परिणाम म्हणजे जी रक्कम भविष्यकाळात देणे ठरणार असते, ती वर्तमानकाळातच देणे आहे असे समजले जाते.
११) कंपनीच्या समाप्तिकरणाची प्रक्रिया सुरू झाल्यानंतर कंपनीने केलेली संपत्तीची विक्री किंवा विल्हेवाट, कंपनीच्या भागांचे हस्तांतरण व सभासदांच्या स्थानातील बदल हे सर्व व्यवहार अवैध ठरतात.
१२) न्यायालयाने नियुक्त केलेले निस्तारक किंवा समाप्तिकर्ता अधिकारी त्याच्या स्थानामुळे आपोआपच कंपनीचा निस्तारक किंवा समाप्तिकर्ता ठरतो.

प्रश्नसंग्रह

अ) थोडक्यात उत्तरे लिहा. (२० शब्दांत)

१) 'तडजोड' म्हणजे काय?
२) व्यवस्था म्हणजे काय?
३) 'पुनर्रचना' म्हणजे काय?
४) 'एकत्रीकरण' म्हणजे काय?
५) 'पुनर्संघटन' म्हणजे काय?
६) अंतर्गत पुनर्रचना म्हणजे काय?
७) बहिर्गत पुनर्रचना म्हणजे काय?
८) कंपनीचे समापन म्हणजे काय?
९) 'धनसाहाय्यक' कोणास म्हणावे?
१०) अधिकृत विसर्जक कोण नेमू शकतो?
११) देखरेख समितीबद्दल माहिती द्या.
१२) ऐच्छिक समापन म्हणजे काय?
१३) ट्रॅब्यूनलद्वारे होणारे समापन म्हणजे काय?
१४) सधनतेचे निवेदन म्हणजे काय?
१५) आजारी कंपनी म्हणजे काय?

ब) संक्षिप्त उत्तरे लिहा. (५० शब्दांत)

१) तडजोड म्हणजे काय? तडजोडीची आवश्यकता सांगा.
२) तडजोडीच्या संदर्भात उच्च न्यायालयाचे अधिकार सांगा.
३) 'पुनर्रचना' म्हणजे काय? पुनर्रचनेचे उद्देश सांगा.
४) 'एकत्रीकरण म्हणजे काय? एकत्रीकरणाचे उद्देश सांगा.
५) भिन्नमतदर्शीय सभासदासंबंधी माहिती द्या.
६) आजारी कंपनीच्या पुनर्वसनाबाबत माहिती द्या.
७) कंपनीचे समापन म्हणजे काय? समापनाची कारणे सांगा.
८) समापन आणि विसर्जन यातील फरक स्पष्ट करा.
९) निस्तारक कोणास म्हणावे? निस्तारकाच्या अहवालात कोणकोणती माहिती असते?
१०) समापनाच्या आदेशाचे परिणाम सांगा.
११) कर्जाची रक्कम फेडण्याची असमर्थता केव्हा समजली जाते?
१२) समापनाची उचित, न्याय्य व योग्य कारणे कोणकोणती ते सांगा.
१३) समापनाची मागणी करण्याचा अधिकार कोणाकोणाला आहे?

क) थोडक्यात उत्तरे लिहा. (१५० शब्दांत)

१) तडजोड आणि व्यवस्था म्हणजे काय? त्यांची गरज स्पष्ट करा.
२) तडजोड आणि व्यवस्थेच्या संदर्भात कायदेशीर तरतुदी सांगा.
३) तडजोड आणि व्यवस्थेची कार्यपद्धती सांगा.
४) 'एकत्रीकरण' म्हणजे काय? पुनर्रचनेहून ते वेगळे कसे ते सांगा.
५) तडजोड आणि व्यवस्थेच्या संदर्भात उच्च न्यायालयाला असणारे अधिकार कोणते?
६) सक्तीचे समापन कोणकोणत्या परिस्थितीत होते?
७) ऐच्छिक समापन म्हणजे काय? ऐच्छिक समापनाचे परिणाम सांगा.
८) ऐच्छिक समापनाचे प्रकार सांगा.
९) सभासदांचे ऐच्छिक समापन व सावकारांचे ऐच्छिक समापन यातील फरक सांगा.
१०) समापनाच्या वेळी कर्ज (देणे) फेडण्याचा क्रम सांगा.
११) 'निस्तारक' म्हणजे काय? निस्तारकाचे अधिकार व कर्तव्ये स्पष्ट करा.
१२) समापनाच्या आदेशानंतर न्यायालयाची कर्तव्ये कोणती ते सांगा.

ड) सविस्तर उत्तरे लिहा. (३००/५०० शब्दांत)

१) तडजोड आणि व्यवस्थेची व्याख्या द्या. त्या संदर्भातीत कायदेशीर तरतुदी सांगा.
२) तडजोड आणि व्यवस्थेची कार्यपद्धती स्पष्ट करा.
३) पुनर्रचना म्हणजे काय? अतंर्गत पुनर्रचना आणि बहिर्गत पुनर्रचना यातील फरक स्पष्ट करा.
४) पुनर्रचना आणि एकत्रीकरण यातील फरक स्पष्ट करा.
५) पुनर्रचना म्हणजे काय? पुनर्रचनेचे उद्देश स्पष्ट करा.
६) एकत्रीकरण म्हणजे काय? एकत्रीकरणाचे उद्देश सांगा.

७) पुनर्रचनेच्या पद्धती सांगा.
८) एकत्रीकरणाच्या विविध पद्धती स्पष्ट करा.
९) तडजोड अथवा व्यवस्था योजना स्वीकारण्यासंबंधी अथवा नाकारणेसंबंधी उच्च न्यायालयाला असणारे अधिकार स्पष्ट करा.
१०) तडजोड आणि व्यवस्थेच्या सदंर्भात चिटणिसाची कार्ये सांगा.
११) आजारी कंपन्यांचे पुनरूज्जीवन व पुनर्वसन कसे कोठे जाते स्पष्ट करा.
१२) कंपनीचे समापन म्हणजे काय? कंपनीचे समापन व विसर्जन यातील फरक स्पष्ट करा.
१३) कंपनीच्या विविध प्रकारच्या समापनाचे वर्णन करा.
१४) 'ऐच्छिक समापन' म्हणजे काय? ऐच्छिक समापनाचे प्रकार स्पष्ट करा.
१५) कोणकोणत्या परिस्थितीत ट्रॅब्यूनलद्वारे समापन केले जाते ते सांगून त्याची कार्यपद्धती सांगा.
१६) 'निस्तारक' म्हणजे काय? निस्तारकाचे अधिकार व कर्तव्ये स्पष्ट करा.
१७) 'सक्तीचे समापन' म्हणजे काय? समापनाचा आदेश दिल्यानंतर ट्रॅब्यूनलला कोणते अधिकार प्राप्त होतात ते सांगा.
१८) कंपनीचे समापन म्हणजे काय? समापनाची मागणी करण्याचा अधिकार कोणाला आहे? ट्रॅब्यूनलद्वारे केल्या जाणाऱ्या समापनाची कार्यपद्धती स्पष्ट करा.

REFERENCES

1) Ravi Puliani, 2013 with comments, Bharat's - Companies Act, 19th Edition, 2013. Advocate Mahesh Puliani, Bharat Law House Pvt.Ltd., New Delhi.

2) Karm Gupta, 2013- Introduction to Company Law, Publication : LexisNexis, Gurgaon, Haryana, India.

3) With notes to Legislative Clauses. Corporate Professionals where excellence is Law, CCH - a Wolters Kluwer business. Wolters Kluwer business. The Companies Act, 2013, 2014 Edition, Wolters Kluwer (India) Pvt. Ltd., DLF Cyber City, Gurgaon, Haryana (India).

4) Prachi Manekar, 2013- Insights into the New Company Law, LexixNexis, Gurgaon, Haryana, India.

5) V. S. Datey, 13th September, 2013- Taxman's, Company Law Ready Reckoner Printed at - Tan Prints (India) Pvt. Ltd. Jhajjar, Haryana, India.

6) Corporate Professionals - where excellence is Law., CCH - a Wolterskluwer business, Corporate Professionals India Pvt., New Delhi, India., 2013, Analysis of Companies Act, Published by - Wolters Kluwer (India) Pvt. Ltd.